AF764991

ആകാശഭൂമികളുടെ താക്കോൽ

aakashabhoomikalude thaakkol
novel
•
b m suhara
•
first edition
february 2020
•
published
chintha publishers, thiruvananthapuram
•
typesetting
star communications, thiruvananthapuram
•

akshara offset, thiruvananthapuram
•
cover
vinod mangoes
•

Distribution
DESHABHIMANI BOOKHOUSE
H O Thiruvananthapuram 695035
phone: 0471-2303026, 6063026
Email: chinthapublishers@gmail.com
Website: www.chinthapublishers.com

Branch
Head Office Kunnukuzhi • Statue Thiruvananthapuram • KSRTC Bus Station Alappuzha • KSRTC Bus Station Ernakulam • Machingal Lane Thrissur • IG Road Kozhikode • Mavoor Road Kozhikode • NGO Union Building Kannur • Central Bus Terminal Complex Thavakkara Kannur

---

CO - 2920 / 5216
ISBN - 978-93-89410-80

ആകാശഭൂമികളുടെ താക്കോൽ

നോവൽ

ബി എം സുഹറ

ചിന്ത പബ്ലിഷേഴ്സ്
തിരുവനന്തപുരം-695 035

ബി എം സുഹറ

കോഴിക്കോട് താലൂക്കിൽ തിക്കോടി പഞ്ചായത്തിൽ മാളിയേക്കൽ വീട്ടിൽ ജനനം. വൈദ്യേരകത്ത് മമ്മദുകുട്ടി ഹാജിയുടെയും ബടയക്കി മാളിയേക്കൽ മറിയുമ്മയുടെയും മകൾ. തിക്കോടി പ്രൈമറി സ്കൂൾ, കോഴിക്കോട് പ്രൊവിഡൻസ് ഹൈസ്കൂൾ, പ്രൊവിഡൻസ് വിമൺസ് കോളേജ് എന്നിവിടങ്ങളിൽ വിദ്യാഭ്യാസം. *കിനാവ്* എന്ന ആദ്യ നോവലിന് യുവസാഹിത്യകാരിക്കുള്ള ലളിതാംബിക അന്തർജ്ജനം അവാർഡ് (1992), കെ ബാലകൃഷ്ണൻ സ്മാരക അവാർഡ് (2004), ഉണ്ണിമോയി മെമ്മോറിയൽ അവാർഡ് (2006), കേരള സാഹിത്യ അക്കാദമി അവാർഡ് (2008) എന്നീ പുരസ്കാരങ്ങൾ കിട്ടിയിട്ടുണ്ട്.

കൃതികൾ: *കിനാവ്, മൊഴി, ഇരുട്ട്, നിലാവ്, നിഴൽ, പ്രകാശത്തിനുമേൽ പ്രകാശം, വർത്തമാനം* എന്നീ നോവലുകൾ. *ചോയിച്ചി, ഭ്രാന്ത്, കൂഹു... കൂഹു..., രചനയിലെ ചില പ്രശ്നങ്ങൾ, കരച്ചപ്പെട്ടി, ഒരു വേനലിന്റെ അന്ത്യം, സുഹറയുടെ കഥകൾ* എന്നീ ചെറുകഥാസമാഹാരങ്ങൾ. *കുട്ടികളുടെ അറബിക്കഥകൾ, മലമുകളിലെ അപ്പൂപ്പൻ, മന്ത്രമോതിരം, പവിഴപ്പുറ്റ്, നീലക്കുറുക്കൻ* എന്നീ ബാലസാഹിത്യകൃതികൾ. *അമൃതപുത്രി, കൊട്ടാരത്തെരുവ്, സൈനിന്റെ കല്യാണം* എന്നീ പരിഭാഷകൾ.

നിലാവ് എന്ന നോവൽ ഇംഗ്ലീഷിൽ പരിഭാഷപ്പെടുത്തി ഓക്സ്ഫോർഡ് യൂണിവേഴ്സിറ്റി പ്രസ് പ്രസിദ്ധപ്പെടുത്തിയിട്ടുണ്ട്. (Five Novellas, Oxford University Press, 2008) *ദി ഹിന്ദു, ഇന്ത്യൻ ലിറ്ററേച്ചർ, മലയാളം ലിറ്ററി സർവ്വേ* തുടങ്ങിയ ഇംഗ്ലീഷ് പ്രസിദ്ധീകരണങ്ങളിൽ സുഹറയുടെ ചെറുകഥകൾ പരിഭാഷപ്പെടുത്തി വന്നിട്ടുണ്ട്.

എഴുത്തുകാരനായ ഡോ. എം എം ബഷീറാണ് ഭർത്താവ്.

മക്കൾ : എം അജ്മൽ ബഷീർ (ദുബായ്),
എം അനീസ് ബഷീർ
(പ്ലാനിങ് എഞ്ചിനീയർ, ലണ്ടൻ)

വിലാസം : മാളിയേക്കൽ, എക്സ്പ്രസ് എൻക്ലേവ്
ചേവായൂർ പി ഒ, കോഴിക്കോട് 673017.

ഫോൺ : 9496221425

പ്രസാധകക്കുറിപ്പ്

ജീവിതാവിഷ്കാരത്തിന്റെ ആർജ്ജവത്താലും ഭാഷാ പ്രയോഗത്തിന്റെ ജൈവികതയാലും ശ്രദ്ധേയമാണ് ബി എം സുഹറയുടെ കൃതികൾ. ഹുസൈനാജിയുടെ രണ്ടാം ബീടരായി ജോനകപ്പറമ്പിൽ എത്തപ്പെട്ട 'നൂറു' കാണുന്ന പെൺജീവിതങ്ങളാണ് *ആകാശഭൂമികളുടെ താക്കോൽ.* പുരുഷാധിപത്യപ്രവണതകളുടെ കവിഞ്ഞൊഴുക്കുകാരണം സ്ത്രീകളോടുള്ള കരുതലോ സഹഭാവമോ പ്രകടിപ്പിക്കാതെ ആൺജീവിതങ്ങൾ തഴയ്ക്കുമ്പോൾ അതിനെതിരായ കുതറലായി മാറുകയാണ് നൂറു. ഒരു കാര്യവുമില്ലാതെ സ്ത്രീകളെ മൊഴിചൊല്ലി ഒഴിവാക്കുന്നതിനെ ഇതിലെ സ്ത്രീകഥാപാത്രങ്ങൾ ചോദ്യം ചെയ്യുന്നുണ്ട്. സുഹറയുടെ കഥാസ്ഥലവും കഥാപാത്രങ്ങളും തനിക്കു പരിചിതമായ മുസ്ലീം സമുദായത്തിനകത്താണ് സ്ഥിതി ചെയ്യുന്നതെങ്കിലും സമൂഹത്തിനാകെ നേരെപിടിച്ച കണ്ണാടിയാകുന്നുണ്ട്. 'നൂറു' മഹിളകൾക്കിടയിൽ നടത്തുന്ന പ്രവർത്തനം സമകാല സ്ത്രീസമസ്യകൾ പരിഹരിക്കാനുള്ള ശ്രമത്തിന്റെ ഭാഗമാവുന്നു. തന്റെ ചുറ്റും വന്നു നിറയുന്ന സാമൂഹ്യവിലക്കുകളെ ധീരതയോടെ നേരിട്ട് ജീവിതപൂർണ്ണത തേടുന്ന നൂറിന്റെ ജീവിതം സമകാലസ്ത്രീജീവിതത്തിന്റെ സാകല്യത്തെ ഓർമ്മിപ്പിക്കുന്നു.

ചിന്ത പബ്ലിഷേഴ്സ്

ആമുഖം

ജീവിതം പലർക്കായി വീതം വെച്ച് സ്വയം ജീവിക്കാൻ അവസരം കിട്ടാതെ പോകുന്നവരാണ് കേരളത്തിലെ സ്ത്രീകളിൽ ഏറിയ പങ്കും. പുരുഷ മേല്ക്കോയ്മയുള്ള മുസ്ലീം സമുദായത്തിലാകട്ടെ ഇത്തരക്കാരുടെ എണ്ണം കൂടുതലാണുതാനും. കുടുംബത്തിനകത്ത് ഒതുങ്ങിജീവിക്കേണ്ടവളാണ് സ്ത്രീ. രാവിലെ എഴുന്നേറ്റ് സുബഹി നമസ്കാരവും *ഖുർആൻ* പാരായണവും കഴിഞ്ഞ് കുടുംബത്തിനകത്തെ ജോലികൾ ചെയ്യുന്നതു സ്ത്രീയെ സംബന്ധിച്ചിടത്തോളം ഇബാദത്താണ്; പുണ്യം നേടാനുള്ള ഉപാധിയാണ്. അത്തരം സ്ത്രീകളോടാണ് അല്ലാഹുവിനു പ്രിയം. അവർക്കുള്ളതാണ് സ്വർഗ്ഗരാജ്യം എന്നാണ് ചെറുപ്പംമുതൽ ഞങ്ങളെ പഠിപ്പിക്കുന്നത്. ഒരു നല്ല ഭാര്യയായി, മകളായി, സഹോദരിയായി ജീവിച്ച് പരലോകം ഭദ്രമാക്കാനുള്ള തത്രപ്പാടിനിടയിൽ പല സ്ത്രീകളും ജീവിക്കാൻ മറന്നുപോകുന്നു.

സ്ത്രീകൾ ജീവിതം പങ്കുവെക്കുന്നത് ഭർത്താവിനും മക്കൾക്കും വേണ്ടി മാത്രമല്ല, മാതാപിതാക്കൾ, സഹോദരീസഹോദരന്മാർ, ഭർത്താവിന്റെ മാതാപിതാക്കൾ, അകന്നതും അടുത്തതുമായ ബന്ധുക്കൾ– പട്ടിക നീളുന്നു. ഇവരെയൊക്കെ പരിചരിച്ചും തൃപ്തിപ്പെടുത്തിയും ജീവിച്ചാൽ മാത്രമേ നല്ല ഭാര്യയെന്ന ലേബൽ നേടാനാവുകയുള്ളൂ. നല്ല ഭാര്യ, അല്ലെങ്കിൽ നല്ല കുടുംബിനി എന്നറിയപ്പെടാൻ മനസ്സറിഞ്ഞ് ആഗ്രഹിക്കുന്നവരാണ് അധികംപേരും. അതിനുവേണ്ടി എന്തു ത്യാഗവും സഹിക്കാൻ അവർ ഒരുക്കവുമാണ്. നല്ല ഭാര്യയാകാൻ വേണ്ടി സ്വന്തം ഭർത്താവിനെ പങ്കുവെക്കാൻ തയ്യാറായ ഒരു സ്ത്രീയെ ഒരിക്കൽ പരിചയപ്പെടാൻ എനിക്കു സാധിച്ചു. എന്റെ ഒരു ബന്ധുവിന് കൂട്ടിരിക്കാൻ ആശുപത്രി

യിൽ പോയപ്പോഴാണ് അവരെ ഞാൻ പരിചയപ്പെട്ടത്. ബന്ധുക്കൾക്കും സ്വന്തക്കാർക്കുംവേണ്ടി ആശുപത്രിവരാന്തകളിൽ ഒരുപാടു സമയം എനിക്കു ചെലവഴിക്കേണ്ടിവരാറുണ്ട്. അവസാനം നിസ്സാരകാരണം പറഞ്ഞ് പഴി എമ്പാടും കേൾക്കേണ്ടിയും വന്നിട്ടുണ്ട്. എന്നാലും അടുത്തതവണ അവർ വിളിക്കുമ്പോൾ വരാൻ സാദ്ധ്യമല്ല എന്നു പറയാൻ എനിക്ക് കഴിയാറില്ല. ക്ഷമിക്കുകയും ത്യാഗം സഹിക്കുകയും ചെയ്യുന്നവരുടെ കൂടെയാണ് അല്ലാഹു എന്ന *ഖുർആൻ* വാക്യം ഉമ്മ നിരന്തരം ഓർമ്മപ്പെടുത്തുമ്പോൾ പരലോകം ഭദ്രമാക്കാനുള്ള ആവേശത്തിനിടയിൽ ഞാൻ പഴയ കാര്യങ്ങൾ മറക്കുന്നു.

സ്വകാര്യ ആശുപത്രിയിലെ ഓപ്പറേഷൻ തിയേറ്ററിനു മുന്നിലിരിക്കുകയായിരുന്നു ഞാൻ. എന്റെ ബന്ധുവിന്റെ മകൾക്ക് സിസേറിയൻ വേണമെന്നു പറഞ്ഞത് പെട്ടെന്നായിരുന്നു. രാവിലെ വേദന തുടങ്ങിയതാണ്. വൈകുന്നേരമായിട്ടും ഗർഭപാത്രം വികസിക്കുന്നില്ല. ഡോക്ടർ എന്റെ സുഹൃത്തുകൂടിയാണ്. ആവശ്യമില്ലാതെ ഓപ്പറേഷൻ വേണമെന്ന് അവർ പറയില്ലെന്ന് എനിക്കുറപ്പാണ്. പക്ഷേ, ബന്ധുക്കളെ അക്കാര്യം പറഞ്ഞു വിശ്വസിപ്പിക്കാൻ വളരെ പാടുപെടേണ്ടിവന്നു. ഇങ്ങോട്ടുവന്ന് ആവശ്യപ്പെട്ടിട്ടാണ് എന്റെ സുഹൃത്തായ ഗൈനക്കോളജിസ്റ്റിനെ ഞാനവർക്കു പരിചയപ്പെടുത്തിക്കൊടുത്തത്. ഓപ്പറേഷൻ വേണമെന്നു പറയുന്ന നിമിഷം വരെ ഡോക്ടറെക്കുറിച്ച് എല്ലാവർക്കും നല്ല അഭിപ്രായമായിരുന്നു. പെട്ടെന്നാണ് അഭിപ്രായം മാറിയത്. ഞാനാകെ അസ്വസ്ഥയായി. പോകണോ അവിടെത്തന്നെ നില്ക്കണോ എന്നു സംശയിച്ചുകൊണ്ട് ആശുപത്രിയുടെ ഇരുണ്ട വരാന്തയിൽ വിയർപ്പിൽ കുളിച്ചുനില്ക്കുമ്പോഴാണ് ആരോ പിന്നിൽനിന്നു വിളിച്ചത്. തിരിഞ്ഞുനോക്കി. തടിച്ചു വെളുത്ത് കാച്ചിയും കുപ്പായവും തട്ടവുമിട്ട് കൈയിലും കാതിലും കഴുത്തിലും നിറയെ ആഭരണങ്ങളണിഞ്ഞ പ്രൗഢയായ ഒരു സ്ത്രീ.

"ഓപ്പറസനാ?"

അവർ അലിവോടെ ചോദിച്ചു.

ഞാൻ വെറുതെ തലയാട്ടി.

"പേറാ?"

ഞാൻ മൂളി.

"ഇപ്പം എല്ലാരിക്കും ഓപ്പറസൻതന്നെ. പള്ളേലുള്ളപ്പം തടിയനങ്ങൂലാ. തടിയനങ്ങി പണിയെടുത്താ പേറ് ഇതാന്നു പറേമ്പം കയ്യും. അതില്ലാതെ ഡോട്ടറമ്മാരെ കുറ്റം പറഞ്ഞിട്ടെന്താ കാര്യം?"

എന്റെ ബന്ധുക്കളുടെ സംഭാഷണം അവർ കേട്ടിരിക്കുമെന്ന് എനിക്കു തോന്നി.

"മോളാ തിയറ്ററില്?" സംഭാഷണം വഴിതിരിക്കാനായി ഞാൻ ചോദിച്ചു.

"അല്ല ചക്കളത്തിയാ, മൂപ്പരെ മൂന്നാമത്തെ കെട്ടാ, എന്റെ മംഗലം കയിഞ്ഞ് ഒന്നരക്കൊല്ലം കയിഞ്ഞിട്ടും മക്കളുണ്ടാകാഞ്ഞിട്ടാ കദീശൂനെ കെട്ടിയത്. ഓക്കും മക്കളുണ്ടായില്ല. മൂന്നാമത്തോളെ കൊണ്ടോന്നിട്ടിപ്പം കൊല്ലം അഞ്ചാറായി. അതൊരു ബെളഞ്ഞ ബിത്താ. ഇതാ ഇപ്പം പള്ളേലുമായി. എല്ലാം അള്ളാന്റെ ബേണ്ടുക. റബ്ബേ നീ മുസീബത്തൊന്നും വരുത്തല്ലേ. മൂപ്പരെ ആശ നീ നിറവേറ്റിക്കൊടുക്കണേ..."

ആ സ്ത്രീ നിർത്താതെ പറഞ്ഞുകൊണ്ടിരുന്നു. ഞാനാകട്ടെ അന്തം വിട്ട് അവരുടെ മുഖത്തേക്കു നോക്കുകയായിരുന്നു. ഭർത്താവിന്റെ മൂന്നാം ഭാര്യയുടെ സുഖപ്രസവത്തിനുവേണ്ടി പ്രാർത്ഥിക്കുന്ന ആ സ്ത്രീ എനിക്ക് ഒരത്ഭുതം തന്നെയായിരുന്നു. മനസ്സു വല്ലാതെ കലങ്ങി. ഇവർക്കിതെങ്ങനെ സഹിക്കാനാവുന്നു...

"നിങ്ങളെല്ലാം ഒരേ വീട്ടിലാ താമസം?"

എന്റെ സ്വരത്തിനു വിറയൽ.

"ആ മോളേ, ബേറെ പോകാൻ എവള് കൊറേ കളിച്ചതാ. മൂപ്പരേതാ മൊതല്. സമ്മയിക്കൂലാ. കദീശൂനെ കെട്ടിയപ്പം എന്റെ കാര്യം തീർത്തുതരാൻ ഞാൻ ആവുന്നതും പറഞ്ഞതാ. മൂപ്പരനങ്ങീലാ. പിരിശംകൊണ്ടോ അരിശംകൊണ്ടോന്നറിയൂലാ. കദീശു പാവാ. ഞാൻ പറഞ്ഞേനപ്പുറം പോകൂലാ. ഓക്ക് ഉമ്മേം ബാപ്പേം ഒന്നൂല്ലാ. ഓളെ കന്യാക്കല്യാണാ. ഓളെ ആങ്ങളാര് പൈശക്കും മേണ്ടി ചെയ്ത പണിയാ. മൂന്നാമത്തോളങ്ങനല്ല."

"ഇതാസ്പത്രിയാ. നാവൊന്നടക്ക് ബലാലേ."

കനത്ത സ്വരം കേട്ടപ്പോഴാണ് ഞാനയാളെ ശ്രദ്ധിച്ചത്. പട്ടുകുപ്പായവും വെള്ള മുണ്ടുമൊക്കെയുടുത്ത് ഒരഴകൊഴമ്പൻ. മുഖത്ത് അരിശം. അയാളെ കണ്ടതും പാവം ഉമ്മ ചുണ്ടിൽ പ്ലാസ്റ്ററിട്ടതുപോലെ എന്റെ തൊട്ടടുത്ത് ഇരിപ്പുപിടിച്ചു. അപ്പോഴേക്കും എന്റെ ബന്ധുവിന്റെ മകളുടെ ഓപ്പറേഷൻ കഴിഞ്ഞിരുന്നു. വീട്ടിലെത്താൻ തിടുക്കമുള്ളതുകൊണ്ട് ഞാൻ പെട്ടെന്ന് അവിടന്ന് പോരുകയും ചെയ്തു.

കുറേ ദിവസം ആ സ്ത്രീ എന്ന ഇടയ്ക്കിടെ വല്ലാതെ അലട്ടിക്കൊണ്ടിരുന്നു. പിന്നീട് പതിവുപോലെ അക്കാര്യം മറന്നു. കാലം കുറെ കഴിഞ്ഞാണ് ഞാൻ *ആകാശഭൂമികളുടെ താക്കോൽ* എഴുതാൻ ആരംഭിച്ചത്. തുടക്കവും ഒടുക്കവും മനസ്സിൽ കുറിച്ചിട്ടിട്ടാണ് സാധാരണ നോവൽ ആരംഭിക്കുക. പക്ഷേ, ഇക്കുറി അങ്ങനെയായിരുന്നില്ല. മുസ്ലീം സമുദായത്തിന്റെ ശാപമായ ബഹുഭാര്യത്വത്തെക്കുറിച്ച് ഒരു നോവലെഴുതണം– എങ്ങനെ തുടങ്ങണം, എവിടെത്തുടങ്ങണമെന്ന് ഒരു രൂപവുമില്ല. മുസ്ലീം സ്ത്രീകൾക്ക് എക്കാലവും ഭീഷണിയായ "തലാഖ്"നെക്കുറിച്ചും മുസ്ലീം പുരുഷന്മാർ ഒന്നിലേറെ വിവാഹം കഴിക്കുന്നതിനെക്കുറിച്ചും എനിക്കെഴുതിയേ തീരൂ. ദിവസവും രാവിലെ സുബഹി നമസ്കാരം കഴിഞ്ഞാൽ

ഖുർആൻ അർത്ഥമറിഞ്ഞ് പാരായണം ചെയ്യുക എന്റെ പതിവാണ്. വിവാഹമോചനം ഇരുകൂട്ടർക്കും അത്ര എളുപ്പമല്ലെന്നാണ് *ഖുർ ആൻ* വായിച്ചപ്പോൾ എനിക്കു മനസ്സിലായത്. ആ ചിന്തയാണ് *ആകാശഭൂമികളുടെ താക്കോൽ* എഴുതാൻ എനിക്ക് പ്രേരണയായത്.

എന്റെ മൂത്ത സഹോദരന് രണ്ടു ഭാര്യമാരുണ്ട്. വിവാഹം കഴിഞ്ഞ് പത്തിലേറെ വർഷം കഴിഞ്ഞിട്ടും കുട്ടികളില്ലാത്തതുകൊണ്ട് എല്ലാവരും നിർബ്ബന്ധിച്ച് രണ്ടാമതും വിവാഹം കഴിപ്പിച്ചതാണ്. ആദ്യഭാര്യ ആദ്യം പിണങ്ങിയെങ്കിലും പിന്നീട് അതുമായി സമരസപ്പെടുകയും രണ്ടാമത്തെ ഭാര്യയുടെ മക്കളെ സ്വന്തം മക്കളെപ്പോലെ വളർത്തുകയും ചെയ്തു. രണ്ടുപേരും വെവ്വേറെയാണ് താമസം. അവരുടെ ജീവിതത്തെക്കുറിച്ച് എനിക്കൊന്നുമറിയില്ലായിരുന്നു. ശൂന്യമായ മനസ്സുമായാണ് എഴുത്താരംഭിച്ചത്. പെട്ടെന്നാണ് ആശുപത്രിയിൽ കണ്ട സ്ത്രീ എന്റെ മുന്നിലെത്തിയത്. അവരുടെ വാക്കുകൾ ചെവിയിൽ മുഴങ്ങുന്നതുപോലെ. അതോടെ അവരുടെ വീടും ചുറ്റുപാടും ഹാജ്യാരുമൊക്കെ കൺമുന്നിൽ തെളിയാനും തുടങ്ങി. എനിക്കു പരിചയമില്ലാത്ത മേഖലയായതുകൊണ്ട് വളരെ പതുക്കെയാണ് എഴുത്തു മുന്നോട്ടുപോയത്. വീട്ടുജോലികളൊക്കെ ഒരുവിധം ഒതുക്കി കമ്പ്യൂട്ടറിന്റെ മുന്നിലിരിക്കുമ്പോൾ മുന്നിൽ ഇരുട്ടുമാത്രം. അപ്പോഴൊക്കെയും ആശുപത്രിയിൽ കണ്ട ഉമ്മയുടെ വിഹ്വലമായ മുഖം എന്നെ സൈ്വരം കെടുത്തും. അതിനിടയിലായിരിക്കും വീട്ടിൽ വിരുന്നുകാരെത്തുന്നത്. അതോടെ എഴുതാൻ വിചാരിച്ചത് മറക്കും.

ഏറെക്കാലത്തെ കാത്തിരിപ്പിനുശേഷമാണ് തുടക്കം കിട്ടിയത്. അതോടെ എഴുത്തിനു വേഗമേറി. നൂറു എന്ന രണ്ടാംഭാര്യയുടെ വിമ്മിട്ടങ്ങളും ഐഷാത്തയുടെ കണ്ണീരും എന്റെ സ്വസ്ഥത കെടുത്തി. പത്തിരുപത് അദ്ധ്യായങ്ങളായതോടെ ഒഴുക്കു നിലച്ചു. അതിനിടയിലായിരുന്നു ഹജ്ജിനു പോയത്. പെട്ടെന്നെടുത്ത തീരുമാനമായിരുന്നു. ഉമ്മ പറഞ്ഞു കേട്ട ഹജ്ജനുഭവങ്ങളാണ് വാസ്തവത്തിൽ ഹജ്ജിനുപോകാൻ എന്നെ പ്രേരിപ്പിച്ചത്. "കഅബ" ആദ്യം കണ്ടതിനെക്കുറിച്ചും ഹജ്ജിന്റെ ചടങ്ങുകളെക്കുറിച്ചും കഥ പറയുമ്പോലെ ഉമ്മ ആവർത്തിച്ചു പറയും. ശാരീരികമായും മാനസികമായും കഠിനാദ്ധ്വാനമുള്ള പണിയാണ് ഹജ്ജെന്ന് അതോടെ ബോദ്ധ്യമായി. ഹജ്ജ് എന്നെ സംബന്ധിച്ച് വളരെ വ്യത്യസ്തമായ അനുഭവം തന്നെയായിരുന്നു. ലോകത്തിന്റെ നാനാഭാഗത്തു നിന്നെത്തുന്ന ലക്ഷോപലക്ഷം ജനങ്ങളുടെ ഭക്തിയും ത്യാഗവും കപടതയും സ്വാർത്ഥതയും ക്രൂരതയുമൊക്കെ ഒരുപോലെ അനുഭവിച്ചറിയാൻ അവസരം കിട്ടി. മനുഷ്യരോടു മതിപ്പും വെറുപ്പും തോന്നിയ ഒരുപാടനുഭവങ്ങൾ. ഹജ്ജു കഴിഞ്ഞു തിരിച്ചെത്തിയപ്പോൾ മനസ്സൊന്നു വികസിച്ചതുപോലെ.

ഹജ്ജനുഭവങ്ങൾ എഴുതാമോ എന്നു ചില പത്രക്കാർ ഹജ്ജിനു പുറപ്പെടുമ്പോൾത്തന്നെ എന്നോടു ചോദിച്ചിരുന്നു. യാത്രാവിവരണം എഴുതാനല്ല ഹജ്ജിനു പോകുന്നത്. ഹജ്ജനുഭവങ്ങൾ എഴുതണമെന്ന് സത്യത്തിൽ വിചാരിച്ചതേയല്ല. ഞാൻ പോലും അറിയാതെയാണ് *ആകാശഭൂമികളിലെ* ഐഷത്ത ഹജ്ജിനു പുറപ്പെട്ടത്. ഐഷാത്തയുടെ ഹജ്ജിനു പോകണമെന്ന മോഹം സാധിപ്പിച്ചു കൊടുത്തു എന്നുവേണമെങ്കിലും പറയാം. ആ ഭാഗങ്ങൾ എഴുതുമ്പോൾ എന്റെ മനസ്സ് മക്കയിലും മദീനയിലും അലഞ്ഞുതിരിയുകയായിരുന്നു. അനുഭവങ്ങൾ സത്യസന്ധമായി പറയാൻ ഞാൻ ശ്രദ്ധിച്ചിട്ടുണ്ട്. ചടങ്ങുകൾ യഥാർത്ഥമായി ചിത്രീകരിച്ചിട്ടുണ്ട്.

ആകാശഭൂമികളുടെ താക്കോൽ എഴുതി പൂർത്തിയാക്കാൻ ഞാൻ ഏറെ മാനസിക സംഘർഷങ്ങൾ അനുഭവിച്ചു. മറ്റൊരു നോവലെഴുതാനും ഇത്രയേറെ ഞാൻ വേദനപ്പെട്ടിട്ടില്ല. നിരൂപകർ കമാന്നു മിണ്ടിയിട്ടില്ലെങ്കിലും വായനക്കാരുടെ കത്തുകൾ ഏറെ കിട്ടിയിരുന്നു. ആ എഴുത്തുകൾ എന്റെ മാനസിക സംഘർഷങ്ങളും അസ്വസ്ഥതകളും അപ്പാടെ തുടച്ചുമാറ്റി. ഒരു കാര്യം പറയട്ടെ, മലയാളത്തിൽ ഹജ്ജനുഭവങ്ങൾ ചിത്രീകരിക്കുന്ന മറ്റൊരു നോവൽ ഇല്ല. എന്തായാലും ഞാൻ കണ്ടിട്ടില്ല. വായിച്ചിട്ടുമില്ല.

ആകാശഭൂമികളുടെ താക്കോൽ എഴുതിക്കഴിഞ്ഞപ്പോൾ ആരെക്കൊണ്ടെങ്കിലും ഒന്നു വായിപ്പിക്കണമെന്നു തോന്നി. കാരണം എനിക്കറിയാത്ത പല കാര്യങ്ങളെക്കുറിച്ചും ഞാനെഴുതിയിട്ടുണ്ട്. തെറ്റോ ശരിയോ? ആരെക്കൊണ്ടു വായിപ്പിക്കും എന്നാലോചിച്ചപ്പോഴാണ് എന്റെ ഭർത്താവ്, സുഹൃത്തായ കാരശ്ശേരിയുടെ പേരു നിർദ്ദേശിച്ചത്. അദ്ദേഹത്തിന്റെ തിരക്കുകൾ അറിയാവുന്നതുകൊണ്ട് മടിച്ചുമടിച്ചാണ് ചോദിച്ചത്. കാരശ്ശേരി വായിക്കാമെന്ന് സന്തോഷത്തോടെ സമ്മതിക്കുകയും ശ്രദ്ധയോടെ വായിച്ച് അപാകങ്ങൾ ചൂണ്ടിക്കാണിക്കുകയും ചെയ്തു. അദ്ദേഹത്തോടുള്ള കടപ്പാടും നന്ദിയും പറയാതെ പോവുന്നത് നന്ദികേടായിരിക്കും.

നോവലയച്ചു കൊടുത്ത് താമസിയാതെതന്നെ പ്രസിദ്ധീകരിക്കാൻ തയ്യാറായ *മലയാളം വാരിക* പത്രാധിപർ എസ് ജയചന്ദ്രൻ നായർ സാറിനും അതിനു വഴിയൊരുക്കിയ എം വി ബെന്നിക്കും മറ്റു പത്രാധിപസമിതി അംഗങ്ങൾക്കും മനോഹരമായ ചിത്രങ്ങൾ വരച്ച നമ്പൂതിരി മാഷിനും എന്റെ അകമഴിഞ്ഞ നന്ദി.

നോവലിന് ഒരവതാരിക വേണമെന്നുതോന്നി. ആദ്യം മനസ്സിൽ വന്ന ലീലാവതി ടീച്ചറെ അറിയിച്ചയുടനെ അവർ സമ്മതിക്കുകയും ചെയ്തു. ടീച്ചറുടെ ആരോഗ്യസ്ഥിതി മോശമായിരുന്നു. എന്നെഴുതാൻ പറ്റുമെന്ന് അറിയില്ലായെന്നാണ് വിഷു ആശംസിക്കാൻ വിളിച്ചപ്പോൾ ടീച്ചർ പറഞ്ഞത്. അക്കാര്യമോർത്തു ടീച്ചർ വേവലാതിപ്പെടരുതെന്നും രണ്ടു

ദിവസം കഴിഞ്ഞ് എറണാകുളത്തു വരുമ്പോൾ ടീച്ചറെ വന്നുകാണാമെന്നും പറഞ്ഞ് ഞാൻ ടീച്ചറെ സമാധാനിപ്പിച്ചു. ടീച്ചറുടെ അവതാരികയുടെ കാര്യം മറക്കാൻ ഞാൻ തയ്യാറെടുക്കുകയും ചെയ്തു. പക്ഷേ, എറണാകുളത്തെത്തി ടീച്ചറെ കാണാൻ ചെന്നപ്പോൾ ടീച്ചർ അവതാരിക തയ്യാറാക്കി ഞങ്ങളെ കാത്തിരിക്കുന്നു. കാലുവേദന കാരണം ടീച്ചർ കിടപ്പിലായിരുന്നു. ഇരുന്നും കിടന്നുമാണ് അവതാരിക തീർത്തതെന്നു പറഞ്ഞപ്പോൾ എന്റെ കണ്ണുകൾ നിറഞ്ഞു. ടീച്ചറെ ബുദ്ധിമുട്ടിച്ചതോർത്ത് കുറ്റബോധം തോന്നുകയും ചെയ്തു. വയ്യാതിരുന്നിട്ടും വളരെ ഗൗരവപൂർണ്ണമായ ഒരവതാരിക എഴുതിത്തന്ന ടീച്ചറുടെ നല്ല മനസ്സിന് എങ്ങനെ നന്ദി പറയണമെന്ന് അറിയില്ല.

വെറുമൊരു വീട്ടമ്മയായ എന്നെ എഴുത്തുകാരിയാക്കിയ വായനക്കാർക്ക് *ആകാശഭൂമികളുടെ താക്കോൽ* ഞാൻ സമർപ്പിക്കുന്നു.

ബി എം സുഹറ

അവതാരിക

ഡോ. എം ലീലാവതി

വി ടി ഭട്ടതിരിപ്പാട്, എം ആർ ബി, പ്രേംജി, എം പി ഭട്ടതിരിപ്പാട്, ലളിതാംബിക അന്തർജ്ജനം മുതലായവർ സ്വന്തം സമുദായത്തിലെ ദുരാചാരങ്ങളോട് വാക്കുകൊണ്ട് പടപൊരുതി വിജയിച്ചവരാണ്. നാടകം, കഥ, നോവൽ, പ്രഭാഷണങ്ങൾ എന്നിവയിലൂടെ അവർ വാക്കിനെ വാളാക്കി വെട്ടിവെട്ടി മുന്നേറി. നാലു വേളികൾ കഴിക്കാത്ത ജ്യേഷ്ഠപുത്രന്മാർ നമ്പൂതിരിമാരുടെ ഇല്ലങ്ങളിൽ വിരളമായിരുന്ന ഒരു കാലം കേരളത്തിലുണ്ടായിരുന്നു. ആ വേളികളെയൊക്കെ "ചരടു പിടിച്ചു ജപിക്കാൻ" ഇല്ലത്തുവിട്ടിട്ട് മറ്റു സമുദായങ്ങളിലെ സുന്ദരിമാരെ പ്രേയസിമാരാക്കി വെക്കുന്നവരുമുണ്ടായിരുന്നു. ഭർത്താവിന്റെ പ്രിയതമയായിരുന്ന വാരസ്യാരുടെ പടിക്കൽ ഭ്രാന്തുപിടിച്ചപോലെ പ്രലപിക്കാനെത്തിയ ഭ്രാന്തിച്ചെറിയമ്മയുടെ കഥ അന്തർജ്ജനം എഴുതിയിട്ടുണ്ട്.

അഗ്നിസാക്ഷിയായ് വേട്ടൊരു പത്നിയെ
സ്വപ്നത്തിൽപ്പോലും കാണുന്നീലാ ചിലർ

എന്ന് പൂന്താനം എഴുതിയത് നൂറ്റാണ്ടുകൾക്കപ്പുറത്ത് നിലനിന്നുപോന്ന സമാനാവസ്ഥയെപ്പറ്റിത്തന്നെയാവണം. അല്ലാതെ മഹാബ്രാഹ്മണർ വിരക്തന്മാരായി തപോവൃത്തി കൈക്കൊണ്ടു എന്ന അർത്ഥത്തിലാവില്ല, തീർച്ച. എന്തെന്നാൽ രൂക്ഷമായ സമുദായവിമർശനത്തിനാണ് *ജ്ഞാനപ്പാന*യിലെ ആ ഖണ്ഡിക അദ്ദേഹം നീക്കിവെച്ചിട്ടുള്ളത്. നരച്ചുകുരച്ച വൃദ്ധന്മാർ ബാലികമാരെ വേൾക്കുന്നതും ദാമ്പത്യമെന്തെന്നറിയും മുമ്പ് അവർക്ക് മംഗല്യച്ചരട് നഷ്ടപ്പെടുന്ന അവസ്ഥ വരുന്നതും അതിസാധാരണമായിരുന്നു. നമ്പൂതിരി സമുദായത്തിൽ ബാലവിധവകളുടെ

കൊടും വ്യഥകളോട് തുലനം ചെയ്യുമ്പോൾ സപത്നീദുഃഖംപോലും സ്വർഗ്ഗമാണെന്നു സ്ത്രീകൾ കരുതിയിരുന്ന കാലം. വൈധവ്യം, സ്മാർത്തവിചാരത്തിനിരയായിട്ടുള്ള ഭ്രഷ്ട്, സാപത്ന്യം എന്നിവയാൽ നരകതുല്യമായിത്തീർന്ന സ്ത്രീജീവിതത്തെയാണ് മുൻപറഞ്ഞ സാഹിത്യരചയിതാക്കൾ തീപോലെ കത്തുന്ന വാക്കുകൾകൊണ്ടു ചിത്രീകരിച്ചത്. അവരുടെ വാക്കുകൾകൊണ്ടുള്ള യജ്ഞം വെറുതേയായില്ല. ആ ദുരാചാരങ്ങളെ വാക്കിന്റെ അഗ്നികൊണ്ട് എരിയിച്ചു ചാമ്പലാക്കാൻ അവർക്കു കഴിഞ്ഞു. സാഹിത്യം ഇപ്രകാരം സദ്യോവിജയം നേടിയ സന്ദർഭങ്ങൾ അമേരിക്കയിലുണ്ടായിരുന്ന അടിമവ്യവസ്ഥയെ നിർമ്മാർജ്ജനം ചെയ്യുന്നതിൽ വലിയൊരു പങ്കുവഹിച്ചിട്ടുണ്ട്. അങ്ങനെയുള്ള നിദർശനങ്ങൾ താരതമ്യേന വിരളമാണ്. കേരളത്തിൽ *അടുക്കളയിൽനിന്ന് അരങ്ങത്തേക്ക്, മറക്കുടയ്ക്കുള്ളിലെ മഹാനരകം, അപ്ഫന്റെ മകൾ* മുതലായ രചനകൾ ഒരു ജനഗണത്തിന്റെ മനസ്സിൽ വലിയ പരിവർത്തനം വരുത്തി എന്നതിൽ തെല്ലും സംശയമില്ല. ഹിന്ദുവർഗ്ഗത്തിന് ഒട്ടാകെ അനുസരിക്കേണ്ടുന്ന ഏക വിവാഹമെന്ന നിയമം ഉണ്ടായതുകൊണ്ടുമാത്രമല്ല, നമ്പൂതിരി സമുദായത്തിൽ ബഹുഭാര്യത്വം അവസാനിച്ചത്; പുരുഷമനസ്സിന് വൻതോതിൽ നന്മയിലേക്കുള്ള പരിവർത്തനമുളവാക്കാൻ മുൻപറഞ്ഞവരുടെ രചനകൾ ഉതകിയതുകൊണ്ടുകൂടിയാണ്. അവരുടെ കൂട്ടത്തിലുമുണ്ടായി വാക്കുകൾകൊണ്ട് സന്ധിയില്ലാതെ സമരം ചെയ്യുന്നതിൽ അന്ത്യംവരെ ധീരയായി പൊരുതിയ ഒരു സ്ത്രീ. ലളിതാംബിക അന്തർജ്ജനം. അവർക്കു പിന്തുണയായിനിന്നു ബന്ധുക്കളും മറ്റു സ്വസമുദായാംഗങ്ങളും. മുൻപറഞ്ഞവരുടെ ജീവിതകാലത്തു തന്നെ അവരുടെ പ്രയത്നത്തിന്റെയും ത്യാഗങ്ങളുടെയും പരിണതഫലങ്ങൾക്കുള്ള മാധുര്യവും സ്വാത്മപോഷണവും അറിയാൻ സമുദായത്തിനു കഴിയുകയും ചെയ്തു. എം ആർ ബിയും പ്രേംജിയും വാക്കുകൾകൊണ്ടുമാത്രമല്ല പ്രവൃത്തികൊണ്ടും വിപ്ലവം സാക്ഷാൽക്കരിച്ചു. വിധവാ വിവാഹത്തിനനുകൂലമായി പ്രസംഗിക്കാൻ ആർക്കും കഴിയും, പ്രവർത്തിക്കാൻ എത്രപേർക്കു കഴിയും എന്ന ചോദ്യത്തിന് അവർ സ്വജീവിതംകൊണ്ടു മറുപടി പറഞ്ഞു. തങ്ങൾ ത്യാഗികളെന്ന ഭാവമേതുമില്ലാതെ. അവരുടെ നാമങ്ങൾ വാഴ്ത്തപ്പെടട്ടെ. കേരളത്തിലെ ബ്രാഹ്മണർക്കിടയിൽ വൃദ്ധന്മാരുടെ "ഇശ്ശ്യാമത്തെ" വേളികളായിത്തീർന്നതിന്റെ ഫലമായി ബാലവൈധവ്യം വന്നുചേർന്ന സ്ത്രീകൾ തീരെയില്ലാതായി. ഇന്ന് യുവവിധവകൾ അവർക്കിടയിൽ ഉണ്ടാവുന്നുണ്ടെങ്കിൽ മറ്റുസമുദായക്കാർക്കെന്നപോലെ അത് വിധിവൈപരീത്യം മാത്രംകൊണ്ടു വന്നുചേരുന്നതാണ്. ഉത്തരേന്ത്യയിലെ ബ്രാഹ്മണർക്കിടയിൽ വൈധവ്യത്തിന്റെ കെടുതികൾ ഇന്നും ഏറക്കുറെ പഴയകാലത്തെപ്പോലെ നിലനിന്നു പോരുന്നു. ദീപ മേത്തയുടെ *വാട്ടർ* പോലുള്ള

കലാസൃഷ്ടികൾക്ക് അവിടെ സമകാലപ്രസക്തിയുണ്ട്. (സിനിമ ഒരു മികച്ച കലാസൃഷ്ടിയാണ്. പ്രമേയത്തിന്റെ സമകാലപ്രസക്തികൊണ്ടു മാത്രമല്ല എന്നും ഗതകാലങ്ങളിൽ മാത്രം നിലനിന്നുപോന്ന ദുരാചാരങ്ങളെ ആസ്പദമാക്കി ഭവത്കാലത്ത് ഒന്നാന്തരം കലാസൃഷ്ടികൾ രചിക്കുന്നത് സാദ്ധ്യമാണെന്നുമുള്ള വസ്തുത ഇവിടെത്തന്നെ പറഞ്ഞുവെക്കട്ടെ). അതിലെ വിധവയായിത്തീർന്ന ബാലികയുടെയും യുവതിയുടെയും ദുരന്തങ്ങൾ ഇന്നും "ആർഷപാരമ്പര്യമഹിമ"യെപ്പറ്റി വാതോരാതെ ഘോഷിക്കുന്ന നമ്മുടെ നാട്ടിൽ ഹൃദയമുള്ളവരുടെയെല്ലാം നേത്രോന്മീലനത്തിനു സഹായിക്കുന്ന സംഭവങ്ങളാണ്.

ബി എം സുഹറയുടെ *ആകാശഭൂമികളുടെ താക്കോൽ* എന്ന നോവലിനെപ്പറ്റി പറയുന്ന സന്ദർഭത്തിൽ ഇത്തരത്തിലൊരു ഭൂമിക ഒരുക്കുന്നതെന്തിന് എന്ന് അമ്പരക്കുന്നവരുണ്ടായേക്കാം. ഒരു നിമിഷംനിന്ന് ആലോചിച്ചാൽ ആരും അമ്പരക്കുകയില്ല. അന്നത്തെ കേരള ബ്രാഹ്മണർക്കെന്നപോലെ ഇന്നും അനേക വിവാഹത്തിനുള്ള സ്വാതന്ത്ര്യം നിയമപ്രകാരം തന്നെ അനുവദിക്കപ്പെട്ടിട്ടുള്ളവരാണ് മുസ്ലീങ്ങൾ. മുസ്ലീം സമുദായത്തിലെ മാന്യന്മാരായ പുരുഷന്മാർ ഭൂരിപക്ഷവും ഏകപത്നീവ്രതം ഒരു ഹൃദയപൂർവ്വമായ സ്വനിശ്ചയമായി കൈക്കൊണ്ടിട്ടുള്ളവരാണ് എന്ന വസ്തുതയും ഒരു ചരിത്രസത്യമാണ്. എന്നാൽ പുരുഷാധിപത്യ പ്രവണതയുടെ കവിഞ്ഞൊഴുക്കുമൂലം സ്ത്രീകളുടെ വികാരവിചാരങ്ങളെപ്പറ്റിതെല്ലും സഹഭാവമോ കരുതലോ ഇല്ലാതെ മൊഴിചൊല്ലി സ്ത്രീകളെ കൊടുംക്രൂരതയ്ക്കിരയാക്കുന്ന ആണുങ്ങൾ അവരുടെ കൂട്ടത്തിലുണ്ട്. അങ്ങനെ "ഇര"കളായിത്തീരുന്നവരുടെ നരകലോകങ്ങളിലേക്ക് കണ്ടും കേട്ടും സങ്കല്പിച്ചും പ്രവേശിച്ച് കഥകളും നോവലുകളും രചിക്കുന്നതിൽ ലളിതാംബിക അന്തർജ്ജനത്തിന്റെയും മറ്റു പുരോഗമന സാഹിത്യകാരന്മാരുടെയും "വീറ്" രചനകളിൽ ജ്വലിപ്പിക്കാൻ കഴിയുന്ന എഴുത്തുകാരിയാണ് സുഹറ. അന്നത്തെ അന്തർജ്ജനത്തിനു നമ്പൂതിരിസമുദായത്തിന്റെ മനഃപരിവർത്തനം വരുത്തുകയെന്ന ലക്ഷ്യത്തിൽ എന്തു സാധിച്ചു. അത്രയും സാധിക്കാനുള്ള ശക്തി സുഹറയുടെ വാങ്മയത്തിനുണ്ട്. ആ സഹജശക്തി എത്രത്തോളം ഇന്നത്തെ മുസ്ലീം സമുദായത്തിൽ മനഃപരിവർത്തനം വരുത്തും എന്ന ചോദ്യം സ്വാഭാവികമായി ഉദിക്കാതെ തരമില്ല. സാഹിത്യത്തിൽ സ്വാനുഭവം, അന്യാനുഭവം എന്ന വിവേചനങ്ങൾ പ്രസക്തമേയല്ല. സഹജശക്തിയുള്ള എഴുത്തുകാർക്ക് ആരുടെ അനുഭവവും സ്വന്തമായി മാറ്റാനുള്ള സിദ്ധിയുണ്ട്. നീചലോഹങ്ങളെ സ്വർണ്ണമാക്കുകയെന്ന "ആൽക്കെമി സ്വപ്നം" ഒരു സ്വപ്നം മാത്രമായിരുന്നു എന്നാൽ, അത്തരത്തിലുള്ള രൂപാന്തരപ്രാപ്തി ശക്തിധനരായ എഴുത്തുകാർക്ക് സാദ്ധ്യമാണ്. സുഹറയ്ക്ക് ആ ശക്തിയുണ്ട്. *മൊഴി* പോലുള്ള മുൻരചനകളിലും അത് തെളിഞ്ഞിട്ടുണ്ട്. എന്നാൽ

ആകാശഭൂമികളുടെ താക്കോൽ എന്ന ഈ നോവലിൽ അഭൂതപൂർവ്വമായ ഊർജ്ജത്തോടെ ഈ സമസ്യയുടെ ഘോരാകാശം കാട്ടിത്തരുന്നു.

പുരുഷന്റെ അനേകവിവാഹത്തിനു സ്നേഹകാരുണ്യസഹതാപങ്ങളുടെ പിന്തുണയുണ്ട് എന്നതാണ് പഴയ കേരളീയ ബ്രാഹ്മണാചാരത്തിൽനിന്ന് ഇസ്ലാം ആചാരത്തിനുള്ള പ്രബലമായ വ്യത്യാസം. യുദ്ധങ്ങൾപോലുള്ള അനിഷ്ടസംഭവങ്ങൾമൂലം പുരുഷന്മാർ എണ്ണത്തിൽ കുറയുകയും ദുഃഖിതകളോ വിധവകളോ ആയ നിരാലംബസ്ത്രീകൾ എണ്ണത്തിൽ കൂടുകയും ചെയ്യുന്ന സവിശേഷ സാഹചര്യങ്ങളിലും നിരാലംബരെ രക്ഷിക്കുകയും സ്നേഹിക്കുകയും ചെയ്യുന്നതിനനുകൂലമായ സാമാന്യസാഹചര്യങ്ങളിലും സ്ത്രീകൾ അരക്ഷിതകളാകാതിരിക്കാനുള്ള ഒരു നിയമാനുകൂല്യം എന്ന നിലയിൽ അനേകവിവാഹം സങ്കല്പിക്കപ്പെടുമ്പോൾ തീർച്ചയായും അത് ധാർമ്മികമായ ഉദാത്തതയുടെയും മഹത്ത്വത്തിന്റെയും ആവിഷ്ക്കാരമാണ്. "ഒന്നിലധികം പെണ്ണിനെ തടികൊണ്ടും മുതലോണ്ടും ഖൽബുകൊണ്ടും അന്നശിക്കണം" (അന്വേഷിക്കണം). എന്നാലേ അനേകവിവാഹം സാധുവാകൂ എന്ന മതതത്ത്വം സാധാരണക്കാർക്കുപോലും അറിയാം. (നോവലിൽ റുക്കിയ എന്ന വെറും വേലക്കാരിയാണതു പറയുന്നത്) പക്ഷേ, മുസ്ലീം സമുദായത്തിൽ ഇന്ന് നടന്നുപോരുന്ന മൊഴിചൊല്ലലും അനേകവിവാഹങ്ങളും മിക്കപ്പോഴും ഈ മഹാതത്ത്വത്തിലധിഷ്ഠിതമല്ല എന്ന വസ്തുത മതാനുകൂല്യത്തിന്റെ മുഖത്തേക്ക് എറിയുക എന്ന ധീരകർമ്മമാണ് ഈ നോവൽ അനുഷ്ഠിക്കുന്നത്. സമ്പന്നന്മാരുടെ ആധിപത്യ പ്രവണതയും സ്വാർത്ഥതാല്പര്യങ്ങളും സംരക്ഷിക്കാൻ മതതത്ത്വത്തിന്റെ പരിരക്ഷ നല്കുന്ന പൗരോഹിത്യശക്തി അവരുടെ കൂടെയുണ്ട്. ഈ പൗരോഹിത്യമുഷ്ക്കിന്റെ മുഖത്തടിക്കുന്ന വാക്കുകളും നോവലിലെ ചില വെറും പാവങ്ങളുടെ നാവിൽനിന്ന് ഉതിരുന്നുണ്ട്.

"ഒരേതുവും (ഹേതു) ഇല്ലാതെ കെട്ടിയ പെണ്ണിനെ ഒയിവാക്കാന്ന് (ഒഴിവാക്കാം എന്ന്) ഏതു കിത്താബിലാ മൊയില്യാരെ പറഞ്ഞത്," എന്ന് ഇടിത്തീപോലെ വന്നുവീണ മൊഴിചൊല്ലലിനിരയായ റംലത്തെന്ന കഥാപാത്രത്തിന്റെ ഇക്ക ചോദിക്കുന്നു. "മൊയി കൊടുക്കുംമുമ്പ് പെണ്ണുങ്ങളോടു ചോദിക്കണെ പതിവ് ഞങ്ങളെ നാട്ടിലില്ല. ഒരുമ്പെട്ട പെണ്ണിനെ ഒയിവാക്കാൻ തന്നെയാ പടച്ചോനും പറഞ്ഞത്." എന്നു ന്യായം പറയാൻ മൊയ്ല്യാമ്മാരെ എത്ര വേണമെങ്കിലും പണക്കാർക്കു കിട്ടും. "പണക്കാരെ (പണക്കാരുടെ) കാലു ചൊറിഞ്ഞ് നടക്കണ ഇങ്ങളെപ്പോലുള്ള മൊയില്യാന്മാരുള്ളിടത്തോളം കാലം ഇസ്ലാമില് പെണ്ണിനു നീതി കിട്ടൂലാ." എന്നിങ്ങനെ ഉള്ളു കത്തിയെരിയുമ്പോഴുതിർന്നു വീഴുന്ന വാക്കുകൾ, പുരുഷസ്വാർത്ഥത്തിനു കൊടിപിടിക്കുന്ന, കുടപിടിക്കുന്ന പൗരോ

ഹിത്യ ശക്തിക്കുനേരെ നിസ്സഹായനായി കഥാപാത്രം എറിയുന്ന വാഗ ഗ്നിഗോളമാണ്. അതിനുള്ള മറുപടി ഒരു ആട്ടും "ഇന്നെ ശരീഅത്ത് പടി പ്പിക്കാൻ നിയ്യായിട്ടില്ല" എന്ന അഹന്താ വിജൃംഭണവുമാണ്. കേരള ബ്രാഹ്മണരുടേതുപോലെ ചെറിയൊരു പ്രദേശത്തു മാത്രം പ്രചരിക്കു ന്നവയല്ല ഇസ്ലാം മതാചാരങ്ങൾ. അതിന് വിശ്വവ്യാപ്തിയുണ്ട്. അക്കാര ണത്താൽത്തന്നെ ന്യൂനപക്ഷാവകാശം എന്ന നിലയിൽ അത് ഇന്നാ ട്ടിൽ നിലനിന്നുപോരുന്നു. മതിയായ കാരണങ്ങളുണ്ടെങ്കിൽ വിവാഹ മോചനം ഏതു നാട്ടിലും നിയമസാധുവാണ്. എന്നാൽ ഏകകാലത്ത് അനേകവിവാഹം അങ്ങനെ ലോകവ്യാപകമായി നിയമസാധുതയുള്ള ആചാരമല്ല. ഒരു വിവാഹബന്ധം ഉഭയസമ്മതമനുസരിച്ച് വേർപെടുത്തി യിട്ടേ, മറ്റൊരു വിവാഹബന്ധം നിയമസാധുവായി ഉറപ്പിക്കാനാവൂ. എന്നാൽ, മുസ്ലീം സമുദായത്തിൽ സ്ത്രീയോടു പറയുക കൂടി ചെയ്യാതെ മൊഴിചൊല്ലുന്ന ആചാരം നിലനിന്നുപോരുന്നു. ശരീഅത്ത് അത് അനു വദിച്ചിട്ടില്ല എന്നാണ് അറിവുള്ളവർ പറയുന്നത്. സ്ത്രീയെ അറിയിക്ക ണമെന്നും അതിനുശേഷം കുറച്ചുകാലം കാക്കണമെന്നും സംരക്ഷണ ച്ചുമതലയിൽനിന്ന് ഒഴിഞ്ഞുമാറിക്കൂടെന്നും മറ്റും വ്യവസ്ഥകളുണ്ടെങ്കിലും പലപ്പോഴും പ്രയോഗതലത്തിൽ ഇവ പാലിക്കപ്പെടുന്നില്ല. സ്ത്രീ–പുരു ഷബന്ധത്തെക്കുറിച്ചുള്ള നിയമങ്ങൾ മതാചാരങ്ങളെ മാത്രം അടിസ്ഥാ നപ്പെടുത്തിയതായിരിക്കുമോ, അതോ ഒരു രാജ്യത്തെ പൗരസമൂഹത്തി നൊട്ടാകെ പ്രസക്തമായ നിയമസംഹിതയെ ആസ്പദമാക്കിയതായിരി ക്കണമോ എന്ന ചോദ്യം വേറെയുമുണ്ട്. ഇന്ത്യയിൽ പീനൽകോഡ് എല്ലാ വർക്കും ഒരുപോലെയാണ്. മോഷണത്തിന് കൈവെട്ടലോ അതുപോ ലുള്ള ദണ്ഡങ്ങളോ ഇവിടെയില്ല. പീനൽകോഡ് എല്ലാവരും സ്വീകരിച്ചി രിക്കുന്നു. സിവിൽകോഡ് എന്തുകൊണ്ട് പൗരസമൂഹത്തിനൊട്ടാകെ ഒരു പോലെയായിരിക്കുന്നില്ല എന്ന ചോദ്യം ഉന്നയിക്കപ്പെടാത്തത് രാഷ്ട്രീയ സാഹചര്യങ്ങളാലാണ്. ധാർമ്മിക സാഹചര്യങ്ങളായല്ല. അത്തരം വൈരു ദ്ധ്യങ്ങളെപ്പറ്റി ചിന്തിക്കാനുള്ള സ്വാതന്ത്ര്യംപോലും ധീരമായി ഉപയുക്ത മാകാറില്ല. മതാചാരാനുസൃതമായിപ്പോലും സ്ത്രീകൾക്കു കിട്ടേണ്ട സംര ക്ഷണവും പരിഗണനയും അവർക്കു നല്കാതെ "മൊഴിചൊല്ലൽ" എന്ന വാള് അവരുടെ തലയ്ക്കുമുകളിൽ സദാ തൂങ്ങിക്കിടന്ന് അവരെ ഉറക്ക ത്തിലും വിറകൊള്ളിക്കുന്ന ഒരു ശക്തിയായി നിലനിന്നുപോരുന്നതിന തിരെയാണ് കുറച്ചെങ്കിലും പ്രതിഷേധങ്ങൾ ഉയരുന്നത്. ആ പ്രതിഷേധം ഈ നോവലിൽ ആദ്യന്തം മുഴങ്ങുന്നുണ്ട്.

"ഗുഡിയ" എന്നു പേരുള്ള ഒരു സ്ത്രീയുടെ വിചിത്രമായ കഥ നമ്മുടെ നാട്ടിൽ സമീപകാലത്തുണ്ടായ സംഭവമാണ്. അവളെ വിവാഹം കഴിച്ച പുരുഷൻ കുറച്ചുനാളുകൾക്കുള്ളിൽ പാകിസ്ഥാനുമായുള്ള യുദ്ധ ത്തിൽ മുന്നണിയിലേക്കു നിയുക്തനായി. അയാൾ മരിച്ചുപോയോ തട

വുകാരനായി പിടിക്കപ്പെട്ടുവോ എന്നറിയാതെ കൊല്ലങ്ങളേറെ കഴിഞ്ഞു. നാട്ടുകാരും വീട്ടുകാരുമെല്ലാം അയാൾ മരിച്ചുപോയെന്ന വിശ്വാസത്തിൽ അവളെ പുനർവിവാഹത്തിനു പ്രേരിപ്പിച്ചു. അവൾ അനുസരിച്ചു. വിവാഹം കഴിഞ്ഞു. ഗർഭിണിയായി. പ്രസവം അടുത്തിരിക്കെ യുദ്ധത്തടവുകാരെ അന്യോന്യം കൈമാറുന്ന ഒരു ഉടമ്പടി ഇന്ത്യയും പാകിസ്ഥാനും തമ്മിലുണ്ടായി. അയാൾ തിരിച്ചെത്തി. അവൾ ആ പഴയ യോദ്ധാവിന്റെ ഭാര്യയായി കഴിയണമെന്നായിരുന്നു ആചാരം വ്യാഖ്യാനിക്കുന്നവരുടെ വിധി. തന്റെ കുഞ്ഞിന്റെ അച്ഛനെ അവൾ ഉപേക്ഷിക്കണമെന്ന ആ വിധി പ്രഖ്യാപിക്കും മുമ്പ് ആരും അവളുടെ ഇംഗിതമെന്തെന്ന് അന്വേഷിച്ചില്ല. ഈ സംഭവത്തെപ്പറ്റി ഒരു കവിതയെഴുതി കേരളത്തിലെ ഒരു പത്രത്തിനയച്ചുകൊടുത്തപ്പോൾ അതു പ്രസിദ്ധീകൃതമായില്ല. ആചാരങ്ങളെ ചോദ്യം ചെയ്യുന്നതിനോട് എത്രത്തോളം സഹിഷ്ണുതയുണ്ടാവാം എന്നു സൂചിപ്പിക്കാനാണ് ഞാനീ കഥ പറയുന്നത്. "ഗുഡിയ" എന്ന പദത്തിനു പാവ എന്ന അർത്ഥംകൂടിയുള്ളത് യാദൃച്ഛികമാണെങ്കിലും അവൾ വെറുമൊരു പാവയായിത്തന്നെ കണക്കാക്കപ്പെട്ടു. സ്ത്രീയെ പാവകളെപ്പോലെയോ കളിപ്പാട്ടങ്ങൾപോലെയോ പെരുമാറുന്ന രീതിയെയാണ് ഈ നോവലിൽ ചോദ്യം ചെയ്യുന്നത് എന്നതിനാൽ ഇതൊരു ധീരമായ ഉദ്യമമാണെന്നാണ് ഞാൻ സൂചിപ്പിക്കുന്നത്.

സ്ത്രീ കാമപൂരണത്തിനുള്ള ഒരു ഉപകരണം മാത്രമാണ് എന്ന പുരുഷ വീക്ഷണം ലോകത്തെമ്പാടും നിലനില്ക്കുന്ന ഒന്നാണ്. പഴയ കാലങ്ങളിൽ അത് അലിഖിതനിയമം തന്നെയായിരുന്നു. ഇന്ത്യയിലെ ഇതിഹാസപുരാണാദികളിലെ രാജാക്കന്മാരൊക്കെ ഏറെ അംഗശക്തിയുള്ള അന്തഃപുരത്തിനുടമകളായിരുന്നു എന്നു കാണാം. ശ്രീരാമൻ, നളൻ, യുധിഷ്ഠിരൻ ഇങ്ങനെ ചിലരെ മാത്രമേ വ്യത്യസ്തരായിക്കാണുന്നുള്ളൂ. യുധിഷ്ഠിരന് പാഞ്ചാലിയുടെയല്ലാത്ത ഒരു പുത്രനുണ്ടായിരുന്നു എന്നു *ഭാഗവത*ത്തിൽ പരാമർശമുണ്ട്. രഘുവംശത്തിൽ ദിലീപൻ, രഘു, അജൻ മുതലായവരും ഈ നല്ല വകുപ്പിൽ വരുന്നവരാണ്. ദശരഥനു മൂന്നുപ്രധാന പത്നിമാരും മുന്നൂറ്റമ്പത് രണ്ടാംകിടക്കാരും ഉണ്ടായിരുന്നു. മൂന്നുപേരിലും സന്തതിയുണ്ടായില്ല. വിവാഹത്തിനുശേഷം എട്ടു കൊല്ലം കഴിഞ്ഞിട്ടും സന്തതിയുണ്ടായില്ലെങ്കിൽ സന്തത്യർത്ഥം പുനർവിവാഹം ചെയ്യാമെന്ന ആചാരമനുസരിച്ചാണ് സുമിത്രയെയും കൈകേയിയെയും വിവാഹം ചെയ്തത്- കൗസല്യയുടെ അറിവോടെ. അവരിലും സന്തതിയുണ്ടായില്ല. ആ മൂന്നു സപത്നിമാരെ ഓർമ്മിപ്പിക്കുന്ന ചില സ്വാഭാവിക വിശേഷങ്ങൾ ഈ നോവലിലെ മൂന്നുപേർക്കുണ്ട്. ഐഷാ എന്ന ഒന്നാം ബീവി പട്ടമഹിഷിയുടെ സ്ഥാനത്തായിരുന്നു. ഹാജിയാർ അവളെ വളരെയേറെ സ്നേഹിച്ചു. അമ്പതുവയസ്സുവരെ രണ്ടാം കെട്ടുണ്ടായില്ല. അൻപതാംകാലത്ത് നൂർജഹാനെന്ന പതിനേഴുകാരിയെ കണ്ടു

"ഭ്രമിച്ച്" നിക്കാഹ് കഴിച്ചു. സമ്പന്ന പ്രമുഖനായിരുന്നു ഹാജിയാർ. നൂർജഹാൻ സാമ്പത്തികമായി താഴ്ന്നനിലയിൽപ്പെട്ടവൾ. ആ കുടുംബം അവൾക്കു ഭാഗ്യംവന്നു എന്നാണ് കരുതിയിരുന്നത്. അവൾ വഴങ്ങി. എന്നാൽ ഒന്നാം ബീവിയുടെ കണ്ണിലെ കരടായി കഴിഞ്ഞു കൂടുന്നതിൽ അവൾ സംതൃപ്തി കണ്ടില്ല. ഹാജിയാരെ വശത്താക്കി സമ്പത്തു വെട്ടിപ്പിടിക്കാനാഗ്രഹിച്ചുമില്ല. ഒന്നാം ബീവിയുടെ വികാരങ്ങൾ മനസ്സിലാക്കി അവർക്കൊരു സാന്ത്വനമായി ജീവിച്ചു. സുമിത്രയെ ഓർമ്മിപ്പിക്കുന്ന സ്വഭാവം. കൗസല്യക്കു പ്രിയപ്പെട്ടവളായിരുന്നു സുമിത്ര. മൂന്നാമത്തെ ഭാര്യ റംലത്ത് കൈകേയിയെപ്പോലെ ഹാജിയാരുടെ സമ്പത്ത് കൈക്കലാക്കാൻ കൊതിച്ചത് മക്കൾക്കുവേണ്ടിയാണ്. കൗസല്യ സ്വന്തമായ ഗ്രാമങ്ങളുടെ ഉടമയായിരുന്നുവെന്നു *രാമായണ*ത്തിൽ പരാമർശമുണ്ട്. ഐഷയ്ക്ക് സ്വന്തമായ സമ്പത്തുണ്ടായിരുന്നു. അതിനുംപുറമെ ശ്വശ്രുവീട് അവളുടെ പേരിലാക്കിയിരുന്നുതാനും. ഇവ ചില യാദൃച്ഛികമായ സാദൃശ്യങ്ങളാണെങ്കിലും ഈ സാഹചര്യങ്ങൾക്ക് കഥാപാത്രസ്വഭാവങ്ങളുമായുള്ള ബന്ധം മനുഷ്യാവസ്ഥകളുടെ ദേശകാലാതീതത്തിനു സൂചകങ്ങളാണ്.

പുരുഷൻ നല്ലവനായിരിക്കുമ്പോൾത്തന്നെ ആധിപത്യപ്രവണതയെന്ന മനോരോഗത്തിനിരയായാൽ, സ്ത്രീ അനുഭവിക്കേണ്ടിവരുന്ന ദുരിതങ്ങൾ എങ്ങും എവിടെയും സമാനദുരന്തങ്ങളാണ്. സാഹിത്യകാരൻ എപ്പോഴും നിലയുറപ്പിക്കുക രോദനം ചെയ്യുന്നതിനായി ഉഴിഞ്ഞിട്ടവരുടെ പക്ഷത്താണ്. വിധികൃതം, സ്വയംകൃതം, അന്യകൃതം എന്നിങ്ങനെ ദുരിതങ്ങൾ പലതരമുണ്ട്. വിധികൃതമായ ദുരന്തങ്ങൾ പ്രതിപാദിക്കുന്ന കൃതികളിൽ കാരകശക്തികൾ മനുഷ്യനു നേരിട്ടുനിന്നു പൊരുതാവുന്ന എതിരാളികളല്ല. സ്വയംകൃതമായ ദുരിതങ്ങളിൽ അനുഭവിക്കുന്നവന്റെ മനസ്സും സ്വത്വവും തന്നെയാണവന്റെ എതിരാളി. അപ്പോൾ മനുഷ്യമനസ്സിന്റെ വൈകൃതങ്ങൾ സാഹിത്യകാരൻ അനാവരണം ചെയ്യുകയും അപലപിക്കുകയും ചെയ്യുന്നു. അന്യകൃതമാവുമ്പോൾ ആ അന്യശക്തികൾക്കെതിരെ വാക്കുകൊണ്ടും സന്ധിയില്ലാതെ സമരം ചെയ്യുക എഴുത്തുകാരന്റെ നിയോഗമായിത്തീരുന്നു. വിധികൃതദുരന്തങ്ങൾ ഈ കൃതിയിലുണ്ട്. റുക്കിയയും ഹാജിയാരുടെ മൂന്നാം ഭാര്യയായ റംലത്തും ഭർത്തൃസംരക്ഷണം ലഭിക്കാത്തവരായിത്തീർന്നത് പുരുഷാധിപത്യപ്രവണതയുടെ ദുരന്തമായിരുന്നില്ല. അക്കാലത്തു ഭർത്താക്കന്മാർ മരിച്ചുപോയി. അവരെ അനാഥരാക്കിയത് വിധിയാണ്. അവർ വിധിക്കെതിരെ പൊരുതിക്കൊണ്ട് സ്വയം പണിയെടുത്തു മക്കളെ പോറ്റിക്കൊണ്ടിരുന്നു. റംലത്തിന് ഹാജിയാരെ ഭർത്താവായി കിട്ടിയപ്പോൾ മക്കളെ നല്ല നിലയിലെത്തിക്കാനുള്ള ഒരു വഴി തുറന്നുകിട്ടിയതായി തോന്നി. അവൾ ഹാജിയാരുടെ സ്വത്ത് കിട്ടാവുന്നിടത്തോളം കൈക്കലാക്കാൻ തുനിഞ്ഞതിന്റെ മുഖ്യപ്രേരണ

ഇതായിരുന്നു. തന്മൂലം അവളുടെ ധനേച്ഛയിൽ അവളെ പഴിക്കാനോ വെറുക്കാനോ ആവാത്തവിധത്തിൽ അവളുടെ സ്വഭാവം നോവലിസ്റ്റ് രൂപപ്പെടുത്തിയിരിക്കുന്നു. ഐഷ സമ്പത്തിനുടമയും ഉദാരമനസ്കയുമാണ്. റംലത്തിന്റെ കഷ്ടപ്പാടുകൾ കേൾക്കുമ്പോൾ സപത്നിയായിട്ടും മനസ്സലിയുന്നു. അവൾക്കു പണം കൊടുക്കുന്നു. നൂറു എന്ന നൂർജഹാൻ സ്വന്തം സ്വാതന്ത്ര്യബോധത്തെ വിലപ്പെട്ടതായി കരുതുന്നതിനാൽ അന്യരുടെ സ്വാതന്ത്ര്യത്തിനു വിലയുണ്ടെന്നറിയുന്നവളാണ്. ഈ മൂന്നു കഥാപാത്രങ്ങൾ നോവലിന്റെ പാത്രസൃഷ്ടി വൈഭവത്തിന് മികച്ച നിദർശനങ്ങളാണ്. തന്റെ അനുവാദം ചോദിക്കാനൊന്നും മിനക്കെടാതെ രണ്ടാമതും മൂന്നാമതും വിവാഹം ചെയ്ത ഹാജിയാരുടെ സ്വയംകൃതാനർത്ഥങ്ങൾകണ്ട് ഉള്ളുരുകി സഹതപിക്കാനും അയാളെ നിസ്വാർത്ഥമായി സ്നേഹിക്കാനും കഴിയുന്ന ഐഷയുടെ സ്വത്വം ചിത്രീകരിച്ചതിൽതെല്ലും അസ്വാഭാവികതയുടെ നിഴൽ വീഴ്ത്താതെയിരിക്കാൻ കഴിഞ്ഞത് വിശേഷിച്ചും നോവലിസ്റ്റിന്റെ പാത്രസൃഷ്ടി നൈപുണ്യത്തിനു നിദർശമാണ്. അവളുടെ ഭർത്തൃവിധേയതയെന്ന മൂല്യബോധത്തിനെതിരെ ആഞ്ഞടിക്കുന്ന ഫെമിനിസ്റ്റുകളുണ്ടായേക്കാം. സിദ്ധാന്ത വിശ്വാസികളുടെ സംതൃപ്തിക്കുവേണ്ടിയല്ല, സ്വാഭാവിക മാനവികാവസ്ഥകളുടെ ചിത്രണത്തിനു വേണ്ടിയാണ് കഥാകൃത്തുക്കൾ കഥാപാത്രങ്ങളെ വാർത്തെടുക്കുന്നത്. പഠിപ്പും തന്റേടവും സ്വാതന്ത്ര്യബോധവുമുള്ള നൂറു ധിക്കരിക്കാൻവേണ്ടി ധിക്കരിക്കുന്നവളല്ല. വേണ്ടും നേരത്ത് ധിക്കരിക്കാൻ ശങ്കയുള്ളവളുമല്ല. സ്വാർത്ഥ ചിന്ത മുഴുവൻ മക്കളെ പോറ്റാനുള്ള ഉൽക്കണ്ഠയിൽ കേന്ദ്രിതമാണ്. പിടിച്ചുപറിക്കാരിയെന്ന തോന്നൽ എല്ലാവർക്കും അവളെപ്പറ്റി ഉണ്ടെങ്കിലും ഏറ്റവുമധികം സഹതാപം പിടിച്ചുപറ്റുന്ന ദുരന്തകഥാപാത്രമായി കഥാകൃത്ത് അവളെ മെനഞ്ഞെടുത്തിരിക്കുന്നു. മാനവജീവിതത്തിൽ മനുഷ്യൻ ബോധപൂർവ്വം വിരചിച്ചതല്ലാത്ത വൈചിത്ര്യവൈവിദ്ധ്യങ്ങൾ എമ്പാടുമുണ്ട്. അവയെ ദൈവകൃതമായ വൈകൃതങ്ങളോടുകൂടി അവതരിപ്പിക്കുമ്പോൾത്തന്നെ അവയുടെ ഉണ്മകൊണ്ട് എങ്ങനെയാണോ അങ്ങനെയായിരിക്കുക എന്ന അവസ്ഥകൊണ്ട്- ദീപ്തമാക്കുക എന്നതിലാണ് എഴുത്തുകാരന്റെ സിദ്ധി കുടികൊള്ളുന്നത്. ഈ സത്യദീപ്തി സുഹറയുടെ കഥാപാത്രങ്ങൾക്കുള്ളതുകൊണ്ടുകൂടിയാണ് നോവൽ അഭിരാമമായി നമുക്ക് അനുഭവപ്പെടുന്നത്. അനാചാരത്തിനെതിരെ ഒരു പന്തം കൊളുത്തിപ്പട നയിക്കുന്നതുകൊണ്ടുമാത്രമല്ല. പുരോഗമനപരമായ ലക്ഷ്യങ്ങളുണ്ടായാലും കൃതി വിജയിക്കണമെങ്കിൽ ജീവിതവീക്ഷണത്തിലെ സത്യദീപ്തിയിൽ ജ്വലിക്കുന്നവയായിരിക്കണം സംഭവങ്ങളും അവയുടെ കാരണകാര്യങ്ങളായി പ്രവർത്തിക്കുന്ന മനുഷ്യരും. ഈ കാരണകാര്യബന്ധയോജനത്തിൽ സുപ്രധാനമായ ഉപകരണമാണ് എഴുത്തുകാരന്റെ വാങ്മയം. ഒരു പ്രത്യേക സമുദായത്തിൽപ്പെട്ട മനു

ഷ്യരുടെ ചരിതങ്ങളാകുമ്പോൾ അവരുടെ ഭാഷണശൈലിതന്നെ പ്രയുക്തമാക്കണം. സുഹറയുടെ പല കൃതികളിലുമെന്നപോലെ ഇതിലും ഭാഷണശൈലിയുടെ സ്വാഭാവികതയ്ക്കുള്ള ചാരുതയാണ് ഭാഷകരെ ജീവനും ഓജസ്സും ഉള്ളവരാക്കിത്തീർക്കുന്നത്. അതിൽത്തന്നെ ആധിപത്യമുള്ള പുരുഷന്മാർ, വിധേയതയുള്ള സ്ത്രീകൾ, അടിമകളെപ്പോലെ കീഴ്ത്തലത്തിൽ പ്രവർത്തിക്കുന്ന വേലക്കാർ, പഠിപ്പും തന്റേടവുമുള്ള സ്ത്രീകൾ എന്നീ വിവിധ വിഭാഗത്തിൽപ്പെടുന്നവർക്ക് ഇണങ്ങുന്ന ഭാഷണശൈലികൾ നല്കപ്പെട്ടിട്ടുണ്ട്. പ്രചാരത്തിലുള്ള ചേൽച്ചൊല്ലുകൾ സന്ദർഭോചിതമായി സമൃദ്ധമായി ഉപയുക്തമാക്കിയിട്ടുണ്ട്. ഈ വാങ്മയവൈചിത്ര്യം കൃതിയെ അർത്ഥവത്തായ രചനയാക്കുന്നതിൽ വലിയ പങ്കുവഹിക്കുന്നു. പ്രാദേശികമോ സാമുദായികമോ ആയ ശൈലിക്കുള്ള ഒരു പരിമിതി വിവർത്തനങ്ങളിലൂടെ കൃതിയെ അന്യഭാഷയിലേക്ക് പകർത്തുമ്പോൾ ശൈലീപരമായ ചാരുത ഒരളവോളം ചോർന്നുപോകുന്നതാണ്. അത് ഒരനിവാര്യമായ പരിമിതിയെന്ന് കരുതുകയേ തരമുള്ളൂ.

നോവലിലെ കഥാഗതിയിൽ മുസ്ലീം സമുദായത്തിന്റേതുമാത്രമല്ലാത്ത സമകാല സമസ്യകളും സ്വാഭാവികമായി ഇണക്കിച്ചേർത്തിട്ടുണ്ട്. നൂറുവിന്റെ മഹിളാസഭാപ്രവർത്തനത്തിന്റെ പ്രകരണത്തിൽ കേരളത്തിലെ സമകാല സ്ത്രീ സമസ്യകൾ ഉയർന്നുവരുന്നു. പെൺവാണിഭമെന്ന രൂക്ഷപ്രതിഭാസത്തിന് ഫെമിനിസം തഴച്ചുവളരുന്ന കാലഘട്ടത്തിൽത്തന്നെ ഇത്രയേറെ വ്യാപ്തിയുണ്ടായത് വലിയൊരു വൈരുദ്ധ്യമാണ്. സ്ത്രീയെ കാമോപഭോഗത്തിനുള്ള ഉപകരണങ്ങൾ മാത്രമായിക്കാണുന്ന പുരുഷമനസ്സ് വളർത്തുമൃഗങ്ങളെ ഭക്ഷ്യസാമഗ്രികൾ മാത്രമായിക്കാണുന്ന മനുഷ്യമനസ്സിന്റെ മറ്റൊരു പതിപ്പാണ്. ഈ വൈകൃതത്തിന് സമുദായഭേദങ്ങളെന്ന അതിർവരമ്പുകളില്ല. സ്ത്രീസൗന്ദര്യത്തെ രാഷ്ട്രത്തിന്റെ വരുമാനം വർദ്ധിപ്പിക്കുന്ന വില്പനച്ചരക്കാക്കിക്കാണുന്ന രാഷ്ട്രങ്ങൾ ലോകത്തിലുണ്ട്. തായ്‌ലന്റിൽ ഏറ്റവുമധികം വിദേശനാണ്യം രാജ്യത്തിനു നേടിക്കൊടുത്തത് അവിടത്തെ 'കോൾഗേൾ' എന്നുപേരുള്ള ആതിഥേയകളാണത്രേ. ആ രീതിയിൽ ടൂറിസം വളർത്താനുള്ള പ്രവണത കേരളത്തിലും വളർന്നുതുടങ്ങിയോ എന്നു പേടിക്കേണ്ടുന്ന ഒരു ചരിത്രസന്ദർഭത്തിൽ നാം എത്തിക്കഴിഞ്ഞിരിക്കുന്നു. ഗതികേടുകൊണ്ട് വ്യഭിചാരത്തിലേക്കു വഴുതിപ്പോകുന്ന സഹോദരിമാരോടു സഹതാപമുണ്ടാകേണ്ടതാണ്; അവരെ പരമദുഷ്ടകൾ എന്നു നിന്ദിക്കുന്ന "മാന്യജന" വീക്ഷണം തിരുത്തേണ്ടതാണ്. എന്നാൽ മറ്റേതൊരു തൊഴിലുംപോലെ മാന്യമായ ഒരു തൊഴിലായി, ലൈംഗികാനന്ദദാനത്തെ ഒരു വ്യാപാരമോ വ്യവസായമോ പോലെ കാമ്യമായി അവതരിപ്പിക്കുന്ന പുത്തൻപ്രവണതയെ ബോധം നഷ്ടപ്പെടുത്താത്തവരെല്ലാം നിഷിദ്ധമാ

യിത്തന്നെ കരുതണം. അത്തരം പ്രമേയങ്ങളിലേക്ക് ജനഗണമനത്തെ ഉണർത്താൻ, ചില കുപ്രസിദ്ധങ്ങളായ സമകാലിക സംഭവങ്ങളെ ഓർമ്മിപ്പിക്കുന്ന പരിണതികൾ ആസൂത്രണം ചെയ്യുന്നതിലൂടെ സുഹറ കഥാഗതി സംവിധാനം ചെയ്തിട്ടുണ്ട്. ചില കഥാപാത്രങ്ങൾ ജീവിച്ചിരിക്കുന്ന ചിലരുടെ പ്രതിച്ഛായകളുമാണ്. രാധേടത്തിയും മൊഴിമാറ്റിപ്പറയുന്ന പെൺകിടാവുമൊക്കെ നമുക്കു പരിചിതരായ വ്യക്തികളാണ്. ഈ സമകാലാവസ്ഥകൾ നോവലിൽ പ്രതിഫലിപ്പിക്കുന്നത് കൃത്രിമമായിത്തോന്നാതിരിക്കത്തക്ക വിധത്തിലുള്ള പശ്ചാത്തലസൃഷ്ടിയാണ് നൂറുവിന്റെ മഹിളാ സഭാപ്രവർത്തനം. പുരുഷാധിപത്യമനോഭാവത്തിന്റെ വിശ്വരൂപം ഹാജിയാർ പ്രകടിപ്പിക്കുന്നത്, ഒടുവിൽ തന്റെ അനുവാദം കൂടാതെ മഹിളാ സഭാപ്രവർത്തനത്തിനിറങ്ങുന്ന നൂറുവിന്റെ കഴുത്തു ഞെരിക്കുന്ന വേളയിലാണ്. ദാനശീലവും ഔദാര്യവും രാഷ്ട്രീയവും മറ്റും അയാൾക്ക് തന്റെ ആധിപത്യം സ്ഥാപിക്കാനുള്ള ഉപായങ്ങൾ മാത്രമാണ്. ഈ ആസുരാധിപത്യ ശക്തിക്കെതിരെ ഇറങ്ങുകയെന്നത് ഒരു പെൺകിടാവിനുണ്ടാകാവുന്ന ധീരതയുടെ വിശ്വരൂപാവിഷ്കാരവുമാണ്. "നോറ" വാതിൽ വലിച്ചടച്ച് ഇറങ്ങിയപ്പോൾ യൂറോപ്പിൽ മുഴുവൻ ആ ശബ്ദം മുഴങ്ങിക്കേട്ടു എന്ന് ഇബ്സന്റെ ആ കഥാപാത്രത്തെപ്പറ്റി പറയാറുണ്ട്. നൂറു ഒടുവിൽ കരുത്തുറ്റ പുരുഷഹസ്തങ്ങൾക്കുള്ളിൽ ഞെരിയുന്നതിൽനിന്ന് രക്ഷപ്പെട്ടോടുന്നത് നോറയുടെ ഇറങ്ങിപ്പോക്കിനെ അനുസ്മരിപ്പിക്കുന്നു. "നോറ" "നൂറു" യാദൃച്ഛികമായിരിക്കാം ഈ വർണ്ണസാമ്യം എന്നാൽ അതേ സമയം ഒരു വർഗ്ഗസാമ്യവും പ്രശ്നസാമ്യവും അതിലന്തർഭവിച്ചിട്ടുണ്ട്. നൂറുവിന്റെ ഓടിരക്ഷപ്പെടൽ ചെന്നായയുടെ കൈയിൽനിന്നുള്ള ആട്ടിൻകുഞ്ഞിന്റെ രക്ഷപ്പെടലാണ്. ആ ഓട്ടത്തിന്റെ ശബ്ദവും നമ്മുടെ നാട്ടിലും മുഴങ്ങിക്കേൾക്കും. ആ ഓട്ടം എവിടെ എത്തും എന്ന് ചിന്തിക്കാനുള്ള പ്രേരണയിൽനിന്ന് നമുക്ക് ഒരു രക്ഷപ്പെടൽ സാദ്ധ്യമല്ല.

ആ ഓട്ടത്തിന് ദിഗന്തങ്ങളിൽ മുഴങ്ങുന്ന പാദപതനദ്ധ്വനിയുണ്ട്. സ്വേച്ഛാപ്രമത്തരുടെ മൊഴിചൊല്ലലിനിരയാവുന്ന സ്ത്രീകളുടെ രോദനവും വില്പനച്ചരക്കായി സ്ത്രീസൗന്ദര്യത്തെ നിശ്ശങ്കം കൈയാളുന്ന നിഷ്ഠുരപുരുഷശക്തിയുടെ ഇരകളായിത്തീരുന്ന സ്ത്രീകളുടെ രോദനവും കേരളത്തിൽ മാത്രമല്ല ഇന്നത്തെ ഇന്ത്യയിലൊട്ടാകെ മുഴങ്ങിക്കേൾക്കുന്നുണ്ട്. രുദിതാനുസാരിയായ ഈ നോവലിസ്റ്റിന്റെ വാക്കുകൾ അക്കാരണത്താൽ ഇന്ത്യയിലൊട്ടാകെ മുഴങ്ങേണ്ടതുമാണ്. ഇത്തരം കൃതികൾ പ്രാദേശിക പരിമിതികളെ ഉല്ലംഘിച്ചാലേ ഭാരതീയ സാഹിത്യത്തിന്റെ നാനാമുഖഭാവങ്ങൾ ഭാരതീയർക്കൊട്ടാകെ ദൃഷ്ടി വിഷയവും ചിന്താവിഷയവുമാവുകയുള്ളൂ. അതിന് ഒരൊറ്റ വഴിയേയുള്ളൂ. അന്യഭാഷകളിലേക്ക് വിവർത്തനം ചെയ്യുക. ഇന്ത്യയിലെ പ്രാദേശിക

ഭാഷകളിലെല്ലാം ഏതെങ്കിലുമൊരു ഭാഷ പ്രചാരത്തിലുള്ള നാടിന്റെ മൂലയിൽ മുളച്ചു വളർന്ന് തഴച്ചുപൂക്കുന്ന ഒരു കൃതിയുടെ സൗരഭ്യം പരക്കണമെങ്കിൽ സാഹിത്യ-സാംസ്കാരിക സ്ഥാപനങ്ങൾ അതിന്റെ വിവർത്തനത്തിനു തങ്ങളുടെ പദ്ധതിയിൽ സ്ഥാനം നല്കണം. സാഹിത്യ അക്കാദമി, എൻ ബി ടി പോലുള്ള സ്ഥപനങ്ങൾക്കേ അത്തരം പദ്ധതികളുള്ളൂ. അവയുടെ സത്വരശ്രദ്ധയിൽ പുരോഗമനലക്ഷ്യവും കലാപരസൗന്ദര്യവും ഒത്തുചേരുന്ന ഈ കൃതി ഉൾപ്പെടാനിടവരട്ടെ എന്ന് ഹൃദയപൂർവ്വം ആശംസിക്കേണ്ടതും അതിനൊത്തു പ്രവർത്തിക്കേണ്ടതും കേരളീയ സഹൃദയരുടെ കരണീയങ്ങളാണ്. ആകാശത്തിന്റെയും ഭൂമിയുടെയും താക്കോൽ സ്വന്തം കീശയിലാണെന്ന ഔദ്ധത്യ സമ്പന്നസമൂഹത്തിലെ പുരുഷാധിപത്യവിശ്വാസികൾക്കും അവർക്കു ശിങ്കിടി പാടുന്ന പൗരോഹിത്യത്തൊഴിലാളികൾക്കും ഉണ്ട്. സ്ത്രീകളുടെ ഉടുപ്പുകൾക്ക് ഉള്ളറകളുണ്ടെങ്കിൽ അതിൽ മുഴങ്ങുന്നത് അടുക്കളയുടെയും കലവറയുടെയും താക്കോലുകൾ മാത്രമാണ്. പ്രായേണ ഈ അസന്തുലിതവിഭജനത്തിനറുതിവരണം. ഞെരിക്കുന്ന പുരുഷ ഹസ്തങ്ങളിൽനിന്ന് കുതറി ഓടുന്നതിൽ താല്ക്കാലികമായി വിജയിക്കുന്ന "നൂറുമാർക്ക്" വിജയത്തിലെ നൂറുമാർക്ക് എന്നെങ്കിലും, എങ്ങനെയെങ്കിലും കൈവരുമോ? ഈ ചോദ്യം സ്നേഹരഹിതവും കാമപ്രചോദിതവുമായ പുരുഷാധിപത്യം എവിടെയൊക്കെ സ്ത്രീയുടെ തലയ്ക്കു മുകളിൽ തൂങ്ങുന്ന വാളായിരിക്കുന്നുവോ, അവിടെയൊക്കെ ഒരു മാലാഖയുടെ കനിവുറ്റ കണ്ണീരുവീഴ്ത്തി ഉരുക്കുവാളിനെ ഉടവാളാക്കിക്കളയാനുതകട്ടെ.

ഒന്ന്

കോണിത്തളത്തിൽ ഇരുട്ട്. അടുക്കളയിൽ തട്ടും മുട്ടും കേൾക്കു ന്നുണ്ട്. ഒച്ചയുണ്ടാക്കാതെ ഉമ്മറവാതിൽ തുറന്ന് പുറത്തിറങ്ങി. ഉമ്മറ ക്കോലായിൽ മൂടിപ്പുതച്ചു കിടക്കുകയായിരുന്ന ബീരാനിക്ക അനക്കം കേട്ടതും എഴുന്നേറ്റ് പുതപ്പു മടക്കി.

"മഞ്ഞുണ്ട്. ചീറാപ്പു പിടിക്കണ്ട."

പതിവുപോലെ താക്കീത് ചെയ്തിട്ട് ബീരാനിക്ക കാർഷെഡ്ഡിനരി കിലുള്ള സ്വന്തം മുറിയിലേക്ക് നടന്നു

തോട്ടത്തിലിറങ്ങി പുൽത്തകിടിക്കു ചുറ്റും വെറുതെ നടന്നു. രാവിലെ മറ്റൊരു പണിയുമില്ലാത്തതുകൊണ്ട് സുബഹിനമസ്കാരം കഴിഞ്ഞാൽ തോട്ടത്തിൽ ഉലാത്തുക ഈയിടെയുള്ള പതിവാണ്. ജോനകപ്പറമ്പിൽ ഹുസൈൻ ഹാജിയുടെ ഭാര്യക്ക് രാവിലെ വേറെ പണിയൊന്നുമില്ല. നേരം പരപരാ വെളുക്കുന്നതേ ഉള്ളൂ. ആകാശത്ത് ചാരനിറം മാറി ചുവപ്പു രാശി പരന്നുതുടങ്ങിയിരിക്കുന്നു. ചെടികളിലും മരച്ചില്ലകളിലും ഉറ്റിവീ ഴാൻ പാകത്തിൽ മഞ്ഞുതുള്ളികൾ. കാറ്റുവീശി ഇലകളനങ്ങിയപ്പോൾ മഞ്ഞുതുള്ളികൾ പുൽത്തകിടിയിൽ പതിച്ചു. ഒരു രാവുകൊണ്ടു തീരുന്ന ജീവിതം.

അപ്പോഴേക്കും കലപില കൂട്ടിക്കൊണ്ട് മൈനകളെത്തി. ഇരട്ടമൈ നകളെ രാവിലെ കണികണ്ടാൽ അന്നു നല്ല ദിവസമായിരിക്കുമെന്ന് കൂട്ടു കാരികൾ പറയാറുണ്ടായിരുന്നു. വീട്ടിലായിരുന്നപ്പോൾ എന്നും രാവിലെ മുറ്റമടിക്കാനിറങ്ങുമ്പോൾ ഒറ്റമൈനയെ കാണാതിരിക്കാൻ ശ്രമിക്കാറുണ്ട്. ഇന്നിപ്പോൾ നൂറു എന്നും രാവിലെ കണികാണുന്നത് ഇരട്ടമൈനകളെ

യാണ്. എന്നിട്ടും....

മൈനകളുടെ പിന്നാലെ ചാരനിറമുള്ള കുഞ്ഞിക്കിളികളെത്തി. അവ കിന്നാരം പറഞ്ഞുകൊണ്ടു പുൽത്തകിടിയിൽ കൊത്തിപ്പെറുക്കി. അതുവരെ കൊക്കുരുമ്മിയും കിന്നാരം പറഞ്ഞും കൊത്തിപ്പെറുക്കിയിരുന്ന മൈനകൾ പെട്ടെന്നാണ് കടിപിടി തുടങ്ങിയത്. ഇണക്കിളിയോടു പിണങ്ങിയിട്ടെന്നപോലെ ഒരു മൈന പറന്നുയർന്നു. അത് ആൺകിളിയായിരിക്കും. നൂറു വിചാരിച്ചു. ഒറ്റമൈന "കീ കീ" എന്നു കരഞ്ഞുകൊണ്ട് പേരയ്ക്കമരത്തിൽ ചെന്നിരുന്നു. അപ്പോഴെത്തിയ കുയിലുകൾ "കൂഹൂ കൂഹൂ" എന്നു കൂവിക്കൊണ്ട് മൈനയോടു പിണങ്ങാനുള്ള കാരണം തിരക്കുന്നുണ്ടായിരുന്നു. പിണങ്ങിപ്പോയ മൈന താമസിയാതെ മറ്റൊരു മൈനയോടൊത്ത് വീണ്ടും പുൽത്തകിടിലെത്തിയിട്ടും പേരമരച്ചില്ലയിലിരുന്ന മൈന കലപില കൂട്ടിക്കൊണ്ടു കൂട്ടുകാരനോടു പയ്യാരം പറയുകയും അവന്റെ കൂടെയുണ്ടായിരുന്ന കിളിയെ കൊത്തിപ്പറിക്കുകയും ചെയ്തു. ആൺകിളി രോഷാകുലനായി തന്റെ ഇണയുടെ മൂർദ്ധാവിലൊരു കൊത്ത്.

"പോടാ... അവളെ കൊത്തിയാലുണ്ടല്ലോ നിന്നെ ഞാൻ..."

നൂറു കല്ലെറിഞ്ഞപ്പോൾ ഞങ്ങളുടെ വഴക്കിൽ നീയെന്തിന് ഇടപെടുന്നു എന്നു പ്രതിഷേധിച്ചുകൊണ്ട് കിളികൾ പറന്നകന്നു.

"കൊത്തും തൊഴിയും കൊണ്ടിട്ടും അവന്റെ പിന്നാലെ പായുന്നതു കണ്ടില്ലേ ഉളുപ്പില്ലാതെ. വെറുതെയാ പെണ്ണുങ്ങള്..."

"ഇങ്ങളാരോടാ വർത്തമാനം പറേന്നത്?"

ചായയുമായി എത്തിയ പണിക്കാരി ആമിനക്കുട്ടി സംശയത്തോടെ ചോദിച്ചു.

"കിളികളോട്." നൂറു പറഞ്ഞു.

"കിളികളോടു ബർത്താനം പറയേ! വെറുതെയല്ല റംലത്ത് ഓരോന്നു പറയുന്നത്."

അവളുടെ മുഖത്ത് സങ്കടം. റംലത്ത് ഭർത്താവിന്റെ മൂന്നാം ഭാര്യയാണ്.

റംലത്ത് എന്തു പറഞ്ഞു എന്നു ചോദിക്കുമെന്ന ഭാവം ആമിനക്കുട്ടിയുടെ മുഖത്തു കാണാം. ഒന്നും മിണ്ടിയില്ല. ആമിനക്കുട്ടി പാവമാണെങ്കിലും ഫിത്നക്കാരിയാണ്. ഇവിടെ കണ്ടത് അവിടെയും അവിടെക്കണ്ടത് ഇവിടെയും പറയും. തരംപോലെ കൂറുമാറുകയും ചെയ്യും. രാവിലെ തോട്ടത്തിൽ ഉലാത്തുന്ന നൂറുവിനെ കാണുമ്പോൾ റംലത്തിന് ഹാലിളകും.

"മൊലാളിച്ചിക്ക് രാവിലെ തോട്ടത്തിലിരുന്നാലേ ചായ ഇറങ്ങൂ. പവറു കുറേ കൂടുന്നുണ്ട്."

മൗനം അവരെ പലപ്പോഴും രോഷാകുലയാക്കാറുണ്ട്. പക്ഷേ, അവ

രോടു വെറുപ്പൊന്നും തോന്നാറില്ല. ഇവിടെ ആദ്യമായി വന്നപ്പോൾ ഭർത്താവിന്റെ ഒന്നാം ഭാര്യ ഐഷാത്തയുടെ കണ്ണിലെ തീയ് നൂറുവിനെ കത്തിച്ചാമ്പലാക്കാൻ പോന്നതായിരുന്നു. ആ തീയിൽ എരിഞ്ഞെരിഞ്ഞ് നൂറു എന്ന നൂർജഹാൻ വെറും കരിക്കട്ടയായി.

എന്തിനും ഏതിനും മണി മണിപോലെ ചിരിക്കുമായിരുന്നു, നൂറു. ആ ചിരിയാണല്ലോ നൂറുവിന്റെ തലവര മാറ്റി എഴുതിയത്.

"എന്തിനാണ്ടി ഇങ്ങനെ ചിരിച്ചു മറയണത്? ബാല്യം തെകഞ്ഞ പെണ്ണാണെന്നു മറക്കണ്ട."

ഉമ്മ ഇടയ്ക്കിടെ ഓർമ്മിപ്പിക്കാറുണ്ട്. പക്ഷേ, കോളേജിൽ പോകാൻ കൂട്ടുകാരികളുമൊത്ത് റോഡിലിറങ്ങുമ്പോൾ നൂറു ഉമ്മയുടെ വാക്കുകൾ മറക്കും. ചിരിക്കാനും ചിരിപ്പിക്കാനും നൂറു വമ്പത്തിയാണെന്നാണ് കൂട്ടുകാരികൾ പറയുന്നത്. സിനിമാക്കാരെയും രാഷ്ട്രീയക്കാരെയും അനുകരിച്ച് സംസാരിച്ച് അവൾ കൂട്ടുകാരികളുടെ ഇടയിൽ വിലസാറുണ്ടായിരുന്നു. കരുണാകരൻ, അച്യുതാനന്ദൻ, സുകുമാർ അഴീക്കോട് തുടങ്ങിയ പ്രമുഖരെ നൂറു നന്നായി അനുകരിക്കും. മിമിക്രിയിൽ അവൾക്കു സമ്മാനവും കിട്ടാറുണ്ട്. അന്നും അതുപോലെ ആരെയോ പരിഹസിച്ചു ചിരിച്ചുകൊണ്ട് നടക്കുകയായിരുന്നു നൂറുവും കൂട്ടുകാരികളും. അപ്പോഴാണ് റോഡരികിൽ പളപളാ മിന്നുന്ന ഒരു പുത്തൻ കാറ് കണ്ടത്.

"ഊയന്റമ്മോ.. ഇതു കാറോ കൊട്ടാരമോ!" ശ്രീദേവി അതിശയം ഭാവിച്ചു.

"ഇതാരുടെ വണ്ടി?" രമണി

"ഏതോ കള്ളപ്പണക്കാരന്റെ മൊതലായിരിക്കും മോളേ. കണ്ട് കൊതിക്കാതെ നടന്നോ മക്കളേ."

താൻ നടന്നു.

"നിക്കെടീ ഒന്നു തൊട്ടു നോക്കട്ടെ.." ശ്രീ കാറൊന്നു തടവി.,

"ഹേയ് തൊട്ടും തോണ്ടിയും ബെടക്കാക്കല്ലേ മക്കളേ. ലക്ഷങ്ങളെ മൊതലാ."

"ആണോ ഞങ്ങള് കരുതി ആയിരമേ ഉള്ളെന്ന്." ശ്രീ.

"ഇങ്ങക്ക് ആയിരത്തിന്റെ കണക്കല്ലേ മക്കളേ അറിയൂ."

"ഇക്കാക്ക് കോടികളെ എടപാടായിരിക്കും."

ഒരു രസത്തിനുവേണ്ടി സംഭാഷണത്തിൽ കക്ഷിചേർന്നു.

"ഇന്നെ ഏടെയോ കണ്ടിക്കല്ലോ.."

"കാണാനിടയില്ലല്ലോ."

"കണ്ടിട്ടുണ്ടാവുമെടീ... പഞ്ചായത്ത് പ്രസിഡന്റിനെ ആരാ അറിയാത്തത്?"

"അപ്പോ.."

"ഇവിടത്തെ പഞ്ചായത്തു പ്രസിഡന്റാ."

അയാൾ ആശയക്കുഴപ്പത്തിലായപ്പോൾ കൂട്ടുകാർക്കു ഹരം. അവർ ഓരോന്നു പറഞ്ഞ് അയാളെ എരികേറ്റി.

"ഇപ്പളത്തെ ബാല്യക്കാരത്ത്യേള്... എന്റുമ്മോ.."

അപ്പോഴത്തെ അയാളുടെ മുഖം കണ്ട് എല്ലാവരും ആർത്തുചിരിച്ചു.

"ഇത്രമാത്രം ചിരിക്കാൻ ഇവിടെ എന്തേണ്ടായത് മമ്മതേ?"

ഒരു കനത്ത സ്വരം കേട്ടതും ഡ്രൈവർ ചിരി അടക്കി ഭവ്യനായി ഡോറു തുറന്നുകൊണ്ട് പറഞ്ഞു:

"ഈറ്റിങ്ങള് കാറ് തൊട്ടു കളിച്ചപ്പം... ഞാൻ... അപ്പളത്തിനു ഓലി ക്കുമാഞ്ഞാളം. കിണികിണീന്ന് ചിറിച്ചണത് കണ്ടില്ലേ."

"ചിരിച്ചോട്ടടാ അതല്ലേ ഓലെ പ്രായം."

അപ്പോഴാണ് ചോദ്യകർത്താവിനെ ശ്രദ്ധിച്ചത്. വെള്ളത്തുണിയും പട്ടുകുപ്പായവുമൊക്കെയായിട്ട് ഒരു പൊളുന്തൂസൻ. ഏതോ പണച്ചാക്കാ ണ്. പതുക്കെ സ്ഥലം വിടാം.

"വാടീ."

നൂറു നടന്നപ്പോൾ കൂട്ടുകാരികളും അനുഗമിച്ചു.

"പാത്തുമ്മോ..."

പിറ്റേന്നു വൈകുന്നേരം വീട്ടിലെത്തിയ ബാപ്പ ഉമ്മയെ ആവേശ ത്തോടെ വിളിക്കുന്നത് കേട്ട് നൂറുവും ചെവിയോർത്തു. സാധാരണ വൈകുന്നേരങ്ങളിൽ തളർന്ന് അവശനായിട്ടാണ് ബാപ്പ തിരിച്ചെത്തുക. പാത്തുമ്മോ എന്ന നേർത്ത വിളി കേൾക്കും മുൻപേ ഉമ്മ കഞ്ഞിവെള്ള വുമായി എത്തും. അതുവാങ്ങി വലിച്ചുകുടിച്ചിട്ട് കൈയിലുള്ള സഞ്ചി ഉമ്മയെ ഏല്പിക്കും. പിന്നെ രണ്ടാൾക്കും ഉരിയാട്ടമില്ല. വാക്കുകൊണ്ടല്ല, നോട്ടംകൊണ്ടാണ് ഉമ്മയും ബാപ്പയും പരസ്പരം പായാരങ്ങളുടെ കെട്ട ഴിക്കുക.

അന്നു പക്ഷേ, ബാപ്പ ഉത്സാഹത്തിലായിരുന്നു.

"ഒന്നിങ്ങോട്ട് ബേം ബാം ബീവി."

ബാപ്പയുടെ ക്ഷമകെട്ട വിളികേട്ട് ഉമ്മ തിടുക്കത്തിൽ അടുത്തെത്തി. നനഞ്ഞ കൈ മുഷിഞ്ഞ മുണ്ടിൽ തുടച്ചുകൊണ്ട് ചോദിച്ചു. "എന്തേയ്?"

ഉമ്മ കഞ്ഞിവെള്ളം നീട്ടിയപ്പോൾ ബാപ്പ പറഞ്ഞു.

"ഇന്നിനിക്ക് ദാഹോം പൈപ്പും ഒന്നൂല്ലാ."

"എന്തേ ഇങ്ങക്ക്?"

"നൂറുനൊരാലോചന. ആരാ പിയ്യാപ്ലാന്ന് ചോയിക്കെന്റെ പാത്തുമ്മോ?"

"ആരാ."

"ജോനകപ്പറമ്പിൽ ഹുസൈനാജി!"

"അതാരാ?"

"അന്നെപ്പോലൊരു ബുദ്ദൂസ്. ഇന്നാട്ടിലെ മുന്തിയ പൈശക്കാരനാ.

പൊരേന്ന് പൊറത്തെറങ്ങാത്ത അന്നോടാ ഞങ്ങള് ബഅള് പറേന്നത്. മൂപ്പര് ഇബിടെ അടുത്ത് ഇന്നലെ ഒരു സ്ഥലം മാങ്ങീക്ക്."

"മൂപ്പരിക്ക് പ്രായം എന്തുണ്ടാകും?"

"ആണുങ്ങളെ പ്രായം ആരെടീ നോക്കണത്? നാല്പത്തിയഞ്ചായിട്ടുണ്ടാകും. കണ്ടാത്തോന്നില്ലാ. മുപ്പത്തഞ്ചും മതിക്കൂലാ. പട്ടിന്റെ കുപ്പായോം ബെള്ളത്തുണീം. പൊന്നിന്റെ ബാച്ചും. കണ്ടാ ഇയ്യും അന്തം ബിട്ടു പോകും. ഇന്നെ ഇന്നു മൂപ്പരെ ആപ്പീസിലേക്കു ബിളിപ്പിച്ചിനീം. മൂപ്പരു പോയിട്ടും അത്തറിന്റെ മണം ബാക്കി."

"ഇങ്ങളെ മൂപ്പരിക്കറിയോ?"

"ഉപ്പാനെപ്പറ്റി കേട്ടിക്കെന്നു പറഞ്ഞു"

"ഇത്തരെ ബലിയ ബങ്കീശക്കാരനായിട്ട് മൂപ്പെരെന്തിനാ ഞങ്ങളെ മോളെ ആലോയിക്കണത്?"

"മൂപ്പരിക്ക് അങ്ങനൊരു പൂതി."

"അങ്ങനെ ബെറുതെ പൂതി..."

"പാത്തുമ്മൂ, ഈയ് ബെറുതെ എടങ്കോലിടണ്ട"

"ഒരു പെങ്കുട്ടീന്റെ കാര്യാവുമ്പോ... മൂപ്പര് ബേറെ കെട്ടീക്കില്ലേ?"

"മൂപ്പത്തി കെടപ്പിലാ. മൂപ്പത്തിക്ക് ബിരോതല്ലാന്നാ എന്നോടു പറഞ്ഞത്."

"എന്റെ റബ്ബേ... എനക്കൊന്നും തിരീണില്ല. ഓലിക്ക് നൂറുനെ കെട്ടാൻ പെട്ടെന്നു പൂതീന്നു പറഞ്ഞാ...."

"മുയുമനും കേക്ക് ബലാലെ. മൂപ്പര് ഇന്നലെ സ്ഥലം നോക്കാൻ ഇബിടെ ബന്നപ്പം നൂറിനെ കണ്ടോലെ. പെരുത്തു പിടിച്ചീന്നും പറഞ്ഞു."

"ഓക്ക് ബയസ്സ് പതിനട്ടല്ലെ ആയുള്ളൂ.."

"നയിച്ച് നയിച്ച് എന്റെ തണ്ടെല്ല് ഒടിയാറായി. പതിനെട്ടാം വയസ്സിൽ തൊടങ്ങിയതാ കൊത്താനും കെളയ്ക്കാനും. പട്ടിണികൂടാണ്ടെ കയിഞ്ഞുകൂടാൻ ഞാൻ പെടണ പാട് പടച്ച റബ്ബിനെ അറിയൂ."

"എന്റെ റബ്ബേ... നീ എല്ലാം അറിയുന്നോനാ... ഖൈറാണെങ്കി അടുപ്പിച്ചു താ. ശെർറാണെങ്കി ദൂരെപ്പെടുത്തണേ... യാ അള്ളാ നീ കാക്ക്."

ഉമ്മ പ്രശ്നം മുകളിലേക്കെറിഞ്ഞ് തിരക്കിട്ട് അടുക്കളയിലേക്കു നടന്നു. വഴിയിൽ നൂറുവിനെ കണ്ടിട്ടും കണ്ട മട്ടു കാണിച്ചില്ല.

"നീ ഇബിടെണ്ടായിരുന്നോ?"

വാതില്ക്കൽ നിന്നിരുന്ന നൂറുവിനെ പക്ഷേ, ബാപ്പയ്ക്ക് അവഗണിക്കാനായില്ല. ഏറെ നാളിനുശേഷം ബാപ്പയുടെ മുഖത്തുകണ്ട തിളക്കം മായ്ച്ചു കളയാൻ ആഗ്രഹമില്ലാഞ്ഞിട്ടും ചോദിച്ചു.

"അതു വേണോ ബാപ്പാ?"

"ബാപ്പ ബാക്കു കൊടുത്തു നൂറു. മാനം കെടുത്തരുത് മോളേ."

അതോടെ നൂറു നാവിനു ചങ്ങലയിട്ടു. പക്ഷേ, ഇക്കാക്ക എതിർത്തു.

ഹുസൈൻ ഹാജി ഇടിഞ്ഞുപൊളിയാറായിരുന്ന ഭൂതത്താൻ കോട്ടപോലുള്ള വീട് പുതുക്കിപ്പണിത് മോടി കൂട്ടുകയും ഇക്കാക്കയ്ക്ക് അയാളുടെ കമ്പനിയിൽ ജോലി കൊടുക്കുകയും ചെയ്തപ്പോൾ നാവടങ്ങി.

"മൂപ്പരെ ഞാൻ കണ്ട്. തീരെ പ്രായം തോന്നിക്കൂലാട്ടോ. നല്ല ഓജാറുള്ള തടി. കാറില് കയറിയതും എന്താ കുളിർമ്മ. എ സി യാ. പിയ്യാപ്ലന്റെ അറപോലെ. അതിലു കേറ്റിയാ ഇന്നെ ആപ്പീസിലേക്കയച്ചത്. ഞമ്മളെ ഭാഗ്യാ നൂറു, മൂപ്പർക്കിങ്ങനെ തോന്നിയത്."

"ഞമ്മളെ നൂറു പാക്യള്ളോളാ." സ്നേഹമുള്ളവർ വാഴ്ത്തി.

"പഠിക്കാനെന്നും പറഞ്ഞു നടന്നിട്ട് പുളിങ്കൊമ്പിൽത്തന്നെ പിടിച്ചല്ലോ."

"കണ്ണും മോറും കാണിച്ചു മയക്കീന്നാ നാട്ടിൽ പാട്ട്."

പുരനിറഞ്ഞുനില്ക്കുന്ന പെൺമക്കളെ കെട്ടിക്കാൻ വകയില്ലാതെ വീർപ്പുമുട്ടുന്ന ചില അയൽക്കാരികൾ കേട്ടും കേൾക്കാതെയും മുറുമുറുത്തു. നൂറുവിന്റെ വീട്ടുകാർ അതൊന്നും കേട്ടതായിപ്പോലും നടിച്ചില്ല. ആദ്യം എതിർത്തുനിന്ന ഉമ്മ പോലും കുറേക്കഴിഞ്ഞപ്പോൾ മാറി.

"മോന്ത വലിച്ചുകയറ്റി നടക്കാൻ ഇമ്പിടിപ്പോ എന്താണ്ടായത്?"

കുരങ്ങു ചത്ത കുറവനെപ്പോലെ തൂങ്ങിപ്പിടിച്ചിരുന്ന നൂറുവിനോട് ഉമ്മ തട്ടിക്കയറി.

ഹുസൈൻ ഹാജി ഒന്നിനും കുറവു വരുത്തിയില്ല. പൊന്ന്, പട്ട്, കല്യാണച്ചെലവ്, എല്ലാം സമയാസമയത്ത് വീട്ടിലെത്തി. മൂപ്പര് വീട്ടിൽ വന്നതുമില്ല. അയാളുടെ ഏതോ ഗസ്റ്റ് ഹൗസിൽ വെച്ചായിരുന്നു നിക്കാഹ്. പെണ്ണിന് അതിൽ കാര്യമൊന്നുമില്ലല്ലോ. ബാപ്പ മാത്രം മതിയല്ലോ. ബാപ്പയെ അങ്ങോട്ടു വിളിപ്പിച്ചു. ഖാസിയും സാക്ഷികളും അവിടെയുണ്ടായിരുന്നു.

"എന്റെ മകൾ നൂർജഹാൻ എന്നവളെ അഞ്ചുപവൻ മെഹറിനു പകരമായി നിങ്ങൾക്കു ഞാൻ ഇണയാക്കിത്തന്നു, നിക്കാഹ് ചെയ്തുതന്നു."

"നിങ്ങളുടെ മകൾ നൂർജഹാൻ എന്നവളെ അഞ്ചുപവൻ മെഹറിനു പകരമായി നിങ്ങൾ എനിക്കു ഇണയാക്കിത്തന്നത്, നിക്കാഹ് ചെയ്തുതന്നത് ഞാൻ കബൂലാക്കി പൊരുത്തപ്പെട്ട് സ്വീകരിച്ചിരിക്കുന്നു." എന്നു ബാപ്പയും ഹുസൈൻ ഹാജിയും സാക്ഷികൾ കേൾക്കെ വാക്കാൽ കരാർ ചെയ്തതോടെ നൂറു ഹുസൈൻ ഹാജിയുടെ ഭാര്യയായി.

ആലോചന അവിടെ എത്തിയപ്പോൾ തലയ്ക്കകം ചുട്ടുപൊള്ളി. ശരീരം വിയർത്തു. വിയർപ്പ് ആവിയായി മൂർദ്ധാവിൽക്കൂടി പുറത്തേക്കൊഴുകുന്നു. ആകെ എരിപൊരി സഞ്ചാരം. അപ്പോൾ നടത്തത്തിന്റെ വേഗം കൂട്ടി. ആരോടോ പ്രതികാരം വീട്ടാനെന്നപോലെ കിതച്ചുകൊണ്ട് പുൽത്തകിടി വലംവെച്ചു.

"നേരം വെളുക്കുംമുൻപേയുള്ള ഈ നെട്ടോട്ടം ഇനിക്കത്ര പിടിക്ക

ണില്ലാട്ടോ... ഇതിപ്പം ഞാനായിരുന്നെങ്കില് ഐഷാത്ത ഇന്നെ പിരാന്തത്തിയാക്കി മുറിയിലടച്ചീനും."

ഉമ്മറത്തിരുന്ന് പത്രം വായിക്കുന്ന ഹാജി കേൾക്കാനെന്നോണം റംലത്ത് ഉറക്കെ പറയുന്നുണ്ടായിരുന്നു

അതു വകവെക്കാതെ നൂറു നടത്തം മതിയാക്കി പുൽത്തകിടിയിലെ ഊഞ്ഞാലിൽ ചെന്നിരുന്നു.

രണ്ട്

ജോനകപ്പറമ്പിൽ ആദ്യമായി കാലുകുത്തിയ ദിവസം ഇന്നും ഓർമ്മയിലുണ്ട്. പൊന്നിലും പട്ടിലും പൊതിഞ്ഞ മണവാട്ടി എന്നൊന്നും പറയാനാവില്ല. എന്നാലും സാമാന്യം നന്നായിത്തന്നെ ഒരുങ്ങിയിരുന്നു. അങ്ങനെ വേണമെന്നാണ് ഹുസൈൻ ഹാജി പറഞ്ഞയച്ചത്. അതിനുള്ള ഏർപ്പാടും ചെയ്തിരുന്നു. പട്ടുസാരി, പൊൻപണ്ടങ്ങൾ, തല മറയ്ക്കാനുള്ള കസവുകര പിടിപ്പിച്ച ചുവന്ന നെറ്റ്, തലയിൽ ചൂടാൻ മുല്ലപ്പൂ, അത്തർ, പൗഡർ... ഒന്നും മറക്കാതെ നേരത്തെ കൊടുത്തയച്ചിരുന്നു.

സാധാരണ മണവാട്ടിമാർക്കുണ്ടാകേണ്ട നാണമോ സംഭ്രമമോ വർണ്ണക്കിനാവുകളോ ഒന്നും നൂറുവിനുണ്ടായിരുന്നില്ല. ഒരു മരവിപ്പ്. ഒപ്പം കടമ നിറവേറ്റാൻ സാധിച്ചതിലുള്ള ആശ്വാസവും. ഹാജിയുടെ എ സി കാറിൽ നിന്നിറങ്ങുമ്പോഴും വിയർപ്പിൽ കുളിച്ചിരുന്നു. വീട്ടിൽ അത്യാവശ്യം ബന്ധുക്കളും അയൽക്കാരുമൊക്കെയുണ്ടായിരുന്നു. സാമാന്യം മോശമല്ലാത്ത സദ്യയും ഒരുക്കിയിരുന്നു. പക്ഷേ, ജോനകപ്പറമ്പ് ബംഗ്ലാവിൽ ആഘോഷമൊന്നുമുണ്ടായിരുന്നില്ല. മരിച്ച വീടുപോലെ നിശ്ശബ്ദം.

"പുതുക്കമൊന്നും മേണ്ട. ആയിഷായ്ക്ക് നല്ല സുഖമില്ല." ഹുസൈൻ ഹാജി നേരത്തേ കല്പിച്ചിരുന്നു. കൂട്ടിനു കാറിൽ ഇക്കാക്ക മാത്രമേ ഉണ്ടായിരുന്നുള്ളൂ.

കാറിൽ നിന്നിറങ്ങിയ തങ്ങളെ സ്വീകരിക്കാൻ സ്ത്രീകളാരും ഉമ്മറത്തുണ്ടായിരുന്നില്ല. പളപളാ മിന്നുന്ന ഗ്രാനൈറ്റ് തറയിൽ കാലെടുത്തുവെച്ചതും വഴുതിവീഴാൻ ഭാവിച്ചു. ഇക്കാക്ക കൈപിടിക്കാൻ തുനിഞ്ഞു. ആ കൈ നിരസിച്ചു. ഉമ്മറത്തൂണിൽ പിടിച്ച് വീഴാതെ നിന്നു. രണ്ടുപേരും ഉമ്മറത്തു നിന്നു പരുങ്ങി. വരാന്ത നീണ്ടു പരന്നങ്ങനെ കിടക്കുന്നു. വരാന്തയിൽ മൂന്നു കൂറ്റൻ വാതിലുകൾ. ഏതിലെ കയറിയാൽ അകത്തെത്തും?

"ങളെന്താ വന്ന കാലിമ്മെ നിക്കണത്? അകത്തേക്കു കേറിക്കോളിൻ."

"ബീരാനേ..."

ഹുസൈൻ ഹാജിയുടെ മുഴങ്ങുന്ന സ്വരം. അയാളുടെ മുഖത്ത് നിറഞ്ഞ ചിരി. നൂറു പക്ഷേ, ചിരിക്കാനും കരയാനും പറ്റാത്ത അവസ്ഥയിലായിരുന്നു.

"എന്നാ ഞാനിറങ്ങട്ടെ."

യാത്ര ചോദിച്ചപ്പോൾ ഇക്കാക്കയുടെ ശബ്ദം ഇടറുന്നുണ്ടായിരുന്നു.

"ശരി."

പറഞ്ഞപ്പോൾ നൂറു ഒട്ടും ഇടറിയില്ല.

"ചായ കുടിച്ചിട്ടു പോകാം. ബീരാനേ...."

എങ്ങോട്ടു പോകണമെന്നു പരുങ്ങുമ്പോൾ തലനരച്ച, ലുങ്കിയും ബനിയനുമണിഞ്ഞ ബീരാൻ ഓടിക്കിതച്ചെത്തി.

"ഏടൈനും ഹിമാറേ.."

ഹാജിയുടെ ഒച്ച കനത്തു. ബീരാനു ഭാവവ്യത്യാസമൊന്നും കണ്ടില്ല.

"അകത്തേക്കു കൊണ്ടോയിക്കോ.."

"ബരീം ബീവി."

ബീരാൻ മുൻപേ നടന്നു. അയാളുടെ പിന്നാലെ ചെന്നു.

"ചായ കൊടുത്തയക്ക്ട്ടോ. ആടെ ഇരുന്നോളീ."

ഹാജി ഇക്കാക്കയെ സൽക്കരിക്കാനുള്ള പുറപ്പാടാണെന്നു തോന്നുന്നു. അതു ശ്രദ്ധിക്കാതെ തിരക്കിട്ട്, ബീരാനെ അനുഗമിച്ചു. വഴി തെറ്റിപ്പോയാലോ എന്നു ഭയന്നിട്ടെന്നപോലെ ഒത്ത നടുവിലുള്ള വാതിലിലൂടെയാണ് അയാൾ അകത്തേക്ക് ആനയിച്ചത്. വാതിൽ കടന്നതും വിശാലമായ തളം. മാർബിൾ വിരിച്ച തറ ലങ്കുന്നു. തളത്തിൽ മുകളിലേക്കുള്ള പകിട്ടേറിയ കോണിപ്പടികൾ. മരത്തിൽ പണിതത്. എതിർവശത്ത് ഒരു കണ്ണാടിവാതിൽ. അകത്തെ പകിട്ട് പുറത്തു കാണാം. ചുവപ്പുമയം. ചുവന്ന പരവതാനി. ചുവന്ന കുഷ്യനിട്ട കസേരകൾ. ചുവന്ന ജനാല വിരി. ഒരു മായാലോകം. പകച്ചുനിന്നതു കണ്ടാകണം ബീരാൻ പറഞ്ഞു:

"അതേയ് മൂപ്പര് ബിരുന്നുകാരെ തക്കേരിക്കണ മുറിയാ."

തളത്തിൽ വേറെയും മൂന്നോ നാലോ വാതിലുകളുണ്ടായിരുന്നു. ഒരു വാതിൽ കടന്നപ്പോൾ വീണ്ടുമൊരു തളം. അവിടെയും പട്ടുവിരിയിട്ട വാതിലുകൾ. ഒരു വാതിൽ ചൂണ്ടി ബീരാൻ പറഞ്ഞു:

"ബലിയ മുപ്പത്തീന്റെ അറയാ. മൂപ്പത്തി കെടപ്പിലാ. അങ്ങട്ട് ചെന്നോളീ. വന്നാലുടനെ അങ്ങട് കൊണ്ടോണോന്നാ മൂപ്പര് പറഞ്ഞതേ."

പരുങ്ങിക്കൊണ്ട് അകത്തുകയറി. ഇരട്ടക്കട്ടിലിൽ നിറഞ്ഞുകിടക്കുന്ന വെളുത്ത സ്ത്രീയുടെ പിൻവശമാണ് ആദ്യം കണ്ടത്. കാലിൽ പുതപ്പ്. മുറിയാകെ കണ്ണോടിച്ചു. വലിയ കട്ടിലിനു പുറമേ ഒന്നുരണ്ടലമാരകൾ, മേശ, മരുന്നു കുപ്പികൾ നിരത്തിയ കൊച്ചുമേശ. തറയിൽ പരവതാനി. മുറിക്ക് ആർഭാടത്തിന് കുറവൊന്നുമില്ല. കട്ടിലിനു താഴെ പാകമാവാത്ത മാക്സിയിട്ട് ഉറക്കം തൂങ്ങുന്ന പെണ്ണ്. പക്ഷേ, മുറിക്ക് ഒട്ടും ചേരുന്നില്ല.

"സൂറാ..."

പുറത്തുനിന്നുള്ള വിളികേട്ട് പെൺകുട്ടി ഞെട്ടിയെഴുന്നേറ്റു. അനക്കം കേട്ടാകണം കട്ടിലിൽ കിടന്ന സ്ത്രീയും എന്താണെന്ന മട്ടിൽ തലയുയർത്തി. തന്നെ കണ്ടതും കണ്ണിൽ കത്തുന്ന പക. അനക്കമറ്റു നിന്നു.

"ഇങ്ങട്ട് പോന്നോളീ."

വാതില്ക്കൽ നിന്നിരുന്ന സ്ത്രീ ക്ഷണിച്ചപ്പോൾ ആശ്വാസത്തോടെ പുറത്തേക്കിറങ്ങി. ആ സ്ത്രീയുടെ പിറകെ സ്വപ്നത്തിലെന്നപോലെ നടന്നു.

വീണ്ടുമൊരു തളം. അവിടെ കണ്ണാടി പതിച്ച വലിയ ഊൺമേശ. ചുറ്റും കുഷ്യനിട്ട കസേരകൾ. ചുമരോടടുപ്പിച്ച് രണ്ടു വലിയ കണ്ണാടി അലമാരകൾ. അതിൽ നിറയെ മിന്നിത്തിളങ്ങുന്ന പലതരം പിഞ്ഞാണങ്ങൾ. വേറൊരു കോണിൽ ഉയരംകുറഞ്ഞ കുറേ വലിപ്പുകളുള്ള മറ്റൊരു മേശ. അതിന്റെ പുറത്ത് അലങ്കാരവസ്തുക്കൾ. നിലംമുട്ടുന്ന വലിയ ജനലിനു ഞൊറിവെച്ച പട്ടുവിരി. അവിടെയുമുണ്ടായിരുന്നു മുകളിലോട്ടു കയറുവാനുള്ള മറ്റൊരു കോണി. അതിനുപക്ഷേ, നേരത്തേ കണ്ട പകിട്ടില്ല. മാർബിളിൽ പണിത് മരയഴികളിട്ട കോണിക്കു ഭംഗിക്കുറവൊന്നുമില്ല. കോണിയുടെ താഴെ കൈകഴുകുവാനുള്ള വാഷ്ബെയ്സിൻ. ചന്ദ്രക്കലയുടെ ആകൃതിയിലുള്ള വാഷ്ബെയ്സിനു കാപ്പിക്കളർ. സ്വർണ്ണനിറമുള്ള ടാപ്പ്. എവിടെ പുതുതായി ചെന്നാലും മൂക്കിലും മൂലയിലും നൂറുവിന്റെ കണ്ണെത്തും. മാത്രമല്ല, അതൊരു ഛായാ ചിത്രമായി മനസ്സിൽ കോറിയിടുകയും ചെയ്യും. ആ അവസ്ഥയിലും അതിനു കഴിയുന്നുണ്ടല്ലോ എന്നോർത്തപ്പോൾ ആശ്വാസം തോന്നി.

"ഇങ്ങട്ട് പോന്നോളീ."

വഴികാട്ടി വിളിച്ചപ്പോൾ നിരീക്ഷണം മതിയാക്കി കൂടെ നടന്നു. മറ്റൊരു തീൻമുറി.

"ചായ കുടിച്ചോളീ."

ആ സ്ത്രീ ക്ഷണിച്ചപ്പോൾ ഇരുന്നു. മേശപ്പുറത്ത് പലതരം പലഹാരങ്ങൾ നിരത്തിയിരിക്കുന്നു. സ്വർണ്ണപ്പണിയുള്ള ചായപ്പാത്രം. വക്കിൽ സ്വർണ്ണവരകളുള്ള കപ്പ്. വിശക്കുന്നുണ്ടായിരുന്നു. രാവിലെയും ഉച്ചയ്ക്കും തിരക്കുകാരണം ഒന്നും കഴിക്കാൻ കഴിഞ്ഞിരുന്നില്ല.

"നബീസ. ഈടത്തെ ബെപ്പക്കാരി. ഞങ്ങള് ബെച്ചുണ്ടാക്കിയാലേ മൊലാളിക്ക് പിടിക്കൂ."

കട്‌ലറ്റും സമൂസയും ഉന്നക്കായും പ്ലേറ്റിലിട്ടുകൊണ്ട് നബീസ സ്വയം പരിചയപ്പെടുത്തി. കട്‌ലറ്റ് പൊടിച്ച് വായിലിട്ടു. ഇറച്ചിയാണ്. ഒരു സമൂസയും ഉന്നക്കായും കൂടി തിന്നപ്പോൾ വയറ്റിലെ കാളൽ ഒന്നടങ്ങി. നബീസ ഒഴിച്ചു തന്ന ഏലക്കായുടെ രുചിയുള്ള ചായ മൊത്തിക്കുടിച്ചുകൊണ്ട് തലയുയർത്തി. മറ്റു രണ്ടു ജോലിക്കാരികൾ ചിരിയടക്കാൻ

പ്രയാസപ്പെടുന്നു. ആക്രാന്തം കണ്ടിട്ടാകണം. "അത് റുക്കിയ്യ. മറ്റോള് സൂറ" തടിച്ചുരുണ്ട നബീസ മറ്റു രണ്ടുപേരെയും പരിചയപ്പെടുത്തി. രണ്ടു പേരും മാക്സിയായിരുന്നു ഇട്ടിരുന്നത്. തലയിൽ സ്കാർഫ് കെട്ടിയിരുന്നു.

"പൊറംപണിക്ക് ദേവി വരും. ഓള് ബൈന്നേരാവുമ്പം പൊരേപ്പോകും. കെട്ട്യോനും മക്കളുമൊക്കെ ഉണ്ട്. സൂറാനെ ബല്യ മൂപ്പത്തീനെ നോക്കാൻ നിർത്ത്യതാ. രാവിലെ പൊര അടിച്ചുവാരി തുടയ്ക്കുന്നത് ഓളാ. അതു കയിഞ്ഞാ മൂപ്പത്തീന്റെ കിസ്മത്തിനേ നേരള്ളൂ. പിന്നള്ളത് ഞമ്മളെ ബീരാനിക്ക. ഇബിടത്തെ സ്വന്തം ആളാ. ബീരാനിക്കായ്ക്ക് നല്ല ആയുസ്സാ. പറഞ്ഞു തീരുംമുന്നെ ഇങ്ങെത്തിയല്ലോ."

"ചായകുടി കയിഞ്ഞെങ്കി മോളിച്ചെല്ലാൻ പറഞ്ഞു മൂപ്പര്."

പണിക്കാരുടെ ചുണ്ടുകളിൽ ശൃംഗാരച്ചിരി. എഴുന്നേറ്റ് ചെന്ന് കൈ കഴുകിയതും ബീരാനിക്ക പറഞ്ഞു:

"ബെരീ, അറ കാണിച്ചുതരാം."

പരുങ്ങുന്നതുകണ്ട് നബീസ പറഞ്ഞു.

"ചെന്നോളീ."

കോണിത്തളത്തിൽ ആട്ടക്കസേരയിലിരുന്ന് ടി വി കാണുകയായിരുന്നു ഹുസൈൻ ഹാജി. മുന്നോട്ടും പിന്നോട്ടും ചായുന്ന ഹാജിയുടെ ശരീരം ആകാശം മുട്ടുന്നു. അന്ധാളിച്ചുപോയി. ഇക്കാക്ക പോയോ? പോയിരിക്കും. ഹാജിയെ കണ്ടതും ബീരാൻ വന്നതുപോലെ കോണിയിറങ്ങി. ആകെ പതറി. തളത്തിൽ മൂന്നു വാതിലുകൾ മാറി മാറി നോക്കുന്നതു കണ്ടാകണം ഹാജി പറഞ്ഞു:

"അങ്ങട്ട് ചെന്നോളീ. അതാ ഞമ്മളെ അറ."

അയാൾ ചൂണ്ടിക്കാണിച്ച വാതില്ക്കലേക്കു നടക്കുമ്പോൾ പറഞ്ഞു:

"കാറിൽ എന്റെ പെട്ടിയുണ്ടായിരുന്നു."

"വേണ്ടതെല്ലാം അറയിലുണ്ട്."

ഹുസൈൻ ഹാജിയുടെ ചുണ്ടിലെ കുസൃതിച്ചിരി ഉള്ളിലെവിടെയൊക്കെയോ നീറ്റലാണുണ്ടാക്കിയത്. പെട്ടെന്നു മുറിക്കകത്തു കയറി. കൈവിട്ടതും പാടോന്ന് വാതിൽ താനേ അടഞ്ഞു. മുറിയിൽ ഇളംതണുപ്പ്. മുല്ലപ്പൂവിന്റെയും അത്തറിന്റെയും പരിമളം. ഒറ്റയ്ക്കായപ്പോൾ ഒരാശ്വാസം. മുറിയിലെ പരവതാനിക്കും ഇളം ചുവപ്പ് നിറം. ഹാജിക്ക് ചുവപ്പിനോട് വലിയ പ്രിയമാണെന്നു തോന്നുന്നു. താഴേക്കും മുകളിലുമെല്ലാം ചുവപ്പുമയം.

ആകെ തളർന്നിരുന്നു. ഒന്നു കിടന്നാലോ എന്നാലോചിക്കുമ്പോൾ വാതിൽ തുറക്കുന്ന ശബ്ദം. വാതില്ക്കൽ ഹാജി.

"കുളിക്കുന്നില്ലേ?"

"ഹും"

"എന്റെ പെട്ടി..."

വീട്ടിൽ നിന്നു പോരുമ്പോൾ അത്യാവശ്യം സാധനങ്ങൾ ഒരു പെട്ടിയിലാക്കി കൊണ്ടുവന്നിരുന്നു. ഹുസൈൻ ഹാജി കൊടുത്തയച്ച പെട്ടിയായിരുന്നു അത്. അയാൾ കൊടുത്തയച്ച വസ്ത്രങ്ങൾക്കു പുറമേ ഒന്നു രണ്ടു പഴയ മാക്സികളും തലയിൽ തേക്കാനുള്ള എണ്ണയും കരുതിയിരുന്നു. "വേണ്ടതെല്ലാം അലമാരീലുണ്ട്. ഇതൊക്കെ മാറ്റിയിട്ട് കുളിച്ച് ഉസാറാക്."

അയാൾ ചേർത്തുപിടിച്ചപ്പോൾ കൽപ്രതിമപോലെ നിന്നതേയുള്ളൂ. പകപ്പു കണ്ടിട്ടാവണം അയാൾ പറഞ്ഞു.

"ചെന്നു കുളിച്ചോ. അത്തറും പൗഡറുമൊക്കെ ഡ്രസിങ് റൂമിലെ അലമാരീലുണ്ട്. കൊഞ്ചലൊക്കെ ഞമ്മളിന്ന് മാറ്റണുണ്ട്. കുളിച്ച് മൊഞ്ചത്തിയായിട്ടു ബന്നോ."

അയാൾ മനമില്ലാമനമോടെ പിടിവിട്ട് വാതിലടച്ചു പുറത്തിറങ്ങിയതും നൂറു കട്ടിലിൽ വീണ് തേങ്ങലടക്കി.

മൂന്ന്

എന്തോ അനക്കംകേട്ട് വിരണ്ടെഴുന്നേറ്റു. മുറിയിൽ മറ്റാരുമില്ലെന്നറിഞ്ഞപ്പോൾ ചുട്ടുപഴുത്ത ഉള്ളൊന്നു തണുത്തു. കിടപ്പുമുറിയിൽ ഒരു വാതിലേ ഉണ്ടായിരുന്നുള്ളൂ. തള്ളിത്തുറന്നു. ഡ്രസിങ് റൂമായിരുന്നു അത്. അകത്ത് കയറി കൈവിട്ടതും വാതിലടഞ്ഞു. എല്ലാ വാതിലുകളും താനേ അടയുന്നല്ലോ... ചുമരിലെ വലിയ കണ്ണാടിയിൽ സ്വന്തം രൂപം പ്രതിഫലിച്ചപ്പോൾ ഞെട്ടി പിന്നോട്ടു മാറി... ആരുമില്ലെടോ. സ്വയം ആശ്വസിപ്പിച്ചു. പേടിച്ചാൽ പറ്റില്ലല്ലോ. അടഞ്ഞ വാതിലുകളൊന്നും ഇനിയും തുറക്കില്ല. തലയിൽ നെറ്റിയിൽ കുത്തിയ ഹെയർപിന്നുകൾ ഓരോന്നായി സാവകാശം അഴിച്ചു. തലയിൽ ചൂടിയ മുല്ലപ്പൂക്കൾ കരിഞ്ഞുണങ്ങിയിരിക്കുന്നു. സാരി അഴിച്ചിട്ടപ്പോൾ ഭാരം ഇറക്കിയതുപോലെ. ചുമരിൽ നാലു പാളികളുള്ള വലിയൊരലമാര. ഏതു പാളി തുറക്കണം? കണ്ണടച്ചുകൊണ്ട് ഒരു പാളി തുറന്നു. അതിൽ നിറയെ മാക്സികളും സാരികളുമായിരുന്നു. പക്ഷേ, ഒന്നും എടുക്കാൻ തോന്നിയില്ല. സാമാന്യം വലിപ്പമുള്ള മുറി ഒട്ടാകെ ഒന്നു കണ്ണോടിച്ചു. കുളിമുറിയുടെ വാതിലിനരികിൽ ഒരു ചെറിയ സ്റ്റാന്റ്. അതിനു കീഴെ സ്വന്തം പെട്ടി കണ്ടപ്പോൾ മരുഭൂമിയിൽ മരുപ്പച്ച കണ്ട സുഖം. പെട്ടി തുറന്നു. ഇസ്തിരിയിട്ടു മടക്കിവെച്ച നൈറ്റിയും പാവാടയും തട്ടവും പുറത്തെടുത്തു. പ്ലാസ്റ്റിക് കവറിൽ പൊതിഞ്ഞുവെച്ച എണ്ണക്കുപ്പിയുടെ പൊതിയഴിച്ചു. രാവിലെ കുളിച്ചതാണ്. മേലു കഴുകാം. കുപ്പി ഡ്രസിങ് ടേബിളിൽ വെച്ചു. അതിൽ നിറയെ അലങ്കാര വസ്തുക്കളായിരുന്നു. പൗഡർ, സ്പ്രേ, സുറുമ,

പിന്നെയും എന്തൊക്കെയോ. കിടപ്പുമുറിയിൽ അനക്കം കേട്ടപ്പോൾ മാറ്റിയിടാനുള്ള വേഷവുമായി ധൃതിയിൽ കുളിമുറിയിൽ കയറി വാതിലടച്ചു.

എന്റുമ്മോ... കുളിമുറിക്കെന്താ വലിപ്പം! പല പരസ്യങ്ങളിലും കണ്ട ഗ്ലാമർ റൂം... വാഷ്ബേയിസിനു താഴെ ഒരു കണ്ണാടി അലമാര. അതിൽ നിറയെ ചെറുതും വലുതുമായ തൂവാലകൾ. ചുമരിൽ കണ്ണാടി റാക്കുകൾ. ഷാംപൂ, സോപ്പ്, തറയിൽ ഒരു തുള്ളി വെള്ളം പോലുമില്ല. ബക്കറ്റും മഗ്ഗും കാണുന്നുമില്ല. എവിടെ കുളിക്കും? അപ്പോഴാണ് ഒരു കണ്ണാടിക്കൂട് കണ്ണിൽപ്പെട്ടത്. വാതിൽ തുറന്നു. അലമാരയാണെന്നാണ് കരുതിയത്. അവിടെ ഷവറും ടാപ്പും കണ്ടപ്പോൾ കുളിക്കാനുള്ള ഇടമാണെന്നു മനസ്സിലായി. അതിനകത്തുകയറി വാതിലടച്ചു. ഒരു ടാപ്പു തിരിച്ചപ്പോൾ ശരശരേന്ന് വെള്ളം തലയിലേക്കു വീണു. പാവാടയും ബ്ലൗസും ആകെ നനഞ്ഞു. നനഞ്ഞിറങ്ങിയാൽ കുളിച്ചു കയറുകതന്നെ.

കുളി കഴിഞ്ഞു ഡ്രസിങ് റൂമിലെത്തി. കണ്ണാടിയുടെ മുന്നിൽ നിന്നു. മുടി ചീകി പിന്നിൽ പരത്തിയിട്ടു. ഉണങ്ങട്ടെ. കണ്ണാടിയിലെ രൂപം നോക്കി ചോദിച്ചു. ഇനിയോ? ജനാലകൾ അടച്ചിട്ടതിനാൽ രാവോ പകലോ എന്നൊരു പിടിയുമില്ല. മഗ്‌രിബ് ആയിക്കാണും. ഇവിടെയെത്തുമ്പോൾ അഞ്ചു മണിയെങ്കിലും ആയിട്ടുണ്ടാവില്ലേ? വൈകുന്നേരത്തെ അസർ നിസ്കരിച്ചിട്ടില്ല. നിസ്കാരക്കുപ്പായം പെട്ടിയിലുണ്ട്. ഹുസൈൻ ഹാജി കൊടുത്തയച്ച പെട്ടിയിൽ നിസ്കാരക്കുപ്പായവും കഅബത്തിന്റെ പടം തുന്നിയ പട്ടുമുസല്ലയുമുണ്ടായിരുന്നു. പഴയ നിസ്കാരക്കുപ്പായം അവിടവിടെ കീറിയതായിരുന്നു. അതു കൊണ്ടുവന്നിട്ടില്ല. സമയമെന്തായി?

കിടപ്പുമുറിയുടെ വാതിൽ പതുക്കെ തുറന്നു. ആരുമില്ല. ചുമരിലെ ക്ലോക്കിൽ നോക്കി. മണി ഏഴാകുന്നു. പെട്ടിയിൽനിന്നു നിസ്കാരക്കുപ്പായവും മുല്ലയും പുറത്തെടുത്തു. നിസ്കാരം കഴിഞ്ഞപ്പോൾ വീണ്ടും സംശയം. ഇനി? അടുക്കളയിൽ ചെന്നു നോക്കാം. തട്ടം തലയിലിട്ട് ഒച്ചയുണ്ടാക്കാതെ വാതിൽ തുറന്നു. ഒരു കൂട്ടിമുട്ടൽ. എവിടെയൊക്കെയോ നൊന്തു. അപ്പോഴേക്കും കരവലയത്തിലായിക്കഴിഞ്ഞിരുന്നു. കുതറിമാറാൻ ശ്രമിച്ചില്ല. നനഞ്ഞ മുടിയിൽ വിരലോടിച്ചുകൊണ്ട് എന്തോ കിന്നാരം പറയാൻ തുടങ്ങുമ്പോഴായിരുന്നു വിളി..

"മൊയലാളീ.."

വിളി കേട്ടപ്പോൾ അയാൾ ഈർഷ്യയോടെ കൈ പിൻവലിച്ചു.

"എന്താണ്ടാ ഹിമാറേ."

"കുഞ്ഞയമ്മദ് മൊയലാളി ബന്നിക്ക്.."

"പഴയതുപോലെ മണ്ടിപ്പാഞ്ഞ് ഇങ്ങോട്ടു കേറി ബന്നാ ഇന്റെ ഫ്യൂസ് ഞങ്ങളൂരും. തിരിഞ്ഞോ?"

ഹാജിയുടെ വാക്കുകളിൽ കുസൃതി.

"ഞമ്മക്ക് തിരിഞ്ഞിക്ക്."

ബീരാനും ഹരം.

"തായച്ചെന്ന് കുഞ്ഞയമ്മദിനെ ഇരുത്താൻ നോക്ക് ഹമുക്കേ.."

കേട്ടതും ബീരാൻ വാണംവിട്ടതുപോലെ താഴേക്കിറങ്ങി.

"ഹരം മുടക്കണെ പഹയൻ... സാരല്ല.. രാത്രി ഞമ്മക്ക് ഘോഷമ്പാക്കണം.."

ഹുസൈൻ ഹാജിയുടെ വാക്കുകളിൽ ഉത്സാഹത്തിമിർപ്പ്. ഒരു ചെറുപ്പക്കാരന്റെ ആവേശത്തോടെ അയാൾ ഉമ്മറത്തേക്കുള്ള കോണിയിറങ്ങിയപ്പോൾ മറ്റേ കോണി വഴി നൂറു താഴേക്കിറങ്ങി. അടുക്കളയിൽ തിരക്കോടു തിരക്ക്.

വട്ടച്ചെമ്പിൽ നിറയെ തൊലിയുരിച്ച മുഴുവൻ കോഴികൾ. കുപ്പായം ആരോ വലിച്ചുകീറിയതുപോലെ തൊലിയുരിച്ച കോഴികൾ വട്ടച്ചെമ്പിൽ ശ്വാസം മുട്ടുന്നു. റുക്കിയ ഉള്ളി നീളത്തിൽ അരിഞ്ഞിടുന്നു. ഓരോരോ നിർദ്ദേശം കൊടുത്തുകൊണ്ട് ബീരാൻ അടുക്കളയിൽത്തന്നെയുണ്ട്.

"ഇങ്ങള് മനിസനെ സൈ്വരംകൊടുത്താണ്ട് ഒന്നി പോയീൻ, ബീരാനിക്ക. മൂപ്പരാടെ ബിളി തൊടങ്ങീട്ടുണ്ടാവും." നബീസ.

"ഞാൻ പോണ്. ഇന്ന് പാർട്ടി നേരത്തെ തീരും. അപ്പളത്തിന് എല്ലാം മേശപ്പുറത്തെത്തീല്ലെങ്കില് പുകിലാണെ."

നൂറുവിനെ കള്ളക്കണ്ണിട്ടു നോക്കിക്കൊണ്ടാണ് ബീരാൻ പറഞ്ഞത്.

"ബീരാനെ."

വിളി മുഴങ്ങിയതും ബീരാൻ കാറ്റുപോലെ പാഞ്ഞു.

"ഇങ്ങളെങ്ങട്ടേക്കാ ബീരാനിക്കാ. മണ്ടണത്." അപ്പോൾ അവിടെയെത്തിയ സൂറ ചിരിച്ചുകുഴഞ്ഞു.

"ഇനിക്ക് കൊയച്ചിലു കൊറച്ചു കൂടണണ്ട് കേട്ടോ." ഓട്ടത്തിനിടയിൽ ബീരാൻ വിളിച്ചുപറഞ്ഞു.

"ഇങ്ങള് ഈടണ്ടേനോ."

അപ്പോഴാണ് അടുപ്പിനരികിൽ എന്തോ ഇളക്കിക്കൊണ്ടിരുന്ന നബീസ നൂറുവിനെ കണ്ടത്.

"ഞാനെന്താ ചെയ്യേണ്ടത്?"

എല്ലാവരും വെന്തുരുകി പണിയെടുക്കുമ്പോൾ വെറുതെ നില്ക്കുന്നത് തെറ്റല്ലേ എന്ന മട്ടിൽ ചോദിച്ചു.

"ഇങ്ങളിപ്പോ ഒന്നും ചെയ്യേണ്ട. അയിനല്ലേ ഇബിടെ ഞമ്മളാച്ചെലരുള്ളത്."

"മൂപ്പത്തിക്ക് കഞ്ഞി തരാമ്പറഞ്ഞ്."

സൂറ തിടുക്കംകൂട്ടി.

"ഒന്നടങ്ങെന്റെ സൂറാ. ഇപ്പത്തരാം."

"മൂപ്പത്തി ഇന്ന് ഹാലിലാ. പറേണതുപോലെ ചെയ്തില്ലെങ്കിൽ എന്റെ ആപ്പീസുപൂട്ടും." സൂറ.

"ബിരിയാനിമസാല അടുപ്പത്താ. നെറയ്ക്കാനുള്ള കോയികള് വട്ട ച്ചെമ്പിലാ. പിന്നെ മൂപ്പത്തിക്ക് ഞാനെന്തേക്കും തര്ആ?" നബീസ.

"പൊടിപ്പത്തിരീം കഞ്ഞീം മതിയാലേ."

"പത്തിരിക്കു കൂട്ടാൻ മേണ്ടേ?"

"എറച്ചി ഇഷ്ട് ആയിക്ക് നബീസാത്താ, തേങ്ങാപ്പാലൊയിച്ച് തെള പ്പിച്ചാ മതി."

തിരക്കിട്ട് പത്തിരി പരത്തിക്കൊണ്ടിരുന്ന റുക്കിയ എഴുന്നേറ്റു.

"ഇങ്ങള് പത്തിരി ചുട്ടോളീ. പാല് ഞാനെടുത്തോളാം."

റുക്കിയ ചതച്ചുവെച്ച തേങ്ങ, സംശയിച്ചുകൊണ്ട് കൈയിൽത്തന്നു. പൈപ്പിൽനിന്നു വെള്ളമെടുത്ത് തേങ്ങയിലൊഴിച്ചു പാലു പിഴിഞ്ഞു.

"പണിയൊക്കെ അറിയ്യോ?"

"അത്യാവശ്യം. ബിരിയാനീം നെയ്ച്ചോറുമൊന്നും ഞമ്മള് നിത്യം ഉണ്ടാക്കാറില്ല."

"സൂറാ.. ഏടെപ്പോയി ബലാല്."

ഐഷാത്ത കത്തിക്കാളിക്കൊണ്ട് അടുക്കളയിലെത്തി. പണിക്കാരി കളെ ദഹിപ്പിക്കുംവിധം നോക്കിയിട്ടു ചോദിച്ചു.

"എന്താണ്ടീ ഹിമാറുകളേ.. എനക്ക് നേരത്തിനു ബെള്ളം തരാൻ നിങ്ങക്ക് സമയമില്ലാണ്ടായോ... ഊടെ ഇപ്പളും ഞാൻ തന്നെയാ പൊര ക്കാരത്തി. എന്നെ മൂലയ്ക്കിരുത്തി പൊര ബരിക്കാന്ന് പൊരേലുള്ളോരും ബന്നുകയറിയോലും നിരീക്കണ്ട.."

ആ കണ്ണുകളിലെ തീയ് ശരീരത്തിൽ പടരുന്നതുപോലെ. തേങ്ങാ പാല് റുക്കിയയെ ഏല്പിച്ചു.

"എത്തര നേരായി ഹിമാറേ ഇന്നെ ഇങ്ങോട്ടയച്ചിട്ട്. ഊടെയിരുന്ന് സൊറ പറയ്ആ.."

"ഞാൻ.. ചെറിയ ബീവിയോട്.."

"ചെറിയ ബീവിയോ. അതാരാടീ? ഊടെ ഞാനൊരു ബീവിയേ ഉള്ളൂ... തിരിഞ്ഞോ?"

"ഓ" സൂറ മൂളി. ഐഷാത്ത ചവിട്ടിക്കുതിച്ച് അകത്തേക്കു നടന്നു.

"കുട്ടി ഇതൊന്നും കാര്യാക്കണ്ട. മൂപ്പത്തീന്റെ ബെശമംകൊണ്ടു പറീന്നതാ."

അടിമുടി വിറയ്ക്കുന്നതു കണ്ട് നബീസ ആശ്വസിപ്പിച്ചു.

റുക്കിയ കുറച്ചു തേങ്ങാപ്പാൽ പാത്രത്തിൽ വെച്ച് ബാക്കി കറിയി ലൊഴിച്ചു.

"സൂറാ. പത്തിരിക്കു പാലു മുക്ക്."

അവൾ പത്തിരിപ്പാത്രം മുന്നോട്ടുവെച്ചപ്പോൾ നൂറു പത്തിരിയിൽ പാലു മുക്കി പ്ലേറ്റിൽ വെച്ചു.

"അഞ്ചാറെണ്ണം മതി. അത്തരയേ തിന്നൂ. പൈച്ചിട്ടൊന്നുമല്ല.

വെറുതെ പുകിലുണ്ടാകൃതാ."

പത്തിരിയും ഇറച്ചിക്കറിയുമായി സൂറ നടന്നപ്പോൾ അവളുടെ പിന്നാലെ കഞ്ഞിപ്പാത്രവുമായി ചെന്നു. ഐഷാത്ത തീൻമേശയ്ക്കരികിലുള്ള കസേരയിൽ ഇരിക്കുന്നുണ്ടായിരുന്നു.

"എന്റെ കാര്യം നോക്കാൻ ഈടെ പണിക്കാര്യത്ത്യോള് ആവശ്യത്തിനുണ്ട്. മൂപ്പരെ കൈയും കണ്ണും കാണിച്ചു മയക്കിയപോലെ എന്നെ മയക്കാൻ നോക്കണ്ട."

കഞ്ഞിപ്പിഞ്ഞാണം മേശപ്പുറത്തുവെച്ചപ്പോൾ കൈ വിറച്ചു. കഞ്ഞി തുളുമ്പി. കണ്ണു നിറഞ്ഞു.

"പൂങ്കണ്ണീര് കാണിച്ച് മയക്കണ്ടോലെ മയക്കിക്കോ. ഇക്കണ്ണീര് കണ്ടാലൊന്നും എന്നെ ആരും ഒന്നും ചെയ്യൂലാ. ചെയ്താ അപ്പക്കാണാം."

തിരക്കിട്ട് അടുക്കളയിലേക്ക് നടന്നു.

"ഏറെ മദിക്കണ്ട. നാളെ നിനക്കും ഈ ഗതിയുണ്ടാവൂലാന്ന് ആരു കണ്ടു?"

ഐഷാത്തയുടെ സ്വരം ഇടറുന്നുണ്ടായിരുന്നു. കരച്ചിലടക്കാൻ പാടുപെട്ടപ്പോഴും അവരോട് ഒട്ടും അരിശം തോന്നിയില്ല.

പണിക്കാരികളുടെ വായ് സീലുവെച്ചടച്ചതുപോലെ. അടുക്കളയിൽ മിണ്ടാട്ടമില്ല. അവിടെക്കണ്ട ബെഞ്ചിലിരുന്നു. സൂറ പാത്രങ്ങളുമായി തിരിച്ചെത്തിയപ്പോൾ നബീസ അടക്കം പറഞ്ഞു.

"പോയ്യോ?"

"ഉം. ഒന്നും തിന്നിക്കില്ല. കഞ്ഞി മാത്തരം കുടിച്ചു."

"കുറ്റം പറയല്ലേ കുട്ട്യോളെ. ഇങ്ങനൊരു ദെവസം ഏതെങ്കിലും പെണ്ണിന് ബെള്ളമെറങ്ങ്വോ? റബ്ബേ... ഓരോ ബിതി.."

അവരുടെ സങ്കടം തന്നിലേക്കും പടർന്നു.

അപ്പോഴേക്കും ആരവത്തോടെ ബീരാനെത്തി.

"ആടെ കുപ്പി തൊറന്നു. ഇപ്പം ബിളിയാളം ബരും..."

"ആദരവായ നബിത്തങ്ങളെ റൗള കണ്ടു ബന്നിട്ടല്ലെ ഈ ഹറാമായ സംഗതികള്."

"പഹച്ചീ. കയിഞ്ഞുകുടണോങ്കി നാവടക്കിക്കോ.."

എന്തോ പറയാൻ തുടങ്ങിയ റുക്കിയയെ നബീസ തടഞ്ഞു.

"അവുത്തെ അലമാരീന്ന് പിഞ്ഞാണപ്പാത്രങ്ങള് എടുത്തോളീ ബീരാനിക്ക. ബിരിയാനി ദമ്മിട്ട് കോയി നെറച്ചത് പൊരിച്ചാ വെളമ്പാം."

ബീരാനിക്ക നീലപൂക്കളുള്ള പാത്രങ്ങളും പ്ലെയിറ്റുകളും എടുത്തുകൊണ്ടുവന്നു. നൂറു, പാത്രങ്ങൾ നബീസ കൊടുത്ത തൂവാലകൊണ്ട് തുടച്ചു. നബീസ പാത്രങ്ങളിൽ ഓരോന്നായി വിളമ്പി. തുടച്ചുവെച്ച പ്ലെയിറ്റുകളുമായി ബീരാനെ അനുഗമിച്ചു. അയാൾ കൊണ്ടുവന്ന കറികളും

പത്തിരികളും ബിരിയാണിയും നൂറു വലിയ മേശയിൽ ഭംഗിയായി നിരത്തി. അപ്പോഴേക്കും ആണുങ്ങൾ ഊൺതളത്തിലെത്തി. അവരുടെ പിറകേ മൂക്കിൽ തുളച്ചുകയറുന്ന രൂക്ഷഗന്ധം. സ്പ്രേയോ പൗഡറോ അല്ലല്ലോ. ഇതുവരെ... അവിടെനിന്ന് മാറാൻ ഇടകിട്ടും മുൻപേ ഹാജി കൂട്ടുകാർക്കു പരിചയപ്പെടുത്താൻ തുടങ്ങി.

"ഇതു നൂർജഹാൻ... ഞമ്മളെ..."

"പഹയൻ... പിടിക്കണതെല്ലാം പുളിങ്കൊമ്പാ.."

പ്രായമുള്ള ഒരാളുടെ കുഴഞ്ഞ വർത്തമാനം. അപ്പോൾ വയസ്സന്മാരുടെ അശ്ലീലച്ചുവയുള്ള കൂട്ടച്ചിരി. കൂടെയുണ്ടായിരുന്ന ചെറുപ്പക്കാരൻ വെറുതെ പുഞ്ചിരിച്ചുകൊണ്ടു നിന്നതേയുള്ളൂ.

"എവിടെയോ കണ്ടിട്ടുണ്ടല്ലോ.."

"ഈയാളെ അറിയോ? കഥ എയ്തണ ആളാ. നിസാർ അഹമ്മദ്.."

"റബ്ബേ."

അറിയാതെ പറഞ്ഞുപോയി.

അപ്പോൾ വീണ്ടും ചിരി.

നിസ്സാർ അഹമ്മദിന്റെ കഥകളും നോവലുകളും വായിച്ചിട്ടുണ്ട്. നേരിട്ട് കാണണമെന്നുണ്ടായിരുന്നു. കോളേജ് ഡേക്ക് വിളിക്കണമെന്ന് പരിപാടി ഇട്ടിരിക്കുകയായിരുന്നു.

"വായിക്കാറുണ്ടോ?"

"ആ പുതിയ നോവൽ വായിച്ചു."

പഠിക്കാൻ മിടുക്കിയാന്ന് ഹാജിക്ക പറഞ്ഞു. "തുടർന്ന് പഠിക്കുന്നുണ്ടോ?"

ആശയോടെ ഹുസൈൻ ഹാജിയെ നോക്കി.

"ഇങ്ങള് ബേണ്ടാത്ത കുലുമാലൊന്നും ഒപ്പിക്കാണ്ട് ബരീന്ന്."

ഹാജി അദ്ദേഹത്തെ കൈപിടിച്ച് കസേരയിലിരുത്തി. നിസ്സാർ അഹമ്മദ് വീണ്ടും നൂറുവിനോട് എന്തോ ചോദിക്കാൻ ഭാവിക്കുന്നതു കണ്ട് ഹാജി പറഞ്ഞു.

"എല്ലാം വെളമ്പിയോന്നു ഒന്നു ചെന്നു നോക്ക്."

ഉദ്ദേശ്യം മനസ്സിലാക്കി അടുക്കളയിലേക്കു വലിഞ്ഞു. തീറ്റ അരമണിക്കൂറിലധികം നീണ്ടു. രാഷ്ട്രീയം, പരദൂഷണം, ഇടയ്ക്കിടെ പതിയെയുള്ള അശ്ലീലങ്ങൾ...

"ഇനി ഇങ്ങള് തിന്നോളീ..."

വിളി കേട്ട് തല ഉയർത്തി. ഒന്നു മയങ്ങിയോ?

"ക്ഷീണം കൊണ്ട് മൂപ്പത്തി മയങ്ങിപ്പോയീട്ടാ.." റുക്കിയ.

ആണുങ്ങൾ ഭക്ഷണം കഴിച്ച് എഴുന്നേറ്റു പോയിരുന്നു. നബീസ വീണ്ടും വിളിച്ചപ്പോൾ ഊണുമുറിയിലെത്തി. വൈകുന്നേരം ചായയും പലഹാരവും കഴിച്ചതിനാലാവാം വിശപ്പുണ്ടായിരുന്നില്ല. രണ്ടു പത്തിരി ആവശ്യമില്ലാതെ തിന്നു.

"മതിയാക്കിയോ?"

"വിശപ്പില്ല."

"എന്നാ ചെന്നു കെടന്നോളീ. ഇന്നലത്തെ ഉറക്കൊയിച്ചലും തെരക്കും ഒക്കെയായിട്ട് വലഞ്ഞിട്ടുണ്ടാവും."

"ഞാൻ താഴെ എവിടെയെങ്കിലും കെടന്നോളാം."

"ബേണ്ടാത്ത പുകിലിനൊന്നും പോണ്ട കുട്ട്യേ. ബിദിയാന്നു കരുതി സബൂറാക്കിക്കള. ചെല്ലീ.."

മനമില്ലാമനസ്സോടെ കോണിത്തളത്തിലെത്തി.

ഐഷാത്ത അപ്പോഴും സൂറയെ ചീത്ത പറഞ്ഞുകൊണ്ടിരുന്നു.

"റബ്ബേ... എനിക്കു വയ്യാലോ.."

ഇടയ്ക്കിടെ പറയുന്നതുകേട്ട് കരളുരുകി. ഒന്നു ചെന്ന് ആശ്വസിപ്പിച്ചാലോ? വേണ്ട. ഇപ്പോൾ അങ്ങോട്ടു ചെന്നാൽ എരിതീയിൽ എണ്ണയൊഴിക്കുന്നതുപോലെയാകും. നാളെയാവട്ടെ.

ഒച്ചയുണ്ടാക്കാതെ വാതിൽ തുറന്നു. ഹാജി മയക്കത്തിലായിരുന്നു. പതുക്കെ ഡ്രസിങ് റൂമിന്റെ വാതിൽ തുറന്നു. കുളിമുറിയിൽച്ചെന്നു പല്ലുതേച്ച് അംഗശുദ്ധി വരുത്തി ഇശാഅ് നിസ്കരിച്ചു. കിടപ്പുമുറിയിൽ നേരിയ ചുവപ്പു വെളിച്ചം. എവിടെ കിടക്കും? താഴെ കിടന്നാലോ? തലയണയെടുത്ത് താഴെ കിടക്കാൻ ഭാവിച്ചതും ആരോ പൊക്കിയെടുത്ത് കട്ടിലിലിട്ടു. ശ്വാസത്തിനു രൂക്ഷഗന്ധം. ശ്വാസം മുട്ടുന്നു.

"അള്ളാ..."

തേങ്ങൽ എ സിയുടെ മൂളലിൽ ലയിച്ചു..

നാല്

കണ്ണു തുറക്കാൻ കഴിഞ്ഞില്ല. ശരീരം ചുട്ടുപൊള്ളുന്നു. തല പൊട്ടിപ്പിളരുന്നു. ഭൂമി കുലുങ്ങുന്നു... ഉരുൾപ്പൊട്ടുന്നു. കല്ലും മരവും കടപുഴകി താഴേക്കുരുണ്ടുവരുന്നു. എന്റെ റബ്ബേ... എന്റെ വീടിനെ പിഴുതെറിഞ്ഞുകൊണ്ടാണല്ലോ മലവെള്ളം കുത്തിയൊഴുകുന്നത്. ഉമ്മാ... ബാപ്പാ... അപ്പോൾ ഒരു കൈ പൊതിയുന്നു. ശ്വാസം മുട്ടുന്നല്ലോ. മിണ്ടാൻ വയ്യ. എതിർക്കാനുള്ള ശക്തിയുമില്ല... പാടുപെട്ടാണ് കണ്ണുതുറന്നത്. നേരം വെളുത്തോ? രാവോ പകലോ... പതുക്കെ എഴുന്നേറ്റിരുന്നു. മുറിയിൽ ഒറ്റയ്ക്കായിരുന്നു. ആശ്വാസത്തോടെ കുളിമുറിയിലെത്തി. ചുട്ടുപൊള്ളുന്ന ദേഹം. തണുത്ത വെള്ളം വീണപ്പോൾ കിടുകിടെ വിറച്ചു.

കുളി കഴിഞ്ഞപ്പോൾ തല തുവർത്താൻ പോലും വയ്യാത്ത അവസ്ഥ ചൂടുള്ള ഒരു ചായ കിട്ടിയിരുന്നെങ്കിൽ. വേഷം മാറ്റി. മുടിയിൽനിന്നും വെള്ളം ഉറ്റിവീഴുന്നുണ്ടായിരുന്നു. മുടി ചീകാൻ തോന്നിയില്ല. താഴെ ചെന്ന

പ്പോൾ ഐഷാത്ത അടുക്കളയിലെ കസേരയിലിരുന്ന് പണിക്കാരികൾക്ക് നിർദ്ദേശം കൊടുക്കുന്നു. ആ മുഖത്തു നോക്കാൻ ധൈര്യമുണ്ടായിരുന്നില്ല. ഊണുമുറിയിലെത്തി. എവിടെയെങ്കിലുമൊന്ന് ഇരിക്കണം. ഇല്ലെങ്കിൽ മയങ്ങി വീഴും. തീൻ മേശമേൽ തല ചായ്ച്ചു കണ്ണുകൾ താനേ അടഞ്ഞു.

"ഓ രാജാത്തിക്ക് ഇനിയും ഒറക്ക് തെളിഞ്ഞിക്കില്ലേ?"

"എന്റെ റബ്ബേ! ചുട്ടുപൊള്ളുന്നല്ലോ."

"ആരോ നെറ്റിയിൽ കൈവെച്ചല്ലോ. ആരാ... ഉമ്മ..."

"ബീരാനേ, മൂപ്പരേ വിളിച്ചാ... ഇതിനെന്തെങ്കിലും പറ്റ്യാല് എനക്കായിരിക്കും കുറ്റം."

കേട്ടതും പെട്ടെന്നെഴുന്നേറ്റു.

"വെള്ളം മാറിക്കുളിച്ചതുകൊണ്ടാ ചെറിയൊരു പനി. ചുക്കുകാപ്പി കുടിച്ചാ മതി."

"എന്താച്ചാലായിക്കോ."

ഐഷാത്തയുടെ സ്വരത്തിൽ പരിഹാസം.

അവർ അകത്തേക്കു നടന്നതും അടുക്കളയിലെത്തി.

"കുറച്ചു കുരുമുളകും ഇഞ്ചിയും ചതച്ചിട്ട് ഒരു കാപ്പി തര്വോ?"

നബീസയോട് ചോദിച്ചു.

"പിന്നെന്താ? അതുമാത്രം പോര. ലേശം ചോന്നുള്ളീം കൊത്തമ്പാലരീം തുളസിയിലേം കൂടി ഇട്ടാ പനിപോയ ബയി കാണൂലാ... റുക്ക്യാ.. തോട്ടത്ത്ന്ന് അഞ്ചാറ് തുളസിക്കതിര് ഇങ്ങട്ട് നുള്ളിക്കോ."

"എനിക്ക് നിസ്കാരല്ല. അപ്പം തുളസി നുള്ളിയാ കരിഞ്ഞോകും."

"അതും നേരാ. വാസൂനോടു പറ."

നബീസ തന്ന ചുക്കുകാപ്പി കുടിച്ചപ്പോൾ ഒന്നുവിയർത്തു. തലവേദനയും കുറഞ്ഞു. പക്ഷേ, ഉള്ളിൽ പനിയുള്ളതുകൊണ്ടായിരിക്കാം ആകെ ഒരു കിടിലം. തലേന്ന് എണ്ണ തേക്കാതെ കുളിച്ചതുകൊണ്ടാകാം. പനി പിടിച്ചത്. മേല് കഴുകാനാണ് കുളിമുറിയിൽ കയറിയത്. അറിയാതെ ഷവറിന്റെ ടാപ്പ് തിരിച്ചതും ശരേന്നു വെള്ളം തലയിൽ വീഴുകയായിരുന്നു. ശരീരം തളരുന്നതു പോലെ. കഠിനമായ തലവേദന വീണ്ടും തുടങ്ങി. കിടക്കണമെന്നുണ്ടായിരുന്നു. മേലേക്കു ചെല്ലാൻ ധൈര്യമില്ല.

"ഞാനെന്തെങ്കിലും ചെയ്യണോ?"

വയ്യെങ്കിലും നബീസയോടു ചോദിച്ചു.

"ഒന്നും മേണ്ട. മൂപ്പരിപ്പം നാസ്തയ്ക്കെത്തും. ഒന്നു വെളമ്പിക്കൊടുത്താ മതി."

"ഐഷാത്ത.."

"രണ്ടീസം കയ്യട്ടെ. പെണക്കം മാറുമ്പം ഞമ്മക്ക് ബിളിക്കാം." നബീസ ആശ്വസിപ്പിച്ചു.

“മൂപ്പരെ നാസ്ത റെഡിയാക്കിയാല്ലേ?” ബീരാനിക്ക.

“ആയിക്കീന്നും.” റുക്കിയ

“ഇതങ്ങട്ട് ബെച്ചോളീ.”

ആവി പറക്കുന്ന ഇറച്ചിക്കറിയും വെള്ളയപ്പവും പാത്രങ്ങളിലാക്കി കൈയിൽത്തന്നു നബീസ. അതുമായി ഊണുമുറിയിലെത്തിയപ്പോഴേക്കും ഹുസൈൻ ഹാജിയും എത്തിയിരുന്നു. കണ്ണുകളിൽ കള്ളനോട്ടം.

“എപ്പളേ എണീറ്റ്?”

മറുപടിയൊന്നും പറഞ്ഞില്ല.

“ഞാനെണീറ്റപ്പം നല്ല ഒറക്കേർന്നു. പരിചയക്കേടൊന്നും തോന്നീല്ലല്ലോ?”

അതിനുത്തരം പറയാതെ അപ്പം പ്ലേറ്റിലിട്ടു.

അയാളെന്തോ പറയാൻ ഭാവിക്കുമ്പോഴാണ് ബീരാൻ ഒറു ഗ്ലാസിൽ പാലും നേന്ത്രപ്പഴം നെയ്യിൽ വാട്ടിയതുമായി എത്തിയത്. ആ തഞ്ചത്തിന് പതുക്കെ അടുക്കളയിലേക്കു വലിഞ്ഞു. അടുക്കളവരാന്തയിലെ ബെഞ്ചിൽ ചെന്നിരുന്നു. തണുത്ത കാറ്റ് തട്ടിയപ്പോൾ വിറച്ചു. അടുക്കള മുറ്റത്ത് കെട്ടിയ കൊട്ടത്തളത്തിലിരുന്ന് ഒരു സ്ത്രീ പാത്രം കഴുകുന്നുണ്ടായിരുന്നു. ദേവിയായിരിക്കും.

“പുതിയെണ്ണെന്തേ അടുക്കളക്കോലായില്?”

വെറുതെ ചിരിച്ചു.

“മോറൊക്കെ ബാടീനല്ലോ? സുഖല്ല..?”

“ഇന്റെ പാത്രം മോറല് കയിഞ്ഞീല്ലേ ദേവ്യേ?” അവിടെയെത്തിയ നബീസ ചോദിച്ചു.

“ഇപ്പൊരേലുള്ള പാത്രങ്ങള് മുഴ്വോനും വലിച്ചു കൊട്ടത്തളത്തിലിട്ട് ചോയിക്കണത് കേട്ടില്ലേ? ഞാൻ പുതിയ മൊലാളിച്ചീനോട് ലോഗ്യം ചോയ്ച്ചോട്ടേന്നും.”

“ഓല് ഇനി ഇബടത്തന്നെ ഉണ്ടാവും. ഏടേം പോണില്ല. ഇപ്പം ഇഞ്ഞി ഇന്റെ പണി നോക്ക്. ഇങ്ങള് ബരീം. ചായ കുടിക്കാലോ.”

“മൊലാളിച്ച്യോളെക്കാളും പവറാ പണിക്കാരത്ത്യേക്ക്.”

ദേവിയുടെ മുറുമുറുപ്പ് താൻ കേട്ടെങ്കിലും നബീസ കേട്ടില്ല. നബീസ അകത്തെത്തി എന്നുറപ്പാക്കിയശേഷമാണ് ദേവി അതു പറഞ്ഞത്. നബീസ നിർബ്ബന്ധിച്ചപ്പോൾ ഒരപ്പം തിന്നു. ഒരുഗ്ലാസ് ചായയും കുടിച്ചു.

“മൂപ്പര് ബിളിക്കണ്ണ്ട്.”

ബീരാനിക്ക ദൂതുമായി എത്തി.

നെഞ്ചിൽ പെരുമ്പറമുട്ട്. വെപ്രാളം കണ്ടിട്ടാകണം നബീസ പറഞ്ഞു:

“എന്തിനാ പേടിക്കുന്നത്? എണങ്ങിയാ മൂപ്പര് തേനാ. പെണങ്ങിയാ പാമ്പും. തഞ്ചത്തിലും താളത്തിലും നിന്നോളീ. എന്തായാലും പെട്ടുപോയിലേ?”

ഐഷാത്തയുടെ മുറിയുടെ മുന്നിൽക്കൂടി വേണം മുകളിലേക്കുള്ള കോണികയറാൻ. പരുങ്ങിക്കൊണ്ട് അകത്തേക്കുനടന്നു. ഐഷാത്തയുടെ മുറിയുടെ വാതിലടച്ചിട്ടുണ്ടായിരുന്നു. സമാധാനമായി. അവരെ വേദനിപ്പിക്കുന്നതിൽ വല്ലാത്ത കുറ്റബോധം തോന്നി. മുകളിലത്തെ അറയിലെത്തി. ഹാജിയാർ കണ്ണാടിയുടെ മുന്നിലായിരുന്നു. കണ്ടതും ചോദിച്ചു.

"ഏതു കുപ്പായാ ഇന്നിടേണ്ടത്?"

ഒന്നും മിണ്ടിയില്ല.

"എന്തേ മുഖത്തൊരു ബല്ലായ്മ? പൊരേപ്പോണോ?"

അതിനും മിണ്ടാട്ടമില്ലാതായപ്പോൾ ക്ഷമകെട്ടതുപോലെ പറഞ്ഞു.

"ബെറുതെ അരിശം പിടിപ്പിക്കല്ലേ? കുരങ്ങു ചത്ത കൊറവന്റെ ചേലിക്ക് തൂങ്ങിപ്പിടിച്ചിരിക്കാണ്ടെ ഒന്നുഷാറാവന്റെ കുട്ട്യേ."

അനക്കമറ്റു നിന്നതേയുള്ളൂ.

"എന്റെ തുണീം കുപ്പായോം അലമാരീലുണ്ട്. ഇങ്ങോട്ടെടുത്തോ."

സ്വരത്തിൽ ഗൗരവം. ഡ്രസ്സിങ് റൂമിലെ അലമാരയിൽനിന്നും തേച്ചുവെച്ച മുണ്ടും ഷർട്ടും എടുത്തുകൊണ്ടുവന്നു കട്ടിലിൽ വെച്ചിട്ട് ജനലഴിയിൽപിടിച്ച് പുറത്തേക്കു നോക്കിനിന്നു. ജനാല തുറന്നിട്ടിരുന്നു. താഴെ പൂന്തോട്ടം കാണാം. പച്ചപ്പട്ടു വിരിച്ചപോലെ പുൽത്തകിടി. ഒരുകോണിൽ മേലാപ്പു കെട്ടിയ കമ്പിയൂഞ്ഞാൽ. ചട്ടികളിൽ പല നിറത്തിലുള്ള റോസാപ്പൂക്കൾ, ആന്തൂറിയം, ബിഗോണിയ. എല്ലാം ഭംഗിയിൽ നിരത്തിയിരിക്കുന്നു. തോട്ടക്കാരനാണെന്നു തോന്നുന്നു. പുൽത്തകിടിയിലിരുന്ന് പുല്ലു വെട്ടുന്നുണ്ടായിരുന്നു. തോട്ടത്തിൽ ഒന്നു നടന്നാലോ?"

"ഞമ്മളിന്ന് ഉച്ചയ്ക്കു ചോറിനിങ്ങെത്തും."

തലയാട്ടി.

"ഇപ്പം കുറച്ചുകാലായിട്ട് ചോറിന് വരാറില്ല. അങ്ങോട്ടു കൊടുത്തയക്കലാ. ഞമ്മക്ക് ഒപ്പരം തിന്നാലോന്നിച്ചിട്ടാ. മോറൊക്കെ ഒന്ന് നന്നാക്ക്. ഏടന്ന് കിട്ടി ഈ പയേ നീളക്കുപ്പായം?" മാക്സിയിൽ പിടിച്ചുകൊണ്ട് അയാൾ ചോദിച്ചു.

"പോരുമ്പം കൊണ്ടോന്നതാ."

"ഇതൊക്കെ പണിക്കാർക്ക് കൊടുത്താളാ. അലമാരേല് പുതിയതരം ചുരിദാറൊക്കെ വാങ്ങിവെച്ചിട്ടുണ്ട്. പറ്റോന്ന് നോക്ക്. ഇല്ലെങ്കിൽ ഞമ്മക്കിന്ന് ബൈന്നേരം പോയി പുതിയത് മാങ്ങാം. ഇങ്ങനെ കല്ലുപോലെ നിക്കാതെ എന്തെങ്കിലും പറഞ്ഞൂടേ?"

എന്തുപറയും? നിങ്ങളുടെ ഔദാര്യമൊന്നും വേണ്ടെന്നോ? അതാണല്ലോ പറയാനുള്ളത്. പഠിത്തം പൂർത്തിയാക്കണം. പരീക്ഷ എഴുതണം. ഇതൊക്കെ പറയുന്നതിനേക്കാൾ ഭേദം മൗനമല്ലേ?

"പൊരേപ്പോണോ? ഉമ്മാനേം ബാപ്പാനേം കണ്ട് ഉച്ചയാവുമ്പളത്തിന് ഇങ്ങെത്തിയാ മതി. വേണോങ്കി ഞാൻ കമ്പനീലിറങ്ങീട്ട് കാറയയ്ക്കാം."

"വേണ്ട"

ഒരുവിധം പറഞ്ഞൊപ്പിച്ചു.

"അപ്പം ബായില് നാവുണ്ട് അല്ലേ? ഉച്ചയ്ക്ക് ഞമ്മള് വരുമ്പളത്തിന് പുതിയ കുപ്പായമൊക്കെയിട്ട് മൊഞ്ചത്തിയായി നിക്കണം."

ചേർത്തുപിടിച്ച് കവിളിൽ മുത്തിക്കൊണ്ടു പറഞ്ഞു. പാവകണക്കേ നിന്നതേയുള്ളൂ.

ഹാജി കണ്ണാടിയുടെ മുന്നിൽച്ചെന്നുനിന്ന് മുടി ഒന്നുകൂടി ചീകിയൊതുക്കി. സ്പ്രേ പൂശി മണം പരത്തിക്കൊണ്ട് മുറിവിടുമ്പോൾ ഓർമ്മിപ്പിച്ചു:

"ആ പെണ്ണ് മുറി അടിച്ചുവാരാൻ വരും. അതുകഴിഞ്ഞ് മുറി പൂട്ടിയിട്ടേ തായത്തിറങ്ങാവൂ."

പോയി കുറച്ചുകഴിഞ്ഞതും സൂറയെത്തി. കിന്നാരം പറഞ്ഞുകൊണ്ട് അവൾ മുറി വൃത്തിയാക്കാൻ തുടങ്ങി.

"വല്യ മൂപ്പത്തി കൊറേക്കാലായിട്ട് ഇങ്ങോട്ടു ബരവില്ല. മാപ്പളേം ബീഡരും കണ്ടാ കീരീം പാമ്പും പോലാ. ഒരുകാലത്ത് ഈച്ചേം ചക്കരേംപോലെ കഴിഞ്ഞോലാന്നാ നബീസാത്ത പറേന്നത്. നബീസാത്ത ഇബിടത്തെ സ്വന്തം ആളാ. എത്തരോ കൊല്ലായിട്ട് ഈടത്തന്നെയാണെന്നാ കേട്ടത്. ഞാൻ മന്നിട്ട് ഒരുകൊല്ലായിട്ടില്ല. കെട്ടിക്കുമ്പം എന്തെങ്കിലുമൊക്കെ കിട്ടുന്നിച്ചിട്ട് സഹിച്ച് നടക്ക്ആ. മൂപ്പരുമായിട്ട് തെറ്റ്യേപ്പിന്നെ അരിശം തീർക്കല് എന്നോടാ. സഹിക്കാണ്ടെ എന്താക്കാനാ? ഗതിയില്ലാത്തോലായിപ്പോയിലേ."

"നീ വേഗം നോക്ക്, തായത്ത് ഐഷാത്താ വിളിക്കും."

"മൂപ്പത്തി കുളി കയിഞ്ഞ് ഗുളികേം തിന്നു കെടന്നാ ളൊഹ്റ്ബാങ്കു കൊടുക്കുമ്പത്തിനെ എണീക്കൂ. അപ്പളത്തിന് എന്റെ അടിയും തുടിയും കയിക്കണം. അതുകയിഞ്ഞാ എനിക്കൊരു പണീല്ലാട്ടോ."

ഒന്നും മിണ്ടാതെ പൊടി തട്ടാനും മുറി വൃത്തിയാക്കാനും അവളെ സഹായിച്ചു.

മുറി അടിച്ചുവാരിത്തുടയ്ക്കലും കുളിമുറി കഴുകലും കഴിഞ്ഞപ്പോൾ മണി പതിനൊന്നടിച്ചു. സൂറയുടെ പിന്നാലെ ചെന്നപ്പോൾ അവൾ തടഞ്ഞു.

"ഇങ്ങള് കൊറച്ചുനേരം കെടന്നോളീ. തായത്ത് പണിയൊന്നൂല്ലാ."

"ബാക്കി മുറിയൊന്നും വൃത്തിയാക്കണ്ടേ?"

"ആയ്ച്ചേലൊരു പ്രാവശ്യം മതി. ആരും കേറണില്ലാല്ലോ. എ സി ഇട്ടോളീ. ഒറക്ക് തന്നാലേ ബരും. എന്താ അയിന്റെ ഒരു സുഖം. മൂപ്പത്തീന്റെ മുറീല് ഏസീണ്ട്. പറഞ്ഞിട്ടെന്താ ഇടൂലാ. മൂപ്പത്തിക്കെപ്പളും തണുപ്പാ. അതു പറച്ചിലാട്ടോ. ചെലനേരം ബെശർത്ത് കുളിക്കും. എന്നാലും എ സി ഇടൂലാ. അറുക്കീസാ."

“നീയെന്തിനാ എപ്പളും ഐഷാത്താനെ കുറ്റം പറയണത്. സുഖ ല്ലാത്ത ആളല്ലേ?” അവളുടെ മുഖം ഇരുളുന്നതു കണ്ട് പറഞ്ഞു, “പേടി ക്കണ്ട. ഞാനൊന്നും പറയില്ല. ഫസാദും ഫിത്നേ നന്നാല്ലാട്ടോ.”

“റബ്ബേ... ഞാൻ അറിയാതെ... ഇങ്ങള് മൂപ്പത്തീനോട് ഒന്നും പറയ ല്ലേ.”

“ഊം..” വെറുതെ മൂളി.

സൂറ ബേജാറോടെ ചടപടേന്നു കോണിയിറങ്ങി. വാതിലടച്ചു കുറ്റി യിട്ട് കട്ടിലിൽ ചെന്നുവീണു.

അഞ്ച്

“**അ**ള്ളാ! എന്റെ വിധി ഒരു പെണ്ണിനും കൊടുക്കല്ലേ...”

ആരോടെന്നില്ലാതെ ഐഷ പരിഭവം പറഞ്ഞു.

“ബിളിച്ചീനോ?”

ഒച്ച കേട്ടെത്തിയ നബീസ ചോദിച്ചു.

“ഇന്റെ പുതിയ മൊലാളിച്ചി ഏടെപ്പോയി?”

“അയിനോട് ഞമ്മള് ബെറുപ്പ് കാട്ടീറ്റെന്താ കാര്യം? പാവം അയിന്റെ മൊകത്തൊരു തെളിച്ചോല്യാട്ടോ.”

“മേണ്ട നബീസാ.. ഇഞ്ഞി ഓളെ പച്ചം പറയണ്ട.”

“ഞാനങ്ങനെ പറ്യോ? എനക്ക് ഇങ്ങളെ കയിച്ചേ മറ്റാരുള്ളൂ. ഇങ്ങ ളല്ലേ ഗതീം എങ്കതീം ഇല്ലാത്ത എന്നെ ഈടെ വിളിച്ചു നിർത്യത്. ഇങ്ങള് സഹായിച്ചതോണ്ട് എന്റെ മോള് ഇന്നൊരു ബയിക്കായി. പറഞ്ഞ പൊന്നും പണ്ടോം കൊടുത്തില്ലാന്നും പറഞ്ഞ് ഓല് എന്റെ കുട്ടീനെ കണ്ണീര് കുടിപ്പിച്ചപ്പം ഇങ്ങളൊരാളെ സഹായംകൊണ്ടാ...”

മുഴുമിപ്പിക്കാനാവാതെ നബീസ വിതുമ്പി.

“ഇന്നെ കരയിക്കാൻ മേണ്ടിപ്പറഞ്ഞതല്ല. എന്റെ ബെഷമം ഞാൻ ആരോടു പറയും? ഉമ്മേം ബാപ്പേമില്ലാത്ത യെത്തീമായിപ്പോയില്ലേ. ചോദി ക്കാനും പറയാനും ഒരാങ്ങള എനിക്കില്ലാതെ പോയല്ലോ... ഏട്ടത്തിക്ക് ഓലെ മാപ്പള പറയണതിനപ്പുറം പറ്റോ? എന്റെ മോനുണ്ടായിരുന്നെ ങ്കിൽ... എന്റെ പൊന്നുമോനേ.”

“എല്ലാം അള്ളാന്റെ ബേണ്ടുക എന്നു കരുതി സമാധാനിക്കാല്ലേ നിവൃത്തിയുള്ളൂ. എന്തിന്റെ കൊറവുണ്ടായിറ്റാ ഇതിപ്പം ഇങ്ങനെ... ഇങ്ങ ളിങ്ങനെ കരഞ്ഞു കരഞ്ഞു സൂക്കേടേറ്റല്ലേ..” നബീസ പുറം തടവിയ പ്പോൾ ഐഷയ്ക്ക് തേങ്ങലടക്കാൻ കഴിഞ്ഞില്ല.

“അക്കുട്ടി ഒരു പാവാന്നാ തോന്നണത്. ഇങ്ങക്ക് ദോശം വരണ തൊന്നും ഓള് ചെയ്യൂലാന്ന് എന്റെ മനസ്സ് പറേന്നു.”

“ഇനിയെന്ത് ദോശം ബരാനാ. ഇപ്പം എന്നെ കണ്ടാ മിണ്ടാൻ മടി. ഒരു കാലത്ത് ഐഷാന്നു മുയ്മനും ബിളിക്കൂലാ.”

“അതാ ആണുങ്ങള്. ഓലിക്കു മാണ്ടുമ്പം പറ്റിക്കൂടും. ആബദുകെട്ടാ ഓലിക്കുമാണ്ട.”

നബീസാ പുറം തടവിക്കൊണ്ടു നിന്നു.

“നീയ്യ് പോയി ഇന്റെ പണി നോക്കിക്കോ. ഉച്ചയ്ക്ക് വരുന്നുണ്ടോ?”

“വരുന്നുണ്ടെന്നാ ബീരാനിക്ക പറഞ്ഞത്.”

“ഇനിയെങ്കിലും ആ നസ്രാണിച്ചിയുമായുള്ള എടപാടു നിർത്തിയാ മതിയേനും. ആ പഹച്ചീനെ പണിക്കെടുത്തപ്പം മൊതല് ഞാൻ പറേന്ന്. അതോടെയല്ലേ എന്നെ കണ്ടൂടാതായത്.”

ഐഷ തേങ്ങി.

“ഇങ്ങല് കരള് കല്ലാക്കിക്കള ഇത്താത്താ ഇങ്ങോട്ടില്ലെങ്കി അങ്ങോട്ടും മാണ്ട.”

നബീസ സമാധാനിപ്പിച്ചു.

“ആണുങ്ങളെപ്പോലെ മേണ്ടുമ്പം മനസ്സു കല്ലാക്കാനും അല്ലാത്തപ്പം പൂവാക്കാനും ഞമ്മക്ക് പറ്റ്വോ?”

“ഇങ്ങളോടു മൂപ്പരിക്ക് പിരിശമില്ലാണ്ടിരിക്കോ?”

“പിരിശണ്ടെങ്കി ഇങ്ങനാ? പിരിശം മാണ്ട. ബെറുക്കാഞ്ഞാ മതി.”

ഐഷ തേങ്ങുന്നതുകണ്ട് സഹിക്കാനാവാതെ നബീസ മുറിവിട്ടു.

നബീസ പറഞ്ഞതായിരിക്കും ശരി. ആ പെണ്ണ് നിവൃത്തിയില്ലാതെ സമ്മതിച്ചതായിരിക്കും. പണം കൊടുത്താൽ എന്തും വാങ്ങാമല്ലോ. ആ പെണ്ണിനു വന്നതുമുതൽ സ്വൈരം കൊടുത്തിട്ടില്ല. ഭർത്താവിനോടുള്ള അരിശം മുഴുവൻ അവളോടാ തീർത്തത്. എങ്ങനെ അരിശം തോന്നാതിരിക്കും? എട്ടും പൊട്ടും തിരിയാത്ത പ്രായത്തിലാ ഈ വീട്ടിൽ വന്നുകയറിയത്. അന്നു പതിനഞ്ചു തികഞ്ഞിട്ടുണ്ടാവില്ല. മുല്ലപ്പൂപോലൊരു മോള് എന്നാണ് മൂപ്പരുടെ ഉമ്മ പറഞ്ഞത്.

“മുല്ലപ്പൂവല്ല മുല്ലമൊട്ട്” രാത്രിയിൽ പുന്നാരിച്ചുകൊണ്ട് പുതിയാപ്ലയും പറഞ്ഞു.

“എന്റെ പെമ്മക്കളെ കൂട്ടത്തില് മൊഞ്ചത്തി എന്റെ അയിച്ചക്കുട്ടിയാ. ഓളെ ഉമ്മാനെപ്പോലെ.”

ബാപ്പ മരിക്കുന്നതു വരെ പറയാറുണ്ടായിരുന്നു.

ബാപ്പയ്ക്ക് മക്കൾ മൂന്നും പെണ്ണായിരുന്നു. ഏറ്റവും ഇളയവളായ ഐശു എല്ലാവരുടെയും പൂമക്കുട്ടി. നടുവിലത്തെ ഇത്താത്ത നേരത്തേ മരിച്ചു. കുട്ടികളില്ല. അവരുടെ വിവാഹജീവിതം പരാജയമായിരുന്നു. തറവാടും കുലവും സ്വത്തും പണവും ഒക്കെ നോക്കിയാണ് വിവാഹം നടത്തിയതെങ്കിലും ഇത്തയ്ക്ക് കണ്ണീരു തോർന്ന നേരമില്ലായിരുന്നു. ഇത്തയോടുള്ള വാശി തീർക്കാൻ അളിയൻ വേറെ പെണ്ണുകെട്ടിയപ്പോൾ

ബാപ്പയ്ക്കും വാശിയായി. കേസും കൂട്ടവും നടത്തി. ബന്ധം പിരിഞ്ഞു. ഇത്ത രോഗിയായി. വീടിന്റെ മൂലയിലൊതുങ്ങി. അതുകൊണ്ടാകണം തന്റെ വിവാഹക്കാര്യം ബാപ്പയെ വല്ലാതെ അലട്ടിയിരുന്നു. വരുന്ന പുതിയാപ്ലമാരെയൊന്നും ബാപ്പയ്ക്ക് പിടിക്കില്ല.

"എന്റെ പൂപോലത്തെ മോക്ക് ആ മരക്കോന്തനോ? എന്റെ മോളെ ആ ഉണ്ടപക്രൂന് ഞാൻ കെട്ടിച്ചുകൊടുക്കില്ല."

വരുന്ന കല്യാണാലോചനകളെല്ലാം ഇങ്ങനെ ഓരോ കാരണം പറഞ്ഞ് ബാപ്പ തട്ടിക്കളഞ്ഞു.

"ഇങ്ങള് അള്ളാനെ മറന്ന് കളിക്കല്ലേ. ഓളെ കല്യാണംകൂടി കണ്ടിട്ടു മാണം എനക്കു കണ്ണടയ്ക്കാൻ."

"ഇഞ്ഞി അത്തര ബേഗൊന്നും കാഞ്ഞുപോവൂലടോ."

"അതൊന്നും ഞമ്മളെ കയ്മലല്ല. ഇപ്പം മൂന്നാലോചനകളുണ്ടല്ലോ. എല്ലാം ഒന്നിനൊന്നു മുന്തിയതുതന്നെ. എങ്ങള് എതെങ്കിലുമൊന്ന് ഒറപ്പിക്ക്"

ഉമ്മയുടെ നിർബ്ബന്ധം സഹിക്കാതെയാണ് ബാപ്പ ഈ കല്യാണം ഉറപ്പിച്ചത്.

"എന്റെ മോക്കൊത്ത പിയ്യാപ്ലയല്ല. എന്നാലും തരക്കേടില്ല. ഒറ്റ മോനല്ലേ. പൊരേല് സൈ്വരം ഉണ്ടാവ്വല്ലോ."

"ഒന്നോണ്ടും തരക്കേടില്ല. മൊഞ്ചിനും കൊറവില്ല. പയിശയ്ക്കും കൊറവില്ല. പിന്നെന്താ മേണ്ട്യാത്?"

"ഇഞ്ഞിയേടെ മൊഞ്ചന്മാരെ കണ്ടിക്ക്? നെറം പോര. ഒരു ബെളഞ്ഞ ബിത്താന്നാ തോന്നണത്. മൂത്തോളെപ്പോലെ..."

"ചൂടുവെള്ളത്തിലു വീണ പൂച്ചേന്റെ ചേലിക്കാ ഞമ്മള്... ഒരബദ്ധം പറ്റീച്ചിട്ട് എപ്പളും അങ്ങനാവ്വോ? ബെറുതേ ഓരോന്നു മെനഞ്ഞെടുക്കണ്ട. ഓലു രണ്ടാളും നല്ല ചേർച്ചയുണ്ട്. ഓളെ പൊന്നുപോലെ നോക്കും."

ഉമ്മ സമാധാനിപ്പിക്കുമ്പോൾ ബാപ്പ അടങ്ങും. ആദ്യകാലങ്ങളിൽ പൊന്നുപോലെതന്നെ നോക്കിയിരുന്നു. മൂപ്പരുടെ ഉമ്മായ്ക്കും കണ്ണിലെ മണിയായിരുന്നു. ഐഷ കിനാക്കാണുന്നത് പുതിയാപ്ല മനസ്സിൽ കാണും. മനസ്സുനിറഞ്ഞാണ് ഉമ്മയും ബാപ്പയും മരിച്ചത്. തന്റെ കല്യാണം കഴിഞ്ഞ് ഒരു മാസം കഴിയുംമുൻപേ ഉമ്മ കിടപ്പിലായി. പുണ്ണായിരുന്നു വയറ്റിൽ. വയറുവേദന ആരോടും പറഞ്ഞില്ല. വൈകിപ്പോയെന്നു പറഞ്ഞ് ഡോക്ടർമാർ കൈയൊഴിഞ്ഞു. അധികം കഷ്ടപ്പെടാതെ ഉമ്മ പോയി. രണ്ടു കൊല്ലംകഴിഞ്ഞപ്പോൾ ബാപ്പയും. ബാപ്പയ്ക്ക് ഒരസുഖവുമില്ലായിരുന്നു. പതിവുപോലെ ഉറങ്ങാൻകിടന്നതാണ്. രാവിലെ ഇത്താത്ത ചായയുമായി ചെന്നുനോക്കുമ്പോൾ അനക്കമില്ല.

നാലു തലമുറയ്ക്ക് അനുഭവിക്കാനുള്ള സ്വത്തുണ്ടായിരുന്നു ബാപ്പയ്ക്ക്. ആൺമക്കളില്ലാത്തതിനാൽ അതിൽ കുറെ ബാപ്പയുടെ സഹോദരങ്ങൾക്കുപോയി. തലതിരിഞ്ഞ ഓരോ നിയമങ്ങള്. മരിച്ചയാൾക്ക് ആൺമ

ക്കളില്ലെങ്കിൽ സ്വത്തിൽ ഓരോ പങ്ക് മരിച്ചയാളുടെ സഹോദരീസഹോദരന്മാർക്കു പോവും. ബാപ്പ മരിച്ചതിനുശേഷമാണ് ഇങ്ങനെയൊരു നിയമമുണ്ട് എന്നു തന്നെ അറിയുന്നത്. എല്ലാവരും കണക്കുപറഞ്ഞുതന്നെ വാങ്ങി. പെണ്ണായാൽ എവിടെച്ചെന്നാലും അവഗണന തന്നെ.

ബാക്കിയുള്ളതിനുവേണ്ടി പെൺമക്കളുടെ പുതിയാപ്ലമാർ കടിപിടികൂടി. ഭർത്താക്കന്മാർ സ്വത്തിനുവേണ്ടി പൊരുതുന്നത് നിസ്സഹായരായി നോക്കി നില്ക്കാനേ ഞങ്ങൾക്കായുള്ളൂ. ആണുങ്ങൾ ഉള്ളിൽ കത്തിയും പുറമെ പത്തിയുമായാണ് ഇപ്പോഴും കഴിയുന്നത്. അതുകൊണ്ടുതന്നെ അങ്ങോട്ടുമിങ്ങോട്ടുമുള്ള പോക്കുവരവുകൾ ചുരുങ്ങി. കേസും കൂട്ടവും നടത്തി വാങ്ങിയ സ്വത്തുക്കൾ എവിടെയാണെന്നോ എത്രയാണെന്നോ നാളിതുവരെ തിരക്കിയിട്ടില്ല. കുറേയുണ്ടെന്നാ എല്ലാവരും പറയുന്നത്.

അടിതൊട്ടു മുടിയോളം പൊന്നിൽ മൂടി ഇവിടെ വന്നുകയറിയത് ഇന്നലെയാണെന്നു തോന്നുന്നു. വാതില്ക്കൽ നിന്ന ഉമ്മ കൈപിടിച്ചു കയറ്റി. പെണ്ണുങ്ങൾ അരിയും പൂവും എറിഞ്ഞും പനിനീർ കുടഞ്ഞും പുതുക്കപ്പെണ്ണിനെ സ്വീകരിച്ചു. ഒപ്പനക്കാരികൾ തിമിർത്തുപാടി.

"അതൃപ്പപ്പൂ പുതുനാരി ഇതാ വരുന്നേ....
ഇതാ ഇതാ ഇതാ വരുന്നേ...."

"ഒന്നു മാറിക്കൊടുക്കീം കുട്ട്യോളേ. പുതിയോട്ടീനെ ഒന്നിരുത്തട്ടെ."

ആൾത്തിരക്കിൽ അപ്പോൾ വഴിയുണ്ടായി. നടുവകത്തെ ചമയിച്ച കസേരയിൽ ഉമ്മ പുതുക്കപ്പെണ്ണിനെ ഇരുത്തി. കൂടെ വന്ന ഇത്താത്തയും മറ്റു പെണ്ണുങ്ങളും ചുറ്റുമിരുന്നു. പുതുക്കക്കാരികൾക്കു കുടിക്കാൻ ബദാം കാച്ചിയതെത്തി.

"മോളേ ഇഞ്ഞീം കുടിച്ചാള. ഞമ്മളെ ഹുസൈൻകുട്ടി ആളൊരു ജഗലാ."

കുടിക്കാൻ കൈയിൽ തന്നിട്ട് ഒരു സ്ത്രീ കാതിൽ അടക്കം പറഞ്ഞു.

നല്ല ദാഹമുണ്ടായിരുന്നു. എന്നിട്ടും കുടിക്കാനൊരു പേടി.

"ആടെച്ചെന്നാ ഇന്റെ കുട്ടിക്കളിയൊന്നും നടക്കൂലേ."

ഇത്താത്തയുടെ താക്കീത് ഓർത്തു. അടുത്തിരിക്കുന്ന, പൂത്താത്ത എന്നു വിളിക്കുന്ന ഏറ്റവും മൂത്ത സഹോദരിയെ നോക്കി.

"കുടിച്ചോളീ, ഉച്ചയ്ക്ക് ഓള് ഒന്നും തിന്നിക്കില്ല."

ഇത്താത്ത പറഞ്ഞപ്പോൾ ഗ്ലാസിലുള്ളത് വലിച്ചുകുടിച്ചു. അപ്പോഴേക്ക് അകത്തുപോയ ഉമ്മ പൊന്നുംപെട്ടിയുമായി എത്തി. പെട്ടി തുറന്ന് പവൻകോവ കഴുത്തിലിട്ടുതന്നു. രണ്ടു കൈയിലും ഓരോ തടിയൻ വളകളും.

"ഐച്ചു പാകൃക്കാരത്തിതന്നെ. പെമ്മക്കളില്ലാത്തതോണ്ട് ഈടത്തെ ഉമ്മാന്റേത് മുയ്മനും എവക്കൊരാക്കല്ലേ.." കൂടെ വന്നവർ അടക്കം പറയുന്നത് കേൾക്കുന്നുണ്ടായിരുന്നു.

ഇത്താത്തയും കൂട്ടരും യാത്ര പറഞ്ഞപ്പോൾ തേങ്ങിക്കരഞ്ഞുപോയി. ഒരു രാവു പോലും ഉമ്മയെ വിട്ട് എങ്ങും നിന്നിട്ടില്ല.

"മോളു കരേണ്ട. ഇന്റെ ഉമ്മാനെപ്പോലെത്തന്നെ ഞാനും."

ഉമ്മ ആശ്വസിപ്പിച്ചു. അപ്പോഴാണ്. ഉമ്മയെ ശരിക്കും ശ്രദ്ധിച്ചത്. കാച്ചിയും പെങ്കുപ്പായവുമിട്ട വെളുത്തു കൊലുന്നനേയുള്ള ഉമ്മയുടെ മുഖം നിറയെ അലിവായിരുന്നു.

"കുഞ്ഞാമിനാ..."

"ഓ..."

വിളികേട്ട് പച്ചയിൽ ചുവപ്പും മഞ്ഞയും പൊട്ടുള്ള ലുങ്കിയും ചുവന്ന കുപ്പായവും തലയിൽ പുള്ളിത്തട്ടവുമിട്ട ഒരു സ്ത്രീ ഓടിയെത്തി.

"മോക്ക് അറ കാണിച്ചുകൊടുക്ക്."

അന്ന് ഈ വീട്ടിന് ഇത്രയും പകിട്ടില്ല. ഇടുങ്ങിയ ഇടനാഴികളും ഇരുണ്ട മുറികളുമുള്ള പഴയ തറവാടായിരുന്നു. മുകളിൽ ഒരു വരാന്തയും രണ്ടു മുറികളുമേ ഉണ്ടായിരുന്നുള്ളൂ. അറ കാണിച്ചിട്ട് കുഞ്ഞാമിന പറഞ്ഞു:

"അകത്തേക്കു കേറിക്കോളീ. ഇതാ ഹുസൈൻകുട്ടീന്റെ അറ. എന്റെ കൈമെക്കെടന്നു ബളന്ന കുട്ട്യാ. കുഞ്ഞാമിനാമ്മാന്ന് തേച്ചും ബിളിക്കൂലാ. അത്തര പിരിശാ എന്നോട്. ഈടെ ഞാനും ഓന്റെ ഉമ്മേം മാത്തരേ ഓനെ പേരു ബിളിക്കൂ. ബാക്കിള്ളോലിക്കൊക്കെ ഓൻ മൊയലാളിയാ. പുലിക്കുട്ട്യാ എന്റെ മോൻ. മോളു പാക്യക്കാരത്തിയാ."

"കുഞ്ഞാമിനുമ്മ എന്ത്ന്നാ ബഡായി എളക്കുന്നത്?"

"പറഞ്ഞു തീർന്നിക്കില്ല. അപ്പളത്തിന് ന്റെ മോനിങ്ങെത്ത്യല്ലോ. എന്റെ മോൻ ചിങ്കപ്പുലിയാന്ന് പറഞ്ഞുകൊടുത്തതെയിനും. ഇനിയെല്ലാം പിയ്യാപ്ലാ തന്നെ പറഞ്ഞുകൊടുത്തോളീ. ഞാൻ പോണ്."

കുഞ്ഞാമിനുമ്മ കിണുങ്ങിക്കൊണ്ട് താഴേക്കിറങ്ങി. ഒന്നു കാണണമെന്നുണ്ടായിരുന്നു. എല്ലാവരും മെഹബ് പറയന്നു. എങ്ങനെയിരിക്കും. തല ഉയർത്തിയതും കണ്ണുകളിടഞ്ഞു. നാണംകൊണ്ട് കൂമ്പി.

കുഞ്ഞാമിനുമ്മ പോയതും മൂപ്പർ വാതിലടച്ചു.

"അപ്പളത്തിനും അറയിക്കൂടിയോ? എന്റെ റബ്ബേ."

വാതിലിൽ മുട്ടുന്നത് കേട്ട് മൂപ്പർ ചെന്നു വാതിൽ തുറന്നു. വാതില്ക്കൽ പെൺപട.

"എവൻ ആളു തരക്കേടില്ലാലോ."

"ഞാൻ ഒരു സാധനം എടുക്കാൻ ബന്നതേനും. അപ്പളാ.."

"അപ്പളാ..."

"കൂട്ടച്ചിരി."

"എളാമാന്റെ ബെളവു കണ്ടില്ലേ. ഞങ്ങളാരും കാണാതെ സ്വകാര്യത്തില് മോനേം മരുമോളേം അറേലാക്കി. അത് ബിട് മോനേ."

അതുപറഞ്ഞ വെളുത്തു തുടുത്ത സാരിക്കാരിയുടെ തലയിൽ ഒന്നു മേടിയിട്ട് താഴത്തേക്കിറങ്ങുമ്പോൾ മൂപ്പർ പറയുന്നുണ്ടായിരുന്നു,

"ഇനിക്ക് ഞാൻ ബെച്ചിക്ക് മോളേ... ഇഞ്ഞി തായത്തേക്കു വാ.."

"ചായ കുടിക്കാൻ ചെല്ലാൻ പറഞ്ഞ്."

ഒരു പെൺകുട്ടി വന്നു പറയുന്നതുവരെ പെൺപട ശല്യം ചെയ്തു കൊണ്ടിരുന്നു.

"അമ്മായിക്ക് ഞാളെയെല്ലാം തിരിഞ്ഞിക്കോ?"

അവർ ഓരോരുത്തരായി സ്വയം പരിചയപ്പെടുത്തി. കാരണവരുടെ മക്കൾ. ഉമ്മയുടെ അനിയത്തിയുടെ മക്കൾ. ചേല ചുറ്റിയവൾ ഉമ്മയുടെ അനിയത്തിയുടെ മകളാണെന്നും മദ്രാസിലാണ് താമസമെന്നും പേരു ജമീലയാണെന്നും മാത്രം തല്ക്കാലം ഓർമ്മിക്കാൻ കഴിഞ്ഞു. വസ്ത്രം മാറ്റാൻ സഹായിച്ചതും അവളായിരുന്നു.

"ഇങ്ങള് പോരേന്ന് എന്ത് ഡ്രസ്സാ ഇടല്?"

"പാവാടേം ബ്ലൗസും."

"ഞാനും മങ്ങലം കഴീന്നതുവരെ അതുതന്നെ ഇട്ടീര്ന്നത്. എന്റെ മൂപ്പര് ഒരു പരിഷ്കാരിയാ. അയിന്റെ ബാക്കി പരിഷ്കാരിയാ ഹുസൈൻക്ക."

അവൾ പണ്ടങ്ങൾ ഓരോന്നായി അഴിച്ച് പിച്ചളകൊണ്ടുള്ള പണ്ട പ്പെട്ടിയിൽ വെച്ചു. പട്ടുസാരി അഴിപ്പിച്ച് ഒരു നൈലക്സ് സാരിയും ബ്ലൗസും കൈയിൽത്തന്നിട്ടു പറഞ്ഞു:

"മാറ്റിയിട്ട് തായത്തേക്കു വന്നോളീ."

"സാരിയുടുക്കാൻ എനക്കറീല." അന്ധാളിപ്പോടെ പറഞ്ഞു.

"ഇങ്ങള് കുളിമുറീച്ചെന്ന് കൈയും മുഖവുമൊക്കെ കഴുകി ബ്ലൗസ് മാറ്റിവരീ. സാരി ഞാൻ ഉടുപ്പിച്ച് തരാം. എളാമ കാണാതെ പൈജാമേം കുപ്പായവുമൊക്കെ ഹുസൈൻക്ക എന്നെക്കൊണ്ട് വാങ്ങിപ്പിച്ചിട്ടുണ്ട്. ഞാൻ മദിരാശീന്ന് വാങ്ങിക്കൊണ്ടോന്നതാ. എളേമാനെക്കൊണ്ട് മൂപ്പര് സമ്മതിപ്പിച്ചോളും."

അക്കാലത്ത് മുസ്ലീം പെൺകുട്ടികൾ പാവാടയും ബ്ലൗസും തട്ടവു മായിരുന്നു ഇട്ടിരുന്നത്. പരിഷ്കാരികൾ കാലിൽ ഒട്ടിപ്പിടിച്ചു കിടക്കുന്ന പൈജാമയും ശരീരവടിവ് എടുത്തുകാണിക്കുന്ന മുട്ടുവരെ എത്തുന്ന കുപ്പായവും ധരിച്ചിരുന്നു ദുപ്പട്ട കൊണ്ട് മാറും തലയും മറയ്ക്കും. സ്കൂളിൽ കൂടെ പഠിച്ചിരുന്ന ഷംഷാദും ഷഹനാസും ആ വേഷമായി രുന്നു ഇട്ടിരുന്നത്. അവരുടെ ബാപ്പ ഡോക്ടറായിരുന്നു. അത്തരം ഒന്നു വേണമെന്നു പറഞ്ഞ് ശാഠ്യം പിടിച്ചപ്പോൾ ഉമ്മ പറഞ്ഞു.

"മങ്ങലം കയീന്നതുവരെ അടക്കത്തിലും അമർച്ചയിലും മേണം നട ക്കാന്. അതു കയിഞ്ഞാ പിയ്യാപ്ലന്റെ ഇഷ്ടംപോലെ ആയിക്കോട്ടെ."

"അക്കുപ്പായത്തിനെന്താ അമർച്ചക്കേട്?" ബാപ്പ.

"ഇങ്ങള് മുണ്ടാണ്ട് നിന്നോളീ."

വീട്ടിൽ ഇത്താത്തമാർ കല്യാണം കഴിയുന്നതുവരെ കാച്ചിയും കുപ്പായവുമായിരുന്നു ഇട്ടിരുന്നത്. കല്യാണം കഴിഞ്ഞിട്ടും കുറേക്കാലം അവരും ഉമ്മയെപ്പോലെ കാച്ചിയും ഫുൾക്കൈ കുപ്പായവും തട്ടവുമാണ് ഇട്ടിരുന്നത്. പിന്നീടാണ് സാരിയിലേക്കു മാറിയത്. ഇസ്ലാമിങ്ങളുടെ ഇടയിൽ സാരി പ്രചരിച്ചു വരുന്നതേ ഉണ്ടായിരുന്നുള്ളൂ.

"പിയ്യോട്ടി ഒന്നും തിന്നിക്കില്ലാലോ."

കുഞ്ഞാമിനുമ്മ പറഞ്ഞപ്പോൾ പത്തിരി കോഴിച്ചാറിൽ മുക്കി വായിലിട്ടു. വിരുന്നുകാർ പിരിഞ്ഞപ്പോൾ വീട് കാലിയായി. ജമീലയെ ഉമ്മ പോകാൻ അനുവദിച്ചില്ല.

"നാളെപ്പോവാടി. ഐച്ചു ഒറ്റയ്ക്കായിപ്പോകും." എന്നു പറഞ്ഞു പിടിച്ചു വെച്ചതാണ്.

പാവം ജമീല... കാർ ആക്സിഡന്റിൽ മരിച്ചു. അകാലത്തിൽ. റബ്ബേ... എന്റെ കുഞ്ഞോനും പോയി... പെറ്റപ്പോഴേ ആരോഗ്യമില്ലാത്ത കുട്ടി. അതിനു മുൻപ് ഒന്ന് അലസിപ്പോയിരുന്നു. മുറ്റത്ത് മാങ്ങ പെറുക്കാനിറങ്ങിയപ്പോൾ കാലൊന്നു വഴുക്കിവീണു. അതുകൊണ്ട് രണ്ടാമത്തേതിന് ഉമ്മ അനങ്ങാൻ സമ്മതിച്ചിരുന്നില്ല. മുകളിൽ കയറാനും സമ്മതിച്ചില്ല. കിടപ്പും ഉമ്മയുടെ മുറിയിൽത്തന്നെ. മകന്റെ മുറുമുറുപ്പ് കണ്ടാവണം ഉമ്മ പറഞ്ഞു:

"ഒന്ന് അടങ്ങെന്റെ കുട്ട്യേ.... പത്തുമാസം ദാന്നു കയീല്ലേ.."

അതേ. കാലത്തിനു ചിറകുകളുണ്ടായിരുന്നു. എത്ര പെട്ടെന്നാണ് കൊല്ലങ്ങൾ പോയത്. ഉമ്മ പറഞ്ഞതുപോലെ പത്തുമാസം ദാന്നു പറഞ്ഞപ്പോഴേത്തിനു കഴിഞ്ഞു അതിനിടയിൽ ഒരു ദിവസംപോലും സമാധാനവുമുണ്ടായിരുന്നില്ല. ഓരോ ദിവസം കഴിയുന്തോറും ക്ഷീണവും വേദനയും ഏറിയതല്ലാതെ കുറഞ്ഞില്ല.

"മുല്ലപ്പൂ പോലത്തെ മോളും കരിക്കൊള്ളിപോലായി." ഉമ്മ ആരോടെന്നില്ലാതെ പായാരം പറഞ്ഞു.

പുതിയാപ്ലയ്ക്കാണെങ്കിൽ മൂക്കത്തെരിശം. വയ്യാതെ കിടക്കുന്ന ഐഷയെ ഒന്നെത്തി നോക്കാൻപോലും നേരമില്ല.

"നീ ഇങ്ങനെ കണ്ണിൽച്ചോരയില്ലാത്തോനായിപ്പോയല്ലോ. അക്കുട്ടി കെടന്നു പെടണ പാട് ഇഞ്ഞി കാണുന്നില്ലേടാ?"

"ഞാൻ പെരേലിരുന്നാൽ ഓളെ ബെരത്തം മാറ്വോ?"

"എന്നാണോ പറഞ്ഞത്? എടയ്ക്ക് ഓളടുത്ത് വന്നിരിന്നൂടെ? ഓക്കുണ്ടാവീലേ പൂതി."

"ഓളെ പൂതീം മാറ്റി ഇവിടെയിരുന്നാ എന്റെ കച്ചവടം പൂട്ടും."

മുഖത്തു പോലും നോക്കാതെ പോകുമ്പോൾ ഉള്ളിലെ മുറിവിൽ ഉപ്പു തേച്ചതുപോലെ.

"എന്റെ കുട്ടി വന്നുകേറിയതും ഓന്റെ കച്ചോടത്തിന് ബെച്ചടി കേറ്റല്ലേ. തിന്നാനും കുടിക്കാനും കൂടി ഓനിക്ക് നേരം കിട്ടുന്നില്ല."

ഉമ്മ സമാധാനിപ്പിക്കുന്നു. ഉമ്മയും ബീരാനും തമ്മിലുള്ള സ്വകാര്യസംഭാഷണം കേൾക്കുന്നതുവരെ അങ്ങനെത്തന്നെയായിരുന്നു വിശ്വസിച്ചത്. ഒരുദിവസം വൈകുന്നേരം മുറിക്കകത്തിരുന്നു മടുത്തപ്പോൾ ഉമ്മറവരാന്തയിലെത്തി. അവിടെ ഉമ്മയും ബീരാനും അടക്കം പറയുന്നത് കേട്ടപ്പോൾ ചെവി അറിയാതെ അങ്ങോട്ടു നീണ്ടു.

"മൂപ്പരെ പോക്ക് ശരിയല്ലാട്ടോ."

"എന്തേ ബീരാനേ.."

"പറഞ്ഞാ ഞമ്മളെ പണി പോകും."

"പറഞ്ഞില്ലെങ്കിൽ ഇന്റെ പണി ഞാൻ പോക്കും."

"യാ ഇല്ലാഹി... മൂപ്പരിക്കിപ്പം കൊറച്ച് പുതിയ ചങ്ങായിമാരെ കിട്ടീട്ടുണ്ട്. ഞങ്ങളെ കടപ്പുറത്തെ പാണ്ടാലായിലാ മോന്തിനേരത്ത് ഓലെ തമ്പ്.... ആടെ നടക്കുന്നതൊന്നും ഇങ്ങളോട് പറയാൻ ഞമ്മക്ക് കയ്യൂലാ."

"എന്റെ റബ്ബേ... ഓനിക്കിപ്പം എന്തേ ഇങ്ങനെ തോന്നാൻ. മറ്റേ ഹറാം പെറന്നോളെ ബലയും ബണ്ടീം തീരട്ടേന്നു വച്ചിട്ടാ തിടുക്കത്തിൽ കല്യാണം നടത്തിയത്. അതോടെ എല്ലാം തീർന്നന്നല്ലേ കരുതിയത്. എന്നിട്ടിപ്പം."

"ഓളെ മടുത്ത്. ഇപ്പം ദെവസോം ഓരോരുത്തരെ..."

"അള്ളാ..."

വിളികേട്ട് ഉമ്മയും ബീരാനും അമ്പരന്ന് ഓടിയെത്തി...

നാഭിയിൽ കൊളുത്തിവലി... നടുവൊടിയുന്ന വേദന... എരിപൊരി സഞ്ചാരം...

"ബീരാനേ... ഹുസൈനെ ഫോണ് വിളിക്ക്.."

ഉമ്മയുടെ ഒച്ച അകലെനിന്നെന്നപോലെ ചെവിയിലെത്തി. പിന്നെ ഒന്നും ഓർമ്മയില്ല.

ആറ്

"ഐച്ചു... കണ്ണ് തൊറക്ക് മോളേ. കുഞ്ഞനെ കാണണ്ടേ?"

വിളികേട്ട് പണിപ്പെട്ടാണ് ഐഷ കണ്ണുതുറന്നത്.

"കുഞ്ഞൻ പൈച്ചിട്ട് ആർക്കുന്നു. ലേശം മൊല കൊടുത്താള്."

ഉമ്മ കുഞ്ഞിനെ അരികിൽ കിടത്തിത്തന്നു. വേദനകാരണം അനങ്ങാൻ കഴിയുന്നില്ല.

"എന്റെ റബ്ബേ... വയ്യല്ലോ."

“ഓപ്രസൻ കയിഞ്ഞതല്ലേ.. രണ്ടീസം ബേദനണ്ടാവും. എന്നാലും മേണ്ടീല. രണ്ടും രണ്ട് പാത്രത്തിലായല്ലോ. അള്ളാക്ക് ശുക്ര്.”

ഈറ്റിച്ചി പാത്തുമ്മോട്ടി അടുത്തുവന്ന് മുലക്കണ്ണ് കുഞ്ഞിന്റെ വായിൽ തിരുകി. അത് മുല ചപ്പിക്കുടിച്ചതോടെ വേദന മറന്നു.

“കുട്ടീന്റെ കാര്യം ബെശമത്തിലാ. തള്ളയെ രച്ചിക്കാൻ ആദ്യം നോക്കട്ടെ. ലാക്കിട്ടറ് പറഞ്ഞപ്പോ എന്റെ റബ്ബേ. ഞാനങ്ങ് മരിച്ചപോലായി... രണ്ടും മേണം ലാക്കിട്ടരേ... എന്ന് പറഞ്ഞ് ഞാൻ അക്കുട്ടീന്റെ കൈ രണ്ടും പിടിച്ചു. എടത്തോണ്ട ബെരച്ചിട്ട് മിണ്ടാൻ കയ്യുന്നുണ്ടോ... നല്ലോരു ബാല്യക്കാരത്തി. ഉമ്മ വെശമിക്കണ്ട. ഞങ്ങളാലാവുന്നത് ചെയ്യാം. ഓപ്പറേഷൻ വേണ്ടിവരും. ഉമ്മ പ്രാർത്ഥിക്ക്. എന്നെ സമാധാനിപ്പിച്ചിട്ടാ മൂപ്പത്തി ആത്തേക്കു പോയത്... അപ്പളത്തിന് ഹുസൈനും എത്തി. മോനേ ഇഞ്ഞി ഇബടെത്തന്നെ നിക്കണേന്നും പറഞ്ഞ് ഞാൻ മുറിയിൽപ്പോയി. ഒളു എടുത്തു നിസ്കരിച്ച് മുസഅബുമായി ഓതാനിരുന്നു. അതിനിടയിൽ യത്തീംഖാനകളിലെ കുട്ടികൾക്ക് അന്നം മാപ്പളാര് മരിച്ചുപോയ ബായാപ്പടച്ച്യേക്ക് തുണീം കുപ്പായോം. കന്യാക്കുട്ട്യോളെ കെട്ടിക്കുമ്പം പൊന്ന്.. നേരാത്ത നേർച്ചകളില്ല. പടച്ചോന്റെ കൃപ കൊണ്ട് ആപത്തൊന്നും കൂടാതെ തള്ളേം കുഞ്ഞനും കൈച്ചലായി. എല്ലാം മുകളിലുള്ളോന്റെ കൃപ. എന്നാ ഡോക്ടറും പറഞ്ഞത്.”

കുട്ടി നിർത്താതെ കരയുന്നു.

“അയിനു പാല് കിട്ടുന്നുണ്ടാവൂല പാത്തുമ്മോട്ടീ. ലേശം പഞ്ചാര വെള്ളം കൊടുത്ത്നോക്ക്.”

ഉമ്മയുടെ കഥകൾ കേൾക്കുമ്പോഴും കണ്ണുകളിൽ മയക്കം.

പ്രസവിച്ചപ്പോൾ എലിക്കുഞ്ഞിനെപ്പോലിരുന്ന കുട്ടി നാല്പതു കഴിയും മുൻപേ തുടുത്തു കൊഴുത്തു. മുടികളച്ചിലിനു മൂന്നു മൂരിക്കുട്ടന്മാരെയാണ് അറുത്തത്. നാല്പതാം ദിവസം മുടികളച്ചിലിനും നാപ്പുളീം ഒന്നിച്ചായിരുന്നു നടത്തിയത്. സന്ധുബന്ധുക്കളെയെല്ലാം ക്ഷണിച്ചിരുന്നു. പ്രസവത്തിന് സ്വന്തം വീട്ടിലേക്കു പോകാൻ ഉമ്മ സമ്മതിച്ചില്ല.

“ആരോരുമില്ലാത്തോളെപ്പോലെ പിയാപ്ലന്റാടെ പെറ്റു കെടക്കുന്നത് ചേപ്രയല്ലേ പിയാപ്ലന്റുമ്മാ.”

ഏഴാം മാസത്തിൽ പേറ്റിനു കൂട്ടിക്കൊണ്ടുപോകാനെത്തിയ പൂത്താമ്മ പറഞ്ഞു.

“മാലോകരെന്തെങ്കിലും പറഞ്ഞോട്ടെ. ഒന്നു പോയിപ്പോയതാ. കണ്ണു തെറ്റാണ്ടെ നോക്കണം. ഇനിക്ക് എടങ്ങാറല്ലേ മോളേ. ഈടയാണെങ്കി എല്ലാത്തിനും ഞാനുണ്ടല്ലോ.”

“എന്നാലും..”

“ഒരെന്നാലുമില്ല. ഇഞ്ഞി ഒന്നോണ്ടും ബേജാറാവണ്ട. നാപ്പുളി ഇൻഷാ അള്ളാ ഞമ്മക്ക് ഘോഷമ്പത്തില് കയിക്കാം. അയിന് ദാ എരക്ക് മോളേ.”

ഉമ്മ സമാധാനിപ്പിച്ചു.

പറഞ്ഞതുപോലെ ഉമ്മ നാല്പതിന് എല്ലാവരെയും ക്ഷണിച്ചു. അരക്കല്യാണത്തിനുള്ള ആളുണ്ടായിരുന്നു. കുളികഴിഞ്ഞ് അടുക്കളെവാതിലിലൂടെ മുറ്റത്തിറക്കിയിട്ട് പാത്തുമോട്ടി പറഞ്ഞു.

"കായ്ച്ച തെങ്ങുമ്മലേക്ക് നോക്കൂ മോളേ. എന്നാലേ എമ്പാടും മക്കളുണ്ടാവൂ."

ആശയോടെ മേലോട്ടു നോക്കി. ഈ വീട് ഐശുവിന്റെ മക്കളുടെ കളി തമാശകളിൽ ഉണരണം. ചുരുങ്ങിയത് അഞ്ചു മക്കളെങ്കിലും വേണം...

അടുക്കളവാതിലിലൂടെ പുറത്തിറങ്ങിയപ്പോൾ ഉമ്മയും പരിവാരങ്ങളും ഉമ്മറമുറ്റത്തേക്കാനയിച്ചു. ഒപ്പം പാട്ടുകാരികളും. ആരോ വെള്ളം നിറച്ച മൺകുടം മുകളിലെ വരാന്തയിൽനിന്നു താഴേക്കിട്ടു. ട്ടോ... അത് മുന്നിൽ ആരവാരത്തോടെ വീണുടഞ്ഞു. ഉമ്മറവാതിലിലൂടെ ഉമ്മ അകത്തേക്കാനയിച്ച് നടുവകത്തെ കസേരയിലിരുത്തി. പുത്തൻസാരിയുടുപ്പിച്ച് പണ്ടങ്ങളണിയിച്ച് പുതിയോട്ടിയെപ്പോലെ ചമയിച്ചൊരുക്കി. പാട്ടുകാരികൾ ചുറ്റിലും നടന്ന് ഒപ്പന പാടി.

"ഉമ്മാന്റെ ഓരോ പിരാന്ത്."

ഓടിനടന്നു കാര്യങ്ങൾ അന്വേഷിക്കുന്നതിനിടയിൽ മകൻ പറയുന്നുണ്ടായിരുന്നു. അതിനിടയിൽ രണ്ടുമൂന്നുതവണ അറയിലേക്ക് ഒളിഞ്ഞുനോക്കുന്നുണ്ടായിരുന്നു.

"ഒന്നു പൊറുക്ക് മോനേ."

പെണ്ണുങ്ങളാരോ കളിയാക്കിയപ്പോൾ മൂപ്പർ സ്ഥലംവിട്ടു.

"ഒസ്സാൻ ബന്നിക്ക്. ചെല്ലാൻ പറഞ്ഞ്."

ബീരാൻ പറഞ്ഞപ്പോൾ ഉമ്മ കുട്ടിയെ പാത്തുമ്മോട്ടിയുടെ കൈയിൽ കൊടുത്തു. മുടി കളയുമ്പോൾ കുട്ടിയെ മടിയിലിരുത്തുക ഈറ്റിച്ചിയുടെ അവകാശമാണ്. ഒസ്സാൻ അവ്വോക്കർ കുട്ടിയുടെ തല വടിക്കാൻ തുടങ്ങിയപ്പോൾ അങ്ങു തൊടിയിൽ മൂരിക്കുട്ടന്മാരെ ഒന്നൊന്നായി അറുത്തു.

"അവ്വോക്കരെ കുഞ്ഞന്റെ മുടി തൂക്കിനോക്കണേ."

"അതൊന്നും ഞമ്മക്കാരും പറഞ്ഞുതരണ്ട."

"ഇനിക്കറിയൂലാന്ന് ആരും പറഞ്ഞിക്കില്ലാലോ. കുഞ്ഞന്റെ മുടീന്റെ തൂക്കത്തിനു പൊന്നുതന്നെ ധർമ്മം കൊടുക്കണോന്നാ. അതിന്റെ കണക്ക്. അതില് അണുവിട വ്യത്യാസം ബന്നാ കുഞ്ഞിനിക്കാ അതിന്റെ ദോശം."

"ഇഞ്ഞി അനങ്ങാണ്ടിരിക്ക് പാത്തുമ്മോട്ടി."

ഒസ്സാൻ അവ്വോക്കർ തന്റെ അതൃപ്തി പാത്തുമ്മോട്ടിയോടു തീർത്തു.

"ഇങ്ങളൊന്ന് ബേം നോക്കീം അവ്വോക്കരിക്കാ. കുഞ്ഞനെ കുളിപ്പി

ച്ചിട്ടുമാണം എനക്ക് എറച്ചി മാങ്ങാൻ പോവാൻ." പാത്തുമ്മോട്ടി തിടുക്കം കൂട്ടി.

"പെറ്റോളെ കുളിപ്പിക്കുന്നതുപോലല്ല മുടികളച്ചില്. പതില് തലയാ. കത്തി ഏടെങ്കിലും തട്ടിയാൽ ഞാനാ ഉത്തരം പറയേണ്ടത്." അവ്വോക്കർ കയർത്തു.

"ഇനിക്കുള്ള എറച്ചി പ്രത്യേകം എടുത്തുവെക്കാൻ ഞാൻ ഏർപ്പാടാക്കീക്ക്. അത് ബിചാരിച്ച് ഇഞ്ഞി ബേജാറാവേണ്ട."

ഉമ്മ പാത്തുമ്മോട്ടിയെ സമാധാനിപ്പിച്ചു.

"അവ്വോക്കരേ, ഇഞ്ഞി മുടി കളഞ്ഞപാടെ പായരുതേ. എറച്ചിപ്പൊതികള് എല്ലാടത്തും എത്തിക്കാൻ ഇഞ്ഞീം പോണം."

"ആയിക്കോട്ടെ ഞമ്മളെ പണി കഴിഞ്ഞ്. ഇനി കുഞ്ഞിനെ കുളിപ്പിച്ചോളീം. മൊലപ്പാല് തലേ തേക്കണം."

ഒസ്സാൻ കുഞ്ഞിന്റെ തല കൈകൊണ്ട് തടവിയിട്ട് എഴുന്നേറ്റു.

"ബേം കുഞ്ഞനെ കുളിപ്പിക്ക് പാത്തുമ്മോട്ടീ. എന്നിട്ടുമേണം പേരുവിളിക്കാനും പൊന്നിടാനും. അതു കയിഞ്ഞിട്ടുവേണം ബിളിച്ചോലിക്ക് ചോറു കൊടുക്കാൻ"

ഇറച്ചി വാങ്ങാനെത്തിയ നാട്ടുകാരുടെ ആരവം നടുവകത്തും കേൾക്കാം. ഇറച്ചി മൂന്ന് ഓഹരിയായി ഭാഗിക്കുന്നു. ഒരോഹരി കുഞ്ഞിന്റെ ഉപ്പയുടെ കുടുംബത്തിനുള്ളതാണ്. ഒരോഹരി സന്ധുബന്ധുക്കൾക്ക് കൊടുത്തയക്കുന്നു. ഒരോഹരി പാവപ്പെട്ടവർക്കായി ദാനം ചെയ്യുന്നു.

"ഞമ്മെക്ക് കൊറച്ചു മതീട്ടോ. സാധുക്കൾക്ക് ഓരോ കിലോ വെച്ചു തന്നെ കൊടുത്തോട്ടെ. ഐഷാന്റെ പൊരേലേക്ക് കൊടുത്തയക്കാൻ മറക്കല്ലേ."

ഉമ്മ നിർദ്ദേശങ്ങൾ കൊടുത്തുകൊണ്ട് അകത്തും പുറത്തും ഓടി നടന്നു.

"കുഞ്ഞനെ കുളിപ്പിച്ചിക്ക്. പൊന്നിടണ്ടേ?"

പാത്തുമ്മോട്ടി.

"ആദ്യം പേരുവിളി നടക്കട്ടെ."

"ഉസൈനെ ബിളി."

ബാപ്പ കുഞ്ഞിനെ കൈയിലെടുത്ത് അവന്റെ വലത്തേ ചെവിയിൽ മൂന്നുപ്രാവശ്യം വിളിച്ചു. "ഹൈദ്രോസ്."

"അരയിലെ അരഞ്ഞാണം കൂടി ഇഞ്ഞിത്തന്നെ ഇട്ടുകൊടുത്തോളീ മോനേ."

കുട്ടിയെ പാത്തുമ്മോട്ടിയുടെ കൈയിൽ കൊടുത്തുപോകാൻ തിരിക്കുകൂട്ടിയ മകനെ ഉമ്മ തടഞ്ഞു.

"അതൊക്കെ ഇങ്ങള് ചെയ്താ മതി."

മൂപ്പർ ധൃതിയിൽ പുറത്തേക്കിറങ്ങി. ഉമ്മ അരയിൽ അരഞ്ഞാണവും കഴുത്തിൽ മാലയും കൈകളിൽ പൊൻവളകളും കാലിൽ തണ്ടയുമിട്ടു. ഉമ്മ എഴുന്നേറ്റതും കുട്ടിക്കു പൊന്നിടാൻ പെൺപട തിരക്കുകൂട്ടി. മൂപ്പ നുസരിച്ച് ഓരോരുത്തരും കുട്ടിയെ പൊന്നണിയിച്ചു.

കുട്ടി പൊന്നിൽക്കുളിച്ചു.

വിരുന്നുകാർ ചോറു തിന്നാൻ പിരിഞ്ഞപ്പോൾ പാത്തുമ്മോട്ടി ആഭ രണങ്ങൾ ഓരോന്നായി ഊരാൻ തുടങ്ങി.

ഉമ്മ അണിയിച്ചതൊഴികെ എല്ലാം അഴിച്ചെടുത്ത് അവളെ ഏല്പി ച്ചിട്ട് പാത്തുമ്മോട്ടി പറഞ്ഞു.

"എല്ലാം എണ്ണിനോക്കണേ മോളേ. എന്തെങ്കിലും കാണാണ്ടായോ ഈറ്റിച്ചിക്കാ കുറ്റം?"

"പാത്തുമ്മോട്ടി കുഞ്ഞനൊറങ്ങിയോ?" അവിടെ എത്തിയ ഉമ്മ ചോദിച്ചു.

"ഓ..."

"എന്നാ കുഞ്ഞനെ കെടത്തീട്ട് ഐച്ചൂന് ചോറ് കൊടുക്ക്."

ചോറു കഴിഞ്ഞപ്പോൾ ഓരോരുത്തരായി പിരിഞ്ഞു. താനുമൊന്നു മയങ്ങി. കുഞ്ഞിന്റെ ഉറക്കെയുള്ള കരച്ചിൽ കേട്ടാണ് ഉണർന്നത്.

"എന്റെ റബ്ബേ... കുഞ്ഞെനിക്കെന്തു പറ്റി? തീപോലെ പനിക്കുന്ന ല്ലോ.."

പാത്തുമ്മോട്ടിയുടെ വേവലാതിയോടെയുള്ള വിളികേട്ട് എല്ലാവരും എത്തി. കുട്ടി പനിച്ചു വിറയ്ക്കുന്നുണ്ടായിരുന്നു. ഒപ്പം കണ്ണുകൾ രണ്ടും മേലോട്ടുരുണ്ടു കയറുന്നു. കൈകാലുകൾ വില്ലുപോലെ വളയുന്നു. കാണാനാവാതെ കണ്ണുപൊത്തി നിലവിളിച്ചു.

"അപസ്മാരം എളകിയതാന്നാ തോന്നുന്നത്. ബൈച്ച്യേറെ ബിളിക്ക്." അതായിരുന്നു തുടക്കം. കണ്ണിലെ മണിപോലെ കാത്തുസൂ ക്ഷിച്ചിട്ടും... അഞ്ചു വയസ്സു തികഞ്ഞിട്ടും സ്കൂളിലയക്കാൻ ഉമ്മ സമ്മ തിച്ചില്ല.

"പഠിച്ചില്ലെങ്കിലും മേണ്ടൂലാ ആയുസ്സോടെ കിട്ടിയാമതി."

"അങ്ങനെ പറഞ്ഞാലെങ്ങനെയാ ഉമ്മാ..."

അവന്റെ ബാപ്പ കയർത്തു.

"ഇഞ്ഞി ഓന്റെ കോലം കണ്ടില്ലേ? എന്തിന്റെ കൊറവുണ്ടായിട്ടാ എപ്പളാ ദണ്ണമെളകുന്നതെന്ന് പറയാമ്പറ്റ്വോ?"

കളിച്ചുകൊണ്ടിരിക്കുന്നതിനിടയിലായിരിക്കും പെട്ടെന്ന് കൈകാലു കൾ തളർന്ന് താഴെ വീഴുന്നത്. ഒപ്പം ആളുണ്ടായിട്ടും പലതവണ പരി ക്കുപറ്റി. അതുകൊണ്ട് പുറത്തെങ്ങും അയക്കാറില്ല. മുസ്ലിയാരെ വിളിച്ച് ഓത്തിനിരുത്തി. അക്ഷരം പഠിപ്പിക്കാൻ ഒരു ടീച്ചറെയും വെച്ചു. ഭയങ്കര വാശിക്കാരനായിരുന്നു. എല്ലാവരും അവന്റെ താളത്തിനൊത്തു നിന്നു.

എപ്പോഴും കൂടെ ആളുണ്ടാകുമായിരുന്നു. ഒരുദിവസം എല്ലവരുടെയും കണ്ണുതെറ്റിച്ച് അവൻ പിന്നാമ്പുറത്തെ കുളത്തിലെത്തി.

"ഹൈദ്രു... മോനേ.."

ഉമ്മയും പണിക്കാരികളും ബീരാനും ലോകം മുഴുക്കെ കേൾക്കു മാറുച്ചത്തിൽ വിളിക്കുന്നതു കേട്ട് ഓടിച്ചെന്നപ്പോൾ കുളത്തിൽ മോന്റെ...

"എന്റെ റബ്ബേ..."

"ഐഷാ..."

ആരോ വിളിക്കുന്നല്ലോ..

ആരാ... ഉമ്മാ.. ഹൈദ്രു വന്നോ...

പോയില്ലേ... ഹൈദ്രുവുമില്ല... ആരുമില്ലല്ലോ ഐശുവിന്..

"ഞാനാ.."

ആ കനത്ത ശബ്ദം തിരിച്ചറിഞ്ഞു. പക്ഷേ, അങ്ങോട്ടുനോക്കിയില്ല. എല്ലാ വേണ്ടാതീനങ്ങളും സഹിച്ചും പൊറുത്തും കഴിഞ്ഞിട്ടും ഐഷ ജീവിച്ചിരിക്കെ മറ്റൊരു പെണ്ണിന് ഈ വീട്ടിൽ സ്ഥാനം കൊടുത്തില്ലേ... വേണ്ട കാണണ്ട. കണ്ണുകൾ മുറുകെ അടച്ചു.

"എന്നോടു ബാശി കാണിക്കണത് നല്ലേനല്ല. നല്ലോണം നിന്നാ എല്ലാരിക്കും നല്ലത്."

അരിശം തീർക്കാനായിരിക്കും വാതിൽ ഉറക്കെ വലിച്ചടച്ചത്. ഖൽബിൽ പെരുമ്പറ മുട്ട്. ഈയിടെയായി അങ്ങനെയാണ്. മൂപ്പർ എന്തെങ്കിലും ഉറക്കെ പറയുമ്പോഴേക്ക് നെഞ്ച് പടപടെ ഇടിക്കാൻ തുടങ്ങും. കിതപ്പു കാരണം ഒരക്ഷരം മിണ്ടാനാവില്ല. കിതച്ചുവിറച്ച് കട്ടിലിൽ കിടക്കുന്നത് കാണാത്ത മട്ടിൽ മൂപ്പർ ഇറങ്ങിപ്പോവുന്നതു കാണുമ്പോൾ അവശത ഏറുന്നു.

"ഈച്ചേം ചക്കരേംപോലാ എന്റെ മക്കള്. എന്റെ ദുആ പടച്ചോൻ ഖബൂലാക്കി. ഇങ്ങനങ്ങ് പോയാ മതിയേന്നും."

ഉമ്മ വേവലാതിയോടെ സ്വയം പറയാറുണ്ട്. അതിന്റെ പൊരുൾ ചിക്കിപ്പരത്താനുള്ള വിവേകമൊന്നും അക്കാലത്തുണ്ടായിരുന്നില്ല. പുതിയാപ്ല തേനേ, പാലേ എന്നു പറഞ്ഞു പിറകേ നടന്നപ്പോൾ ഐശു മാനത്തോളം പൊങ്ങി. എന്നും അന്തിക്ക് വീട്ടിലെത്തുമ്പോൾ ഐശുവിന് കൈനിറയെ സമ്മാനങ്ങൾ. ഉടലോടെ സ്വർഗ്ഗത്തിലെത്തിയതുപോലെ.

"ഇഞ്ഞി ഞമ്മളെ നസീബാ മോളേ."

കേൾക്കുമ്പോൾ ആകെ കുളിരാണ്. കുളിര് തീമഴയായി പെയ്യാൻ തുടങ്ങിയതെപ്പോഴായിരുന്നു? അറിയില്ല. ഗർഭിണി ആയതോടെ ആകെ പരവേശം. ഛർദ്ദി, ഓക്കാനം, വിശപ്പില്ലായ്മ, ക്ഷീണം, എപ്പോഴും മയക്കം, മൂപ്പർ രാത്രി തിരിച്ചെത്തുമ്പോഴേക്ക് ഉമ്മയുടെ മുറിയിൽ കിടന്ന് ഉറക്കം പിടിച്ചിരിക്കും. ആദ്യഗർഭം അലസിപ്പോയതോടെ ഐഷയുടെ ജീവിതം ഉമ്മയുടെ നിയന്ത്രണത്തിലുമായി. നില്ക്കാനും നടക്കാനും കിട

ക്കാനും ഉമ്മയുടെ അനുവാദം വേണം. കുടുംബം നിലനിർത്താൻ ഒരു കണ്ണി. ഉമ്മയുടെ സ്വപ്നം. അത് സാക്ഷാൽക്കരിക്കുക മക്കളുടെ കടമ. അത് മനസ്സിലാക്കി ഉമ്മയുടെ നിഴലായി നടന്നു. അതിനിടയിൽ..

തെറ്റ് നിന്റേതല്ലേ... ഭർത്താവിനെ പാടേ മറന്ന് ഉമ്മയുടെ മുറിയിൽ ചേക്കേറി. ചോരയും നീരും തണ്ടും തടിയും മാലും മുതലുമുള്ള ചെറുപ്പക്കാരൻ. പെണ്ണുങ്ങളായാൽ സാമർത്ഥ്യം വേണം. അല്ലാതെ അന്യരെ പഴിച്ചും കണ്ണീരൊഴുക്കിയും നടന്നതുകൊണ്ട് ഒന്നും നേടാനാവില്ല. ഇതൊക്കെ മനസ്സിലാക്കി വിവേകമുദിച്ചപ്പോഴേക്കും വൈകിപ്പോയില്ലേ..

ഇനിയും വൈകിയിട്ടില്ല. മകൻ പോയതോടെ ലോകമവസാനിച്ചു എന്നു കരുതി മുറിക്കുള്ളിൽ കൂടിയതുകൊണ്ടാണ് എല്ലാം കൈവിട്ടു പോയത്. ഇനിയും ഇതിനകത്ത് ചടഞ്ഞുകൂടിയിരുന്നാൽ വീടുതന്നെ കൈവിട്ടുപോകും. ഇല്ല. അതിനനുവദിക്കില്ല. ഈ വീട് ഭരിക്കാൻ മറ്റാരേയും അനുവദിക്കില്ല.

"സൂറാ."

"എന്തേക്കും മേണ്ട്യാത്?"

സൂറ ഭവ്യതയോടെ അടുത്തേക്കു വന്നു

"മണിയെത്രയായി?"

"അസറുബാങ്കു കൊടുത്തു.."

"നീയെന്തേ എന്നെ വിളിക്കാഞ്ഞത്?" സ്വരത്തിൽ മയം.

സൂറ പകച്ചു നോക്കി.

"എടീ.. എന്റെ സാരികളൊക്കെ ഏടെ?"

"അലമാരീലുണ്ട്."

"തായത്തോ മോളിലോ.?"

"മോളിലാ ജാസ്തി. ഇപ്പം മാക്സിയല്ലേ ഇടല്."

"നീളക്കുപ്പായം ഇനി മാണ്ട."

ഒരു പരസ്യപ്രസ്താവന നടത്തുന്നതുപോലെയാണ് പറഞ്ഞത്.

"ഞാൻ പോയി സാരി എടുത്തിട്ട് വരട്ടെ?" സൂറ ചോദിച്ചു.

"മേണ്ട. ഞാനെടുത്തോളാം."

"കോണി കേറാൻ കയ്യോ?"

"നോക്കട്ടെ."

സ്വരത്തിൽ ഉത്സാഹം.

"ഞാനും ബരാം."

"മേണ്ട. ഞാൻ ഒറ്റയ്ക്ക് പോയിക്കോളാം."

"നീ അടുക്കളേല്ക്ക് ചെല്ല്."

തട്ടം തലയിലിട്ട് മുകളിലേക്കു കോണിപ്പടി കയറിയപ്പോൾ വല്ലാതെ കിതച്ചു. നീരു കെട്ടിയ കാൽമുട്ടുകൾ നൊന്തു. വകവെച്ചില്ല. കൈവരിയിൽ ബലം കൊടുത്തു പതുക്കെ കയറി. കോണി കയറിയിട്ട് നാളേറെ

യായി. അവസാനത്തെ പടിയിലെത്തിയപ്പോൾ മൂപ്പർ മുന്നിൽ. കോണിപ്പടിയിൽ അന്തംവിട്ടു നിന്നുകൊണ്ട് ചോദിച്ചു:

"എന്തേയ് ഐഷാ?"

"എന്റെ സാരിയും കുപ്പായവുമൊക്കെ ഇങ്ങളേടയാ വച്ചത്?"

ചോദ്യം കേട്ട് മൂപ്പരുടെ മുഖത്ത് അമ്പരപ്പ്.

"ഈ നീളക്കുപ്പായവുമിട്ടുള്ള കെടപ്പ് മതിയായി. കെടന്നാ അരുതായ്ക കൂടും. ഞാൻ കെടപ്പിലായതോടെ പൊരക്കാര്യൊക്കെ അവതാളത്തിലായി. ഒക്കെ പണിക്കാരെ ഇഷ്ടംപോലെ. എല്ലാം നേരെയാക്കാൻ പറ്റ്വോന്ന് ഞാനൊന്നു നോക്കട്ടെ."

ആ സ്വരത്തിൽ ആത്മവിശ്വാസം ഹാജിയെ ചിന്താക്കുഴപ്പത്തിലാക്കി. എന്തിനുള്ള പുറപ്പാടാണാവോ എന്നു തോന്നിയെങ്കിലും ഉറക്കെ പറഞ്ഞതിങ്ങനെയാണ്:

"അൽഹംദുലില്ലാഹ്. അള്ളാക്കു ശുക്ര്:"

മനസ്സറിഞ്ഞാണോ ഇപ്പറയുന്നത് എന്ന മട്ടിൽ ഇരുത്തിയൊന്നു നോക്കിയിട്ട് ഐഷ കോണിപ്പടി കയറി.

ഏഴ്

ഐഷാത്തയുടെ പുത്തനുണർവ്വ് നൂറുവിനെ ആശയക്കുഴപ്പത്തിലാക്കി. ഒപ്പം ആശ്വാസവും തോന്നാതിരുന്നില്ല. അവരുടെ കണ്ണീരു കാണണ്ടല്ലോ.

ഐഷാത്ത എന്തിനാ കെടപ്പ് താഴെയാക്കിയത്? എപ്പോഴും കരഞ്ഞും സ്വയം പഴിച്ചും മുറിക്കുള്ളിൽ കഴിയുന്ന ഐഷാത്തയുടെ അവസ്ഥ സഹിക്കാനാവാതെ ഒരിക്കൽ നബീസയോടു ചോദിച്ചിട്ടുണ്ട്.

"മൂപ്പരോടു തെറ്റുമ്പം തായെക്കെടക്കും. പിന്നെ മോളില് പോകും. ഇപ്പം കല്യാണക്കാര്യം കേട്ടതോടെ.."

നബീസ മുഴുമിപ്പിച്ചില്ല. തന്നെ വേദനിപ്പിക്കേണ്ടെന്നു കരുതിയിട്ടാവും. ഐഷാത്തയുടെയും നൂറുവിന്റെയും അകൽച്ച മാറ്റിയതിൽ നബീസയ്ക്ക് നല്ലൊരു പങ്കുണ്ട്.

"അക്കുട്ടി ഒരു പാവാ അതിന്റെ കണ്ണ് തോർന്ന നേരല്ല. ഞാൻ കാരണം ഐഷാത്ത കഷ്ടത്തിലായല്ലോന്നാ അയിന്റെ കരച്ചില്.."

നബീസ ഐഷാത്തയോടു പറയുന്നത് പലതവണ കേട്ടിട്ടുണ്ട്. അങ്ങനെ അലിവു തോന്നീട്ടാവാം ഒരു ദിവസം ഐഷാത്ത മുറിയിലേക്കു വിളിപ്പിച്ചു.

"ഇന്നോട് എനക്ക് ബെറുപ്പൊന്നുമില്ല. എന്റെ തലേലെയുത്ത് നന്നാവേത്തന് നിന്നോടു ബെറുപ്പ് കാണിച്ചിട്ടെന്താ കാര്യം. എന്നെച്ചൊല്ലി നീ കണ്ണീരൊയുക്കണ്ട."

“തന്നത്താൻ കുറ്റപ്പെടുത്തി ഇതിനകത്ത് അടച്ചിരുന്നാ ജീവിതം നരകമാവുകയേ ഉള്ളൂ.”

“പിന്നെ ഞാനെന്തു ചെയ്യാണോന്നാ നീ പറേണത്.?”

“ഈ വീട് ഐഷാത്തന്റെയല്ലേ. പിന്നെന്തിനാ ഒരു മുറിയിൽ ഒതുങ്ങിക്കൂടുന്നത്?”

നബീസ അമ്പരപ്പോടെ നോക്കിയത് കണ്ടില്ലെന്നുവെച്ചു. ഐഷാത്ത മുറിക്കു പുറത്തിറങ്ങിയാൽ നഷ്ടം നിങ്ങക്കല്ലേ എന്ന മട്ടിലായിരുന്നു അവളുടെ നോട്ടം. അതോടെ നൂറു അവർക്ക് ശത്രുവല്ലാതായി. അവർ മുറിക്കു പുറത്തിറങ്ങുക മാത്രമല്ല കിടപ്പ് ഹാജിയുടെ മുറിയിലേക്കു മാറ്റുകയും ചെയ്തു.

താഴെ മുറികൾ ഇഷ്ടംപോലെ. അതിലൊന്നിൽ നൂറു ചേക്കേറി. എഴുന്നേറ്റു നടക്കാൻ തുടങ്ങിയതോടെ ഐഷാത്ത രോഗം മറന്നു.

“നൂറു...”

ഹാജിയാര് സ്നേഹത്തോടെ നീട്ടിവിളിക്കുന്നത് കേൾക്കുമ്പോഴേക്ക് “ബിളിച്ചോ..” എന്നു ചോദിച്ചുകൊണ്ട് ഐഷാത്ത ഓടിച്ചെല്ലുന്നത് കാണുമ്പോൾ ആശ്വാസം തോന്നിയോ? അതോ... ഒരുതരം മരവിപ്പായിരുന്നു.

“മണ്ടിപ്പാഞ്ഞുനടന്ന് സൂക്കേട് ഏറ്റണ്ട ഐഷാ. എന്റെ കാര്യങ്ങള് നോക്കാൻ ഈടെ ആളുണ്ടല്ലോ.”

ഹാജിയാർ നിത്യേന പറയും. അവരുടെ ഇടയിൽ കരടായി ചെല്ലാൻ തുനിയാതെ അകന്നുനിന്നു. പണിക്കാരുടെ മുഖത്തുകണ്ട സഹതാപം കണ്ടില്ലെന്നു നടിച്ചു. ഐഷാത്തയുടെ പുതിയ ഉണർവ്വ് കുറ്റബോധം കുറച്ചു. മറ്റൊരു സ്ത്രീയുടെ കണ്ണീരിനു കാരണക്കാരി ആയല്ലോ എന്ന കുറ്റബോധം വല്ലാതെ നീറ്റിയിരുന്നു. സാമ്പത്തികവിഷമമാണല്ലോ ഈ വിവാഹത്തിനു നിർബ്ബന്ധിതയാക്കിയത്. അതേതായാലും തീർന്നു. ഇന്ന് പണത്തിന് പഞ്ഞമില്ല. സ്വന്തം വീട്ടുകാരും അല്ലലില്ലാതെ കഴിഞ്ഞുകൂടുന്നു.

“നീയ്യിങ്ങനെ തൂങ്ങിപ്പിടിച്ചു നടക്കണ്ട ഒരു കാര്യവുമില്ല. ഇനിക്ക് ഞമ്മള് ഒരു കുറവും വരുത്തൂലാ.”

ഐഷാത്ത ഹാജിയുടെ മുറിയിൽ സ്ഥാനംപിടിച്ചതു മുതൽ തരം കിട്ടുമ്പോഴൊക്കെ ഹാജി സമാധാനിപ്പിക്കാറുണ്ട്.

ഒന്നിനും ഉത്തരം പറയാതെ പരാതിയും പരിഭവവുമില്ലാതെ നൂറു തന്നിലേക്കു ചുരുങ്ങി. ഐഷാത്തയുടെ കൈയാളായി അകത്തളത്തിൽ ഒതുങ്ങിക്കൂടി. ഐഷാത്ത മുഷിച്ചിൽ കാണിച്ചാലും കൂടെ നടക്കും. എന്തുപറഞ്ഞാലും മറുത്തൊരക്ഷരം പറയില്ല. കുറെ കഴിഞ്ഞപ്പോൾ ഐഷാത്ത വെറുപ്പു കാണിക്കാതായി. കുടുംബത്തിലെ ഒരംഗമായി ഗണിച്ചു എന്നു പെരുമാറ്റത്തിൽനിന്നും മനസ്സിലായി.

"ഒരു കൊല്ലംകൂടി പഠിച്ചാ ഡിഗ്രി കിട്ടും. പൊരേലിരുന്നു പഠിച്ചു പരീക്ഷ എഴുതിക്കോളാം."

ഏറെ ആലോചിച്ചശേഷം അവസരം നോക്കി വിഷയം അവതരിപ്പിച്ചു. ഐഷാത്തയുംകൂടി ഉണ്ടായിരുന്നപ്പോഴായിരുന്നു അപേക്ഷ.

"ഓളെ പൂതിയല്ലേ പഠിച്ചോട്ടേന്നു."

ഐഷാത്തയുടെ ശിപാർശ.

"അതൊന്നും മേണ്ട. കാലം ബെടക്കാ."

ഹാജിയുടെ സ്വരത്തിൽ അതൃപ്തി.

ഐഷാത്ത ഒരു പുതുപ്പെണ്ണിനെപ്പോലെ അണിഞ്ഞൊരുങ്ങി. ഹാജിയാരുടെ പിറകേ കൂടിയെങ്കിലും ഹാജിയാർ നൂറുവിനെ തേടി എത്താറുണ്ടായിരുന്നു. ശരീരം അയാൾക്കു വിട്ടുകൊടുത്ത് ഉള്ളിൽ ഇരുൾനിറച്ച് കഴിയുമ്പോൾ ഐഷാത്തയുടെ കണ്ണീർക്കടലിൽ മുങ്ങിത്താഴുന്ന നൂറുവിനെ കിനാക്കണ്ട് പലപ്പോഴും ഉറക്കം ഞെട്ടി.

"ചക്കളത്തിപ്പോര് ഒയിവാക്കാന്നു വെച്ചിട്ടാ ഞമ്മളൊന്നും മിണ്ടാത്തത്. ഇനി മോളിലെ അറേല് കെടന്നാ മതി. ഐഷാനോടു ഞാൻ പറഞ്ഞിട്ടുണ്ട്."

ഒരുദിവസം ഹാജിയാർ പറഞ്ഞപ്പോൾ കിടപ്പു മുകളിലേക്കു മാറ്റേണ്ടിവന്നു.

"ബാല്യക്കാരത്തി കുട്ടീനെ തായത്ത് ഒറ്റക്കാക്കീട്ട് അനർത്ഥം ബല്ലതുമുണ്ടായാ ഞമ്മള് മാളോരോട് എന്തുപറയും. കാലം ബെടക്കാന്ന് മൂപ്പര് പറേന്നതിലും കാര്യണ്ടേയ്."

അതിനുള്ള വിശദീകരണം എന്നപോലെ ഐഷാത്ത നബീസയോട് താൻ കേൾക്കെ വിശദീകരിച്ചു. മൂപ്പരുടേതാണ് അവസാനവാക്ക് എന്ന മട്ടിലാണ് ഐഷാത്ത പറഞ്ഞത്.

"നൂറു ഇഞ്ഞി ഒറ്റക്ക് കെടക്കേണ്ട. സൂറാനെ ഇന്റെ മുറീല് കെടത്തിക്കോ." ഐഷാത്ത പറയും.

"ഓളെന്താ കിള്ളക്കുട്ട്യാ? പണിക്കാരെയൊന്നും മോളിലേക്കു കേറ്റേണ്ട." ഹാജി കയർക്കും.

"മോണ്ടങ്കി മേണ്ട. അയിന് ഇങ്ങളെന്തിനാ ഇങ്ങനെ കലിതുള്ളുന്നത്? പേടീണ്ടെങ്കി എന്നെ വിളിച്ചാ മതീട്ടോ, നൂറു."

ഐഷാത്ത ആശ്വസിപ്പിക്കും.

"വാതില് കുറ്റിയിടണ്ടാട്ടോ."

ഐഷാത്തയുടെ കണ്ണുവെട്ടിച്ച് അയാൾ ആംഗ്യം കാണിക്കും അനുസരിക്കുകയല്ലാതെ നൂറുവിന് മറ്റൊരു മാർഗ്ഗവുമുണ്ടായിരുന്നില്ല. ഐഷാത്ത ഉറങ്ങിയെന്നുറപ്പാകുമ്പോൾ അയാൾ നിത്യേന മുറിയിലെത്തും.

"എന്റെ കരളേ, തേനേ... ഞമ്മളോടു പിണക്കമൊന്നും തോന്ന

ല്ലാട്ടോ. സുഖല്ലാത്താളല്ലേ. മുഷിപ്പിക്കേണ്ടെന്നു വച്ചിട്ടേ. ഒയിവാക്കാനും പറ്റൂല്ലാന്നു കൂട്ടിക്കോ. ഓളെ പേരില് മൊതല് എമ്പാടുണ്ടേയ്."

വികാരാവേശത്തിൽ ഹാജിയാർ അങ്ങനെ പലതും പറയുമ്പോൾ അയാളോടുള്ള വെറുപ്പ് ഏറുകയും ശരീരം ഐസുകട്ടപോലെ മരവിക്കുകയും ചെയ്യും. ഐഷാത്തയുടെ കണ്ണുവെട്ടിച്ചുകൊണ്ടുള്ള ഈ ഏർപ്പാട് താങ്ങാവുന്നതിലപ്പുറമായിരുന്നു. അവരോടു സത്യം പറയാൻ പലവുരു ഒരുങ്ങി. അവരുടെ ഉത്സാഹത്തിമിർപ്പുകാണുമ്പോൾ നാവിൽ ചങ്ങല വീഴും. ഒരുദിവസം കുടിച്ചു ലക്കുകെട്ടാണ് എത്തിയത്. പതിവിലേറെ പുന്നാരം. കൈയിൽ ഒരാഭരണപ്പെട്ടിയുമുണ്ടായിരുന്നു. അതു കൈയിൽ തന്നിട്ട് പൂണ്ടടക്കം ഒരു പിടുത്തമായിരുന്നു. ശ്വാസം മുട്ടി. ലഹരി കെട്ടടങ്ങിയപ്പോൾ വെട്ടിയിട്ട മരംപോലെ കൂർക്കം വലിച്ചുറങ്ങാനും തുടങ്ങി. സാധാരണ പാതിരാത്രിയിൽ എണീറ്റു പോകാറുള്ളതാണ്. അന്നു പക്ഷേ, ഉരുട്ടിവിളിച്ചിട്ടും അനക്കമില്ല. പതിവുപോലെ കുളിമുറിയിൽച്ചെന്നു തൊണ്ടയിൽ കൈവിരലിട്ട് ഓക്കാനിച്ചു അങ്ങനെ ചെയ്യുമ്പോൾ വല്ലാത്തൊരാശ്വാസം തോന്നാറുണ്ട്. അതു കഴിഞ്ഞ് ഷവറിൻ ചുവട്ടിൽ ഏറെനേരം നില്ക്കും. ശരീരം തണുക്കുംവരെ. കട്ടിലിന്റെ ഓരത്തു ചെന്നുകിടന്നതും കണ്ണുകളടഞ്ഞു. ഒന്നു മയങ്ങിയപ്പോൾ വീണ്ടും ആക്രമണം. എതിർക്കാനാവാതെ എല്ലാറ്റിനും വഴങ്ങിക്കൊടുത്തു. മയങ്ങിപ്പോയത് അറിഞ്ഞില്ല.

എന്തോ ബഹളം കേട്ടു കണ്ണുതുറന്നപ്പോൾ ഐഷാത്ത മുന്നിൽ. ഹാജി അപ്പോഴേക്കും തന്നെ കെട്ടിപ്പിടിച്ചുകൊണ്ട് കിടക്കുകയായിരുന്നു. അയാളെ തട്ടി മാറ്റി പിടഞ്ഞെഴുന്നേറ്റു.

"എന്റെ കണ്ണുവെട്ടിച്ച്... രണ്ടിനേം ഞാൻ ബെറുതെ ബിടൂലാ.."

ഐഷാത്ത ഹിസ്റ്റീരിയ ഇളകിയതുപോലെ കൂക്കുംവിളിയും തുടങ്ങി. അതിനിടയിൽ മേശപ്പുറത്തുള്ള സാധനങ്ങൾ ഓരോന്നായി വലിച്ചെറിയുന്നുണ്ടായിരുന്നു. കട്ടിലിൽ കിടക്കുന്ന ആഭരണപ്പെട്ടി കണ്ടതും അതുകൊണ്ട് ഹാജിയുടെ തലയിൽ ഒരിടി. ഉറക്കപ്പിച്ചിൽ ചാടിയെഴുന്നേറ്റ ഹാജി കാര്യമറിയാതെ പകച്ചു.

"എന്താ..?"

"എന്താറിയില്ല അല്ലേ... കള്ള ഹിമാറ്... രണ്ടിനേം ഞാൻ കൊല്ലും."

കൈയിലിരുന്ന എന്തോ ഹാജിയാരുടെ നേരെ വലിച്ചെറിഞ്ഞുകൊണ്ടായിരുന്നു അലർച്ച.

പെട്ടെന്ന് ഹാജി ഐഷാത്തയെ കൈപ്പിടിയിലൊതുക്കി. ഐഷാത്ത ഹാജിയാരുടെ പിടിയിൽ ശ്വാസം മുട്ടി. അവൾ കാലുകൊണ്ട് ഹാജിയാരെ തള്ളിമാറ്റാൻ ശ്രമിക്കുകയും ഉറക്കെ നിലവിളിക്കുകയും ചെയ്യുന്നുണ്ടായിരുന്നു.

എന്തു ചെയ്യണമെന്നറിയാതെ പകച്ചു. പെട്ടെന്ന് ശക്തി മുഴുവൻ

സംഭരിച്ചു ഹാജിയാരെ തള്ളിമാറ്റി. അവശയായ ഐഷാത്തയെ താങ്ങാൻ ഭാവിച്ച തന്നെ ഹാജിയാർ അരിശത്തോടെ പുറകോട്ടു തള്ളി. വീണ്ടും ഐഷാത്തയെ ഉപദ്രവിക്കാൻ ഭാവിക്കുന്നതു കണ്ട് വിരണ്ടെഴുന്നേറ്റ് തടുത്തു. ആകെ പരവശയായി താഴെയിരിക്കുമ്പോഴും ഐഷാത്ത ഉറക്കെ നിലവിളിക്കുന്നുണ്ടായിരുന്നു. ആ കണ്ണുകളിലെ ദൈന്യത തീയായി ദേഹത്തിൽ പടർന്നു.

"ഒച്ചയുണ്ടാക്കി നാടറിയിച്ചാ രണ്ടിനേം ഞാൻ.."

ഹാജിയാരുടെ ശരിയായ രൂപം കണ്ട് ആദ്യം വല്ലാതെ അമ്പരന്നു.

"ഇനി അവരെ തൊട്ടാൽ.." പെട്ടെന്ന് കാന്താരിമുളകായ നൂറുവായി..

പെട്ടെന്നുള്ള ഭാവമാറ്റം അയാളെ അസ്വസ്ഥനാക്കി.

"മിണ്ടരുത്... പെടക്കോയികളെ കൂവാൻ ഞമ്മള് സമ്മയിക്കൂലാ. ഹിമാറ്കള്... എല്ലാരേം... ഞാൻ..."

അയാളുടെ മുഖം ചുവന്നു. കണ്ണു കനലായി. പെട്ടെന്ന് അയാൾ നിശ്ശബ്ദനായതുകണ്ട് തിരിഞ്ഞുനോക്കുമ്പോൾ വാതില്ക്കൽ നബീസയുടെ തല.

"എന്തേക്കും പറ്റ്യത...? ഒച്ചേം ബിളീം കേട്ട്..." നബീസയും സൂറയും റുക്കിയയും പകച്ചു നില്ക്കുന്നു.

ആ തക്കത്തിനു താഴെ തളർന്നിരിക്കുന്ന ഐഷാത്തയെ താങ്ങി എഴുന്നേല്പിക്കാൻ ശ്രമിച്ചു. നബീസ ഓടിവന്നു സഹായിച്ചു. എല്ലാവരും കൂടി ഐഷാത്തയെ കട്ടിലിൽ കിടത്തി. അവർ പഴന്തുണിപോലെ കുഴഞ്ഞിരുന്നു. കണ്ണുകളടയുന്നു. സൂറ ഓടിച്ചെന്നു മേശപ്പുറത്തു ഫ്ളാസ്കിൽ നിന്നു തണുത്ത വെള്ളമെടുത്ത് അവരുടെ മുഖത്തു തളിച്ചു. അവർ കണ്ണു മിഴിച്ചു. അവരുടെ നോട്ടം സഹിക്കാനാവാതെ പിറകിലേക്കു വലിഞ്ഞു. നബീസ അവരുടെ വായിലേക്കു വെള്ളം കുറേശ്ശെ ഒഴിച്ചുകൊടുക്കുന്നതും നോക്കി വാതില്ക്കൽ അനക്കമറ്റു നിന്നു.

"മനുഷ്യർക്ക് സ്വൈരം തരാത്ത കൂട്ടം. എന്താ ഇബിടെണ്ടായത്? എന്തിനാ കുക്കീം പായാരോം കൂട്ടണത്?"

ഹാജിയാരുടെ ഒച്ച കനത്തപ്പോൾ പെണ്ണുങ്ങൾ വിറങ്ങലിച്ചു.

"ഡോക്ടറെ വിളിക്കണ്ടേ?"

ധൈര്യം സംഭരിച്ചു.

"എന്തേ ഉണ്ടായത്?"

പകച്ചുകൊണ്ട് നബീസ ചോദിക്കുന്നുണ്ടായിരുന്നു.

"എല്ലാരുംകൂടെ കൂട്ടംകൂടി നിക്കാണ്ട് ഓക്കെന്തെങ്കിലും കുടിക്കാൻ കൊടുക്കുന്നുണ്ടോ?"

ഹാജിയാരുടെ ഒച്ച പൊങ്ങിയപ്പോൾ ഓരോരുത്തരായി മുറി വിട്ടു.

"നീയ്യെങ്ങോട്ടാണ്ടീ പോണത്?"

അയാൾ സൂറയോടു കത്തിക്കാളി.

വാതില്ക്കൽ വിറങ്ങലിച്ചുനില്ക്കുന്ന തന്നെ കത്തുന്ന കണ്ണുകളാൽ നോക്കി ദഹിപ്പിച്ച് ഒന്നിരുത്തിമൂളിയിട്ട് അയാൾ സ്ഥലം വിട്ടപ്പോൾ സ്വപ്ന ത്തിലെന്നപോലെ കോണിയിറങ്ങി.

എട്ട്

ഐഷാത്തയുടെ കിടപ്പു സഹിക്കാനാവാതെ കോണിയിറങ്ങു മ്പോൾ എന്താണു ചെയ്യേണ്ടതെന്ന് ഒരു രൂപവുമില്ലായിരുന്നു. ആ ദയ നീയമായ നിലവിളി ഭീതിയായി പൊതിഞ്ഞപ്പോൾ ആരോടും ഒന്നും മിണ്ടാതെ വാടിത്തളർന്ന് താഴത്തേക്കിറങ്ങി. ഹാജിയാരുടെ കൈകളിൽ കിടന്നുപിടയുന്നത് ഐഷാത്തയല്ല, നൂറുവാണ്. ശ്വാസം മുട്ടുന്നു. കൈകാ ലുകൾ തളരുന്നു. എവിടെയെങ്കിലും ഒറ്റയ്ക്കിരിക്കണം. അല്ല കിടക്ക ണം. എന്നിട്ട് മനസ്സിലെ ഭാരം കണ്ണീരായി ഒഴുക്കിക്കളയണം. കോണി യിറങ്ങുമ്പോൾ അങ്ങനെയാണ് ചിന്തിച്ചത്. തോട്ടത്തിലെ ഊഞ്ഞാലിൽ കുറേനേരം ഒറ്റയ്ക്കിരിക്കാം. ഹാജിയാരുടെ അടച്ചിട്ട കോട്ടവാതിൽ ഉമ്മ റത്തുനിന്നു കണ്ടപ്പോൾ കാലുകൾക്ക് വേഗം കൂടുന്നു. നെഞ്ചിടിപ്പ് ഏറു ന്നു. അടിമുടി വിയർത്തൊഴുകി. എങ്ങോട്ടേക്കാ നീ? ഗേറ്റു തുറക്കുമ്പോൾ ആരോ ഉള്ളിലിരുന്നു ചോദിക്കുന്നുണ്ടായിരുന്നു. വീട്ടിലേക്ക് നടക്കാനുള്ള ദൂരമേയുള്ളൂ എന്ന് ഗേറ്റ് കടന്നു പുറത്തിറങ്ങുമ്പോഴാണ് ഓർത്തത്. ജോനകപ്പറമ്പിൽ ഹുസൈൻ ഹാജിയുടെ കൂടെ ഭാര്യ കാറിലല്ലേ സഞ്ചാരം. ഗേറ്റ് രണ്ടും മലർക്കെ തുറന്നിട്ടുകൊണ്ട് റോഡിലേക്കിറങ്ങി. നേരം വെളുക്കുന്നേയുള്ളൂ. പാൽക്കാരും പത്രക്കാരും സഞ്ചാരം തുട ങ്ങിയിട്ടുണ്ട്. വാഹനങ്ങൾ തീരെയില്ല. ബീരാനിക്ക പിറകിൽനിന്നു കൈയും കലാശവും കാണിക്കുന്നു ഒന്നും കേൾക്കുന്നില്ല. കാണുന്നു മില്ല. കണ്ണുകളിൽ ഇരുട്ട്.

ബീരാനിക്ക ഹാജിയാരെ വിവരമറിയിച്ചുകഴിഞ്ഞിട്ടുണ്ടാകും. വീട്ടി ലെത്തും മുൻപേ ഭൂലോകം വിറപ്പിച്ചുകൊണ്ട് അയാളെത്തും. ബാപ്പയും ഇക്കാക്കയും അയാളുടെ മുന്നിൽ വായ്പൊത്തി വിറച്ചുനില്ക്കും. നൂറു ഭയക്കില്ല. പക്ഷേ, അങ്ങനെയൊന്നും സംഭവിച്ചില്ല. ഇടിവെട്ടോ ഭൂമികു ലുക്കമോ ഒന്നുമുണ്ടായില്ല. ഹാജി മികച്ച കച്ചവടക്കാരനാണെന്ന കാര്യം ഓർത്തില്ല. അയാൾ പിണങ്ങിപ്പോയ ഭാര്യയെ ഇണക്കാൻ ആരെയും പിന്നാലെ അയച്ചില്ല. അയാൾക്കു വേണമെങ്കിൽ അങ്ങനെ ചെയ്യാമായി രുന്നു. എതിർക്കാനുള്ള ശക്തി നൂറുവിനുണ്ടാകുമായിരുന്നില്ല. ഏറെ ക്കാലം കൂടി റോഡിലിറങ്ങി നടന്നപ്പോൾ ആകെയൊരു വെപ്രാളം. ഉറങ്ങി യുണർന്ന വേഷം. പാറിപ്പറക്കുന്ന മുടി. തലയിലെ തട്ടം തോളത്ത്. ഭാഗ്യ

ത്തിനു ചുരിദാറായിരുന്നു ഇട്ടിരുന്നത്. ഷാളുകൊണ്ട് തല മറച്ച് ധൃതിയിൽ നടന്നു. പരിചയക്കാരെ ആരെയും കണ്ടില്ല. സ്ഥലകാലബോധം വന്നപ്പോൾ നടത്തത്തിനു വേഗംകൂട്ടി. ഏറെക്കാലം നടക്കാതിരുന്നതിനാലാവാം നടക്കുമ്പോൾ കിതയ്ക്കുന്നു. എങ്ങനെയെങ്കിലും വീടെത്തിയാൽ മതിയെന്ന ചിന്തയേ അപ്പോഴുണ്ടായിരുന്നുള്ളൂ.

ഉമ്മറത്തെ ചാരുകസേരയിലിരുന്നു *ഖുർആൻ* ഓതുകയായിരുന്നു ബാപ്പ... മകളെ കണ്ടതും ബാപ്പയുടെ മുഖം വികസിച്ചു.

“അല്ലാ, ഇതാരാത്... രാവിലെതന്നെ എന്താ മോളേ... കാറിന്റെ ഒച്ചയൊന്നും കേട്ടില്ലാലോ? പാത്തുമ്മോ?”

ബാപ്പ നീട്ടിവിളിച്ചപ്പോൾ ആദ്യം എത്തിയത് ഇക്കാക്കയാണ്. മിന്നിത്തിളങ്ങുന്ന ലുങ്കിയും പട്ടുക്കുപ്പായവുമിട്ട ഇക്കയ്ക്ക് ഹാജിയേക്കാൾ പകിട്ട്. പിറകേ ഭാര്യ റസീന. പിന്നീടാണ് ഉമ്മയെത്തിയത്.

“എന്താ മോളേ പൊലച്ചയ്ക്ക്.”

ഉമ്മ വേവലാതിയോടെയാണു ചോദിച്ചത്.

“ഒന്നൂലാ... ഞാനിങ്ങു പോന്നു.”

“എന്നുവെച്ചാ...”

ഇക്കയുടെ സ്വരത്തിലെ അമ്പരപ്പ് കാണാത്ത മട്ടുനടിച്ച് അകത്തേക്കു നടന്നു.

“ഒരു ചായ തരീ ഉമ്മാ.”

അടുക്കളയിലെ പെട്ടിപ്പുറത്തിയിരുന്നുകൊണ്ടു പറഞ്ഞു. ഉമ്മ ഗ്ലാസിലൊഴിച്ചു വെച്ച ചായ നീട്ടിയിട്ടു പറഞ്ഞു:

“ബാപ്പയ്ക്ക് ചായ കൂട്ടുമ്പോ ഇന്റെ കാര്യം ഞാൻ വിചാരിച്ചതാ.”

“വിചാരിച്ചല്ലോ... നല്ലത്.”

“അതെന്താ നൂറു നിയ്യങ്ങനെ പറഞ്ഞത്. പെറ്റമക്കളെക്കുറിച്ച് വിചാരല്ലാണ്ടിരിക്ക്വോ?”

“വിചാരണ്ടായിരുന്നെങ്കില് പൂച്ചന്റെ കണ്ണില് മുളകുതേച്ചുവിട്ടതുപോലെ എല്ലാരുംകൂടി എന്നെ...”

മുഴുമിക്കാനാവാതെ വിതുമ്പി.

“എന്താണ്ടായത്?”

ഉമ്മ മാറിലടക്കി പുറം തലോടി. നിയന്ത്രിക്കാനായില്ല. അതുവരെ അടക്കി വെച്ചതെല്ലാം മലവെള്ളംപോലെ പൊട്ടിച്ചിതറി. പുറത്തു കാറു വന്നുനിന്ന ശബ്ദം. ഹാജിയാരെ എങ്ങനെ നേരിടേണ്ടതെന്നോർത്തപ്പോൾ വിറച്ചു. ഉമ്മയുടെ മാറിൽ ഒന്നുകൂടി പറ്റിച്ചേർന്നു.

“മോളേ എന്തപ്പം കഥ? മൂപ്പര് എന്നെ വിളിക്കാൻ കാറയച്ച്ക്കണ്. ഇയ്യ് ബല്ല പുത്തിമോശം കാണിച്ചോ?”

ബാപ്പയുടെ ഒച്ചയ്ക്ക് വിറയൽ. അപ്പോഴും ഉമ്മയുടെ മാറിൽ മുഖം പൂഴ്ത്തി അനങ്ങാതെ നിന്നതേയുള്ളൂ.

“പുത്തിമോശം കാണിച്ചത് ഞമ്മളാ... പൂ പോലത്തെ ഇന്റെ കുട്ടീനെ..”

ഉമ്മ കരച്ചിലടക്കാൻ പാടുപെട്ടു.

“ഉമ്മ വെറുതെ പുണ്ണിക്കുത്തി പഴുപ്പിക്കണ്ട.”

ഇക്കാക്ക വേവലാതിയോടെ പറഞ്ഞു. ഉമ്മയുടെ വിതുമ്പൽ കരച്ചിലായി.

“ഇയ്യൊന്നടങ്ങ് പാത്തുമ്മാ. ഞാനൊന്ന് പോയി നോക്കട്ടെ.”

“ബാപ്പ പോവണ്ട. ഞാൻ ആർക്കുമൊരു ഭാരമാവില്ല.”

മിണ്ടാതിരിക്കാനായില്ല.

“നീ ബെറുതെ പുക്കാറുണ്ടാക്കല്ലേ. മൂപ്പരാരാന്നാ ഇന്റെ ബിചാരം?”

ഇക്കാക്കയുടെ സ്വരത്തിൽ കുറ്റപ്പെടുത്തൽ.

“ശരി എന്താച്ചാലായിക്കോ. ഞാനിനി അങ്ങോട്ടില്ല.”

ബാപ്പയുടെ മുഖത്ത് വെപ്രാളം.

അപ്പോഴേക്കും സമനില വീണ്ടെടുത്തിരുന്നു. ഉമ്മയുടെ മാറിലെ ചൂട് ഉള്ളിലെ ചൂടിനെ പാടേ വിഴുങ്ങിക്കഴിഞ്ഞിരുന്നു. കുളിർമഞ്ഞിലിറങ്ങിയ സുഖം. വാക്കുകൾക്ക് വിറയലില്ല.

“കാറയച്ച സ്ഥിതിക്ക് ബാപ്പ ഒന്നു പോയി നോക്കീ. രണ്ടു ഭാഗോം കേക്കാണ്ടെങ്ങനാ..”

ഇക്ക ബാപ്പയുടെ കൈയും പിടിച്ച് പുറത്തേക്കു നടന്നു. തൂവെള്ളക്കുപ്പായവും കരയുള്ള മുണ്ടും തോളിലൊരു തൂവാലയുമായി ജോനകപ്പറമ്പിൽ ഹുസൈനാജിയുടെ അമ്മോശൻ കാറിൽ കയറി പോകുന്നതും നോക്കി നൂറു അടുക്കള വാതില്ക്കൽ നിന്നു.

ബാപ്പ പോയപ്പോൾ മുറ്റത്തിറങ്ങി. ചെമ്പരത്തിയും ചെമ്പകവും നിറയെ പൂത്തിരിക്കുന്നു. ആന്തൂറിയം ഇലകളിൽ നിറയെ പുള്ളിക്കുത്ത്. മൂന്നു നിറങ്ങളിലുള്ള ആന്തൂറിയം ചെടികൾ വളരെ കഷ്ടപ്പെട്ടാണു സമ്പാദിച്ചത്. എല്ലാം നാശമായി.

‘‘വെയിലത്തു വെച്ചിട്ടല്ലേ റസീന ആന്തൂറിയം നാശായത്. അതൊന്നു തണലത്തേക്ക് മാറ്റിവെച്ചൂടായിരുന്നോ?”

സംശയത്തോടെ വീക്ഷിക്കുന്ന റസീനയോടു ചോദിച്ചു.

“ഇവിടെ പണിയൊഴിഞ്ഞ നേരല്ല. പിന്നല്ലേ തോട്ടം നോക്കല്.”

“അവൾ മുഖം വെട്ടിച്ച് അകത്തേക്കു നടന്നപ്പോൾ അവളെ പിന്തുടർന്നു. തന്റെ മുറിയിലെ കട്ടിലിൽ തെറുത്തുവെച്ച കിടക്ക നിവർത്തി തട്ടിക്കുടഞ്ഞു വെച്ചു. മുറി തൂത്തു വൃത്തിയാക്കി. നൂറുവിന്റെ മുറി ഏതായാലും ആരും കൈയടക്കിയിട്ടില്ല.

“ഇവിടെ അടിച്ചുവാരിത്തുടയ്ക്കാൻ ഒരു പെണ്ണ് വരണുണ്ടേയ്... ഇങ്ങളൊന്നും ചെയ്യേണ്ട..”

അവളുടെ അവകാശം പിടിച്ചെടുക്കാൻ വരുന്നത് നല്ലതിനല്ല എന്ന ഭാവം റസീനയുടെ മുഖത്ത് വായിക്കാൻ സാധിച്ചു.

ഇക്കാക്കയ്ക്ക് വർക്ക്ഷോപ്പിനു പുറമെ ഇപ്പോൾ സ്വന്തമായി ടയർ ബിസിനസുണ്ട്. ബൈക്ക് വിറ്റ് കാർ വാങ്ങാൻ പോകുന്നതായി റസീന ഈയിടെ വന്നപ്പോൾ പറഞ്ഞിരുന്നു. അവളുടെ വീട്ടുകാർ സഹായിച്ച തുകൊണ്ടാണ് ഇക്കാക്ക ഇന്നത്തെ നിലയിലെത്തിയത് എന്നാണ് റസീന പറയുന്നത്. വെറുതെ വീമ്പു പറയുകയാണെന്നറിയാമെങ്കിലും മറുപടി യൊന്നും പറയാറില്ല. ഹാജിയുടെ പേരു പറഞ്ഞ് ഇക്ക കച്ചവടബന്ധ ങ്ങൾ ധാരാളം ഉണ്ടാക്കുന്നുണ്ട്. ഹാജിയുടെ പരിചയക്കാരും സുഹൃ ത്തുക്കളും ഇപ്പോൾ വണ്ടികളുടെ ടയർ വാങ്ങുന്നത് ഇക്കയുടെ കട യിൽനിന്നാണ്.

"കച്ചവടമൊക്കെ പൊടിപൊടിക്കണ മട്ടുണ്ടല്ലോ."

കസവുമുണ്ടും സിൽക്കു ജൂബ്ബയുമണിഞ്ഞ് കൈയിലൊരു പെട്ടി യുമായി കടയിലേക്കു പോകാനിറങ്ങിയ ഇക്കയോടു തമാശ പറഞ്ഞു.

"കരകേറി വരുന്നതേ ഉള്ളൂ. നീയായിട്ടത് ഇല്ലാതാക്കല്ലേ."

ഇക്കയുടെ സ്വരത്തിലെ കയ്പ് ഉള്ളിലേക്കിറങ്ങി. ഒരു വാക്കും ഉരി യാടാതെ ഭാര്യയോടുമാത്രം യാത്ര പറഞ്ഞ് ഇക്ക ബൈക്കിൽ കയറി സ്ഥലം വിട്ടപ്പോൾ ഉള്ളിലെ കയ്പ് മുഖത്തും പടർന്നോ? എപ്പോഴും വഴക്കിടുന്ന കൊഞ്ചിക്കുന്ന ഇക്ക. തികട്ടിവന്ന തേങ്ങലടക്കി മുറിയിലെ കട്ടിലിൽ ചെന്നു കിടന്നു.

"നൂറു ചായ കുടിക്കാൻ ബാ മോളേ."

ഉമ്മ വിളിച്ചപ്പോൾ കണ്ണീർ വിഴുങ്ങി മുഖം പ്രസന്നമാക്കി അടുക്കള യിലേക്കു നടന്നു.

ഒൻപത്

മുറിയിലെ അലമാര പരതിയപ്പോൾ ഒരു പഴയ സൽവാർ കമ്മീസ് കിട്ടി. കുറച്ച് ഇടുക്കമുണ്ട്. സാരമില്ല. ഹാജിയാരുടെ വീട്ടിലെ സ്വാദിഷ്ഠ മായ ഭക്ഷണവും അലസജീവിതവും നൂറുവിന്റെ ദേഹത്തിൽ കാണാ നുണ്ട്. ആകെയൊന്നു കൊഴുത്തു. ഉമ്മയോടു ഒരു തോർത്തും ഒരു കഷണം സോപ്പും വാങ്ങി തല നിറയെ എണ്ണ പൊത്തി കിണറ്റിൻകര യിലെ കുളിമുറിയിലേക്കു നടന്നു.

"എന്റെ മുറീലെ കുളിമുറീന്നു കുളിച്ചോളീ.."

റസീന പുറകിൽനിന്നു വിളിച്ചു.

"വേണ്ട കിണറ്റിൽനിന്നു കോരിക്കുളിച്ചാലുള്ളൊരു സുഖം വേറെ യാ."

കിണറ്റിൻകരയിലെ കുളിമുറിയിലാകുമ്പോൾ വെള്ളം കോരി തലയോടെ ഉടലോടെ ഒഴിക്കാം. ഹാജിയാരുടെ കുളിമുറിയിലെ പളുങ്കുകൂട്ടിലെ കുളി മതിയായി.

ഇക്കയുടെ മുറിയോടു ചേർന്ന് ടൈൽസു പതിച്ച കുളിമുറിയുണ്ടാക്കിയ കാര്യം റസീന കഴിഞ്ഞതവണ കാണാൻ വന്നപ്പോൾ പറഞ്ഞിരുന്നു.

"ഇത്താന്റെ അറയിലെ കുളിമുറിക്കെന്താ ചേല്. സിനിമേല് കാണുന്നതു പോലെ."

ഹുസൈൻ ഹാജിയുടെ വീട്ടിൽ അവൾ ഇടയ്ക്കിടെ വിരുന്നുവരാറുണ്ടായിരുന്നു. അപ്പോഴൊക്കെയും അവളുടെ മുഖത്തുകണ്ട അസ്വസ്ഥതയും നൈരാശ്യവും അലോസരപ്പെടുത്താറുണ്ടായിരുന്നു.

"ഇത്താന്റെ ഒരു ഭാഗ്യേയ്..." കൊട്ടാരംപോലൊരു പൊരേം അയിനൊത്ത സാമാനങ്ങളും അലമാര നെറച്ചും ഡ്രസുകളാ. ഒരു നല്ല ഡ്രസിട്ട് ഇത്താനെ ഞാൻ കണ്ടിട്ടില്ല."

ആ വീട്ടിലെ ഓരോ മുറിയിലും കയറിയിറങ്ങി നടക്കുമ്പോൾ അവൾ അസൂയയോടെ പറയാറുണ്ട്.

മറുപടി പറയാറില്ല. കഷ്ടിച്ചു കഴിഞ്ഞുകൂടുന്ന ഒരിടത്തരം വീട്ടിൽനിന്നെത്തുന്ന ഏതൊരു പെൺകുട്ടിക്കും ഹാജിയാരുടെ വീട് സ്വർഗ്ഗമാണ്.

"അലമാര നെറച്ചും ഡ്രസാ. എന്നാലും മിസ്കീനെപ്പോലാ ഓളെ നടത്തം. അട്ടേപ്പിടിച്ച് കെടക്കമ്മെക്കെടത്ത്യാ കെടക്കോ?"

ഹാജിയാരുടെ പരിഹാസത്തിൽ കുതിർന്ന പരാതി.

"പെങ്കുട്ട്യോളെ കോളേജിലൊന്നും അയച്ചു പഠിപ്പിക്കണ്ടാന്ന് ഞാൻ അപ്പളും പറഞ്ഞതാ."

നൂറുവിന്റെ പെരുമാറ്റം വിവാഹത്തിനുമുമ്പ് ഉമ്മയേയും അസ്വസ്ഥതപ്പെടുത്താറുണ്ടായിരുന്നു

"പഠിച്ച് സ്വന്തമായി വരുമാനമാർഗ്ഗം കണ്ടെത്തുക മാത്രമാണുമ്മാ നൂറുവിന്റെ ലക്ഷ്യം."

ഉമ്മയെ ചൊടിപ്പിക്കാനെന്നോണം അച്ചടിഭാഷയിൽ സംസാരിക്കുമ്പോൾ ഉമ്മയുടെ മുഖം കോടും.

"ഇന്റെ തൊലി പൊളിച്ച ബർത്തമാനം എന്നോടു മേണ്ട നൂറു."

"മേണ്ടെങ്കിൽ മേണ്ട. ഉമ്മാനെ രാജാത്തിയെപ്പോലെ വാഴിക്കും നൂറു. നോയിക്കോ."

"അതൊന്നും മേണ്ട കുട്ട്യേ. ഇന്നെ നല്ലോരു പൊരേല്ക്ക് അയച്ചാ ഉമ്മാക്ക് സമാധാനായി."

"ഒക്കെ നേരെയാവും. ഇങ്ങളെ പൊന്നാരമോനോ പഠിച്ചില്ല. ഗൾഫൊന്നും പറഞ്ഞ് മണ്ടിപ്പാഞ്ഞു നടക്കുകയല്ലേ. നൂറു വേണ്ടേ എല്ലാമൊന്നു നേരെയാക്കാൻ?"

"പടച്ചോൻ നേരെയാക്കൂന്നു പറ മോളേ."

"എന്നാ അങ്ങനെ."

കുളി കഴിഞ്ഞ് മുടി ചീകിയൊതുക്കി ദുപ്പട്ടകൊണ്ട് തല മറച്ച് അടുക്കളയിലെത്തി.

"ഇങ്ങള് ബന്ന്ക്ക്ണൂന്ന് റസീന പറഞ്ഞ്. മൊലാളീ ബന്നിക്കില്ലേ?"

"ആകെ ഒന്നു കണ്ണോടിച്ചുകൊണ്ട് അടുക്കളയിൽ പാത്രം കഴുകുന്ന യുവതി ചോദിച്ചു.

"ഇത് ഐച്ചീബി. രാവിലെ വന്ന് സഹായിച്ചിട്ട് പോകും." ഉമ്മ

"ഈന്റെ മുന്നം ഞമ്മളേടേം പണിക്ക് നിന്നിട്ടില്ലാട്ടോ. ഓരോ തലയിലെയ്ത്തേയ്.."

അവൾ നെടുവീർപ്പിട്ടു.

"എന്തേയ് പെലച്ചക്കന്നെ.."

"അത്.."

"ഇത്താത്താ അങ്ങനാ... വരണോന്നു തോന്നിയാ അപ്പമിങ്ങു പോരും. നീ പാത്രം കഴുകല് കയിച്ചിട്ട് തിരുമ്പാൻ നോക്ക്."

റസീന ഇടയിൽ കയറി പറഞ്ഞു.

"ഇന്റെ പണി ഇന്നോടാരും പറയണ്ട."

ഐച്ചീബി അതൃപ്തിയോടെ പറഞ്ഞു.

"ഓളൊരു പത്രോസേയ്... മാപ്പള കള്ളും കുടിച്ച് കൂത്താടി നടക്കും. ഇവള് നയിച്ചിട്ടാ മക്കളെ പോറ്റുന്നത്. അടിച്ചുവാരി തുടച്ച് മുറ്റമടിയും പാത്രം കഴുകലും കയിക്കണേന് മാസം എണ്ണൂറു റുപ്യാ പഹച്ചിക്ക് കൊടുക്കണത്. ഓളെമട്ടു കണ്ടാ തോന്നും ഓസിനാ വരണതെന്ന്. മൂന്നെടത്ത് പോണുണ്ട്. ഇപ്പളത്തെക്കാലത്ത് പൈശമാത്തരം കൊടുത്താപ്പോര. ഓലെ മോറും മുഞ്ഞീം കാണും ബേണം."

ഐച്ചീബി തുണികളുമായി മുറ്റത്തിറങ്ങിയതും റസീന മുറുമുറുത്തു.

"ഇന്റെ ചങ്ങായിച്ചി ശ്രീദേവി ഇന്നാള് ബന്നീനും. ഫോൺ നമ്പറ് ചോയിച്ചീനും. ജഹാംഗീറ് കൊടുക്കാൻ സമ്മയിച്ചില്ല."

സംസാരത്തിന്റെ ഗതി മാറ്റാനെന്നോണം ഉമ്മ പറഞ്ഞു.

"ഞാനൊന്നാടംവരെ പോയിവരാം."

"ഓളിപ്പം ആട ഉണ്ടാകൂല. പണിക്കു പോണുണ്ടെന്നാ ഇന്നാള് ബേലിക്ക കണ്ടപ്പം പറഞ്ഞത്.

"എന്നാ വൈന്നേരം പോകാം. ഇന്ന് ഉച്ചക്കലത്തെക്കെന്താ കൂട്ടാൻ? മീന് കിട്ട്യോ? ഞാൻ മുറിക്കാം."

"ഇന്റെ കുളി കയിഞ്ഞതല്ലേ. മിണ്ടാണ്ട് ഒരു ഭാഗത്ത് ചെന്നിരുന്നോ. തുണി തിരുമ്പല് കയിഞ്ഞാ ഐച്ചീബി മുറിച്ചോളും."

അതിനിടയിൽ റസീന അടുക്കള വിട്ടിരുന്നു. വെറുതെയിരുന്നപ്പോൾ ഉറക്കം തൂങ്ങി. തലേന്നുരാത്രി ഉറങ്ങിയതേയില്ല. വെളുക്കാൻ നേരത്താണ്

കണ്ണൊന്നടഞ്ഞത്. അപ്പോഴക്കും. ചിന്തകൾ അലോസരപ്പെടുത്തിയപ്പോൾ തന്റെ അറയിലെത്തി പുസ്തകങ്ങൾ മറിച്ചുനോക്കി. പുസ്തകത്താളുകളിൽ എഴുത്തിനു പകരം മുഖങ്ങൾ... ഹാജിയാർ, ഐഷാത്ത, നബീസാ... സുറ.

"പാലു കൊടുത്തത് പാമ്പിനാ.."

ഹാജിയാരുടെ മുഖം കോടുന്നു...

"എന്നെ കൊല്ലിക്കാനാ ഇന്റെ പുറപ്പാട്."

ഐഷാത്തയുടെ കണ്ണുകളിൽ ദയനീയത.

"ഇങ്ങളിതൊന്നും കാര്യാക്കണ്ട. പെട്ടുപോയീലേ. ഉറയുമ്പം ബെട്ടണോന്നു കേട്ടിക്കില്ലേ? ഇങ്ങള് മൂപ്പരോടു പിരിശത്തിൽനിന്ന് തൻകാര്യം നോക്ക്. എപ്പളാ മൂപ്പർക്ക് ചടപ്പ് തോന്നാന്ന് ആരുകണ്ട്?"

നബീസ.

"മൂപ്പത്തിക്ക് ഇപ്പാളായേന്റേശം ഒരുയാതി എളക്കാ.."

"സുറ"

വേവലാതിയോടെ പുസ്തകമടച്ചു.

എപ്പളാ മൂപ്പർക്ക് ചടപ്പ് തോന്നാന്ന് ആര് കണ്ട്? നബീസയുടെ വാക്കുകളായിരുന്നു മനസ്സിൽ. ചടപ്പു തോന്നിയാൽ അയാൾ തന്നെ ഒഴിവാക്കി വേറെ കെട്ടുമെന്നത് ഉറപ്പാണ്. അപ്പോഴേക്കും ജീവിക്കാനാവശ്യമായ എന്തെങ്കിലും സ്വന്തം പേരിൽ നേടാൻ നോക്കണം. നബീസ സ്ഥിരമായി ഉപദേശിക്കാറുണ്ട്.

"ബല്യ മൂപ്പത്തിയെ കാര്യം തീർക്കാൻ അത്തര എളുപ്പമല്ല. മൂപ്പത്തീന്റെ പേരില് സ്വത്തുക്കള് എമ്പാടുണ്ടേയ്. മൂപ്പത്തീന്റെ ബകയില് കിട്ട്യത് കൂടാണ്ട് മൊലാളിന്റെ ഉമ്മാന്റെ സ്വത്തും മുയുമനും മൂപ്പത്തീന്റെ പേരിലാ എയ്തീക്കണത്. മൊലാളിച്ചിക്ക് മൂപ്പരെ ബിസ്വാസല്ലെയിനി. അതോണ്ടാ ഈ പെര തന്നെ മരോളെ പേരിലാക്കിയത്. മൊലാളി അറിയാണ്ടെ ബക്കീലിനെ ബിളിച്ച് ഏർപ്പാടാക്കിയതാന്നാ ബീരാനിക്ക പറഞ്ഞത്.. ഏറിയ കളിയും കളിച്ചതാ."

തിക്കും പക്കും നോക്കി ഇത്തരം പല രഹസ്യങ്ങളും നബീസ തന്നോടു പറയാറുണ്ട്.

"ഇതൊന്നും ആരോടും പറേല്ലേ. ഇങ്ങളോടുള്ള പിരിശംകൊണ്ട് പറഞ്ഞതാ."

വിവാഹം കഴിഞ്ഞിട്ട് ഇത്രകാലമായിട്ടും സ്വന്തമായി ഒരാവശ്യവും ഹാജിയുടെ മുന്നിൽ നിരത്തിയിട്ടില്ല. ലക്കുകെടുമ്പോൾ ഓഫറുകൾ പലതും ഹാജി മുന്നിൽ വെക്കാറുണ്ട്. നേരം വെളുക്കുമ്പോൾ മൂപ്പരത് സൗകര്യപൂർവ്വം മറക്കുകയും ചെയ്യും. ഇക്കാര്യം ഓർമ്മിപ്പിക്കണമെന്നോ നേടിയെടുക്കണമെന്നോ നാളിതുവരെ തോന്നിയിട്ടുമില്ല. ഇക്കയെ സാമ്പത്തികമായിട്ടല്ലെങ്കിലും മറ്റു പലവിധത്തിലും സഹായിക്കുന്നുണ്ടെന്ന്

അറിയാം. അതുകൊണ്ടാണല്ലോ തന്റെ തിരിച്ചുവരവ് ഇക്കയെ അസ്വസ്ഥനാക്കിയത്. ഇക്കയുടെ പെരുമാറ്റം കുറച്ചൊന്നുമല്ല. അമ്പരപ്പിച്ചത്. നൂറു ഒരു കറവപ്പശുവായി ആ തൊഴുത്തിൽ കിടക്കട്ടെ എന്നാണു മട്ട്. ഇക്കയ്ക്ക് ഇന്ന് അങ്ങാടിയിൽ നിലയും വിലയുമുണ്ട്. ഗൾഫിൽ പോവാതെതന്നെ ഇക്കയുടെ മോഹങ്ങൾ പൂവണിഞ്ഞു തുടങ്ങിയിരിക്കുന്നു. അതുകൊണ്ടുതന്നെ അയാൾക്കെതിരായി ചെറുവിരൽപോലും അനക്കില്ല. ബാപ്പയ്ക്കും ഇക്ക പറയുന്നതിനപ്പുറമൊന്നുമില്ല. അവരെയും കുറ്റം പറയാൻ പറ്റില്ല. പട്ടിണിയും പരിവട്ടവുമായി കഴിഞ്ഞവർ ഇന്നു ഭേദപ്പെട്ട നിലയിലാണ് ജീവിക്കുന്നത്. വീട്ടിൽ എല്ലാ ആധുനിക ഗൃഹോപകരണങ്ങളുമുണ്ട്. വീട്ടുപണിക്ക് ആളുണ്ട്. നൂറുവിന്റെ വിവാഹത്തിന് മുൻപ് ഇതൊന്നും സ്വപ്നം കാണാൻ പോലും കഴിഞ്ഞിരുന്നില്ല. ഈ വിവാഹബന്ധം നിലനിർത്തേണ്ടത് അവരുടെ ആവശ്യമാണ്.

ഈ വീട്ടിൽ നൂറുവിനു പഴയതുപോലെ സ്വസ്ഥമായി കഴിയാനാവുമെന്നു തോന്നുന്നില്ല. പഠിത്തം തുടരാമെന്നുള്ളതൊക്കെ വെറും പകൽക്കിനാവ്. ഹുസൈനാജി കനിഞ്ഞില്ലെങ്കിൽ നൂറുവിനു ജീവിതമില്ലെന്നോ?

"മേണ്ട ഐഷാ... എന്നോടു കളിക്കണ്ട. എന്നെ നിനിക്കു തിരിഞ്ഞിക്കില്ല."

ഐഷാത്ത പോരിനു ചെല്ലുമ്പോൾ അയാൾ കയർക്കുന്നത് പലതവണ കേട്ടിട്ടുണ്ട്. ഐഷാത്തയുടെ എതിർപ്പ് വകവെക്കാതെ താനുമായി അടുത്തു പെരുമാറുകയും ആവശ്യത്തിനും അനാവശ്യത്തിനും ഇടയ്ക്കിടെ എന്നോണം വിളിച്ച് അടുത്ത് ഇരുത്തി കിന്നാരം പറയുകയും ചെയ്യുന്നതു കാണുമ്പോൾ ഐഷാത്ത പലപ്പോഴും ഹിസ്റ്റീരിയ പിടിച്ചതുപോലെ വിറളിയെടുക്കാറുണ്ട്.

ഐഷാത്തയെ വേദനിപ്പിക്കരുതെന്നു കരുതി ഒഴിഞ്ഞു മാറിയാൽ അയാൾ വികടചിരിയോടെ പറയും.

"ഇന്നെ ഞാൻ നിക്കാഹ് കയിച്ചുകൊണ്ടോന്നതാ. തണ്ടും തടിയും മാലും മൊതലുമുള്ള ഇസ്ലാമിനു നാലുവരെ ആകാന്ന് ഏതു ബടക്കൂസനും അറിയാം. പിന്നെന്തിനാ ഒളീം മറേം."

"അവരെ കരയിച്ചാൽ പടച്ചോൻ പൊറുക്കൂലാ."

"നീ വേണ്ടാത്തേലൊന്നും തലയിടണ്ട മോളേ. ഓരോരുത്തരുടെ തലയിലെയ്തിയതുപോലേ നടക്കൂ. ഇഞ്ഞി ഹുസൈനാജിന്റെ ബീടരാവുന്ന് ഞമ്മള് കിനാക്കണ്ടതാ? ഇന്റെ തലവര നന്നായതുകൊണ്ട് ഞമ്മളെ കുടുംബം ലച്ചപ്പെട്ട്. ഇന്നിപ്പം ഞമ്മക്ക് മറ്റുള്ളോരെടയില് ബെലേം നെലേം ണ്ട്. എന്റെ കുട്ടി കണ്ടും കേട്ടും നിന്നാ എല്ലാരിക്കും നല്ലത്."

ഐഷാത്തയുടെ ദയനീയാവസ്ഥയെപ്പറ്റി പറയുമ്പോൾ ഉമ്മ പറയും.

കാറു വന്നുനിന്ന ശബ്ദം വല്ലാതെ അസ്വസ്ഥയാക്കി. കണ്ണടച്ച് ഉറക്കം നടിച്ചു.

പത്ത്

കാറിന്റെ ഒച്ച കേട്ട് ഉമ്മയും റസീനയും മുൻവശത്തേക്ക് തിരക്കിട്ടു നടന്നത്, അറിഞ്ഞു.

"എന്താണ്ടായത്?"

ഉമ്മയുടെ സ്വരം വിറച്ചു.

"മൂപ്പര് ബന്നില്ലേ?"

റസീനയുടെ സ്വരത്തിൽ ആകാംക്ഷ.

"ബേജാറാകാനൊന്നൂല്ല. കുട്ട്യളല്ലെ. അങ്ങനെക്കെണ്ടാകൂന്നാ മൂപ്പര് പറഞ്ഞേ."

"എനക്കപ്പളേ തോന്ന്യതാ മൂപ്പര് കൂട്ടാൻ വര്വേരിക്കും?" റസീന

"അത് ഓല് തമ്മിലായിക്കോളും. ഞമ്മളിടപെടണ്ട."

ബാപ്പയുടെ സ്വരത്തിനു മയമില്ലാത്തതുകൊണ്ടാകണം പിന്നെ റസീനയുടെ ചോദ്യങ്ങളൊന്നും കേട്ടില്ല.

"നൂറു ഏടെ?" ബാപ്പ.

"ഒറക്കാന്നാ തോന്നണത്. ഓളെ മോത്തൊരു തെളിച്ചല്ല. കളിച്ചു നടക്കണ കാലത്ത് ഞമ്മളായിട്ട്.."

ഉമ്മയുടെ സ്വരത്തിൽ അലിവ്. നൂറു ഉറക്കമാണെന്നു കരുതി അവർ മുറിയിലിരുന്നു പായാരത്തിന്റെ കെട്ടഴിച്ചു.

"ഇനി നീയായിട്ട് ഓരോ ഇടങ്ങറുണ്ടാക്കണ്ട. അയിനു മാത്രമൊന്നുമുണ്ടായില്ല. മൂപ്പര്ക്ക് നൂറുന്നു വെച്ചാ ജീവനാണേയ്. അതു കാണുമ്പോ വലിയ മൂപ്പത്തിക്ക് ഹാലെളക്കം. മൂപ്പരെന്താ ചെയ്യാ. സൂക്കേടുകാരിയല്ലേ. ഇത്രേംകാലം കൂടെ നിന്നിട്ട് ഒയിവാക്കുന്നത് നെറികേടല്ലേന്നാ ചോയിക്കണത്. മൂപ്പര് മനസ്സിന്റെ ബലിപ്പേയ്.."

ബാപ്പയുടെ സ്വരത്തിൽ ആദരവ്.

അതേ, ആ വലിപ്പം നേരിട്ട് കണ്ടല്ലോ. ഐഷാത്തയുടെ കൊരലു പിടിച്ചമർത്തിയപ്പോൾ...

"ഇബള് പോരാഞ്ഞിട്ടാ... അല്ലെങ്കില് മൂപ്പത്തീനെ നിർത്തേണ്ടിടത്ത് നിർത്തേണ്ടേ." ഉമ്മ

"അങ്ങനെ പൂത്തി പറഞ്ഞുകൊടുക്ക്. പോരിനൊന്നും പോണ്ട. കണ്ടില്ല കേട്ടില്ലാന്ന് വച്ച് കയിഞ്ഞാപ്പോരേ? പൊര നെറച്ചും പണിക്കാരുണ്ട്. എന്നാലും നൂറു അടുക്കളേ കെടന്ന് നട്ടംതിരിയും. ബിളിച്ചാലും

പറഞ്ഞാലും കിട്ടില്ല. മൂപ്പരെ കാര്യം അന്വേഷിക്കില്ല. ചെറു കുട്ട്യല്ലേന്നു വച്ചിട്ട് ഒന്നും മിണ്ടൂലാത്രേ. ഇന്നത്തെ കാര്യംതന്നെ നോക്ക്. മൂപ്പരും ഐഷാത്തയുമായി വക്കാണംണ്ടായേന് ഇബളെന്തിനേ ഇറങ്ങിപ്പോന്നേന്ന് മൂപ്പര് ചോയിച്ചപ്പം എനക്ക് മിണ്ടാട്ടം മുട്ടിപ്പോയി."

"എന്താണ്ടായെന്ന് ചോയിച്ചിട്ട് ഓളൊന്നും മുണ്ടീലാ. ഇനി അങ്ങോട്ടേക്കില്ല ഉമ്മാന്നും പറഞ്ഞ് അട്ടംമുട്ടെ നെലോളിച്ചപ്പം എന്റെ ഖൽബും വെന്തു. പെറ്റ കൊടലല്ലേ."

"അതിപ്പം എനക്കെന്താ നോവൂലാന്നാ? ഓളെ കൊണത്തിനും മേണ്ടീട്ടല്ലേ. ഇബിടെ ഇനിയിപ്പം ഓക്ക് സൈ്വരണ്ടാവൂന്ന് നിയ്യ് കരുതണണ്ടോ? റസീനാക്ക് ഇപ്പൊ ഈ പൊര തന്നെ പിടിക്കണില്ല. പുതിയ പൊര കെട്ടണോന്ന് പറഞ്ഞ് ഓനെ സൈ്വരം കെടുത്തണത് നീയും ഞാനും അറിഞ്ഞിട്ടും മിണ്ടാണ്ടിരിക്കല്ലേ? ഓളെ മട്ടും മാതിരിയും നൂറിനു പിടിക്കൂന്ന് നീയ് ബിചാരിക്കണുണ്ടോ? ചെല നേരത്ത് ഓളെ മട്ടു കാണുമ്പം ചൊറിഞ്ഞുവരും. ഓലിക്ക്വേണോങ്കി പൊര ബേറെ പണിതോട്ടെ. പക്കേ ഇപ്പൊരെ ബിറ്റിട്ട് ബേറെ മാങ്ങാന്ന് ഓല് പൂതി ബെക്കണ്ട."

"ഇങ്ങളൊന്നും പതുക്കനെ പറ. ഓള് കേട്ടാ അതുമതി പുക്കാറിന്. ഞമ്മളായിട്ട് ഒരു വക്കാണത്തിനിടയാക്കണ്ട. ഞമ്മളെ ആങ്കുട്ട്യോളെ അണച്ചുനിർത്തണേങ്കി ഓലെ ബീടന്മാരുടെ ചില ഹുങ്കൊക്കെ കണ്ടില്ലാ കേട്ടില്ലാന്ന് വെക്കാണ്ട് നിവൃത്തീല്ല. ഇങ്ങക്കിനിയും മണ്ടിപ്പാഞ്ഞു നയിക്കാനുള്ള ആബദുണ്ടോ?"

ഉമ്മയുടെ വാക്കുകളിലെ നിസ്സഹായത തന്നെ വല്ലാതെ തളർത്തി. വീട്ടിലെ പുതിയ പരിതഃസ്ഥിതി അറിയില്ലായിരുന്നു. ഉമ്മയും ബാപ്പയും സ്വസ്ഥമായി കഴിയുന്നു എന്നായിരുന്നു ധാരണ. ഇക്കയെ ഹാജി കണക്കറ്റു സഹായിക്കുന്നത് കണ്ടിട്ടും മിണ്ടാതിരുന്നത് അതുകൊണ്ടുതന്നെ.

ഇക്കാ റസീനയുടെ വിരലിനൊപ്പിച്ച് ആട്ടം തുടങ്ങുമോ? ഇല്ല. അതിനു നൂറു അനുവദിക്കില്ല. എഴുന്നേറ്റിരുന്നു.

"എണീറ്റോ? ചോറ് മേണ്ടേ ഇനിക്ക്? മണി എത്തരാ ആയീന്നാ ബിചാരം?" ഉമ്മ.

"ഉം"

മൂളിക്കൊണ്ട് ബാപ്പയെ നോക്കി.

"മിണ്ടാതേം പറയാതേം ഒരു പൊരേന്ന് എറങ്ങിപ്പോരണത് പോക്കണക്കേടല്ലേ നൂറൂ. അയിനുമാത്തരം ഇപ്പം എന്താണ്ടായത്? ചട്ടീം കലോം തട്ടും മുട്ടും ചെയ്യാത്ത കുടിയേതാ? ഇനിക്കും മേണ്ടീട്ടല്ലേ മൂപ്പര് ഐഷാത്തയെ ബയ്ക്ക് പറഞ്ഞത്? അപ്പം ഇഞ്ഞി മൂപ്പരെ പച്ചം നിക്കണ്ടേ? എന്ത് പോയത്താ മോളേ കാണിച്ചത്?"

ബാപ്പയുടെ ചോദ്യം കുറച്ചൊന്നുമല്ല അസ്വസ്ഥയാക്കിയത്. പക്ഷേ, വിശദീകരണത്തിനൊന്നും മുതിർന്നില്ല. വിശദീകരണത്തിന് ഇവിടെ യാതൊരുപ്രസക്തിയുമില്ല.

“ഇങ്ങളിനി കീറാമുട്ടി ചോദ്യങ്ങള് ചോയിച്ച് ഓളെ ബേജാറാക്കേണ്ട. മൂപ്പര് എന്തേ പറഞ്ഞത്? ഇങ്ങട്ട് ബരണുണ്ടോ?”

“മൂപ്പർക്ക് അങ്ങനെ ബിചാരിക്കുമ്പം ആപ്പീസ് ബിട്ട് മണ്ടിപ്പാഞ്ഞു ബരാൻ പറ്റോ? വന്ന സ്തിതിക്ക് ബൈകുന്നേരം ബരെ ഇബിടെ നിക്കട്ടെ. അന്തിക്ക് കാറയയ്ക്കാം. ബാപ്പ നൂറുനെ നല്ല വാക്കു പറഞ്ഞ് സമാധാനിപ്പിക്ക് എന്നാ പറഞ്ഞത്. എന്നെ ആദ്യായിട്ടാട്ടോ ബാപ്പാന്നു വിളിക്കണത്.”

അതു പറഞ്ഞപ്പോൾ ബാപ്പയുടെ മുഖം തിളങ്ങുന്നുണ്ടായിരുന്നു. ഈ തിളക്കം ഊതിക്കെടുത്തണോ? “വെറും കൈയുംകൊണ്ട് എങ്ങനാ പിയ്യാപ്ലാന്റട പോണത്. ഞാൻ കുറച്ച് ഉന്നക്കായും സമ്മൂസയുമുണ്ടാക്കാം.”

“അതൊന്നും വേണ്ട.”

നൂറു കയർത്തു.

“എന്നാ ചട്ടിപ്പത്തിരി ആയാലോ?”

ഉമ്മയ്ക്ക് ആവേശം.

ഉമ്മയുടെ ചട്ടിപ്പത്തിരി തിന്നാൻ പുതിയാപ്ലയ്ക്ക് നേരമുണ്ടാവില്ല എന്നു പറഞ്ഞ് ഉമ്മയെ നിരാശപ്പെടുത്താൻ തോന്നിയില്ല. പണിക്കാർക്ക് കുശാലായി.

“ബാ നൂറു, ചോറ് തിന്നാം.”

ഉമ്മ തിടുക്കം കൂട്ടി

“എന്നെ മൂപ്പര് ചോറ് തിന്നാണ്ട് ബിടോ? ഓട്ടലിൽ കൊണ്ടോയി ഒപ്പമിരുന്നു ചോറു തിന്നുമ്പളാ നടന്നതെല്ലാം പറഞ്ഞത്.”

“പിയാപ്ല അമ്മോശനെ കീശയിലാക്കിയല്ലോ.”

അതു പറഞ്ഞപ്പോൾ ബാപ്പയ്ക്ക് നിലയ്ക്കാത്ത ചിരി. ചിരിക്കാനുള്ള കാര്യമല്ല പറഞ്ഞത് എന്ന് പാവം ബാപ്പയ്ക്ക് മനസ്സിലായില്ല.

“ഞാൻ ലേശം കെടക്കട്ടെ.”

ബാപ്പ കിടക്കാൻ പോയപ്പോൾ ഉമ്മ കൈയും പിടിച്ച് അടുക്കളയിലേക്കു നടന്നു.

“ഇനിക്കിഷ്ടമുള്ള മോരൊഴിച്ച ചേമ്പുകറി ഉണ്ടാക്കീട്ട്ണ്ട്. മത്തി പൊരിച്ചതുണ്ട്.”

“റസീന ചോറു തിന്നോ?”

“ആ ജഹാംഗീറിനു ചോറു കൊടുത്തയച്ചാ ഓള് ചോറും തിന്ന് കെടക്കാൻ പോകും.”

“റസീന ഉമ്മയെ നല്ലോണം നോക്കുന്നുണ്ടോ?”

"എന്നെയിപ്പം എന്തിനാ ഒരാള് നോക്കണത്? അയിന് പടച്ചോൻ എടവരുത്താണ്ടിരിക്കട്ടെ."

"ആമീൻ എന്നാലും."

"അതൊന്നും ആലോയിച്ച് ഇഞ്ഞി തല പുണ്ണാക്കണ്ട. നിനക്ക് ആടെ സുഖാന്ന് കേട്ടാ ഉമ്മാക്കും ബാപ്പാക്കും മനസ്സു തണുക്കും. മോളേ നീ മൂപ്പരെ ഇഷ്ടത്തിനൊത്തുനിന്ന് നിന്റെ പേരില് ഒരു പൊരയെങ്കിലും മാങ്ങിക്കാൻ നോക്കു. ആങ്ങളാര് പെങ്ങന്മാരെ നോക്കുന്ന കാലൊക്കെ പോയി കുട്ട്യേ."

ഒന്നും മിണ്ടാതെ ചോറു തിന്നു. ചേമ്പുകറിയും മുരിങ്ങയില ഉപ്പേരിയും മത്തി പൊരിച്ചതും കൂട്ടി സ്വാദോടെതന്നെ.

"ഐച്ചിബീ പോയോ?"

ഉമ്മ പാത്രം കഴുകുന്നതു കണ്ട് ചോദിച്ചു.

"എപ്പളേ പോയി. മെയിലുവണ്ടി പായണ്ത്തുപോലെല്ലേ പാച്ചില്. ശരിക്ക് പറഞ്ഞാ ഇബിടെ ഒരാളെ പണിക്ക് നിർത്തേണ്ട ഒരാവശ്യവുമില്ല. ഇപ്പളത്തെ പെങ്കുട്ട്യേക്ക് മേലനങ്ങാൻ കയ്യൂലാന്നു വെച്ചാ എന്താ ചെയ്യാ."

"ഞാൻ പണിയെടുത്ത് ശീലിച്ചിട്ടില്ല. മരുമോള് കസേരയിലിരുന്ന് അമ്മായിമ്മനെക്കൊണ്ട് പണിയെടുപ്പിച്ചെന്ന് എന്തിനാ നാട്ടാരെക്കൊണ്ട് പറയിക്കുന്നതെന്ന് ഇക്ക തന്നെയാ പറഞ്ഞത്."

റസീനയുടെ പെട്ടെന്നുള്ള ഇടപെടൽ കേട്ട് തനിക്കും ഉമ്മയ്ക്കും മിണ്ടാട്ടം മുട്ടി.

"ഇന്നെപ്പറഞ്ഞതല്ല മോളേ. ഇപ്പളത്തെ പെങ്കുട്ട്യോളെപ്പറ്റി പൊതുവായി പറഞ്ഞതാ."

എന്നിട്ടും അവളുടെ മുഖത്ത് തെളിച്ചമില്ല.

"മൈദ ണ്ടോ റസീന. നൂറു വൈകുന്നേരം പോകുമ്പളത്തിന് ഒരു ചട്ടിപ്പത്തിരി ഉണ്ടാക്കണം."

പെട്ടെന്ന് അവളുടെ മുഖം തെളിഞ്ഞു:

"ഇത്താത്ത എന്തിനാ ഇന്നന്നെ പോണെ? വന്നാംപക്കം രണ്ടീസം നിന്നിട്ട് പോയാപ്പോരെ?"

"ഇന്നന്നെ ചെല്ലാൻ പറഞ്ഞൂത്രേ മൂപ്പര്. രാത്തിരി കാറും വരും."

ഉമ്മയാണ് മറുപടി പറഞ്ഞത്.

"ഞാൻ കൊയക്കാം പൊടി."

"അവൾ മൈദയിട്ട പ്ലാസ്റ്റിക് ഡബ്ബ അലമാരിയിൽനിന്നും പുറത്തെടുത്ത് പെട്ടിപ്പുറത്തുവെച്ചു.

"നീ കെടന്നോ ഞാനും ഉമ്മയും ആയിക്കോളാം." നൂറു പറഞ്ഞു.

"ഇങ്ങളെ കെടന്നോളീ. ഇത് ഞങ്ങളായിക്കൊള്ളാം."

അവൾ വീട്ടുകാരി ചമയുന്നതു കണ്ട് മുറ്റത്തേക്കു നടന്നു.

രാവിലെ ഹാജിയുടെ പടിക്കു പുറത്തിറങ്ങുമ്പോൾ തല മരുഭൂമി പോലെ ശൂന്യമായിരുന്നു. ആലോചിച്ചെടുത്ത തീരുമാനമൊന്നുമല്ല ആ ഇറങ്ങിപ്പോരൽ. ഐഷാത്തയുടെ മുഖത്തെങ്ങനെ നോക്കും എന്നോർത്തപ്പോൾ അന്തം വിട്ടു. ചിന്ത മരവിച്ചിരുന്നു. നൂറുവിനും ഒരു താവളമുണ്ട് എന്ന ഉൾവിളിയാകാം ഇവിടെ എത്തിച്ചത്. നൂറുവിന്റെ താവളം ജോനകപ്പറമ്പു മാത്രമാണെന്ന തിരിച്ചറിവ് ഇവിടെ വന്നപ്പോഴാണുണ്ടായത്. ഹാജി രാത്രി കാറയക്കുമ്പോൾ നൂറു അവളുടെ താവളത്തിൽ തിരിച്ചെത്തും. തിരിച്ചുപോക്ക് രാത്രി ആക്കിയത് മനഃപൂർവ്വമായിരിക്കും. ഐഷാത്തയുടെ കണ്ണുവെട്ടിക്കാനുള്ള വിദ്യ.

ഐഷാത്തയോട് കാര്യങ്ങൾ നേരത്തെ സൂചിപ്പിക്കണമായിരുന്നു. എങ്കിൽ അവർ ഇങ്ങനെ പൊട്ടിത്തെറിക്കില്ലായിരുന്നു? ഹാജി നിങ്ങളുടെ കണ്ണുവെട്ടിച്ച് നിത്യവും മുറിയിലെത്താറുണ്ട് എന്ന് എങ്ങനെ പറയും? ആവശ്യത്തിനും അനാവശ്യത്തിനും ഗുളികകൾ കൊടുത്ത് അവരെ ചിന്തിക്കാൻപോലും പറ്റാത്ത അവസ്ഥയിലാക്കിയിരിക്കുന്നു. ഹാജി അവർക്കുവേണ്ടി ചിന്തിക്കുന്നു, പ്രവർത്തിക്കുന്നു. റൈട്ടർ ജയിംസ് മിക്ക ദിവസവും പല പല കടലാസുകളിൽ അവരെക്കൊണ്ട് ഒപ്പിടിക്കുന്നത് കാണാറുണ്ട്.

“വായിച്ചു നോക്കാതെ ഒപ്പിട്ടാൽ..”

ഒരിക്കൽ നല്ല നേരത്ത് അവരോടു ചോദിച്ചതാണ്.

“കച്ചോടക്കാര്യം എനക്കെന്തറിയാനാ? എല്ലാ കച്ചോടത്തിലും ഞാൻ കൂടി പാർട്ടണറാന്നാ ജയിംസ് പറഞ്ഞത്. അപ്പം പിന്നെ ഒപ്പിടാണ്ട് പറ്റ്വോ?”

അവരുടെ വാക്കുകളിൽ നിസ്സഹായത.

“മൊതലാളിച്ചീ..”

“ആരോ വിളിക്കുന്നതു കേട്ട് പടിക്കലേക്കു നോക്കി. ശ്രീദേവി.

“എടീ..”

പരിസരം മറന്ന് ഓടിച്ചെന്ന് അവളെ കെട്ടിപ്പിടിച്ചു.

“എന്തു പറയുന്നു ജോനകപ്പറമ്പിൽ ഹുസൈൻഹാജിയുടെ പുന്നാര ബീവി?”

കേട്ടതും കണ്ണുനിറഞ്ഞു.

“നിന്നെ കരയിക്കാൻ പറഞ്ഞതല്ല മോളേ. ഒന്നൂല്ലെങ്കിലും സ്ത്രീധനമൊന്നും ഇല്ലാതെ അയാൾ നിന്നെ കൊണ്ടുപോയില്ലേ? എന്റെ കാര്യം നോക്ക്. ആഴ്ചയിൽ പെണ്ണു കാണലെങ്കിലും നടക്കുന്നുണ്ട്. പെണ്ണിനെ എല്ലാർക്കും പിടിക്കും. പണത്തിന്റെ കാര്യം വരുമ്പോൾ നട്ടെല്ലില്ലാത്ത വന്മാർ തന്തയും തള്ളയും പറയുന്നത് കേട്ട് പിന്തിരിയും. ഇതാ, ഇന്നുമുണ്ട് ഒരു മാമാങ്കം. അതാ അപ്പീസീന്ന് നേരത്തെ ഇറങ്ങിയത്.”

“ചെറിയാൻ മുതലാളിയുടെ സൂപ്പർമാർക്കറ്റിൽ കമ്പ്യൂട്ടറിൽ കണ

ക്കെഴുത്തിന് മാസം ആയിരം ഉലുവയാ മോളേ കിട്ടുന്നത്. ബസിന്റെ പൈസ കഴിഞ്ഞാൽ ചാന്തിനും കൺമഷിക്കും തികയില്ല. എത്ര കാലാ അച്ഛനുമമ്മയ്ക്കും ഭാരമായിട്ട്.... അതൊക്കെ പോട്ടെ. നിന്റെ കഥകള് പറ. ഇവിടത്തെ സ്ഥിതി കണ്ടിട്ട് നിനക്കിവിടെ സുഖാണെന്നാ ഞാങ്കരുതിയത്."

ജോനകപ്പറമ്പിലെ ജീവിതം. ഐഷാത്തയോടു തോന്നുന്ന അനുകമ്പ. ഹാജിയാരുടെ സ്നേഹപ്രകടനം ഒക്കെയും മിനിക്കഥയാക്കി അവളെ കേൾപ്പിച്ചു.

"എന്നാലും സാരല്ല. മുട്ടില്ലാതെ കഴിയുന്നുണ്ടല്ലോ. വയസ്സന്റെ ആട്ടത്തിനൊത്തു തുള്ളി എന്തെങ്കിലുമൊക്കെ നേടാൻ നോക്കൂ മോളേ."

അവൾ കാര്യമായിട്ടാണോ പറയുന്നത്?

"നീയും നിന്റെ ഫെമിനിസ്റ്റ് സിദ്ധാന്തങ്ങളൊക്കെ തീയിലിട്ടോ?"

"സിദ്ധാന്തങ്ങൾ ചോറു തരില്ലല്ലോ..."

"നീ ഇവിടെ നിക്ക്ആ? കാണാത്തതോണ്ട് പീട്യേല്ക്ക് ഫോൺ വിളിക്കാനിറങ്ങിയതാ ഞാൻ. അവരെത്തി."

ശ്രീദേവിയുടെ അച്ഛൻ തിരക്കുകൂട്ടി.

"മോളെപ്പളേ വന്നത്?"

അതിനിടയില് തന്നോടു ലോഹ്യം ചോദിക്കാനും മറന്നില്ല.

"സംഖ്യ ഉറപ്പിച്ചിട്ട് എന്നെ കണ്ടാപ്പോരേ അച്ഛാ?"

അവളുടെ ചോദ്യം കരളലിയിച്ചു. ഹാജിയാരോടു പറഞ്ഞ് അവളുടെ കല്യാണത്തിനു കുറച്ചു പണം കൊടുക്കണമെന്ന് മനസ്സിൽ കരുതുകയും ചെയ്തു.

"ഇപ്രാവശ്യം എല്ലാം നേരെയാകും നീ നടക്ക്."

"ഞാൻ പോട്ടേടീ."

തിരക്കിട്ടു നടക്കുന്ന അച്ഛനെ തിരക്കിട്ടുതന്നെ അവളും പിന്തുടർന്നു.

പതിനൊന്ന്

ഇശാനമസ്കാരം കഴിഞ്ഞ് ഉമ്മറത്തു വന്നപ്പോൾ റസീന സീരിയലിൽ മുഴുകി ടി വിയുടെ മുന്നിൽ ഇരിക്കുന്നുണ്ടായിരുന്നു. ഉമ്മ അടുക്കളയിൽ രാത്രിയിലേക്കുള്ള ഭക്ഷണമൊരുക്കുന്നതു കണ്ട് സഹായിക്കാൻ ചെന്നു.

"പോകുമ്പം ചട്ടിപ്പത്തിരി കൊണ്ടോവാൻ മറക്കല്ലേ," ഉമ്മ ഓർമ്മിപ്പിച്ചു.

"ബാപ്പയും ഇക്കയും എപ്പളാ എത്തുക?"

"ബാപ്പ പള്ളി കഴിഞ്ഞ് ഇപ്പളിങ്ങെത്തും. ജഹാംഗീറ് പീട്യ പൂട്ടിവ

രുമ്പം നേരം എമ്പാടുമാകും. ബാപ്പ വന്നാല് ഞമ്മള് തിന്നിട്ട് ചെന്നു കെടക്കും."

"ബാപ്പ ഇപ്പം ചോറു തിന്നൂലേ?"

"ബാപ്പക്കിപ്പം ചോറൊന്നും മേണ്ട. രണ്ട് ചപ്പാത്തി മതി. എന്ക്ക് ചോറുതന്നെ മേണം. ഉച്ചയ്ക്കുള്ളത് കൊറച്ച് കരുതും. കുട്ട്യേക്ക് ചപ്പാത്തിയും എറച്ചീമൊക്കെത്തന്നെ മേണം."

"റസീനാക്ക് വെപ്പുപണിയൊന്നും അറീലേ?"

"കൂട്ടാനൊക്കെ ഓള് തന്നെയാ ബെക്കണത്. രാത്രീല്ക്കുള്ളതും രാവിലെന്നെ ഉണ്ടാക്കിവച്ചിട്ട് വൈന്നേരായാ ആ കുന്ത്രാണ്ടത്തിന്റെ മുന്നില് ഒരേ ഇരിപ്പല്ലേ. രാത്തിരി പത്തരയ്ക്ക് ജഹാംഗീറ് പീട്യ പൂട്ടി വരണതുവരെ ആ ഇരിപ്പന്നെ. ആ ചെക്കൻ ലേശം നേരത്തെ വന്നാ ഓന് ഞാൻ വെളമ്പിക്കൊടുക്കണം. ഓളനങ്ങൂല. കാലം പോയ പോക്കേയ്."

"ഇപ്പം എല്ലാരിക്കും സന്ധ്യ കഴിഞ്ഞാൽ ഇതെന്നയാ ഉമ്മാ പണി. അവിടെ എല്ലാ മുറീലും ടി വിണ്ട്. ഐഷാത്താക്ക് ടി വിപ്പെരാന്താ. പണിക്കാർക്ക് വരെ ഇപ്പം സീരിയല് കാണണം."

മുറ്റത്ത് കാറ് വന്നുനില്ക്കുന്ന ശബ്ദം കേട്ട് അസ്വസ്ഥയായി.

"നീ ചെന്ന് കുപ്പായം മാറ്റ്." ഉമ്മ

"ഇതു പോരേ?"

"അയ്യേ ആകെ നരച്ചതല്ലേ? മൂപ്പര് കാറിലുണ്ട്. ഇത്താത്ത ഇന്റെ ചുരിദാറിട്ടോളീ." അവിടെ എത്തിയ റസീന പറഞ്ഞു.

"അതൊന്നും വേണ്ട. ഞാൻ രാവിലെ അഴിച്ചത് കഴുകിയിട്ടിരുന്നു. അതു മതി."

"അത് ഞാൻ ഇന്റെ അറേലെ കട്ടുമ്മല് മടക്കിവെച്ചിട്ടുണ്ട്." ഉമ്മ.

തുരുതുരെ ഫോൺ അടിക്കുന്നതു കേട്ട് ഡ്രസു മാറാനായി മുറിയിലേക്കു ചെന്നു. ഡ്രസ് മാറ്റി ഉമ്മറത്തുചെന്നപ്പോൾ ബാപ്പ കാറിനരികിൽ നിന്നു ഹാജിയോടു സംസാരിക്കുന്നുണ്ടായിരുന്നു. ആരോടും യാത്ര പോലും പറയാതെ മുറ്റത്തേക്കിറങ്ങി.

"മിറ്റത്തു വന്നിട്ട് അകത്തൊന്നു കേറാതെ.."

റസീന ആതിഥേയയായി കാറിനരികിലെത്തി.

"ഇപ്പം സമയമില്ല. പിന്നൊരിക്കലാവാലോ." പുതിയാപ്ല സസ്നേഹം മൊഴിഞ്ഞു.

"ഡ്രൈവർ ഡോറ് തുറന്നപ്പോൾ ഭാവവ്യത്യാസമേതുമില്ലാതെ കാറിൽ കയറി.

"ദോക്കി... ഇതങ്ങോട്ട് വെച്ചോളീ."

ഡ്രൈവർ വാസുവിന്റെ കൈയിൽ ഉമ്മ ഭംഗിയായി പൊതിഞ്ഞ ചട്ടിപ്പത്തിരി പാക്കറ്റ് ഏല്പിച്ചു.

“കോളൊക്കെയുണ്ടല്ലോ.” ഹാജി

ഉമ്മയുടെ മുഖത്ത് നിലാവെളിച്ചം.

“എന്നാ ശരി.”

അയാൾ യാത്ര പറഞ്ഞു.

കാറ് വീടിന്റെ പടി കടന്നതും അയാൾ അണച്ചുപിടിച്ചു. ശ്വാസത്തിനു മദ്യത്തിന്റെ രൂക്ഷഗന്ധം. എതിർപ്പൊന്നും പ്രകടിപ്പിച്ചില്ല.

“എന്നോടു ചോയിക്കാതേം പറയാതേം പടിക്കു പുറത്തിറങ്ങ്യാ ഇനി എന്റെ കോലം മാറൂലാന്ന് നിരീക്കേണ്ടാട്ടോ.”

മദ്യലഹരിയിലാണെങ്കിലും ഉറച്ച വാക്കുകൾ. റസീനയുടെ ക്ഷണം സ്വീകരിച്ച് വീട്ടിൽ ഇറങ്ങാഞ്ഞത് ഭാഗ്യമായി. ലഹരി തലയ്ക്കു പിടിക്കുമ്പോൾ മുതലാളി ചിലപ്പോൾ കോമാളി ആകാറുണ്ട്.

“ഐഷാത്തയ്ക്കെങ്ങനെയുണ്ട്?” ചോദിച്ചു.

അതിനുത്തരം പറയാതെ വാസുവിന് എന്തോ നിർദ്ദേശം കൊടുത്തു. കാറിൽ മൗനം.

“എറങ്ങിക്കോളീ.”

ആരോ ഡോറ് തുറന്നപ്പോൾ പകച്ചുനോക്കി.

“ബംഗ്ലാവെത്തി.”

“വാസു പറഞ്ഞപ്പോഴാണ് കാറ് ജോനകപ്പറമ്പിലെത്തിയ വിവരം അറിഞ്ഞത്. ഏതോ ലോകത്തായിരുന്നു.

“വാസൂ...”

ഹാജിയുടെ വിളി കേട്ട് വാസു ഓടി കോലായിൽ കയറി മൂന്നുവാതിലുകളിലേക്കും നോക്കി. ആദ്യം വന്നുകയറിയപ്പോൾ പകച്ചതുപോലെ ഇപ്പോഴും ഒരു വിറയൽ.

“അന്തംവിട്ടു നിക്കാണ്ടെ അകത്തേക്ക് കേറാൻ നോക്ക്.” ഹാജിയുടെ കല്പന.

ഇനി എന്നാണ് പടിക്കു പുറത്തിറങ്ങുക? ഇറങ്ങുമോ?

നേരെ അടുക്കളയിലേക്കാണ് ചെന്നത്. നബീസ ഓടിവന്ന് കൈപിടിച്ചു. റുക്കിയയുടെ മുഖത്തും തെളിച്ചം. “എത്തീലോ. അള്ളാക്കു ശുക്ര്, നബീസ.”

“ഐഷാത്താക്ക് എങ്ങനെയുണ്ട്?”

“രാവിലെ തീരെ വയ്യാര്ന്ന്. പിന്നെ ലോട്ടര് വന്ന് പരിശോധിച്ച് കുളിയ കൊടുത്തപ്പം ആക്കായി. ഒരേ ഒറക്ക് തന്നെ. ഒന്നും കുടിച്ചിട്ടും കൂടിയില്ല. ഉച്ചയ്ക്ക് ഒണെന്നപ്പം, ഇങ്ങളെ ചോയിച്ച് അക്കുട്ടിയുള്ളതോണ്ട് കൈച്ചലായിന്നും പറഞ്ഞ് നെലോളിതന്നെ. എന്തേണ്ടായത്?”

“ബീരാനേ..”

ഊണുമുറിയിൽനിന്ന് ഹാജിയുടെ വിളി കേട്ട് ബീരാനിക്ക എവിടെനിന്നെന്നറിയാതെ പൊട്ടിമുളച്ചു.

"നേരം ഇത്രയായിട്ടും ഇന്നെന്താടാ തിന്നാനൊന്നുമില്ലേ?"

മദ്യപിച്ചാൽ പുലി ആടാകും. എല്ലാവരോടും സ്നേഹം.

"ഇതാ എത്തിപ്പോയി നബീസാ വേഗം ബെളമ്പ്. മൂപ്പരെത്തി."

"ബെളമ്പി വച്ച്ക്ക്ണ്. എടുത്തോളീ."

"ജോലിക്കാരികൾ തിരക്കിലായപ്പോൾ വിളമ്പിവെച്ച വിഭവങ്ങളുമായി തീൻമുറിയിലെത്തി. തേങ്ങാപ്പാലിൽ മുക്കിയ പൊടിപ്പത്തിരിയും ഇറച്ചി ഇഷ്ടും വിളമ്പി.

"പൊരിച്ചതൊന്നുമില്ലേ?"

അപ്പോഴേക്കും ബീരാനിക്ക കോഴി പൊരിച്ചതും മീൻ മുളകിട്ടതും കൊണ്ടു വന്ന് മേശപ്പുറത്തു വെച്ചു. വീട്ടിൽ എത്തിയതിനുശേഷം വീണ്ടും പൂശിയ ലക്ഷണമുണ്ട്. തിന്നുമ്പോൾ കൈ വിറയ്ക്കുന്നു. തമാശകൾ എന്തൊക്കെയോ പറയുന്നുണ്ട്.

ബീരാനിക്കയോടാണ്. ചിരിക്കണോ വേണ്ടയോ എന്നറിയാതെ ബീരാനിക്ക പരുങ്ങുന്നു.

"പൊരിച്ച പത്തിരി ഇടട്ടെ?"

ഓവറായാൽ മഹാബോറാണ്. തീറ്റ വേഗം അവസാനിപ്പിച്ചില്ലെങ്കിൽ വഷളുകൾ പലതും കാണേണ്ടിവരും. ജോലിക്കാർക്ക് എല്ലാം തഴക്കമായി. മുതലാളിയുടെ കോപ്രായങ്ങൾ മമ്പറം നേർച്ചവരവ് കാണുന്ന ചേലിൽ അവർ ഒളിഞ്ഞും മറഞ്ഞും കണ്ടുനില്ക്കും. മുതലാളി മുകളിലേക്കു പോയാൽ അക്കാര്യം പറഞ്ഞ് ചിരിക്കുകയുമാവാം.

"നീയ്യും ഇരുന്നോ."

"ഞാൻ പിന്നെ.."

"ഇരിക്കാൻ പറഞ്ഞാ ഇരിക്കണം."

അയാളുടെ സ്വരം മാറുന്നതുകണ്ട് പെട്ടെന്നിരുന്നു.

"ഇന്ന് ഞമ്മള് വെളമ്പിത്തരാം."

അയാൾ അഞ്ചാറ് പത്തിരിയെടുത്ത് പ്ലേറ്റിലേക്കിട്ടു. അയാളുടെ നോട്ടം തെറ്റിയതും രണ്ടെണ്ണമൊഴിച്ചു ബാക്കി പാത്രത്തിലേക്കിട്ടു. പെട്ടെന്നു തിന്നുതീർത്ത് എഴുന്നേറ്റപ്പോൾ അയാളും എഴുന്നേറ്റു.

വീഴാൻ ഭാവിച്ചപ്പോൾ താങ്ങി. ബീരാനിക്കയുടെ സഹായത്തോടെ കൈകഴുകിച്ചു. മുകളിലെ മുറിയിൽ കൊണ്ടുപോയി കിടത്തി.

"വാ... വന്ന് കിടക്ക്.."

"ഇപ്പ വരാം. ഡ്രസ് മാറട്ടെ."

പതുക്കെ തടിയൂരി.

"വമ്പത്തി നീയും അടവൊക്കെ പടിച്ചോയി അല്ലേ. അത്തറ് പൂശീട്ടിപ്പം വരുമല്ലോ പൂമോള്.... തിന്തക്കം തിന്തക്കം...."

മദ്യത്തിൽ കുഴഞ്ഞ അശ്ലീലപ്പാട്ടുകൾ പാടുന്നതിനിടയിൽ ഡ്രെസിങ് റൂമിൽ കയറി കതകടച്ചു.

"നൂറു ബേം ബാ... ട്ടോ.."

ശ്വാസമടക്കിപ്പിടിച്ചുനിന്നു. പുലമ്പൽ കേൾക്കാതായപ്പോൾ പതുക്കെ കതകു തുറന്നു. അയാൾ ഉറക്കം പിടിച്ചിരുന്നു.

സ്ഥാനം തെറ്റിയ മുണ്ടും മാറത്തെ നരച്ച രോമങ്ങളും വായിലൂടെ ഒലിച്ചിറങ്ങുന്ന... ആകെ അറപ്പു തോന്നി. ഇതെല്ലാമാണെങ്കിലും ഐഷാത്തയ്ക്ക് ഈ മനുഷ്യനെ ജീവനാണല്ലോ എന്നോർത്തപ്പോൾ അകം നീറി.

"മുപ്പരിക്ക് കള്ളിന്റെ മണംതന്നെ ഇഷ്ടല്ല. പിന്നെ കച്ചോടക്കാരാവുമ്പം പല ബലാലീങ്ങളുമായി എടപെടേണ്ടിവരും. അപ്പം ബെറുതെ മണപ്പിച്ചിരിക്കലാന്നാ എന്നോടു പറഞ്ഞത്... എന്നാലും ലക്കുബിടും.

ഐഷാത്ത പറയുന്നതു കേട്ടിട്ടുണ്ട്. പാവം, അള്ളാഹുവിന്റെ ഓരോ കളികൾ. ഐഷാത്തയ്ക്ക് ഹാജിയെ ജീവൻ. അയാൾക്കു സ്ത്രീകൾ കളിപ്പണ്ടങ്ങളാണ്.

"ആണിനെ സന്തോശിപ്പിക്കാനല്ലേ റബ്ബ് പെണ്ണുങ്ങളെ ഇത്ര അതൃപ്പത്തിൽ പടച്ചിരിക്കുന്നത്. വടിവൊത്ത ഉടലും അതിനൊത്ത ചേലും... ഇത് ഇന്നെ കോളേജിലൊന്നും ആരും പഠിപ്പിച്ചിക്കില്ലേ."

ലഹരി തലയ്ക്കു പിടിക്കുമ്പോൾ മുതലാളി നിർത്താതെ തമാശകൾ പറയും.

ബി എ പാസായാൽ മുന്തിയ ജോലി കിട്ടുമെന്ന വ്യാമോഹമൊക്കെ ശ്രീദേവിയുടെ ദയനീയാവസ്ഥ കണ്ടതോടെ മാറി. അവൾ പഠിപ്പിൽ തന്നേക്കാൾ മിടുക്കിയായിരുന്നു. ഡിഗ്രി കിട്ടുകയും ചെയ്തു. എന്നിട്ടോ? മറ്റുള്ളവരെ ആശ്രയിക്കാതെ ജീവിക്കാനുള്ള വരുമാനം കിട്ടുന്ന ജോലി എന്നത് പാഴ്ക്കിനാവായി മാറിയിരിക്കുന്നു. പെണ്ണു കാണാൻ വരുന്നവരുടെ മുന്നിൽ അണിഞ്ഞൊരുങ്ങി തലയും കുനിച്ചു നില്ക്കുന്ന ശ്രീദേവി ദയനീയമായ കാഴ്ച തന്നെയാണ്. വിവാഹക്കമ്പോളത്തിൽ എന്നും പെണ്ണിന്റെ മാറ്റുരയ്ക്കുന്നത് പണവും പൊന്നുംതന്നെ.

തല പിളരുന്നല്ലോ.

"അള്ളാ..."

"ഹെ... ആരാത്... ബീരാനേ.."

ഹാജി ഉറക്കത്തിൽ പുലമ്പിയപ്പോൾ തികട്ടിവന്ന തേങ്ങലടക്കി സോഫയിൽ ചെന്നു കിടന്നു. അയാളുടെ കൂർക്കംവലിയുടെ ശബ്ദത്തിൽ മുറിതന്നെ കുലുങ്ങുന്നതുപോലെ. തട്ടം ചെവിയിൽ തിരുകി.

പന്ത്രണ്ട്

ആരോ അടുത്തിരിക്കുന്നതായി തോന്നി. പതുക്കെ കണ്ണുതുറന്നു. ഹാജി.

"പെണക്കാ?"

ഒന്നും പറയാതെ എഴുന്നേറ്റിരുന്നു.

"ഐഷ വായിത്തോന്നിയത് വിളിച്ചുപറഞ്ഞപ്പളാ ഞാൻ ഓളെ വായ പൊത്തിയത്. പണിക്കാര് കേട്ടാ ചേപ്രയല്ലേ. നീയല്ലാതെ വാതില് കുറ്റീടാണ്ട് കെടക്വോ?"

വാതില് കുറ്റിയിടാതെ കിടക്കണമെന്നത് അയാളുടെ കല്പനയായിരുന്നു. ഓരോ ദിവസം ഓരോ നേരത്ത് കയറിവരും. അതുപോലെ ഇറങ്ങിപ്പോകുകയും ചെയ്യും. ഇക്കാര്യമൊക്കെ വിസ്തരിച്ച് അയാളുമായി ഇണങ്ങാൻ അപ്പോൾ താല്പര്യമില്ലായിരുന്നു. മൗനം അയാളെ അരിശം പിടിപ്പിച്ചു.

"കശായം കുടിച്ച മോന്ത എന്നെ കാണിക്കരുതെന്ന് ഞാൻ പറഞ്ഞിട്ടുള്ളതാ. എന്തെങ്കിലുമൊന്നു പറ."

"എനക്കു കുറച്ചു പൈസ വേണം. എന്റെ കൂട്ടുകാരിയുടെ കല്യാണത്തിന്..."

ശ്രീദേവിയുടെ ദയനീയമായ മുഖമായിരുന്നു അപ്പോൾ മനസ്സിൽ.

"അള്ളാ... മിണ്ടാനും അറിയാം അല്ലേ?"

അയാളുടെ ശൃംഗാരച്ചിരി. ബലപ്രയോഗങ്ങൾ. വാതിലിൽ ആരോ മുട്ടുന്നുണ്ടോ? ചെവിയോർത്തു. ഹേയ് ഇല്ല. വെറുതെ തോന്നിയതായിരിക്കാം. എഴുന്നേറ്റിരുന്നു. മനസ്സെവിടെയോ അലയുന്നു.

"പൂമകളാണെ ഹുസുനുൽ ജമാൽ
പുന്നാരത്താളം മികന്ത ബീവി."

അയാൾ മാപ്പിളപ്പാട്ടിന്റെ ഈരടികൾ മൂളിക്കൊണ്ട് കുളിമുറിയിൽ നിന്നിറങ്ങിയപ്പോൾ കുളിമുറിയിൽ കയറി.

കുളികഴിഞ്ഞ് പുറത്തിറങ്ങിയപ്പോൾ കണ്ണാടിയുടെ മുന്നിൽനിന്ന് ഒരുങ്ങുകയായിരുന്ന അയാൾ ചോദിച്ചു:

"ഇന്റെ ചങ്ങായിച്ചിക്ക് കൊടുക്കാൻ എത്തര പൈസയാ വേണ്ടത്?"

"അത്.."

"എപ്പളാ കല്യാണം?"

"വിളിച്ചു ചോദിച്ചിട്ടു പറയാം. പിന്നെ..."

"എന്താ മേണ്ട്യേ? മടിക്കാണ്ട് ചോയിച്ചോ."

"നിന്റെ പേരില് ഒരു പൊര മേങ്ങിത്തരാൻ പറ.. ഉറയുമ്പം ബെട്ടാൻ നോക്ക്.."

കെളവന്റെ കാറ്റുപോയാ നിനക്കൊരു മുക്കാലും കിട്ടില്ല...

ഉമ്മ, നബീസ... ശ്രീദേവി എല്ലാവരും ചുറ്റും വട്ടമിട്ട് ഒരേ ശബ്ദം.

നിന്റെ പേരിൽ എന്തെങ്കിലും..

"നീയെന്തെങ്കിലും പറഞ്ഞോ?"

വെറുതെ തലയാട്ടി.

"അതുമിതുമാലോചിച്ച് വെറുതെ ഖൽബ് ബേജാറാക്കേണ്ട. സന്തോഷമായിട്ട് നിക്ക്. ഇത് സന്തോഷിക്കാനുള്ള പ്രായല്ലേ. മണിമണിപോലുള്ള ഇന്റെ ചിരിയാ ഞമ്മളെ കുടുക്കിയത്. എന്നിട്ടിപ്പളോ... ചിരിക്കാൻ നേരല്ല. ഇന്റെ ഇക്കാനേം പെണ്ണുങ്ങളേം നോക്ക്. എന്ത് കോശിയിലാ കൈച്ചില്. നിനിക്ക് എന്തിന്റെ കൊറവുണ്ടായിട്ടാ ഇങ്ങനെ തൂങ്ങിപ്പിടിച്ച് നടക്കണത്. അഹമ്മദി പെണ്ണുങ്ങൾക്ക് നന്നല്ല."

മതപ്രഭാഷകന്റെ ഭാവമായിരുന്നു അയാൾക്കപ്പോൾ.

"വേഗം തായത്തേക്ക് വാ. ഇനിക്കിന്ന് മരംലേലത്തിന് നെലമ്പൂര് പോകാനുള്ളതാ."

താഴത്തേക്കിറങ്ങുമ്പോൾ ഓർമ്മിപ്പിച്ചു.

കണ്ണാടിയുടെ മുന്നിൽ നിന്നപ്പോൾ അണിഞ്ഞൊരുങ്ങാനൊരു മോഹം. അലമാര തുറന്ന് പുതിയൊരു സൽവ്വാർ അണിഞ്ഞു. മുഖത്ത് പൗഡറിട്ടു. കണ്ണിൽ സുറുമ എഴുതി. ദേഹത്ത് സുഗന്ധം പൂശി. ജീവിതം ഒന്നല്ലേ ഉള്ളൂ. അതങ്ങ് ജീവിക്കുകതന്നെ. മുകളിലുള്ളവൻ ഈയൊരു ജീവിതമാണ് നൂറുവിന് വിധിച്ചത്. അത് വേണ്ടെന്നു വെക്കാൻ എന്തവകാശം? ഉടുത്തൊരുങ്ങി രുചിയുള്ള ഭക്ഷണം കഴിച്ച് കാറിൽക്കയറി സഞ്ചരിച്ച് ജോനകപ്പറമ്പിൽ ഹുസൈൻ ഹാജിയുടെ ഭാര്യയായി ഗമയിലങ്ങു കഴിയാം. കഴിയുമോ നിനക്ക്? ഒന്നു ശ്രമിച്ചു നോക്കുന്നതിലെന്താ തെറ്റ്?

"ഇങ്ങളെ മൂപ്പത്തി വിളിക്കുന്നു"

സൂറയുടെ വിളികേട്ട് എഴുന്നേറ്റു.

എന്തിനാണാവോ?

ഉള്ളിൽ വീണ്ടും കാർമേഘം. കോണിയിറങ്ങി ഐഷാത്തയുടെ മുറിയിലേക്കു നടക്കുമ്പോൾ ബീരാനിക്ക തെരക്കിട്ട് വന്നു പറഞ്ഞു:

"മൂപ്പര് തിന്നണ മുറിയിൽ കാത്തിരിക്കണ്. ബേം ചെല്ലീം."

"ഇപ്പ വരാന്നു പറ." എന്നു സൂറയോടു പറഞ്ഞിട്ട് തീൻമുറിയിലേക്കു ചെന്നു. മൂപ്പർ ഉന്മേഷത്തിലായിരുന്നു. അടിമുടി നോക്കി കോരിക്കുടിച്ചിട്ട് ചോദിച്ചു.

"നിയ്യ് പോരണോ എന്റൊപ്പം നെലമ്പൂർക്ക്? ആടെ ഞമ്മക്ക് ബംഗ്ലാവുണ്ട്. ഞമ്മളെ പണി കയ്യണത് വരെ ഇനിക്കിവിടെ നടന്നു കാണാം."

"ഇന്നില്ല."

"ഇനിയൊരു ദിവസം നേരത്തേ പരിപാടിയിട്ടിട്ട് പോകാം."

തിരക്കിട്ട് ഭക്ഷണം കഴിച്ച് ഉമ്മറത്തേക്കു പോയപ്പോൾ ചങ്കിടിപ്പോടെ

ഐഷാത്തയുടെ മുറിയിലെത്തി. ഐഷാത്ത കട്ടിലിലിരുന്ന് ഭക്ഷണം കഴിക്കുകയായിരുന്നു. സൂറയും നബീസയും മുറിയിലുണ്ട്. പരുങ്ങി നില്ക്കുന്നതു കണ്ട് ഐഷാത്ത പറഞ്ഞു.

"ഇങ്ങട്ട് ബാ."

അടുത്തേക്കു ചെന്നു.

"എന്നോടു പൊറുക്കണം."

അവരുടെ കട്ടിലിലിരുന്ന് അത്രയും പറഞ്ഞപ്പോഴേക്കും തേങ്ങിപ്പോയി.

"നിയ്യെന്ത് തെറ്റാ ചെയ്തത്? എല്ലാം എന്റെ തലവിധി."

ഐഷാത്ത കരയാൻ തുടങ്ങി.

"ഇപ്പം എങ്ങനെയുണ്ട്? കൊറവുണ്ടോ?"

"എനിക്കൊരു സൂക്കടൂല്ല, മനസ്സിലെ ആധിയാ. ഒരു ചോടുണ്ട് ഗുളിക. ഗുളിക കയിച്ചാ അപ്പം കണ്ണു മാളിപ്പോകും. കൊല്ലാനോ ബളത്താനോന്നു പിടികിട്ടുന്നില്ല. നീ പടിപ്പുള്ളോളല്ലേ. പേര് വായിച്ചു നോക്കിയാ എന്തിനുള്ളതാന്ന് അറിയാമ്പറ്റൂലേ? അതങ്ങട്ട് കൊട്ക്ക് സൂറാ."

സൂറാ ഗുളികപ്പെട്ടി മുന്നിൽ വെച്ചു. രണ്ടെണ്ണം വേദന സംഹാരികളായിരുന്നു. ഒരു ആന്റിബയോട്ടിക്. മറ്റൊന്ന് ഉറക്കഗുളിക.

"വേദന കൊറവുണ്ടെങ്കിൽ വേദനന്റെ ഗുളിക നിർത്തിക്കൂടെ?" ചോദിച്ചു.

"അതന്നയാ നല്ലത്. എന്റെ വേദന ഗുളികോണ്ട് മാറൂലാ. ഇതിലേതാ അത്?"

കാണിച്ചുകൊടുത്തതും അവരത് കവറോടെ കോളാമ്പിയിലേക്കിട്ടു.

"അള്ളോ."

സൂറയുടെ പായാരം വിളി

ഉറക്കഗുളികയുടെ കവറിൽ മൂന്നുനേരം എന്നെഴുതിയിരുന്നു.

"ഐഷാത്താക്ക് രാത്രി ഉറക്കക്കുറവുണ്ടോ?"

"കൊറച്ചീസായിട്ട് രാവും പകലും ഒറക്ക്തന്നെ." സൂറ

"എന്നിട്ടും മൂന്നുനേരം... എന്തു പറയും?"

"ഈ ഗുളിക രാത്രി മാത്രം കൊടുത്താ മതീട്ടോ."

"മൂന്നു നേരം മറക്കാതെ കൊടുക്കാണോന്നാ മൊലാളീ പറഞ്ഞത്." സൂറ.

"അങ്ങനെ എന്നയിപ്പം ഒറക്കണ്ട."

"ഐഷാത്ത ഗുളികപ്പൊതി പിടിച്ചുവാങ്ങി കോളാമ്പിയിലിട്ടു.

"ഇന്നെ ബയക്കു പറയും." സൂറയുടെ സ്വരത്തിൽ ഭയം.

"കൊടുത്തെന്നു പറഞ്ഞാള്." നബീസ.

"ഇങ്ങള് പോയി ഇങ്ങളെ പണി നോക്കിക്കോ." ഐഷാത്ത പണി

ക്കാരികളെ പിരിച്ചുവിട്ടു. അവിടെ തങ്ങണോ പോകണമോ എന്നറിയാതെ പരുങ്ങി.

"നീയവിടെ ഇരിക്ക്."

ഐഷാത്ത പറഞ്ഞപ്പോൾ അവിടെത്തന്നെ ഇരുന്നു.

"നിന്നോടിപ്പോ എനക്ക് പെണക്കില്ല. നീയെന്തു പെയച്ചു? എല്ലാം അള്ളാന്റെ ബേണ്ടുക. മാലും മൊതലുമുണ്ടായിട്ടും എനക്ക് ഈ ഗതി. നിന്റെ ഹാലെന്താന്ന് ആരു കണ്ടു? ഒരു കുഞ്ഞൻ... ബെറുക്കനെ ആശിക്കാം. ആദ്യത്തേത് അലസിപ്പോയത് എന്റെ ശ്രദ്ധക്കൊറവോണ്ട് തന്നെ. നിങ്ങക്ക് ഭാഗ്യണ്ട്, അതോണ്ടാ കുട്ടിയെ ജീവനോടെ കിട്ടിയ തെന്ന് മോനെ പ്രസവിച്ചപ്പം ശാന്ത ഡോട്ടറ് പറഞ്ഞര്ന്ന്. അയിനെ അള്ളാഹു മടക്കിയെടുത്തു. അതിനുശേഷം മൂന്നെണ്ണം അലസി. റബ്ബേ ഇനി ആശകളേറെയൊന്നുമില്ല. ഹജ്ജിനൊന്നു പോണം. പണത്തിന് ആരേം ആശ്രയിക്കേണ്ട. എന്നാലും മൂപ്പരെ സമ്മതം കിട്ടണ്ടേ? അയിന് നീയെന്നെ ഒന്നു സഹായിക്കണം."

"ഞാനോ.." സ്വരമിടറി.

"നീയൊരു പോയത്തക്കാരത്തിയാ. ഇപ്പം പറഞ്ഞാ മൂപ്പരെന്തും കേക്കും. കണ്ടും കേട്ടും നിന്നോ. ഒരു കാലത്ത് ഐശു പറയുന്നതിന പ്പുറമില്ലേനും.. യാ ഇലാഹി... നിന്റെ ഓരോ മറിമായങ്ങൾ.."

അവർ വീണ്ടും തേങ്ങി.

അവരെ ആശ്വസിപ്പിക്കാനെന്നോണം ചോദിച്ചു:

"ഒറ്റയ്ക്ക് പോകാൻ പറ്റോ?"

"ആരെയെങ്കിലും കൂടെ കൂട്ടണം. പണമുണ്ടെങ്കിൽ കൂടെ വരാ നാണോ ആളെ കിട്ടാത്തത്?"

"ഞാനും കൂടെ പോരട്ടെ?"

"നിനക്ക് പെരാന്താ? മുപ്പിരിന്നെ അയക്ക്വോ?"

"അയക്ക്വോ?"

"എനക്കു തോന്നണില്ല. ഉമ്മയും മൂപ്പരും പോകുമ്പം ഞാനെത്തര കെഞ്ചീതാന്നാറിയോ? ബാല്യക്കാരത്ത്യേളല്ല ഹജ്ജിനു പോകല് എന്നേ പറഞ്ഞത്. പൊരേല് ആള് മേണ്ടേ?"

"ഒന്നു ചോയിച്ചു നോക്കിയാലോ? ഇപ്പം. ആകെ ഒരു മാസത്തെ കാര്യല്ലെ!"

"ശ്രമിച്ചു നോക്ക്. എന്റെ കാര്യം എന്തായാലും പറ. ഞാനിപ്പം ഇബി ടന്നൊന്നു ബിട്ടുനിക്കണമെന്ന് മൂപ്പരുടെ ഉള്ളിലും കാണും. അള്ളാ നിന്റെ ബിധിയുണ്ടെങ്കിലേ അയിനുള്ള യോഗണ്ടാകൂ. എന്നെ നീ അക്കൂട്ടത്തി ലുൾപ്പെടുത്തണേ മേലായ റബ്ബേ.."

അവിടന്ന് ഒന്നു വിട്ടുനില്ക്കണമെന്ന് ആഗ്രഹമുണ്ട്. പക്ഷേ, ഇക്കാര്യം മൂപ്പരുടെ മുന്നിൽ എങ്ങനെ അവതരിപ്പിക്കും? രണ്ടാളെയും

ഒന്നിച്ചുപോകാൻ എന്തായാലും സമ്മതിക്കില്ല. ഒന്നു ശ്രമിക്കുന്നതിനെന്താ തെറ്റ്?" "രാത്രി ലക്കുകെട്ടിരിക്കുമ്പം നാവിൽ തേനാ. അപ്പമൊന്ന് മുട്ടി നോക്ക്. വെളിവു വരുമ്പം രാത്രി പറഞ്ഞത് മറക്കും. ഏതാ മൊത ലെന്നോ?"

ഐഷത്തായുടെ മുറിയിലെ ക്ലോക്കിലെ കിളി തല പുറത്തേക്കിട്ട് ഒരു വട്ടം കൂവി.

"റബ്ബേ മണി ഒന്നായോ? ഇന്ന് പകലുറങ്ങാത്തതോണ്ട് ലേശം സുഖണ്ട്. ളൊഹറ് നിസ്കരിക്കട്ടെ."

അവർ കുളിമുറിയിൽ പോകാനായി എഴുന്നേറ്റു.

"ഒറ്റയ്ക്കു പോണ്ട. ഞാൻ സൂറയെ വിളിക്കാം."

"നിസ്കരിച്ചണ്ടേ?" എന്നു ചോദിച്ചുകൊണ്ട് അപ്പോഴേക്കും സൂറ യെത്തി.

അടുക്കളയിലേക്കു നടന്നു.

പതിമൂന്ന്

വെകിളി പിടിച്ച വെരുകിനെപ്പോലെ ഹുസൈൻഹാജി പൂന്തോട്ട ത്തിലെ നടപ്പാതയിൽ തെക്കോട്ടും വടക്കോട്ടും നടന്നു. "ഓളൊരു അഹ മ്മതിയേ... ഹജ്ജിനുപോണംപോലും. ഐഷ പണ്ടേ പൂതി പറഞ്ഞതാ. പ്രായവുമായീന്നു കൂട്ടിക്കോ. നരോന്തു പോലത്തെ ഈ പെണ്ണ് എന്തുകണ്ടാ തുള്ളുന്നത്. ഹുസൈനാജിയെ തുള്ളിക്കാമെന്ന് ഒരു പെണ്ണും നെനയ്ക്കണ്ട. ഇന്നലെ രാത്രി സമ്മയിച്ചതാണോലെ. ലെക്കു കെടുമ്പം പലരോടും അങ്ങനെ പലതും സമ്മതിക്കും. നേരം വെളുക്കുമ്പം കേട്ടവരത് മറക്കും. പറഞ്ഞ താനും. ഈ പെണ്ണിന് അതു പറഞ്ഞിട്ട് മനസ്സിലാവേണ്ടേ? മൊഞ്ചും സീനത്തും കണ്ട് മയങ്ങിയപ്പോയത് നേരാ. എന്നാലും അതിരുവിട്ട കളിയൊന്നും മേണ്ട. എന്നെ കണ്ടാ കഷായം കുടിച്ച ചേല്ക്ക് നടക്കാറുള്ള പെണ്ണിന് കുറച്ചീസായിട്ട് ആകെയൊരിള ക്കം. രാത്രി കിടക്കയിൽ പെണ്ണങ്ങു കത്തും. അപ്പൊ പൂതി വല്ലതും പറ യുമ്പം തട്ടിക്കളയാനും തോന്നൂല. നൂറു ആളൊരു വമ്പത്തി തന്നയാ കേട്ടോ. അത് സമ്മതിക്കാതെ പറ്റൂലാ. ഇപ്രായത്തിനിടയ്ക്ക് പല പെണ്ണു ങ്ങളുമായി ഇടപെട്ടിട്ടുണ്ട്. എന്നാ നൂറുവിന്റെ അടക്കോം ഒതുക്കോം മൊഞ്ചും സീനത്തും ഒരുത്തിക്കുമില്ല. അതിപ്പം ഐഷയും ആദ്യകാല ത്ത്... തന്നെ... എന്നാലും ഇവളെപ്പോലെ തീക്കട്ടയായിരുന്നില്ല."

"ഫോണുണ്ട്..."

ഉമ്മറവരാന്തയിൽനിന്ന് നൂറു വിളിക്കുന്നു. കൈയിൽ കോഡ്‌ലസ് ഫോൺ.

“ഇങ്ങട്ട് കൊണ്ടന്നാ.”

പെണ്ണിന്റെ മുഖം തിളങ്ങുന്നു. പനിനീർപ്പൂപോലെ. നടത്തത്തിനെന്താ ചേല്. ദിവസം കഴിയുന്തോറും മൊഞ്ച് കൂടുന്നുണ്ടോ? ഫോൺ തന്നപ്പോൾ അവളുടെ കൈയിൽ കയറിപ്പിടിച്ചു. അവൾ കൈവിടുവിച്ച് അകലേക്കു മാറി. മുമ്പാണെങ്കിൽ അവൾ തെന്നിമാറാതെ കല്ലുപോലെ നിന്നേനെ.

“ഹലോ... ആ ഞാനില്ല പഹയാ. മതിയാക്കി.”

ഇടം കണ്ണിട്ടു നോക്കി. നൂറു അകത്തേക്കു നടക്കുന്നു. ഫോണിന്റെ അങ്ങേത്തലയ്ക്കൽ ചാക്കോച്ചൻ ലഹരിയിലാണ്.

“പതിനേയായാലും ഇരുപതായാലും ഞങ്ങളില്ല. ആരേയും അധികം നമ്പണ്ട. പ്രായപൂർത്തിയാകാത്തതിനെയൊക്കെ തൊട്ടുകളിക്കുമ്പോൾ സൂക്ഷിക്കണേ. വല്ലിച്ച കേസിലും കുടുങ്ങിയാ മാനം പോകും. പൈശ ബാരി എറിഞ്ഞിട്ടും മന്ത്രിമാർക്കുപോലും രക്ഷയില്ലാത്ത കാലാ. ശരി, ശരി, ആയിക്കോ, വെക്കട്ടേ.”

എവിടന്നോ ഒരു പുതിയ കോളു തടഞ്ഞിട്ടുണ്ട്. ചാക്കോച്ചന്. അതിന്റെ ചെലവ് തന്റെ തലയിൽ കെട്ടാനുള്ള പരിപാടിയാ. തൊട്ടിട്ടില്ല. താൻ വന്നിട്ടെ തുടങ്ങുന്നുള്ളൂ. പിന്നേ... പഹയന്റെ ആർത്തി എത്ര കണ്ടതാ. എന്നാ പെമ്പറന്നോത്തി പറയുന്നതിനപ്പുറമില്ല കേട്ടോ. കള്ളും പെണ്ണുപിടിയുമൊക്കെ അന്യരുടെ ചെലവിൽ ഒപ്പിക്കും. സ്വന്തം കാശ് ഇതിനൊന്നും അപ്പഹയൻ ചെലവാക്കൂലാ. ചാക്കോച്ചന്റെ പെമ്പറന്നോത്തി മിനിറ്റുവെച്ചാ മൊബൈലിൽ വിളിക്കുന്നത്. എവിടെയെത്തി. അത് ചെയ്തോ. ഇത് ചെയ്തോ. ആരുടെ കൂടെയാ. ചോദ്യങ്ങൾക്ക് അന്തമില്ല. വയനാട്ടിലെ എസ്റ്റേറ്റിൽ മറിയാമ്മച്ചേടത്തി ചാക്കോച്ചനെ കയറ്റാറില്ല ഇപ്പോൾ. മുമ്പൊരിക്കൽ എസ്റ്റേറ്റിൽവെച്ച് കുരുമുളകുപോലുള്ള ഒരാദിവാസിപ്പെണ്ണിനെ ചാക്കോച്ചനും ചങ്ങാതിമാരും കൂടി ചണ്ടിയാക്കി. പ്രായം തികയാത്ത പെണ്ണായിരുന്നു. ആസ്പത്രിയിൽ കയറ്റേണ്ടിവന്നു. കേസൊതുക്കാൻ ചാക്കോച്ചൻ കാശു കുറെ മുടക്കി. അതോടെ എസ്റ്റേറ്റിൽ മറിയാമ്മച്ചേടത്തി ചാക്കോച്ചനെ ഒറ്റയ്ക്ക് അയക്കാറില്ല. പണ്ട് ടൈപ്പിസ്റ്റ് റോസമ്മയോടൊപ്പം താനും അവിടെ കുറെ താമസിച്ചിട്ടുണ്ട്. മറിയാമ്മച്ചേടത്തി ഉമ്മയെ വിവരമറിയിച്ച് എല്ലാം അലങ്കോലമാക്കി. അങ്ങനെയാണ് ഉമ്മ തിടുക്കത്തിൽ ഐഷയുമായുള്ള നിക്കാഹ് നടത്തിയത്. റോസമ്മയെ പിരിച്ചുവിടേണ്ടിയും വന്നു.

വയസ്സായില്ലേ? ഇനിയെങ്കിലും നേർവഴിക്ക് നടന്നൂടേ? ഐഷ ചോദിക്കുന്നതുപോലെ തന്റെ ഉള്ളിലിരുന്നും ഈയിടെയായി അങ്ങനെ ആരോ ചോദിക്കുന്നതുപോലെ. അതുകൊണ്ടാണല്ലോ ഐഷയെ മടുത്തപ്പോൾ കിളിപോലൊരു പെണ്ണിനെ വീണ്ടും നിക്കാഹ് ചെയ്തത്. ഒന്നിലധികം കല്യാണം ഇസ്ലാമിന് ഹറാമല്ലല്ലോ. ഹജ്ജ് ചെയ്ത മനുഷ്യനാ. എന്നിട്ടാ

വന്തോശങ്ങള്. ഐഷ അരിശത്തിലും പിരിശത്തിലും പറയാറുണ്ട്. ഹജ്ജ് ഇനിയുമാകാലോ.. അന്ന് ഉമ്മയുടെ നിർബ്ബന്ധം സഹിക്കാതെയാണ് ഹജ്ജിനു പുറപ്പെട്ടത്. മകൻ തന്നെ ഹജ്ജിനു കൊണ്ടുപോകണമെന്ന് ഉമ്മയ്ക്ക് ഒരേ നിർബ്ബന്ധം. ആദ്യത്തെ കുഞ്ഞ് അകാലത്തിൽ മരിച്ച് എല്ലാവരും മനംനൊന്തിരിക്കുന്ന സമയം. ഉമ്മയ്ക്കും ഐഷയ്ക്കും കണ്ണീരു തോർന്ന സമയമില്ല. മൂന്നുപേരും ഒന്നിച്ചുപോകണമെന്നായിരുന്നു ഉമ്മയ്ക്ക്. അങ്ങനെ എഴുതിക്കൊടുത്തതുമാണ്. അപ്പോഴാണ് ഐഷ വീണ്ടും ഗർഭിണിയാണെന്നറിഞ്ഞത്. അതോടെ ഉമ്മ യാത്ര മാറ്റിവെക്കാൻ ഒരുങ്ങി. അപ്പോഴേക്കും ഒരുക്കങ്ങൾ ഏതാണ്ട് പൂർത്തിയായിരിക്കുന്നു. സന്ധുബന്ധുക്കളെയൊക്കെ വിവരം അറിയിക്കുകയും ചെയ്തു.

"ഹജ്ജിനു പോകാന്നു നിയ്യത്തുംവെച്ച് ഒരുങ്ങി ഇറങ്ങിപ്പോയില്ലേ. ഇനി യാത്ര മാറ്റണ്ട." പള്ളിയിലെ ഖാസിയാർ പറഞ്ഞതോടെ ഉമ്മ പോകാൻ തീർച്ചയാക്കി. ഐഷയെ അവളുടെ ഇത്താത്തയുടെ വീട്ടിലാക്കിയാലോ എന്നായിരുന്നു ആദ്യം ആലോചിച്ചത്. പിന്നെ വേണ്ടെന്നുവെച്ചു. ഉമ്മയുടെ അടുത്ത ബന്ധത്തിലുള്ള ആമിനത്താത്തയെ വീട്ടിൽ വിളിച്ചു നിർത്തിയാണ് യാത്ര പുറപ്പെടുവിച്ചത്. ഉമ്മ വളരെ പണിപ്പെട്ടാണ് അവളെ സമാധാനിപ്പിച്ചത്.

പെണങ്ങുന്നവരെ ഇണക്കാനും കരയുന്നവരുടെ കണ്ണീരൊപ്പാനും ആശ്വസിപ്പിക്കാനുമൊക്കെ ഉമ്മയ്ക്ക് പ്രത്യേക കഴിവായിരുന്നു. ചെറുപ്പകാലത്ത് കാട്ടിക്കൂട്ടിയ കോപ്രായങ്ങൾക്ക് കണക്കില്ല. ആദ്യം ഉമ്മയെ ഒളിച്ചായിരുന്നു പരിപാടികൾ. ആപ്പീസിലെ കണക്കപ്പിള്ള ജെയിംസ് ഉമ്മയുടെ സ്വന്തം ആളായിരുന്നു. ബാപ്പ ഉള്ളപ്പോഴും ജെയിംസായിരുന്നു കണക്കുപിള്ള. കച്ചവടക്കാര്യത്തിൽ തീരെ താല്പര്യമുണ്ടായിരുന്നില്ല. ബാപ്പയുടെ നിർബ്ബന്ധം സഹിക്കാതാവുമ്പോൾ പാണ്ട്യാലയിൽ കുറച്ചു നേരം ചെന്നിരിക്കും. വൈകുന്നേരമാവുമ്പോൾ ജെയിംസിനെ അനുനയിപ്പിച്ച് കുറച്ചു പണം സംഘടിപ്പിച്ച് മാള്യമ്മല് കാത്തിരിക്കുന്ന ചങ്ങാതിമാരുടെ അടുത്തെത്തും. അങ്ങാടിയിലെ പീടികയുടെ മാളികയിലാണ് സംഘം ഒത്തുകൂടുന്നത്. നഗരത്തിലെ പ്രമുഖ മുതലാളിമാരുടെ മക്കളും കുറച്ചു കലാസാംസ്കാരിക സ്നേഹികളുമൊക്കെയാണ് വൈകുന്നേരങ്ങളിൽ അവിടെയെത്തുക. അവിടെവെച്ചാണ് പല പ്രമുഖരുമായും പരിചയപ്പെട്ടത്. അവർ പണം വാരിവിതറി ജീവിതം ആസ്വദിക്കുന്നതു കണ്ടതോടെ പണമുണ്ടാക്കാനുള്ള താല്പര്യവുംകൂടി. സ്വന്തം ആവശ്യങ്ങൾക്കുള്ള പണമെങ്കിലും സ്വയം ഉണ്ടാക്കണമെന്നുള്ള മോഹം ഉദിച്ചതോടെ കച്ചവടത്തിൽ ശ്രദ്ധകൂടി. അതുകണ്ട ബാപ്പ പ്രോത്സാഹിപ്പിക്കുകയും ചെയ്തു.

കൂപ്പ് ലേലം പിടിച്ച് മരം വെട്ടി ചങ്ങാടമാക്കി പുഴയിലൂടെ കല്ലായി

യിലെ മരമില്ലിലെത്തിച്ച് ഉരുപ്പടിയാക്കി വില്ക്കുകയായിരുന്നു ബാപ്പ ചെയ്തിരുന്നത്. അതുമാത്രം പോരെന്നു തോന്നി. അങ്ങനെയാണ് ഓടു വ്യവസായം തുടങ്ങിയത്. ഫർണിച്ചർ, ഉരു നിർമ്മാണം തുടങ്ങിയ മേഖലയിലേക്കും വ്യാപിപ്പിച്ചു. പല സുഹൃത്തുകളെയും ചവിട്ടുപടിയാക്കിയെന്നുള്ളത് നേരാണ്. എന്നാൽ ആരെയും ചതിക്കുകയും വഞ്ചിക്കുകയും ചെയ്തിട്ടില്ല. പലരെയും കാണേണ്ടതുപോലെ കണ്ടാലേ കുറഞ്ഞ ചെലവിൽ മരം നാട്ടിലെത്തുകയുള്ളൂ. ചെലവന്മാർക്ക് കള്ളുമതി. മുന്തിയ ഇനം. ചിലർക്കു കള്ളുമാത്രം പോരാ. അതിനൊക്കെയുള്ള ഏജന്റുമാരെ പരിചയപ്പെടുത്തിത്തന്നത് ചാക്കോച്ചനായിരുന്നു.

ഹുസൈൻ ഹാജി ആളൊരു ജഗലാണെങ്കിലും നേരുള്ളവനാണെന്നേ അടുപ്പമുള്ളവർ പറയുകയുള്ളൂ. വീണ്ടും ഫോൺ മണി. ഇത്തവണ നിസ്സാർ അഹമ്മദായിരുന്നു.

“ഹാജീക്ക വൈകുന്നേരത്തെ പരിപാടികളെല്ലാം വേണ്ടെന്നു വച്ചോ? നിങ്ങളില്ലാതെ ഒരു ഹരവുമില്ല.” നിസ്സാർ അഹമ്മദ് നിർത്താതെ പറഞ്ഞുകൊണ്ടിരുന്നു.

“ചില തിരക്കുകൾ. വിളിക്കാം.” അയാളെ ഒരുവിധം ഒഴിവാക്കി.

മറ്റുള്ളവരുടെ ചക്കാത്തിൽ എല്ലാ പഹയർക്കും ജീവിതം പൊലിപ്പിക്കണം. നിസ്സാർ അഹമ്മദ് പൊതുവെ ആളൊരു ശാന്തനാണ്. രണ്ട് പെഗ്ഗ് അകത്തു ചെന്നാൽ പ്രേമകഥകൾ എമ്പാടും വിളമ്പും. കേരളത്തിൽ അറിയപ്പെടുന്ന എഴുത്തുകാരനാണ്. എന്നു പറഞ്ഞ് എന്നും അയാളെ പോറ്റാനൊന്നും ഹുസൈൻ ഹാജിയെ കിട്ടില്ല.

ഇനി ഇവിടെയിരുന്നാൽ രക്ഷയില്ല. വൈകുന്നേരക്കമ്പനിക്കാർ വിളിയോടു വിളി തുടങ്ങും. നൂറുവിനെ കൂട്ടി ഒന്നു പുറത്തിറങ്ങിയാലോ? വേണോ? എന്താ വേണ്ടാത്തെ? അതിനുവേണ്ടിത്തന്നെയാണ് അവളെ കെട്ടിയതും അവളുടെ വീട്ടുകാർക്കുവേണ്ടി ഒരുപാട് പണം ചെലവിട്ടതും. ഹാജിയുടെ തനിനിറം കണ്ടതോടെ ഐഷയുടെ എതിർപ്പൊക്കെ അടങ്ങിപ്പോയി. പെണ്ണിനെ വരുതിയിൽ നിർത്താൻ ഹുസൈൻ ഹാജിക്കറിയാം.

“ബീരാനേ..”

“ബിളിച്ചീനോ?”

ഉടൻ ബീരാൻ മുന്നിൽ പ്രത്യക്ഷപ്പെട്ടു.

“നീയെവിടുന്നാടാ ഇത്ര പെട്ടെന്ന് പൊട്ടിമുളച്ചതുപോലെ മുന്നിലെത്തുന്നത്?

“അതുപിന്നെ..”

അവന്റെ ചുണ്ടിൽ വിഡ്ഢിച്ചിരി.

“എടാ തോട്ടമാകെ അലങ്കോലമായിട്ടുണ്ടല്ലോ. പ്രകാശന് പിന്നെ ഇവിടെന്താ പണി?”

"ചെറിയ ബീവി പിന്നാമ്പുറത്തൊരു പച്ചക്കറിത്തോട്ടം ഉണ്ടാക്കുന്നുണ്ട്. അതിന്റെ പണീലാ പ്രകാശൻ. ഇവിടുത്തെ പണി കയിഞ്ഞിട്ടേ അങ്ങട്ട് പോവാറുള്ളൂ."

"ഹാര്... നൂറുവോ?"

"ആ.."

"ഇപ്പെണ്ണ്... പ്രകാശനെ വിളിക്ക്."

"ഓൻ പോയീന്നാ തോന്നണത്."

"ഓൻ ചെടി നനച്ചോ?"

"ഓ.. അത് ബിട്ട് ഓൻ കളിക്കൂലാ."

"എടാ ഞാനൊരു കാര്യം പറയാം... എന്റെ കണ്ണു മൂടിക്കെട്ടി ഇവിടെ എന്തെങ്കിലുമാകാമെന്ന് ആരും കരുതണ്ട."

"ഓ..."

"കോ... എന്തു പറഞ്ഞാലും ബെറുതെ കോ കോന്നു മൂളിക്കോളും ബടുക്കൂസ്."

അരിശത്തോടെ അകത്തേക്കു നടക്കാൻ തുനിഞ്ഞതും ഗേറ്റിൽ കാറിന്റെ ഹോൺ. ഒരു നീല സുമോ വണ്ടി പോർച്ചിൽ നിന്നു. അതിനകത്തുനിന്ന് പാന്റും ഷർട്ടുമിട്ട ഒരു മദ്ധ്യവയസ്കൻ പുറത്തേക്കിറങ്ങി.

"ഉം.."

ഒച്ച കനത്തു.

"ഹാജീക്കാക്ക് എന്നെ മനസ്സിലായില്ലാന്നു തോന്നുന്നു. ഞാൻ സെയ്തു ഹാജി. മുട്ടിൽ ട്രാവൽസിൽ നിന്നാ. നിങ്ങളെ ടിക്കറ്റൊക്കെ ഞമ്മളെ ഏജൻസിയാ ബുക്ക് ചെയ്യാറുള്ളത്."

ബിസിനസ് ആവശ്യത്തിനായി ഇന്ത്യ ഒട്ടാകെയും ഗൾഫിലുമൊക്കെ പോകേണ്ടിവരാറുണ്ട്. ട്രെയിൻ, പ്ലെയിൻ ടിക്കറ്റുകളൊക്കെ മുട്ടിൽ ട്രാവൽസാണ് ഏർപ്പാടാക്കിത്തരാറുള്ളത്. അതൊക്കെ റൈട്ടർ ജെയിംസാണ് കൈകാര്യം ചെയ്യാറുള്ളത്.

"ഓ... ഞാൻ നേരിട്ട് കണ്ടിട്ടില്ല. ആട്ടെ ഇപ്പം ഇവിടെ വന്നത്."

"ജെയിംസ് സാറ് വിളിച്ചിരുന്നു. ഇവിടെ ഒന്നു വരാൻ പറഞ്ഞു. ഞങ്ങൾ ഹജ്ജ് പാക്കേജ് തുടങ്ങീട്ടുണ്ട്. ബീവി കാണണമെന്നു പറഞ്ഞൂന്ന്.."

കോപംകൊണ്ട് ഒട്ടാകെ വിറച്ചു. ഇയാളോടു ചൂടായിട്ട് മാനം കെടണ്ട.

"അക്കാര്യം ഞാൻ തീരുമാനിച്ചിട്ട്..."

"ഞാനാ ജെയിംസിനെ വിളിച്ച് ഏർപ്പാടാക്കിയത്. വിവരങ്ങളൊക്കെയൊന്ന് അറിഞ്ഞുവെക്കാലോ."

ഉമ്മറത്ത് ഐഷ. പിറകിൽ നൂറു.

"വരീം. അകത്തിരിക്കാം."

ഐഷ ക്ഷണിച്ചതും അയാൾ അകത്തു കയറാൻ ഭാവിച്ചു.

"ഇവിടെ ഇരിക്കാലോ."

അയാളെ കോലായിലെ കസേരയിലിരുത്തി.

"എപ്പം പോകേണ്ടിവരും?" ഐഷ.

"നോമ്പു കഴിഞ്ഞ ഉടനെ പുറപ്പെടും. മൂന്നുതരം പാക്കേജുണ്ട്. രണ്ടു പേർക്ക് ഒരു മുറി, പിന്നെ നാലാൾ, ആറാൾ."

"രണ്ടാളുള്ള മുറിയല്ലെ നല്ലത്."

ഐഷയുള്ള ഇടപെടൽ ഒട്ടും ഇഷ്ടപ്പെട്ടില്ല. പൊട്ടിത്തെറിക്കാതിരിക്കാൻ പാടുപെട്ടു.

"ആലോചിച്ചിട്ട് വിവരം പറയാം."

"അതൃപ്തി വാക്കുകളിൽ പ്രകടമാക്കി.

എന്നിട്ടും അയാൾ പോകാനുള്ള ഭാവമില്ല.

"വിവരമറിയിക്കാമെന്നല്ലേ പറഞ്ഞത്."

ശബ്ദം ഉയർന്നതും അയാൾ യാത്ര പറഞ്ഞു വണ്ടിയിൽ കയറി.

രണ്ടുപേരേയും തറപ്പിച്ചു നോക്കി. മിണ്ടിപ്പോയാൽ രംഗം വഷളാകും ജോലിക്കാരുടെ ഇടയിൽ സീനുണ്ടാക്കണ്ട.

"വാസു.."

കാറ് പോർച്ചിലെത്തിയപ്പോൾ വേഷംപോലും മാറ്റാതെ കാറിൽ കയറി ഇരുന്നു.

"ക്ലബ്ബ്..."

പെട്ടെന്നായിരുന്നു തീരുമാനം.

പതിനാല്

"**നൂ**റു, രണ്ടു ഗ്ലാസ് കുടിക്കാൻ കൊണ്ടരാൻ പറ."

ഐഷാത്തയുടെ വിളി കേട്ട് നൂറു അടുക്കളയിലേക്കു നടന്നു. അവിടെ തിരക്കോടു തിരക്ക്.

"ബിരിയാനിന്റെ കോയി കയ്കീക്കണോ റുക്കിയാ?"

"കയ്കി ഊറ്റി ബച്ച്ക്ക്ണ്."

"ഇഞ്ചീം ബെളുത്തുള്ളീം അരച്ചോ?"

"എല്ലാം റെഡി. ഇങ്ങള് ചെമ്പ് അടുപ്പത്ത് കേറ്റിക്കോളീ."

"സൂറാ കുടിക്കാൻ കലകൃത് കയിഞ്ഞോ?"

അടുക്കളയിലെത്തിയ നൂറു ചോദിച്ചു.

അടുക്കളക്കോലായിൽ നിന്നുകൊണ്ട് ദേവിയോട് വർത്തമാനം പറയുകയായിരുന്നു സൂറു.

"നീ അവിടെന്താ കാട്ട്ണ്?"

സ്വരം കടുത്തോ.

"കയ്കിയ ഗ്ലാസ് വാങ്ങാൻ ബന്നതാ."

അവളുടെ മുഖം വാടി.

"രണ്ടു ഗ്ലാസ് സർവ്വത്തെടുത്താ."

"കലക്കിയത് തീർന്നു. മുന്തിരി സർവ്വത്ത് കലക്കട്ടെ? നന്നാറി കയ ഞ്ഞോയ്."

"എന്താച്ചാ വേഗം നോക്ക്.."

"നബീസ്ത്താ ഒരാളേംകൂടി രണ്ടീസത്തേക്ക് വിളിക്കാൻ ബീരാനി ക്കയോടെ പറഞ്ഞൂടേനോ?"

"ബീരാനിക്കാ പാണ്ട്യാല അടിച്ചുവാരണ കതിയ്യക്കുട്ടീനെ ബിളി ക്കാൻ പോയിക്കണ്."

"നേരമിരുട്ടി ഞാൻ പോട്ടെ."

ദേവി വാതില്ക്കൽ നിന്ന് ധൃതി കൂട്ടി.

"അതെന്തൊരു പോക്കാ ദേവീ?"

നബീസ കയർത്തു.

"രണ്ടു ബസ് കേറണം പൊരേലെത്താൻ. ഇന്റെ കുട്ട്യോള്...."

"രാത്രി കാറിൽ പൊരേലെത്തിക്കാൻ വാസൂനോടു പറയാം."

"ഇന്റെ തൊട്ട് വീട്ടില് ഫോണുണ്ട്. ഒന്നു വിളിച്ചു പറഞ്ഞില്ലെങ്കില് കുട്ട്യോള് പേടിക്കും."

"നീതന്നെ വിളിച്ചു പറഞ്ഞോ."

സർവ്വത്തുഗ്ലാസുകളുമായി അകത്തേക്കുനടക്കുമ്പോൾ ദേവിയും പിന്നാലെ വന്നു.

"ഇവിടെ നിക്ക്. ഇതൊന്നു കൊടുത്തിട്ടു വരാം."

അവിടെ അപ്പോഴേക്കും പുതിയ ആളുകൾ എത്തിയിരുന്നു

"ഇനിയും ബേണല്ലോ."

ഐഷാത്തയുടെ ഇത്താത്തയുടെ മകൾ റഹീമ.

"നീയും കൂടെ അങ്ങോട്ട് ചെല്ല് റയിമാ. അക്കുട്ടി എത്രാന്നു വച്ചിട്ടാ മണ്ട്ണത്."

ഇത്താത്ത പറഞ്ഞപ്പോൾ അവൾ എഴുന്നേറ്റു.

"സുറാനോടു പറഞ്ഞാമതി. ഒയിച്ചുവച്ചിട്ടുണ്ടാകും."

ദേവിക്കു ഫോൺ നമ്പർ കറക്കിക്കൊടുക്കുന്നതിനിടയിൽ പറഞ്ഞു. അത് ഇഷ്ടപ്പെട്ടില്ലെന്ന് അവളുടെ മുഖം വ്യക്തമാക്കി.

"നൂറു, കൊണ്ടാവാനുള്ളതെല്ലാം എടുത്തുവച്ചോ?"

"അവിടെയെത്തിയ ഹാജി ചോദിച്ചു.

"എല്ലാം റെഡിയാ."

"കഞ്ഞിക്ക് ആള് കൊറച്ചധികം ഉണ്ടാവും. എന്നാ നാളെ ഉച്ച യ്ക്കത്തെ തെരക്ക് കൊറയ്ക്കാം. എന്താ ബേണ്ട്യതെന്നു വച്ചാ ബീരാ നെക്കൊണ്ടു ബാങ്ങിപ്പിച്ചോ."

തലയാട്ടി.

ഹുസൈൻ ഹാജിയുടെ ഉത്സാഹം കുറച്ചൊന്നുമല്ല നൂറുവിനെ അമ്പരപ്പിച്ചത്.

"ഐഷാത്തയ്ക്ക് ഹജ്ജിനു പോണം. സഹായത്തിനു കൂടെച്ചെല്ലാൻ പറഞ്ഞു" എന്നു പറഞ്ഞപ്പോൾ പൊട്ടിത്തെറിച്ചു.

"ഇതൊക്കെ തീരുമാനിക്കാൻ നിങ്ങളാരാ? ഇവിടെ പെടക്കോയി കൂവണ്ട." കേട്ടപ്പോൾ വാശിമൂത്തു. ഐഷാത്തയുടെ കൈയിൽ പോകാനുള്ള പണമുണ്ട്. അവർക്കാണെങ്കിൽ ഇനി മേലും കീഴും നോക്കണ്ട ആവശ്യവുമില്ല. ഹജ്ജ് പാക്കേജിനുള്ള പരസ്യം ആയിടെ പത്രങ്ങളിൽ വായിച്ചിരുന്നു. ട്രാവൽ ഏജൻസിയുടെ പേരും ടെലിഫോൺ നമ്പരും അങ്ങനെ കിട്ടി. അവരെ വിളിച്ച് കാര്യങ്ങൾ തിരക്കിയിട്ടാണ് ഐഷാത്തയെക്കൊണ്ട് ആപ്പീസിലെ റൈട്ടരെ വിളിപ്പിച്ചത്. ഹുസൈൻ ട്രേഡേഴ്സിലേക്കാവശ്യമുള്ള ടിക്കറ്റുകൾ റിസർവ്വ് ചെയ്യുന്നത് അതേ ഏജൻസിയാണെന്നറിഞ്ഞതോടെ കാര്യം എളുപ്പമായി. അയാളെ വീട്ടിലേക്കയക്കാൻ ഏർപ്പാടാക്കിയതോടെ ഐഷാത്ത പരിഭ്രമത്തിലായി.

"നൂറു, മൂപ്പരറിഞ്ഞാ ഉള്ള പോക്കും ഉണ്ടാവൂല."

ഐഷാത്ത പറഞ്ഞതായിരുന്നു നേര്. അയാളറിയാതെ ട്രാവൽ ഏജൻസിക്കാരെ വിളിച്ചുവരുത്തിയത് മൂപ്പരെ കുറച്ചൊന്നുമല്ല ചൊടിപ്പിച്ചത്. അപ്പോഴേക്കും നൂറു അയാളെ ശരിക്കും പഠിച്ചിരുന്നു. ആദ്യം അയാളെ പ്രകോപിപ്പിക്കുക. എന്നിട്ട് അരിശം ഒട്ടും പുറത്തുകാണിക്കാതെ തഞ്ചത്തിലും താളത്തിലും കാര്യങ്ങൾ അവതരിപ്പിക്കുക.

"ഇയാളെ ഇങ്ങോട്ടയക്കാനൊന്നും ഐഷാത്ത പറഞ്ഞില്ലാട്ടോ. ഹജ്ജിന്റെ കാര്യങ്ങൾ ഒന്നന്വേഷിക്കണമെന്നും മൂപ്പരോടാലോയിച്ചിട്ട് വിവരം പറയാമെന്നുമാ പറഞ്ഞത്. ഞാൻ കേട്ടതാ."

"രണ്ടുംകൂടി ഉള്ള ഒത്തുകളിയാ."

"അങ്ങനെയൊന്നും വിചാരിച്ചില്ല. ഐഷാത്ത ഒരു പൂതി പറഞ്ഞപ്പം...."

"പറഞ്ഞപ്പം.... ഞാനുള്ളിടത്തോളം ഇവിടെ ആരും ഒന്നും തീരുമാനിക്കണ്ട."

"അതെന്നയാ ഐഷാത്തയും പറഞ്ഞത്. ഇപ്പം എല്ലാം ബിസിനസാ. വിളിച്ചതും അവരിങ്ങ് ഓടിയെത്തി. ഇഷ്ടല്ലെങ്കില് വേണ്ട."

"ഞാനൊന്നാലോയിക്കട്ടെ. എനക്കും ഒന്നുംകൂടി പോണോന്നുണ്ട്."

"അൽഹംദുലില്ലാഹ്. നിനിക്ക് ആയിരമായിരം സ്തുതി."

കേട്ടപ്പോൾ ഐഷാത്തയുടെ കണ്ണു നിറഞ്ഞു. തന്റെ ഉള്ളും. താൻ പോയില്ലെങ്കിലും വേണ്ട. ഐഷാത്തയുടെ ആശ ആദ്യം നിറവേറട്ടെ. പിന്നീടങ്ങോട്ടുള്ള എല്ലാ കാര്യങ്ങളും അയാൾതന്നെ ഏറ്റെടുത്തു.

"നീയ്യും കൂടെ പോന്നാൽ പൊരേലാരാ? സമയമിനിയുമുണ്ടല്ലോ. അള്ള എത്തിച്ചാൽ ഇന്നേം ഞാൻ തന്നെ കൊണ്ടുപോകും."

"ഇത്താത്താ.."

റസീനയും ഉമ്മയും.

"കാറില് കുറച്ചു അപ്പത്തരങ്ങളുണ്ട്. ആരേങ്കിലും അയച്ച് എടുപ്പിക്കണേനും."

"ബീരാനിക്കയോടു പറയാം. അകത്തേക്ക് ചെന്നോളീ."

ഹജ്ജിനു പോകുമ്പോൾ കോള് കൊണ്ടുവരിക പതിവാണ്. ഐഷാത്തയുടെ അടുത്ത ബന്ധുക്കളും ഹാജിയുടെ സുഹൃത്തുക്കളും മറ്റും കൊടുത്തയച്ച പലഹാരങ്ങൾ സാമാനമുറിയിൽ കുന്നുകൂട്ടിയിരിക്കുകയാണ്. ചുക്കപ്പവും പൂരപ്പൊടിയും ഉണക്കക്കോഴിയടയും മറ്റും അവർക്കു കൊണ്ടുപോകാനായി പെട്ടിയിൽ വെച്ചിട്ടുണ്ട്. അധികമില്ല. ഇപ്പോൾ പണ്ടത്തെപ്പോലെ ഒരുപാടൊന്നും ആരും കൊണ്ടുപോകാറില്ല. പ്രൈവറ്റ് പാക്കേജുകളിൽ ഭക്ഷണത്തിനൊന്നും ഒരു പഞ്ഞവുമില്ല. മൂന്നുനേരവും സുഭിക്ഷമായിത്തന്നെ പല പാക്കേജുകാരും ഭക്ഷണം കൊടുക്കുന്നുണ്ടെന്നാണ് അറിയാൻ കഴിഞ്ഞത്. താമസം നാലു നക്ഷത്രഹോട്ടലുകളിൽ. അതിനുമാത്രം പണവും വാങ്ങുന്നുണ്ട്. വിശദമായ അന്വേഷണം നടത്തിയിട്ടാണ് ഹാജി തിരഞ്ഞെടുത്തത്.

"ഇത്താത്ത പോണുന്നു പറഞ്ഞിട്ട്.."

റസീന അടുത്തുവന്നു.

"എല്ലാരും കൂടെ പോയാ പൊരേലാരാ?"

"അതും നേരാ. എന്നാലും."

"ഇനിയും പോവാലോ."

"നാളെ എപ്പളാ ഫ്ളൈറ്റ്?"

"ഉച്ചയ്ക്കാ. ചോറു കഴിഞ്ഞ ഉടനെ ഇറങ്ങും."

"ഇത്താത്ത പോണുണ്ടോ എയർപ്പോട്ടില്?"

"അറിയില്ല."

"നാത്തൂനോട് ലോഹ്യം പറഞ്ഞിരിക്ക്യാ? പൊറത്തേക്ക് കൊറച്ച് ചായ കൊടുത്തയക്ക്."

അവിടെയെത്തിയ ഹാജി മുകളിലേക്കു തിരക്കിട്ടു പടി കയറുന്നതിനിടയിൽ പറഞ്ഞു.

"അടുക്കളയില് പണിയുണ്ടോ ഇത്താത്താ?"

"വരുന്നവർക്ക് കുടിക്കാൻ കൊടുക്കണം. സൂറ കലക്കുന്നുണ്ട്. ഇവിടെ മേശപ്പുറത്ത് ട്രേയിൽ എടുത്തുവച്ചാ മതി."

"നൂറു.."

ഐഷാത്ത വിളിക്കുന്നതു കേട്ട് ചെന്നു.

"ഉമ്മ വന്നത് കണ്ടില്ലേ? ചായ കൊടുക്ക്"

"ഞമ്മള് പോട്ടെ. പൊരേല് ആരൂല്ല."

"അതു പറ്റൂല. തിന്നിട്ട് പോയാ മതി."

"നാളെ വരാം."

"നാളേം വരണം. ഇന്ന് തിന്നിട്ട് പോയാ മതി. എന്റെ പെട്ടീല് ഇനി യെന്തെങ്കിലും വക്കാനുണ്ടോ നൂറു?"

"മുസഅബ്ബും ദു ആ ഏടുകളും വച്ചില്ല. അതൊക്കെ വച്ചേക്കട്ടെ."

"മഗ്‌രിബ് കയിഞ്ഞ് വെച്ചേക്ക്. തിന്നുന്ന സാധനങ്ങൾ എമ്പാടുമുണ്ട്. എല്ലാരും പോകുമ്പം കുറേശ്ശെ കൊടുത്തേക്കണേ നൂറു."

"ആ..."

"സ്വെറ്ററും പുതപ്പുമൊക്കെ എടുത്തുവെച്ചാ?"

ഇത്താത്തയുടെ മകൾ റഹീമ. അടുക്കളയിൽ റസീനയെ കണ്ടതും അവൾ ഐഷാത്തയുടെ മുറിയിൽ ഇരിപ്പുപിടിച്ചിരുന്നു. കട്ടിലിനടിയി ലുള്ള പെട്ടി നീക്കി വെച്ചു തുറന്നുകൊടുത്തു.

"ഒന്നു നോക്കിക്കേ. എന്തെങ്കിലും വിട്ടുപോയിട്ടുണ്ടെങ്കിലോ."

അവൾക്കു സന്തോഷമായി.

"മൂത്തമ്മ അവിടെച്ചെല്ലുമ്പം എന്താ ഇടുന്നത്."

"മാക്സി മതീന്നാ നൂറു പറഞ്ഞത്. സാരിയാകുമ്പം തടഞ്ഞുവീ ണാലോന്നാ ഓക്ക് പേടി."

"അതു നേരാട്ടോ. പിന്നെ പർദ്ദ ഇടുമല്ലോ."

"പർദ്ദയിട്ട് തവാഫ് ചെയ്യാൻ പറ്റ്വോ? ശീലമില്ലാത്തതല്ലേ. തടഞ്ഞു പോയാലോ?"

"അതും നേരാ. അപ്പളോ?"

"ഫുൾക്കൈ മാക്സി തുന്നിയിട്ടുണ്ട്. ആറെണ്ണം. നീള മക്കനയിട്ടാ പ്പോരെ അതിന്റെ മേലെ?"

ചോദിച്ചു.

"അതാ മൂത്തമ്മാ നല്ലത്."

"റഹീമയും പറഞ്ഞു.

"എനിക്കൊന്നും അറീലാ. നൂറു കൊറേ ദവസായി ഒരുക്കം തുട ങ്ങീട്ട്."

"പോവുമ്പം പർദ്ദ മതീട്ടോ?" ഇത്താത്ത.

"അതും മാങ്ങീന്. ഇപ്പളത്തെ മഫ്ത്ത കെട്ടാനൊന്നും എന്നെക്കൊ ണ്ടാവൂല. മക്കനയാകുമ്പം മെനക്കേടില്ല."

ഐഷാത്ത.

പോകുമ്പോൾ ഇടാനുള്ള പർദ്ദയും മക്കനയും പുറത്തെടുത്ത് മേശ പ്പുറത്തുവെച്ചു. റഹീമ അതു തുറന്നുനോക്കിയിട്ടു ചോദിച്ചു:

"നല്ല തുണി നല്ല ഷേപ്പും?"

"ഇതാകുമ്പം തീരെ കനമില്ല. തിരുമ്പാനും എളുപ്പാ. അവിടെ

ച്ചെന്നാലും ഐഷാത്ത തന്നെ തിരുമ്പണ്ടേ? അതോണ്ട് മാക്സിയും മക്കനയുമൊക്കെ പോളിസ്റ്റർ തുണികൊണ്ടാ തുന്നിച്ചത്. ഒന്നും വെറുതെ ഒരതിയാൽ മതി.

"എളാമാക്ക് ഒറ്റക്ക് ആവ്വോ.? വയ്യാത്തതല്ലേ?"

"മൂപ്പർതന്നെ എന്നെ ഹജ്ജിനു കൊണ്ടാവാന്ന് ഏറ്റതോടെ സൂക്കേടൊക്കെ ഞാൻ മറന്നു. റബ്ബേ നിന്നെ എത്ര സ്തുതിച്ചാലും മതിയാവൂലാ. നൂറു മുന്നിട്ടിറങ്ങിയതോണ്ടാ."

ഐഷാത്തയുടെ സ്വരമിടറി.

"മൂത്തമ്മാക്ക് ഹജ്ജ് ഫർളാ. തടിയോണ്ടും മുതലോണ്ടും ആബദുള്ളാർ ഹജ്ജ് നിർബ്ബന്ധമാ."

"എല്ലാം ഉണ്ടായാലും പോരാ. പടച്ചോന്റെ ബേണ്ടുകയും മേണം. എത്തര നാളോണ്ട് പൂതി വക്കുന്നു. ഇപ്പളാ ബിളി എത്തിയത്." ഇത്താത്ത.

"സൂക്കേടൊക്കെ ആടെ എത്തുമ്പം മാറിക്കോളൂന്നാ എല്ലാരും പറയണ. ഈനെക്കാട്ടും ആബദ് കെട്ടോലു പോയിട്ട് എല്ലാ കാര്യങ്ങളും മേണ്ട്യ പോലെ ഒറ്റക്കെന്ന് ചെയ്തിട്ട് വരുന്നില്ലേ."

"ഇങ്ങളെ ഒന്നോണ്ടും ബേജാറാവേണ്ട. ആടെ എത്തിയൊലേ മേലെ റബ്ബ് ഒന്നോണ്ടും കൊയക്കില്ല. ഞമ്മക്കെല്ലാംമേണ്ടി ഇങ്ങള് ആടെയെത്തിയാല് ദ്വാ എരക്കണം."

ഉമ്മയും സംഭാഷണത്തിൽ ചേർന്നു.

"ഇൻശാ അള്ളാഹ്. അയിന് അള്ളാഹു എത്തിക്കട്ടെ."

"എന്നോടു പറഞ്ഞോലെയെല്ലാം ആടെ എത്തിക്കണേന്ന് ഞാനെന്തായാലും തേടും."

"എന്റെ മോൻ എൻട്രൻസ് എഴുതുന്നുണ്ട്. ഓനിക്ക് മെഡിസിനു സീറ്റ് കെട്ടാൻ ദ്വാ എരക്കാൻ മറക്കല്ലേ എളാമാ." റഹീമാ.

"ഇല്ല മോളേ."

"മഗ്‌രിബായി. ഇപ്പം കഞ്ഞി എടുത്തുവയ്ക്കാൻ തെരക്കു കൂട്ടും. മഗ്‌രിബ് നിസ്കാരം കയിഞ്ഞിട്ട് വേഗം അടുക്കളേല്ക്ക് ചെല്ലട്ടെ."

നൂറു എഴുന്നേറ്റു.

"ഞമ്മള് സഹായിക്കണോ?" ഇത്താത്ത

"അവിടെ ആളെമ്പാടുമുണ്ട്. ബരുന്നോലിക്ക് ചായയോ കുടിക്കാനോ എന്താ വേണ്ടതെന്നു വച്ചാ പറഞ്ഞയച്ചാ മതി. കൊടുത്തയക്കാം."

ആളുകൾ വന്നുകൊണ്ടേയിരുന്നു. ചിലർക്ക് ചായയും പലഹാരവും. ചിലർക്ക് സർബത്ത്. ചിലർക്ക് പഞ്ചസാരയില്ലാത്ത ചായ.

"ഇനി ചായപ്പണി നിർത്തി ചോറു വെളമ്പിക്കോ... ഇല്ലെങ്കിൽ പാതിരാത്രി ആയാലും തെരക്കൊഴിയൂലാ."

എട്ടുമണി കഴിഞ്ഞപ്പോൾ നൂറു പറഞ്ഞു.

"മൂപ്പരോടൊന്നു ചോയിക്കണ്ടെ?" ബീരാനിക്ക.

"മൂപ്പരൊന്നും പറയൂലാ. അവരിക്ക് രാവിലെ നേരത്തെ എണീറ്റ് ഒരുങ്ങാനുള്ളതാ. പെട്ടി ഒന്നുകൂടി ചെക്കു ചെയ്യണം. ഇതൊന്നു കയിഞ്ഞിട്ടു വേണം ബാക്കി." നൂറു തിരക്കുകൂട്ടി.

"പാവം അതുകെടന്നു പെടണപാടേയ്."

ആരുടെയോ സഹതാപം, കേൾക്കാത്തമട്ടിൽ അകത്തേക്കു ചെന്നു.

"രാത്രി ഭക്ഷണം കഴിഞ്ഞ് എല്ലാവരും പിരിഞ്ഞപ്പോൾ മണി പന്ത്രണ്ടായി. ഉമ്മയും റസീനയും നേരത്തേ പോയിരുന്നു.

ഐഷാത്തയുടെ ഇത്താത്തയും റഹീമയും അവിടെ തങ്ങി. അവർക്ക് കിടക്കാനുള്ള ഏർപ്പാടു ചെയ്തിട്ട് മുകളിലെത്തി. ഹാജി മുറിയിലുണ്ടായിരുന്നു. പെട്ടി പരിശോധിക്കുന്നു.

"പാസ്പോർട്ടും മറ്റു പേപ്പറുകളും ചെറിയ ബാഗിൽ വച്ചിട്ടുണ്ട്."

"അതെന്നയാ തെരയുന്നത്."

"പണം ഒന്നായിട്ട് ഒരു പെട്ടിയിൽ വയ്ക്കണ്ട. കുറച്ച് വലിയ പെട്ടിയിൽ വച്ചൂടേ?"

"നീ കാര്യങ്ങളെല്ലാം പഠിച്ചുപോയല്ലോ."

ചേർത്തുപിടിച്ചുകൊണ്ടാണ് അയാൾ പറഞ്ഞത്.

പതിനഞ്ച്

ജോനകപ്പറമ്പ് വീടിന്റെ സ്വീകരണമുറിയിൽ തിരക്ക്. ഹുസൈൻ ഹാജിയുടെ ചങ്ങാതിമാരും അടുത്ത ബന്ധുക്കളിൽ പലരും അവിടെയുണ്ട്.

"എത്ര ദിവസം കഴിയും തിരിച്ചെത്താൻ?"

അയാളുടെ സുഹൃത്ത് ചാക്കോച്ചൻ ചോദിച്ചു.

"നാല്പതു ദെവസം എന്തായാലും പിടിക്കും."

ആരോ പറഞ്ഞു.

"പണ്ടൊക്കെ മൂന്നു മാസമേര്ന്ന്. ഇപ്പം എല്ലാം എളുപ്പമായില്ലേ?"

"യാത്രയ്ക്കു മാത്രേ എളുപ്പള്ളൂ. തെരക്കു കൂടിയത് കാരണം കർമ്മങ്ങളെല്ലാം ചെയ്യാൻ പാടേറെയുണ്ട്. പത്തുമുപ്പത് ലക്ഷം ആൾക്കാർക്ക് മൂന്നുദെവസംകൊണ്ട് എല്ലാ കർമ്മങ്ങളും ചെയ്തു തീർക്കണ്ടേ."

പല കാലങ്ങളിലായി മൂന്നുതവണ ഹജ്ജിനു പോയിവന്ന ഇബ്രാഹിം ഹാജി പറഞ്ഞു. ഐഷാത്തയുടെ സഹോദരീഭർത്താവാണ് ഇബ്രാഹിം ഹാജി. മൂന്നു ഹജ്ജ് ചെയ്ത കാര്യം പറയാൻ അവസരം കിട്ടാൻ കാത്തിരിക്കുന്ന ആളാണ് അദ്ദേഹം.

"ആദ്യത്തെ പ്രാവശ്യം ഞാൻ ഹജ്ജിനു പോയത് കപ്പലിലാ. അന്ന്

പത്തിരുപത്തിനാല് വയസ്സേ ഉള്ളൂ. ബോംബെവരെ തീവണ്ടി. അവിടന്ന് കപ്പല്. ഇന്നത്തെപ്പോലെ പ്രൈവറ്റ് കമ്പനികളൊന്നുമില്ല. ഗവൺമെന്റാ എല്ലാവരേം കൊണ്ടോവണത്. പൈശ ഉള്ളോരിക്ക് കപ്പലിൽ ഫസ്റ്റ് ക്ലാസില് പോകാം. എന്നാലും കപ്പല് കേറണ വരെ എല്ലാരും താമസം ബോംബെ മുസാഫിർഖാനെ തന്നെ. ഒരാഴ്ച ചുരുങ്ങിയത് അവിടെ തങ്ങാതെ പറ്റൂലാ എപ്പളത്തിനു മനിസൻ ഒരു വയിക്കാവും. കപ്പലിലെ പത്തീസത്തെ താമസം കൂടിയാവുമ്പം ജിദ്ദേലെത്തുമ്പോളത്തിനും തള ന്നുപോവും ട്ടോ."

"ഞാനും ഉമ്മയും പോയപ്പോ പ്ലെയിനിലായിട്ടും മൂന്നു മാസത്തില ധികം വേണ്ടിവന്നു."

അയാളെക്കൊണ്ടു ഹജ്ജുപുരാണം വിളമ്പിക്കാതിരിക്കാനെന്ന പോലെ ഹുസൈൻ ഹാജി പറഞ്ഞെങ്കിലും ഇബ്രാഹിം ഹാജി തുടർന്നു:

"രണ്ടാമത്തെ പ്രാവശ്യം ഉമ്മാനേം ഉപ്പാനേംകൊണ്ട് ഹജ്ജിനു പോയത് വിമാനത്തിൽത്തന്നെ. ബോംബേന്ന് വിമാനം കേറല് അദാബുള്ള പണി തന്നെ. രണ്ടീസത്തെ തീവണ്ടിയാത്ര. അതു കയിഞ്ഞ അവിടെ ഒരായ്ചത്തെ താമസം. അപ്രാവശ്യം പക്കേങ്കി ഞമ്മല് ഓട്ടലിലാ താമ സിച്ചത്. അതോണ്ട് കയിച്ചിലായി. മൂന്നാമത്തെ പ്രാവശ്യം പെണ്ണുങ്ങളേം കൊണ്ടുപോയി. അപ്പളത്തിന് പ്രൈവറ്റുകാര് ഹജ്ജ് ടൂറു തുടങ്ങീര്ന്ന്. അക്കൊല്ലാ ആദ്യായിട്ട് തൊടങ്ങീത്. കൊല്ലം അഞ്ചുപത്തായി. അന്നു കൊടുത്തു ഒരാക്ക് മുക്കാലച്ചം."

ഇബ്രാഹിം ഹാജി വിടാനുള്ള ഭാവമില്ലെന്നുകണ്ട് സാഹിത്യകാരൻ നിസാർ അഹമ്മദ് ഇടപെട്ടു.

"ഒരിക്കലല്ലേ ഹജ്ജ് നിർബ്ബന്ധമുള്ളൂ ഹാജിക്ക? നല്ല തടിള്ളദ്ധ്വാ നമുള്ള പണിയാന്നാ കേട്ടത്. അവിടെ സഹായത്തിന് ആരെങ്കിലു മുണ്ടോ?"

"എന്റെ കാര്യം സാരല്ല. ഒരിക്കൽ പോയതുമാണല്ലോ. ബുദ്ധിമുട്ടു ണ്ടാവില്ല. ഐഷാന്റെ കാര്യം കൊറച്ച് ബെശമം തന്നെയാ. ഒരു പൂതി പറയുമ്പം തട്ടിക്കളയാനും പറ്റൂലാ."

"ഓക്ക് ഹജ്ജ് വാജിബാണേയ്. ഓളെ മൊതല്തന്നെ ഉണ്ടല്ലോ എമ്പാടും."

ഇബ്രാഹിംഹാജി ഇടയിൽക്കയറി പറഞ്ഞു.

"മൊതലുമാത്രം പോരല്ലോ. തടികൊണ്ട് ആബദുണ്ടാവണ്ടേ?"

"ആബദുള്ള കാലത്ത് ഇങ്ങള് കൊണ്ടോയില്ലല്ലോ."

ഇബ്രാഹിം ഹാജി ഉരസാനുള്ള പുറപ്പാടാണെന്നു കണ്ടപ്പോൾ ഹുസൈൻ ഹാജിയുടെ ഉമ്മയുടെ സഹോദരിയുടെ മകൻ ആലിക്കുട്ടി ഇടപെട്ടു.

"എന്റെ അനിയൻ അസ്സുട്ടി മക്കത്തുണ്ട്. ഓനെ ഞാൻ വിളിച്ച്

ഏർപ്പാടാക്കീട്ടുണ്ട്. ഐഷത്താന്റെ കാര്യം ഓൻ നോക്കിക്കോളും. ഹുസൈൻക്ക ഒന്നോണ്ടും ബെഷമിക്കണ്ട."

"അല്ലെങ്കിലും ആടെ എത്തിയാൽ പടച്ചോൻ എല്ലാ പ്രയാസങ്ങളും എളുപ്പത്തിലാക്കിത്തരും കൂട്ടരേ." ഒരു കാരണവർ വഅളു പറയുന്നതു പോലെ ഈണത്തിൽ പ്രഖ്യാപിച്ചു.

"എന്റെ മോളെ പിയ്യാപ്ല ജിദ്ദേലുണ്ട്. ഓനേം വിവരമറിയിച്ചിട്ടുണ്ട്."

ഇബ്രാഹിം ഹാജി വിടുന്നില്ല.

"ഇപ്പം അങ്ങനെ ആരെങ്കിലുമൊക്കെ ഉള്ളതു ആശ്വാസം തന്നെ."

നിസാർ അഹമ്മദ്.

"അതോണ്ട് തെരക്കും കൂടീട്ടുണ്ട്. പണ്ടൊക്കെ ഇത്രയധികം ജനങ്ങളുണ്ടോ ഹജ്ജിനു പോണു? ഗൾഫ് പണം വന്നതോടെയല്ലേ കേരളത്തിൽ നിന്ന് ഹജ്ജിനുപോണവരുടെ എണ്ണം കൂടിയത്."

"അത് നേരാട്ടോ. മക്കള് ഗൾഫിലെത്തി ആദ്യശമ്പളം അയക്കുമ്പളത്തിന് ഉമ്മാര് ഹജ്ജിനു പോകാനുള്ള പൂതി അറിയിക്കും. അയിറ്റ്യങ്ങള് കഷ്ടപ്പെട്ടും ഞെരുങ്ങിയും ഉമ്മ-ബാപ്പാമാരെ കൊണ്ടോവൂണുണ്ടേയ്. ഞാൻ കയിഞ്ഞ കൊല്ലം ഹജ്ജിനു പോയപ്പം ഇന്റെ ഒപ്പമുള്ളവരിൽ പലരും ഗൾഫുകാരുടെ ഉമ്മബാപ്പമാരായിരുന്നു. നിങ്ങള് കോയിക്കോട്ടൂന്ന് തന്നല്ലേ വിമാനം കേറുന്നത്?"

"തന്നെ."

"ഇബിടന്ന് ഇഹ്റാം കെട്ടീട്ടണോ എറങ്ങ്ണത്?"

നിസാർ അഹമ്മദ്.

"പെണ്ണുങ്ങള് എഹ്റാൻ കെട്ടീട്ട് എറങ്ങും. ആണുങ്ങള് എയർപോർട്ട്ന്ന് മതീന്നാ പറഞ്ഞത്."

ഹാജി.

"എന്തായ് ഈ എഹ്റാൻ?"

ഹാജിയാരുടെ സുഹൃത്ത് ചാക്കോച്ചൻ ചോദിച്ചു.

"ഹജ്ജിനുള്ള മുന്നൊരുക്കമാ. ആദ്യമായി മക്കയിലെത്തുന്നത് ഇഹ്റാം വേഷത്തിലാകണം. വേഷത്തിൽ മാത്രമല്ല മനസ്സിലും പരിവർത്തനമുണ്ടാകണം."

നിസാർ അഹമ്മദ്.

"അതിനു പ്രത്യേക വേഷമുണ്ടോ?" ചാക്കോച്ചൻ.

"പുരുഷന്മാർ തുന്നപ്പെട്ടതൊന്നും ധരിക്കരുത്. അതായത് പാന്റോ ഷർട്ടോ കരയുള്ള മുണ്ടോ ധരിക്കരുത്.

"പിന്നെ."

"ഒരു വെള്ളമുണ്ട് ഉടുക്കും. മേൽമുണ്ടുകൊണ്ട് പുതയ്ക്കും. അതോടെ മനസ്സും ശുദ്ധീകരിക്കണം. ചീത്ത വർത്തമാനങ്ങളും സ്ത്രീസമ്പർക്കവും നിഷിദ്ധമാണ്. അശ്ലീലം ഒട്ടും അരുത്. മനസ്സും ശരീരവും

ശുചിയായിരിക്കണം. വാക്കിനും വക്കാണത്തിനും പോകരുത്. ജീവികളെ ഉപദ്രവിക്കുന്നതുപോലും നിഷിദ്ധമാണ്. കുളിക്കുമ്പോൾ ഇഹ്റാമിന്റെ കുളി എന്നു മനസ്സിൽ നിയ്യത്തു ചെയ്യണം. കുളി കഴിഞ്ഞാൽ അത്തറു പൂശണം. ഇഹ്റാം വേഷം ധരിച്ചാൽ പിന്നെ സുഗന്ധദ്രവ്യങ്ങൾ പാടില്ല."

"എല്ലാം നന്നായി പഠിച്ചുവെച്ചിട്ടുണ്ടല്ലോ?"

നിസാർ അഹമ്മദിന് ഇത്തരം കാര്യങ്ങളിലും താല്പര്യമുണ്ട് എന്നത് ഹാജിക്കു പുതിയ അറിവായിരുന്നു.

"ഞാൻ ഇസ്ലാമിക ഗ്രന്ഥങ്ങൾ ധാരാളം വായിക്കാറുണ്ട്. നിങ്ങൾ ഹജ്ജിനു പോകാൻ തീരുമാനിച്ചതറിഞ്ഞ് ഹജ്ജ് സംബന്ധമായ പുസ്തകങ്ങൾ വായിച്ചു കിട്ടിയ പുതിയ അറിവാണ് ഇപ്പോൾ പറഞ്ഞത്. നിങ്ങൾ തിരിച്ചുവന്ന് കഥകൾ കേട്ടതിനുശേഷം വേണം അതുവച്ച് ഒരു നോവലെഴുതാൻ."

"അങ്ങനെ നീയിപ്പം എന്നെ വച്ച് മൊതലാക്കണ്ട കേട്ടോ മോനേ."

"എപ്പളാ എറങ്ങുന്നത്?"

ആരോ ചോദിച്ചു.

"എറങ്ങാനായിപ്പോയി. ബീരാനെ ചോറ് എടുത്തു വെക്കാൻ പറ."

"ളൊഹറ് ബാങ്കു കൊടുത്തു. മൊയില്യാര് എത്തീലേ?"

"ഓ ഞാനിബിടുണ്ട്."

"എന്നാ ഞമ്മക്ക് ജമാഅത്തായി നിസ്കരിക്കാം."

"ആയിക്കോട്ടെ."

"ബീരാനെ നടുവകത്ത് പായ വിരിച്ചാ."

മുസ്ലിയാർ മുന്നിൽ ഇമാമായി നിന്നു. മറ്റുള്ളവർ അണിയായി പിന്നിൽ നിരന്നു.

പെട്ടെന്ന് എടുത്തതായിരുന്നു ഹജ്ജിനു പോകണം എന്ന തീരുമാനം. വേണ്ടിയിരുന്നോ എന്നൊരു തോന്നൽ ഹാജിയെ വല്ലാതെ അലട്ടുന്നുണ്ട്. അള്ളാഹുവിന്റെ വിളിയുള്ളവന് അവിടെ എത്താതെ നിവൃത്തിയില്ല എന്നു പറയുന്നത് ശരിയായിരിക്കും. താൻ മനസ്സുകൊണ്ട് ഒരുങ്ങിയിട്ടേ ഇല്ലായിരുന്നു. ഐഷയെ ഹജ്ജിനു കൊണ്ടുപോകണമെന്നു വിചാരിച്ചതുമില്ല. സുഹൃത്ത് കോയ സാഹിബും ഭാര്യയും ഹജ്ജിനു പോകാൻ ഉദ്ദേശിക്കുന്നു. പോരുന്നുണ്ടോ എന്നു വിളിച്ചു ചോദിച്ചപ്പോഴും ഇല്ലെന്നാണു പറഞ്ഞത്. ജിദ്ദയിൽ ഒരു ബിസിനസ് തുടങ്ങുന്നതിനെക്കുറിച്ച് ആലോചിക്കുന്നുണ്ട് എന്ന് പറഞ്ഞതോടെ..

"ഫോണുണ്ട്."

ബീരാൻ കോഡ്ലസ് ഫോൺ കൈയിൽ കൊടുത്തു.

"ഇറങ്ങിയില്ലേ?" കോയ സാഹിബ്.

"എറങ്ങാൻ പോണു. നിങ്ങളോ?"

"ഞങ്ങള് പുറപ്പെട്ടു. വഴിയിലാ. ഇൻശാ അള്ളാഹ് ഹജ്ജ് ക്യാമ്പിൽ വച്ചു കാണാം."

"ഇൻശാ അള്ളാഹ്."

"പെട്ടികൾ കാറില് വെച്ചില്ലേ?"

"എല്ലാം റെഡി."

"എന്നാ ഫാത്തിഹ ഓതി ദ്വാ എരക്കാം."

"അൽ ഫാത്തിഹ."

മുസ്‌ലിയാർ ഉറക്കെ പറഞ്ഞു. എല്ലാവരും ചേർന്നു ഫാത്തിഹയും സൂറത്തുകളും ഓതി. യാത്രയ്ക്കിറങ്ങുമ്പോഴുള്ള പ്രത്യേക പ്രാർത്ഥന ഉസ്താദ് ചൊല്ലി. എല്ലാവരും ഭയഭക്തിയോടെ ആമീൻ പറഞ്ഞു.

ഐഷാത്തയെ അവരുടെ സഹോദരി കൈപിടിച്ച് കോലായിലിറക്കി. കറുത്ത പർദ്ദയും വെളുത്ത മക്കനയുമണിഞ്ഞ ഭാര്യയെ ഹുസൈൻ ഹാജി പകച്ചു നോക്കി. മുഖത്ത് ഭക്തിയുടെ പാരമ്യം. കണ്ണു നിറഞ്ഞിരുന്നു. യാത്രയാക്കാൻ വന്ന സ്ത്രീകളെ ഓരോരുത്തരെയും കെട്ടിപ്പിടിച്ച് തേങ്ങിക്കൊണ്ട് യാത്ര പറഞ്ഞു.

നിസാർ അഹമ്മദ് കൈയിൽപ്പിടിച്ചപ്പോൾ ഹാജി ഇറങ്ങി കാറിന്റെ മുൻ സീറ്റിൽ ചെന്നിരുന്നു. നൂറു ഉമ്മറത്ത് പകച്ചു നില്ക്കുന്നു.

"നീ കേറുന്നുണ്ടോ?"

ഉമ്മറത്ത് ഇത്താത്തയെ കെട്ടിപ്പിടിച്ച് കരയുന്ന ഭാര്യയോട് ഹാജി തട്ടിക്കയറി. അവർ ഇത്താത്തയുടെ കൈ വിട്ട് തിടുക്കത്തിൽ കാറിൽ കയറി.

"പാസ്പോർട്ടും മറ്റു രേഖകളും എടുക്കാൻ പാകത്തിൽ വച്ചോളൂ."

ധാരാളം വിദേശയാത്രകൾ നടത്താറുള്ള ചാക്കോച്ചൻ ഓർമ്മിപ്പിച്ചു. ഓഫീസിലെ റൈറ്റർ ജെയിംസും മാനേജർ ജമാലും മറ്റു പണിക്കാരും മുറ്റത്ത്.

"എടോ എല്ലാം വേണ്ടപോലെ നോക്കിക്കോളണം."

എല്ലാവരോടുമായി പറഞ്ഞു.

"ഒരു മാസത്തെ കാര്യല്ലേ ഒന്നും പേടിക്കണ്ടാന്നേ."

ചാക്കോച്ചൻ സമാധാനിപ്പിച്ചു.

കാറു നീങ്ങി. പിന്നാലെ കാറുകളുടെ നിര.

"ഇവരൊക്കെ എങ്ങോട്ടാ."

ഐഷാത്തയുടെ ബന്ധുക്കളൊക്കെയും തങ്ങളെ അനുഗമിക്കുന്നതു കണ്ട് ഹാജിക്ക് കലിയിളകി.

"എല്ലാരിക്കും വിമാനത്താവളത്തിന് വരണോലെ."

"അതൊന്നും വേണ്ട പിരിശം കാണാൻ വന്നിരിക്കണ്. എല്ലാരേം എനക്കറിയാം. അസൂയക്കൂട്ടങ്ങള്.."

"എന്താച്ചാലായിക്കോട്ടെ. നല്ലൊരു കാര്യത്തിനിറങ്ങുമ്പം ആരേം മുശിപ്പിക്കണ്ട."

"ഗുളികകളും മരുന്നിന്റെ കടലാസുമൊക്കെ എടുത്തുവച്ചിട്ടില്ലേ? അവിടെച്ചെന്ന് സുക്കേട് വല്ലതും വന്നാ എന്നെക്കൊണ്ടാവൂലാ."

ഹാജിയുടെ സ്വരത്തിൽ അരിശം.

"ഒക്കെ നൂറു എടുത്തുവച്ചിട്ടുണ്ട്. ഓളാ കൂട്ടിനെങ്കി... സഹായത്തിന്.."

"ആബദുള്ളോരോടാ പടച്ചോൻ ഹജ്ജിനു പോകാൻ പറഞ്ഞത്. നിന്നെപ്പോലെ ആബദുകെട്ടോരോടല്ല."

"അള്ളാഹുവിന്റെ കാരുണ്യംകൊണ്ട് എന്നെക്കൊണ്ട് ഒരേനക്കേടും ഇങ്ങക്കുണ്ടാവൂല."

ഐഷയുടെ തൊണ്ടയിടറി.

"ഊം..."

ഹാജി വെറുതെ മൂളി. ആകെ അസ്വസ്ഥനായിരുന്നു അയാൾ. കാര്യമായ അസുഖങ്ങളൊന്നുമില്ല. എന്നാലും ഒരു പേടി. തിക്കും തിരക്കും ഒരിക്കൽ കണ്ടറിഞ്ഞതാണല്ലോ. അതിനേക്കാൾ പതിന്മടങ്ങ് ജനങ്ങളാണ് ഇപ്പോൾ ഹജ്ജിനെത്തുന്നത്. വീണ്ടുമൊരിക്കൽ ഹജ്ജിനു പോകണമെന്നു നിനച്ചതേ അല്ല. കോയസാഹിബും മറ്റു സുഹൃത്തുക്കളുമൊക്കെ നിർബ്ബന്ധിച്ചപ്പോൾ സമ്മതിച്ചുപോയി. ഐഷയും നൂറുവും കൂടിയുള്ള ഒത്തുകളിയും ഒട്ടും ഇഷ്ടപ്പെട്ടില്ല. അവർ രണ്ടുപേരും കൂടിയാണല്ലോ പോകാനൊരുങ്ങിയത്. ഐഷയുടെ പേരിലുള്ള ഒരു പീടിക വിറ്റ പത്തു ലക്ഷം അവളുടെ പേരിൽത്തന്നെ ബാങ്കിലിട്ടിരുന്നു. ടാക്സ് വെട്ടിക്കാൻ വേണ്ടി ചെയ്തതായിരുന്നു. നൂറുവിനെ കല്യാണം കഴിച്ചതിലുള്ള അരിശം തീർക്കാൻ അവൾ ആ പണം താനറിയാതെ ഓഫീസിലെ റൈട്ടറെക്കൊണ്ട് പിൻവലിപ്പിച്ച് അലമാരയിൽ സൂക്ഷിച്ച് താക്കോലും അരയിൽ തിരുകി നടന്നു. അതിന്റെ ബലത്തിലാണല്ലോ ഒറ്റയ്ക്കു ഹജ്ജിനു പോകാനിറങ്ങിയത്. അങ്ങനെ അവളെ തന്നിഷ്ടത്തിനു മേയാൻ വിടാൻ മനസ്സുണ്ടായിരുന്നില്ല. എല്ലാവരുടെയും നിർബ്ബന്ധവും കൂടി ആയപ്പോൾ സമ്മതിച്ചു.

"പെണ്ണുങ്ങൾക്ക് അങ്ങനെ ഒരു പൂതിയുണ്ടെങ്കില് അത് തീർത്തു കൊടുക്കേണ്ടത് ഞമ്മളുടെ കടമയല്ലേ?" കോയാ സാഹിബ്.

"അതിന് ഓക്ക് തടിക്ക് സുഖം മേണ്ടേ?"

"ഇന്റെ പെണ്ണുങ്ങൾക്ക് നിസ്കരിക്കണേങ്കില് കസാല മേണം. ഓളൊരു ഹജ്ജ് ചെയ്തതാ. അന്ന് ഞാൻ പോയില്ല. ഓളെ ഏട്ടത്തീന്റെ കൂടെയാ പോയത്. ഹജ്ജ് എനക്ക് വാജിബാണേനും. ഒരു കൊല്ലായി സൈ്വരം കെടുത്തണ്. എന്നാ നടക്കട്ടേന്ന് ഞാനും കരുതി. ഇപ്പം കണ്ട ചാത്തനും പോത്തനുമൊക്കെ ഹജ്ജിനു പോണു. നാട്ടാരുടെ ചോദ്യത്തിനുത്തരം പറഞ്ഞു മടുത്തേയ്. ഇങ്ങളും കൂടെയുണ്ടല്ലോ."

"ഞമ്മള് മാത്രമാണെങ്കില് സാരല്ലേനും. കൈക്കും കാലിനും ആബദില്ലാത്തോലെ ഞമ്മക്ക് കെട്ടിബലിച്ച് നടക്കാൻ പറ്റോ?"

"ഞമ്മള് താമസിക്കണെ ഹോട്ടല് ഹറമിന്റെ തൊട്ടുമുന്നിലാ. പെണ്ണു ങ്ങമ്മാരെ ഒരിക്ക കാണിച്ചു കൊടുത്താ ഓല് ഒറ്റയ്ക്കായിക്കോളും. പിന്നെ ഹജ്ജിന്റെ സമയത്തെ കാര്യല്ലേ? തീരെ വയ്യെങ്കി തവാഫിനും സയ്ക്കും ഞമ്മക്ക് വീൽച്ചെയർ ഏർപ്പാടാക്കിക്കൊടുക്കാന്നേയ്."

കോയാ സാഹിബിന്റെ ഉറപ്പിന്മേലാണ് പുറപ്പെട്ടത്. അതുകൊണ്ട് ഐഷയുടെ പത്തുലക്ഷം വീണ്ടും തന്റെ കൈയിലായി. ഹജ്ജിനു രണ്ടു ലക്ഷത്തിലേറെ വേണ്ട. വീട് ഉമ്മ അവളുടെ പേരിലാണ് എഴുതിയിരിക്കുന്നത്. അതുകൂടി തന്റെ പേരിലേക്ക് മാറ്റിത്തരാമെന്ന് അവൾ സമ്മതിച്ചിട്ടുണ്ട്.

"ഇങ്ങള് എന്നെ ഹജ്ജിനു കൊണ്ടായാല് ഇങ്ങള് പറേന്നതെന്തും ഞാൻ ചെയ്തുതരാം."

"ഹജ്ജിനു പോകുമ്പോൾ പറഞ്ഞ വാക്കു പാലിച്ചില്ലെങ്കിൽ ഹജ്ജ് ബാത്തിലാകും."

"അത് എനക്കുമറിയാം. എന്റെ കർമ്മങ്ങള് ബാത്തിലാകുന്ന ഒന്നും മടങ്ങി വന്നാ എന്റെ ഭാഗത്തുനിന്നുണ്ടാവൂലാ. പോരേ ഞാൻ ഇങ്ങളേം നൂറിന്റെയും പേരിലാക്കിത്തരാം."

"അതെന്തിനാ? എന്റെ പേരില് മതി."

"ഓള് കാരണാ എനക്കതിനുള്ള ഭാഗ്യണ്ടായത്. അത് മറക്കാൻ പറ്റ്വോ?"

"ഓളും നീയും വിചാരിച്ചാലൊന്നും എന്നെ കീശേലാക്കാൻ പറ്റൂലാ. എനക്കു പോണോന്നു തോന്നി. ഞാനെറങ്ങി."

"അങ്ങനേങ്കി അങ്ങനെ. പടച്ചോനെ നിനക്കു സ്തുതി. ഇനി എല്ലാം ഇങ്ങളെ ഇഷ്ടംപോലെ. ഒറ്റാന്തടിയായ എനിക്കെന്തിനാ പൊര?"

"ഇബിടെയല്ലേ എറങ്ങേണ്ടത്?"

വാസുവിന്റെ ചോദ്യം കേട്ട് ചിന്ത മുറിഞ്ഞു. ഹജ്ജ് ക്യാമ്പ് എത്തിയിരുന്നു.ജയിംസും ജമാലും ഗേറ്റിൽത്തന്നെ കാത്തുനില്ക്കുന്നുണ്ടായിരുന്നു.

പതിനാറ്

ഹജ്ജു കഴിഞ്ഞ് എത്തിയിട്ടും ഐഷാത്തയുടെ മനസ്സ് മക്കത്തു തന്നെയായിരുന്നു. കറുത്ത തുണികൊണ്ടു പൊതിഞ്ഞ കഅബ... കണ്ണിനു കുളിരായി കൂറ്റൻ സമചതുരം. ഖില്ല എന്നുപേരായ കറുത്ത മേൽമുടിയുടെ മുകൾഭാഗത്ത് ചുറ്റിലുമായി *ഖുർആൻ* സൂക്തങ്ങൾ സ്വർണ്ണനൂലിൽ ബോർഡർപോലെ തുന്നിച്ചേർത്തിരിക്കുന്നു. വടക്കുകിഴക്കു ഭാഗത്തായി വെള്ളി പൊതിഞ്ഞ വാതിൽ... ആദ്യം കഅബ കണ്ട

പ്പോൾ അടിമുതൽ മുടിവരെ വിറച്ചു. അതു പണിത ഇബ്രാഹിം നബിയെ സ്തുതിച്ചുപോയി.

"ഇപ്പം ഇങ്ങക്കെങ്ങനെണ്ട്? ബേദന കുറവുണ്ടോ? കാലൊന്ന് ലോട്ടരെ കാണിക്കണ്ടേ?"

ആരോ കാലു തടവിക്കൊണ്ടു ചോദിക്കുന്നു. കണ്ണു തുറന്നു. മുന്നിൽ നബീസ.

"വേദനയ്ക്കൊരു കൊറവൂല്ല. കണ്ണടച്ചാ മുന്നില് കഅബ. അപ്പം ബേദന മറക്കും. റബ്ബേ ഇക്കാലുംവച്ച് ഹജ്ജ് പൂർത്തിയാക്കാൻ കയിഞ്ഞൂലോ നിനക്ക് സ്തുതി. അൽഹംദുലില്ലാഹ് എന്ന് ആയിരംവട്ടം സ്തുതിച്ചാലും മതിയാവൂലാ."

മക്കത്തെ കാഴ്ചകൾ വീണ്ടും കാണാനെന്നപോലെ ഐഷാത്ത കണ്ണടച്ചു.

കുറച്ചുനേരം അവിടെ തങ്ങിയിട്ട് നബീസ പോയി. ഐഷാത്തയുടെ ചെവിയിൽ വിമാനത്തിന്റെ ഇരമ്പൽ. എയർപോർട്ടിൽ എത്തിയതുമുതലുള്ള ഓരോ കാര്യവും ഇപ്പോൾ ടി വിയിലെന്നപോലെ കാണാം.

"ലബൈക്കള്ളാഹുമ്മ ലബൈക്ക് ലബൈക്ക ലാ ശരീക്കലക ലബൈക്ക് ഇന്നൽഹംദ് വൽന്നഅ്മത്ത ലകവുൽ മുൽക് ലാ ശരീരകലക.."

"അല്ലാഹുവേ, നിന്റെ വിളിക്കിതാ ഞാൻ ഉത്തരം നല്കിയിരിക്കുന്നു. നിന്റെ വിളികേട്ടെത്തിയിരിക്കുന്നു. നിന്റെ വിളി ഞാനിതാ ചെവിക്കൊണ്ടിരിക്കുന്നു. നിനക്കു യാതൊരു പങ്കുകാരനുമില്ല. എല്ലാ സ്തുതിയും അനുഗ്രഹവും രാജാധികാരവും നിനക്കുമാത്രം. നിനക്കു പങ്കുകാരില്ല" എന്ന് ഉറക്കെ പറഞ്ഞുകൊണ്ട് ഹാജിമാർ സഞ്ചിയുമായി കോണി കയറുന്നു. ഏറ്റവും മുന്നിൽ ഹുസൈൻ ഹാജി. പിറകെ നിഴലായി ഐഷ.. കാറിലല്ലാതെ അതുവരെ യാത്ര ചെയ്തിട്ടില്ല. ബസിലും തീവണ്ടിയിലും പോലും കയറിയിട്ടില്ല. കോണി കയറി മുകളിലെത്തിയതും വാതില്ക്കലുണ്ടായിരുന്ന പട്ടുസാരി ചുറ്റി ചുണ്ടിൽ ചായം തേച്ച ഒരുത്തി ചിരിച്ചുകൊണ്ട് എന്തോ പറയുന്നു. ശ്രദ്ധ അവളിലായപ്പോൾ എവിടെയോ കാലു തടഞ്ഞു.

"നോക്കി നടക്ക്."

മൂപ്പർ അരിശത്തോടെ പറഞ്ഞു. മുന്നിൽ ഒരിടനാഴി. ഇരുവശത്തും സീറ്റുകൾ. അവിടെയുണ്ടായിരുന്ന ഒരു മൊഞ്ചത്തി സീറ്റു കാണിച്ചുതന്നു. ഏറ്റവും മുമ്പിലായിരുന്നതിനാൽ ഉന്തും തള്ളുമില്ലാതെ അകത്തെത്തി. ഇടനാഴിയിൽ ഹജ്ജാജികൾ തിക്കിത്തിരക്കുന്നുണ്ടായിരുന്നു.

അതിനിടയിലും പലരും തർബിയത്ത് ചൊല്ലുന്നു. ഉറക്കെത്തന്നെ. ലബൈക്ക ള്ളാഹുമ്മ ലബൈക്ക്...

എല്ലാവരും ഹാലിലാണ്. ദിക്കു തിരിയാത്ത അവസ്ഥ. എവിടെ ഇരി

ക്കണം? എന്തുചെയ്യണം? ഒന്നുമറിഞ്ഞുകൂടാ. അതിനകത്താണെങ്കിൽ നിന്നു തിരിയാൻ ഇടമില്ല. ഞെങ്ങി ഞെരുങ്ങി വേണം നടക്കാൻ.

"കുഞ്ഞാനേടെ.... മോനേ ചേക്കുട്ടീ.... കദീശാ അതൃപ്പം കണ്ടു നിക്കാണ്ടേ വേഗം പോരുന്നുണ്ടോ.."

അന്തം വിട്ട് ആളുകൾ ഓരോന്നു പറയുന്നു. ഇടനാഴിയിൽ മണ്ടി നടക്കുന്ന പൗഡറിട്ട് മുഖം വെളുപ്പിച്ച് ചുണ്ടിൽ ചായം തേച്ച അതൃപ്പക്കാരികൾ അവർക്ക് സീറ്റു കാണിച്ചു കൊടുക്കുന്നു. അവരുടെ തോൾസഞ്ചികൾ വാങ്ങി മുകളിലെ അറയിൽ വെക്കുന്നു. ഇംഗ്ലീഷിലാണ് അവരുടെ വർത്തമാനം. അതു മനസ്സിലാവാതെ ആൾക്കാർ ഓരോന്നു കാട്ടിക്കൂട്ടുമ്പോൾ അവർ ചിരിയടക്കി പറഞ്ഞു മനസ്സിലാക്കാൻ ശ്രമിക്കുന്നു

"അതങ്ങിട്ട് തന്നാളുമ്മോ. ഇന്റെ മടീല് വെച്ചോളാം."

ഒരു ഉമ്മാമ സഞ്ചിയുടെ പിടിവിടുന്നില്ല. പലരും തന്നെപ്പോലെ തന്നെ ആദ്യമായാണ് വിമാനത്തിൽ കയറുന്നത്. എല്ലാവരുടെയും മുഖത്ത് വെപ്രാളം. അവസാനം മൂപ്പർ എണീറ്റുചെന്ന് ഓരോരുത്തരെ അവരവുടെ സീറ്റിലിരുത്താൻ സഹായിച്ചു. അപ്പോഴേക്കും മൗലവിമാരും കമ്പനിയുടെ നേതാക്കന്മാരും എത്തി. എല്ലാവരേയും സമാധാനിപ്പിച്ചു. എല്ലാവരും കയറിക്കഴിഞ്ഞപ്പോൾ വിമാനത്തിന്റെ വാതിലടഞ്ഞു. സൈഡ് സീറ്റിലായതുകൊണ്ട് അതിശയങ്ങൾ കാണാൻ സൗകര്യമായി.

പെണ്ണൊരുത്തി എന്തോ ഒരു സാധനം കൈയിൽ പിടിച്ച് എന്തൊക്കെയോ ആംഗ്യം കാണിക്കുന്നുമുണ്ട്. പറയുന്നുമുണ്ട്.

"എന്തേക്കിപ്പം അപ്പെണ്ണ് പറേണത്."

പിന്നിൽനിന്ന് ആരോ ചോദിക്കുന്നു.

"വിമാനം പൊന്തുമ്പോൾ സീറ്റു ബെൽറ്റ് കെട്ടുന്ന വിധവും എന്തെങ്കിലും അപകടം സംഭവിച്ചാൽ ഓക്സിജൻ മാസ്ക് ഉപയോഗിക്കുന്നതിനെക്കുറിച്ചും പുറത്തേക്കിറങ്ങണ്ടതെങ്ങനെയെന്നുമൊക്കെയാണ് അവൾ കാണിച്ചു തരുന്നത്."

ടൂർ സെക്രട്ടറി ഇബ്രാഹിംകുട്ടി എല്ലാവരോടുമായി ഉറക്കെ പറഞ്ഞു.

"യാ ഇലാഹീ.. നീ കാക്ക് റബ്ബേ."

പലരുടെയും വേവലാതിയോടുള്ള നിലവിളി.

"പേടിക്കാനൊന്നുമില്ല. ഇതൊക്കെ പതിവുകാര്യങ്ങൾ മാത്രമാണ്. നിങ്ങൾ ഒരു കാര്യം മറക്കരുത്. നമ്മൾ എന്തു ത്യാഗവും സഹിക്കാനുള്ള ഉറച്ച മനസ്സുമായി ഇറങ്ങിയവരാണ്. മക്കത്തും മദീനത്തും യാതനകൾ ഏറെ സഹിക്കാനുണ്ട്. അപ്പോഴൊന്നും നിങ്ങൾ ക്ഷമ കൈവിടരുത്. അന്യോന്യം ക്ഷമിച്ചും പൊരുത്തപ്പെട്ടും കഴിഞ്ഞുകൂടണം. ഇനി നാല്പതു ദിവസം നമ്മൾ ഒരേ കുടുംബത്തിൽ പിറന്നവരായി കഴിയണം. നാവിനെ സൂക്ഷിക്കണം. മനസ്സിനെ നിയന്ത്രിക്കണം. ഇനി മൗലവി ഫാത്തിഹ ഓതി ദുആ ഇരക്കുമ്പോൾ നിങ്ങൾ ആമീൻ പറയണം."

"പ്ലീസ് സിറ്റ് ഡൗൺ."

ഒരു സുന്ദരി പറഞ്ഞപ്പോൾ ഇബ്രാഹിംകുട്ടി സ്വന്തം സീറ്റിൽ ചെന്നിരുന്നു.

മൗലവി ദുആ തുടങ്ങി.

"സുബ്ഹാനല്ലദി സഖര്‌ലനാ ഹാദാവമാ കുന്നാ ലഹു മുകരിനീൻ വഇന്നാ ഇലാ റബ്ബനാ ലമുൻഖലിബുൻ"

ഈ വാഹനം ഞങ്ങൾക്ക് സൗകര്യപ്പെടുത്തിത്തന്ന അള്ളാഹു പരിശുദ്ധനാണ്. ഞങ്ങൾ അതിനു കഴിവുള്ളവരായിരുന്നില്ല. നിശ്ചയം അവങ്കലിലേക്കുതന്നെയാണ് ഞങ്ങളുടെ മടക്കം.

ഹജ്ജാജികളുടെ ആമീൻ വിളിക്കിടയിൽ വിമാനം ആകാശത്തേക്കുയുർന്നു. അപ്പോൾ വയറ്റിനകത്ത് ഒരാളൽ. ശ്വാസം മുട്ടുന്നതുപോലെ.

വിമാനം പൊന്തിയതും മൊഞ്ചത്തിമാരെത്തി. ചൂടുള്ള അത്തറ് മണക്കുന്ന ഒരു തൂവാല കൈയിൽത്തന്നു.

"വിമാനത്തിൽ കയറിയാലുടൻ അത്തറുപൂശിയ ഒരുതൂവാല കൈയിൽ തരും. അതുകൈയും മുഖവും തുടയ്ക്കാനുള്ളതാണ്. നമ്മൾ ഇഹ്റാം വേഷത്തിലായതിനാൽ സുഗന്ധംപൂശൽ ഹറാമാണ്. അതുകൊണ്ട് തൂവാലകൊണ്ട് മുഖം തുടയ്ക്കരുത്." ഹജ്ജുക്ലാസിൽ പറഞ്ഞത് പെട്ടെന്നാണ് ഓർത്തത്.

അതുകൊണ്ടുതന്നെ തൂവാല പെട്ടെന്ന് തിരിച്ചുകൊടുത്തു. ഇടനാഴിയിൽക്കൂടി തീറ്റവണ്ടിയുമായി ഒരുത്തി എത്തി. ഇംഗ്ലീഷിൽ എന്തോ ചോദിച്ചപ്പോൾ അന്തംവിട്ട് മൂപ്പരുടെ മുഖത്തു നോക്കി. അവൾ മുന്നിലെ സീറ്റിൽ മടക്കിവെച്ച കൊച്ചുമേശ നിവർത്തി ട്രേ അതിൽ വെച്ചിട്ടുപോയി. ചേലുള്ള കുഞ്ഞിപ്പാത്രങ്ങളിൽ പ്ലാസ്റ്റിക് കടലാസുകൊണ്ടടച്ച് അതൃപ്പത്തിലാണ് വെച്ചിരിക്കുന്നത്. ഓരോന്നും തുറന്നുനോക്കി. അതിനിടയിൽ കത്തിയും മുള്ളുമിട്ട കവർ താഴെ വീണു. അതെടുക്കാൻ തുനിഞ്ഞപ്പോൾ വെള്ളക്കുപ്പി താഴെ. മൂപ്പർ കണ്ണുരുട്ടിയപ്പോൾ പേടിച്ചു. അതിലേ കടന്നുപോയ വെള്ളക്കുപ്പായവും പാന്റുമിട്ട ഒരു ചെറുപ്പക്കാരൻ വെള്ളക്കുപ്പി എടുത്തുതന്നിട്ട് എന്തോ പറഞ്ഞു.

"ഇതെന്ത്ന്നാ... ഉപ്പില്ലാ പുളിയില്ലാ എരൂല്ലാ. ലേശം കഞ്ഞി കിട്ട്യേക്കും."

അടുത്ത സീറ്റിലിരുന്ന് ആരോ പറയുന്നു. തന്റെ ഉള്ളിലെ മോഹം തന്നെ.

"ഇഞ്ഞി കിട്ടിയത് തിന്നാൻ നോക്ക്. ഷംഷാദേ. ത്യാഗം സഹിക്കണോന്ന് ഉസ്താദ് പറഞ്ഞത് ഇഞ്ഞി കേട്ടതല്ലേ."

"കഞ്ഞി കുടിക്കാണ്ട് നിക്കലാ ത്യാഗം? കൈനെറച്ചും പൈശ കൊടുത്തിട്ട് ലേശം കഞ്ഞി കിട്ടൂലാന്ന് വെച്ചാ."

"പ്ലെയിനിറങ്ങട്ടെ കഞ്ഞീം ചോറും ഒക്കെ തരാം." അതിലേ കടന്നുപോയ ഇബ്രാഹിംകുട്ടി ആശ്വസിപ്പിച്ചു.

തീറ്റകഴിഞ്ഞപ്പോൾ മൂപ്പർ എഴുന്നേറ്റു.

"ഇങ്ങളെങ്ങോട്ടേക്കാ?"

"വേവലാതിയോടെ ചോദിച്ചു.

"കുളിമുറിയിൽ പോയിട്ടുവരാം."

"ഇതിനാത്ത് കുളിമുറിയുമുണ്ടോ?"

അതു കേൾക്കാത്ത മട്ടിൽ മൂപ്പർ ഇടനാഴിയിൽക്കൂടി മുന്നോട്ടു നടന്നു.

"സൂച്ചിക്കണേ.."

പിറകേ വിളിച്ചുപറയുന്നതു കേട്ടാകണം ഒരു കോതയുടെ മുഖത്ത് പരിഹാസച്ചിരി.

"ഇങ്ങക്ക് മലയാളം അറിയ്യോ?"

ചോദിച്ചുപോയി. മനസ്സിലാകാത്ത മട്ടിൽ അവൾ മുന്നിലുള്ള ട്രേ എടുത്ത് വണ്ടിയിൽവെച്ച് മുന്നോട്ടു നടന്നു.

"വിമാനം പുറപ്പെട്ടിട്ട് മണിക്കൂർ ഒന്നായില്ല. അതിനുമുമ്പ് ഹജ്ജാജിയേള് വിമാനത്തിനകം ആകെ നാശമാക്കി. നെലത്താകെ കച്ചറയാ. കുളിമുറിയാണെങ്കില് വെള്ളം മുക്കി ഒയിച്ച് ചളിപിളിയാക്കി. അയിറ്റങ്ങള് ചീത്ത പറഞ്ഞു കണ്ണുപൊട്ടിച്ചിട്ടും, ഉളുപ്പില്ല. ഇസ്ലാമീങ്ങളെ പറയിപ്പിച്ചേ അടങ്ങൂ."

കുളിമുറിയിൽ നിന്നെത്തിയതും മൂപ്പർ കലിതുള്ളുന്നുണ്ടായിരുന്നു.

അതോടെ കുളിമുറിയിൽ പോകണമെന്ന വിചാരം മാറ്റിവെച്ചു. ഹാൻഡ് ബാഗിൽനിന്നും മൂസഅബ് എടുത്ത് ഓതാൻ തുടങ്ങി.

അസറ് കഴിഞ്ഞ ഉടനെ പ്ലെയിനിൽ കയറിയിട്ട് രാത്രി ആയപ്പോഴാണ് ജിദ്ദയിലെത്തിയത്. പ്ലെയിനിറങ്ങിയതും പരിശോധന തുടങ്ങി. വരിവരിയായി നിർത്തിയാണ് പരിശോധന. ആട്ടുംകൂടുപോലുള്ള ഒരു മുറിയിലാണ് ആദ്യം കൊണ്ടുപോയി, ഇരുത്തിയത്. കുറച്ചുകഴിഞ്ഞപ്പോൾ രണ്ടുമൂന്നു പൊലീസുകാരെത്തി. എല്ലാവരുടെയും കൈയില് ഓരോ ഗുളികയും ഒരുകുഞ്ഞുകുപ്പിയിൽ വെള്ളവും തന്നു. എല്ലാരെക്കൊണ്ടും അത് തിന്നിച്ചിട്ടേ അവർ പോയുള്ളൂ. പിന്നെ തല എണ്ണല്.

"ഇങ്ങക്കെന്താ മക്കളെ എണ്ണം അറിഞ്ഞൂടേ? എത്തര പ്രാവശ്യമായി എണ്ണുന്നു. ആദ്യം ഒരുകരിമ്പൻ മന്ന് കണക്കെടുത്തിട്ട് പോയി. ഇപ്പളിതാ അറബിതന്നെ എത്തീരിക്കണ്. അറബിക്ക് കരിമ്പനെ വിശ്വാസമില്ലേക്കും."

ഒരു ഹാജി പരിഭവം പറഞ്ഞു.

"എത്തര എണ്ണീട്ടെന്താ. ഓലെ പറ്റിച്ച് ഹജ്ജ് കയിഞ്ഞാലും

ഞമ്മളെ ആൾക്കാര് ഈടെത്തന്നെ കൂടും. പണിക്കു വേണ്ടീട്ടേയ്. പിന്നെ ഓല് സംശയിക്കൂലേ?

മറ്റൊരാളുടെ മറുപടി.

പരിശോധന കഴിഞ്ഞു പുറത്തിറങ്ങിയപ്പോൾ പുറത്ത് ജനത്തിരക്ക്. പല നാട്ടുകാരും വേഷക്കാരും കൂട്ടംകൂടി നില്ക്കുന്നു. കലപില സംസാരിക്കുന്നു. അവിടെയും വരിയായി നിക്കല് തന്നെ. കൊറേ അറബികള് നിലത്തിരുന്ന് പാസ്പോർട്ടും കടലാസും വേർതിരിച്ച് വെക്കുന്നു. നമ്പറിടുന്നു. വീണ്ടും തലയെണ്ണുന്നു. നിന്ന് കൈയും കാലും കുഴഞ്ഞപ്പോൾ പലരും വെറും നിലത്ത് ചടഞ്ഞിരുന്നു.

"കുളിമുറീപ്പോകാനുള്ളോര് വന്നോളീ. വയി കാണിച്ചുതരാം. ഏശേം മഗരിബും കൂട്ടി നിസ്കരിച്ചോളിൻ."

മുസ്തഫ ഉസ്താദിന്റെ വിളി കേട്ട് മങ്ങിയ മുഖങ്ങളിൽ നേരിയ തെളിച്ചം.

"ഇപ്പം മണി എത്തര ആയേക്കും?"

താൻ ചോദിച്ചു

"ഇവിടെ ഇപ്പോൾ രാത്രി എട്ടുമണി. ഏശാന്റെ ഒഖത്താണ്. രണ്ടും കൂട്ടി നിസ്കരിച്ചോളിൻ. പെണ്ണുങ്ങക്ക് അപ്പറത്ത് നിസ്കരിക്കാനുള്ള സ്ഥലമുണ്ട്."

ഓരോ ഭാഗത്തും നെരക്കനെയുണ്ട് കുളിമുറി. എന്നിട്ടും തെരക്കിനും കൊറവില്ല.

നിസ്കാരം കഴിഞ്ഞപ്പോഴേക്കും മുത്തവഫിന്റെ വക തിന്നാനുള്ള പെട്ടിയെത്തി.

പൈച്ചിട്ട് പള്ള കാളുന്നു. എന്നു പറഞ്ഞുകൊണ്ടാണ് പലരും പെട്ടി തുറന്നത്.

"എന്റള്ളാ ഇതെന്ത്ന്നാ... കോയി പൊരിച്ചതും ബന്നും.. ലേശം ചോറു കിട്ടീനെങ്കില്.. കഞ്ഞീന്റെ വെള്ളം കിട്ടിയാലും മതിയേനും."

"കിട്ടിയത് തിന്നാൻ നോക്ക്. കഞ്ഞീം ചോറും കിട്ടാൻ ഇത് ഇന്റെ നാടൊന്നുമല്ല."

മൂപ്പർ അരിശത്തോടെ പറഞ്ഞു. മൂപ്പരും ആകെ ക്ഷീണിച്ചിട്ടുണ്ട്. ഒന്നും മിണ്ടാതെ പകുതി ബന്നു തിന്നു. കുടിക്കാനുള്ളതും കുടിച്ചു.

നൂറായിരം പരിശോധനകളും കഴിഞ്ഞ് രാത്രി പതിനൊന്നു മണിക്കാണ് ജിദ്ദയിൽനിന്നും മക്കത്തേക്കുള്ള ബസിൽ കയറ്റിയത്.

ബസിലിരുന്നതും കണ്ണു മാളിപ്പോയി. ഉസ്താദിന്റെ ഈണത്തിലുള്ള പ്രസംഗം കേട്ടാണ് ഉറക്കം ഞെട്ടിയത്.

"എല്ലാരും ഒണന്നോളീ. ഞമ്മള് പൊരിശയാക്കപ്പെട്ട പുണ്യഭൂമീല് കാലുകുത്താൻ പോവുകയാണ്. ഞമ്മളെ സ്വീകരിക്കാൻ മക്കക്കാർ ഒരുങ്ങി നില്ക്കുകയാണ്. ഞമ്മളെ മുതവഫിന്റെ ആൾക്കാര് ഇപ്പം എണ്ണ

മെടുക്കാൻ വരും. അതു കയിഞ്ഞാ. ഇങ്ങക്ക് കുടിക്കാൻ സംസംവെള്ളവും തിന്നാനുള്ള പെട്ടിയും ഓല് തരും. അതോടെ ഇങ്ങളുടെ എല്ലാ ക്ഷീണവും പടച്ചോൻ മാറ്റിത്തരും. അപ്പളത്തിന് ഞമ്മള് മക്കക്കെത്തും. ആടെ എത്തിയാല് ഞമ്മള് നേരെ ഞമ്മളെ ഹോട്ടലിലേക്കാണ് പോവുക. അവനോന്റെ മുറി കണ്ടുപിടിക്കാനൊന്നും തല്ക്കാലം മെനക്കെടണ്ട. ഏതെങ്കിലും മുറികളിൽ കയറി വേഗത്തില് ഒളു ഉണ്ടാക്കി തായത്തെ ഹാളിലെത്തണം. എന്നാലെ ഞമ്മള് സുബഹി നിസ്കാരത്തിനു ഹറമിലെത്തുകയുള്ളൂ. സുബഹിക്കുമുമ്പ് ഞമ്മളവിടെ എത്തിയത് അള്ളാഹുവിന്റെ കാരുണ്യം കൊണ്ടുമാത്രമാണ്. ഞമ്മളെ തൊട്ടുപിന്നാലെ വന്ന ബസ് ഇതുവരെ എത്തീട്ടില്ല. പെണ്ണുങ്ങമ്മാര് കണകുണ പറഞ്ഞ് നേരം പോക്കരുത്."

ഉസ്താദ് നീട്ടിപ്പറയുന്നത് കേട്ട് ഉറക്കം പോയ വഴിയില്ല.

ഹോട്ടലിൽ എത്തിയതും ആളുകൾ വീണ്ടും ബഹളം തുടങ്ങി.

"സബൂർ സബൂർ... ആരും ക്ഷമക്കേട് കാട്ടരുത്. മുറികൾ ഇഷ്ടം പോലെയുണ്ട്. പെണ്ണുങ്ങരുടേത് ആദ്യം കയിഞ്ഞോട്ടെ."

ടൂർ കമ്മിറ്റിക്കാർ ഓടിനടന്ന് കാര്യങ്ങൾ അന്വേഷിക്കുന്നു.

പുറത്തിറങ്ങിയതും ജനക്കൂട്ടം. സ്ത്രീകളെ മുന്നിൽ നടത്തി. ഒപ്പം മുസ്തഫ ഉസ്താദുമുണ്ടായിരുന്നു.

"അക്കാണുന്നതാണ് ഒന്നാം ഗേറ്റ്. ഇതിനു നേരെ മുന്നിലാണ് ഞമ്മളെ ഓട്ടല്. എല്ലാരും നോക്കി വച്ചോളിൻ."

ഉസ്താദ് കവാടം ചൂണ്ടിക്കാണിച്ചുകൊണ്ടാണ് പറഞ്ഞത്.

റോഡ് മുറിച്ചുകടന്നതും ഒന്നാം ഗേറ്റിലെത്തി. മൂന്നു ഖുബ്ബുകളുള്ള കമാനാകൃതിയിലുള്ള ഗേറ്റുകടന്നപ്പോൾ വെള്ളക്കല്ലു പാകിയ മിനുത്ത തറയുള്ള മുറ്റം. പച്ച പ്ലാസ്റ്റിക്കു ചവിട്ടി വിരിച്ച നടവഴിയിലൂടെ കുറച്ചു ദൂരം ചെന്നപ്പോൾ കയറിച്ചെല്ലാൻ പടികൾ. അവിടെയുമുണ്ട് കമാനം. അവിടെ പരിശോധനയ്ക്കായി പൊലീസ് നില്ക്കുന്നു. അവർ പെണ്ണുങ്ങളെയും ആണുങ്ങളെയും വേർതിരിച്ചു നിർത്തി. അടിതൊട്ടു മുടിയോളം പരിശോധിച്ചു. ഉടലും തലയും കറുത്ത കുപ്പായവുംകൊണ്ടു മൂടി കണ്ണുമാത്രം പുറത്തുകാണുന്ന പെൺപൊലീസുകാരാണ് പെണ്ണുങ്ങളെ പരിശോധിച്ചത്.

"കാക്കാച്ചി ചെറകുവിരിച്ചതുപോലെ." ആരോ പറഞ്ഞു.

തിരിഞ്ഞു നോക്കുമ്പോൾ പരിചയമുള്ള ആരേയും കാണുന്നില്ല.

"എന്റെ റബ്ബേ..."

അറിയാതെ വിളിച്ചുപോയി.

"പേടിക്കണ്ട. ഇങ്ങട്ട് പോന്നോളീ. എല്ലാരും അകത്തെത്തി. ഈ അന്തംവിട്ട കളി ഇനി പറ്റൂലാട്ടോ. ഇപ്പം വലിയ തെരക്കില്ലാത്തോണ്ടാ തമ്മില് കണ്ടത്. തെരക്കുകൂടിയാ കണ്ണൊന്നു തെറ്റിയാ ഒപ്പള്ളൊരെ

കാണൂലാ. ബേം ബന്നോളീം. ഞമ്മക്ക് സുബഹിക്ക് കഅബത്തിന്റെ മുറ്റത്തെ സഫില് തന്നെ നിക്കാം. എന്നാ അതു കയിഞ്ഞാലൊടനെ തവാഫും ചെയ്യാം."

ഉസ്താദ് പറഞ്ഞതും പിന്നൊന്നും നോക്കാതെ ഉസ്താദിന്റെ പിന്നാലെ മണ്ടി. ചുറ്റിലും വരാന്തകൾ. രാവോ പകലോ ഒന്നും തിരിയുന്നില്ല. മുകളിൽ തൂക്കിയ വിളക്കുകളിൽനിന്നും പാലൊളി നിലാവുപോലെ എങ്ങും വെളിച്ചം. ചുമരുകളിലും അവിടവിടെയുള്ള തൂണുകളിലും കമാനങ്ങളിലും വെളിച്ചത്തിന്റെ തിരയോട്ടം. ഉസ്താദിന്റെ പിന്നാലെ ചെന്നപ്പോൾ വീണ്ടും പടികൾ. ഇറങ്ങിച്ചെന്നപ്പോൾ റബ്ബേ... അതാ കഅബ. കറുത്ത കില്ലയിട്ടു മൂടി മാനം മുട്ടുമ്പോലെ. പനി പിടിച്ചതുപോലെ ആദ്യം മേല് ചുട്ടുപൊള്ളി. പിന്നിതാ ആകെയൊരു തണുപ്പ്.

അപ്പോളതാ കാതിനു കുളിരായി ബാങ്കുവിളി.. അതുപോലൊരു ബാങ്കുവിളി അതിനുമുമ്പ് ഒരിക്കലും കേട്ടിട്ടില്ല. ഏതൊരു വിശ്വാസിയുടെ മനസ്സും ഭക്തിയിൽ ഉറഞ്ഞുപോകും ആ ബാങ്കുവിളി കേട്ടാൽ. തിരക്കിട്ടു പായുന്ന ഉസ്ദാതിന്റെ പിന്നാലെ പാഞ്ഞപ്പോൾ കഅബയുടെ തൊട്ടടുത്ത്.

ലോകമെമ്പാടുമുള്ള മുസ്ലീങ്ങളുടെ ഖിബില.. ഇതിനു നേരെ മുഖം തിരിച്ചാണല്ലോ തെക്കും വടക്കും കിഴക്കും പടിഞ്ഞാറുമുള്ള മുസ്ലീങ്ങൾ അഞ്ചുനേരവും നിസ്കരിക്കുന്നത്..

എന്നെ നീ ഇവിടെ എത്തിച്ചല്ലോ... സ്തുതി.

കണ്ണു തുളുമ്പി.

നിസ്കാരം കഴിഞ്ഞപ്പോൾ തിരക്കൊന്നു കുറഞ്ഞു. നേരം വെളുക്കുന്നതേ ഉള്ളൂ. കടലുപോലെ പരന്ന് ഹറം മുറ്റം. അതിനു നടുവിലായി കഅബ. ജനം കഅബയെ വലംവെച്ച് തുടങ്ങിയിരുന്നു.

"ഇതാണ് ഹജറുൽ അസ്വദ്. ഇവിടന്നുവേണം തവാഫ് തൊടങ്ങാൻ."

കഅബത്തിന്റെ കിഴക്കേ മൂലയിൽ കൊണ്ടുപോയിട്ട് ഉസ്താദ് പറഞ്ഞു.

വലിയ തിരക്കില്ലായിരുന്നു. കഅബ കൈകൊണ്ടു തൊടാം.

"ആ വെള്ളിക്കെട്ടു കണ്ടില്ലേ. അതിനകത്താ ഹജറുൽ അസ്വദ് എന്ന കറുത്ത കല്ലുള്ളത്. ഇബ്രാഹിം നബിയെ ഇസ്മായിൽ നബിയും കഅബ പണിയാൻ തുടങ്ങിയപ്പോൾ അള്ളാഹു സ്വർഗ്ഗത്തിൽനിന്ന് ഇറക്കിക്കൊടുത്ത കല്ലാണത്. ആരമ്പ ബിത്തങ്ങള് അതിൽ മുത്തിയിട്ടുണ്ട്. ആ കല്ലില് മുത്തൽ സുന്നത്താണ്. മുത്തിയില്ലെങ്കിലും ദോശമില്ല. തിരക്കില്ലാത്ത നേരം നോക്കി പോയാമതി. അല്ലാത്തപ്പോ അതിനുനേരെ കൈചൂണ്ടി അള്ളാഹു അക്ബർ എന്നു പറഞ്ഞാ മതി.

കഅബത്തിന്റെ മറ്റേ മൂലയിലാണ് റുക്കുനിൽ യമാനി. അതിനു

നേരെ എത്തുമ്പോഴും കൈ ഉയർത്തി ബിസ്മില്ലാഹി അല്ലാഹു അക്ബർ എന്നു പറയണം. റുക്കുനിൽ യമാനിക്കും ഹജറുൽ അസ്വാദികനും ഇട യിൽ നടക്കുമ്പോൾ റബ്ബാനാ. അത്തിനാ എന്നു ദുആ ഓതണം. എന്നിട്ട് നിങ്ങൾക്കറിയുന്ന ഭാഷയിൽ എന്തുവേണോങ്കിലും തേടിക്കോളൂ. അവൻ കനിവുറ്റവനാണ്. എല്ലാം അറിയുന്നവനാണ്. പാപമോചനത്തിനും ഇഹ പരജീവിതത്തിനുംവേണ്ടി മനമുരുകി തേടണം. തേട്ടം നിന്റെ പക്കൽനിന്നും ഉത്തരം എന്റെ പക്കൽനിന്നുമാണ് എന്നാണ് പടച്ചവൻ പറഞ്ഞിരിക്കുന്നത്."

ഉസ്താദ് പറഞ്ഞുകൊണ്ടിരുന്നു

"പോരിശയാക്കപ്പെട്ട നബി തങ്ങളുടെ ചുണ്ട് പതിഞ്ഞ കല്ലിൽ ഒന്നു മുത്താനായെങ്കിൽ..." ആശയോടെ മുസ്തഫ ഉസ്ദാതിനെ നോക്കി.

"ഇത്താത്താ ബേം ബന്നോളീ."

ഉസ്താദ് വിളിച്ചതും ഒരു കുതിപ്പായിരുന്നു.

റബ്ബേ..

മുഖം വെള്ളിക്കെട്ടിനകത്ത്. കല്ലിൽ ചുണ്ടു പതിഞ്ഞു. കണ്ണിൽനിന്നും വെള്ളം കുടുകുടെ ചാടി. പിന്നിൽ തള്ള്. ഉസ്താദ് വലിച്ചു പുറത്തേക്കിട്ടപ്പോഴും ഉറക്കെ കരയുന്നുണ്ടായിരുന്നു. എല്ലാവരും ഉസ്താ ദിനൊപ്പം നടന്ന് തവാഫു തുടങ്ങി. ആൾക്കൂട്ടം ഏറിക്കൊണ്ടിരുന്നു. മുന്നിലെ വരിയിലായിരുന്നു കഅബ തൊട്ടുംകൊണ്ട് വെള്ളത്തട്ടംകൊണ്ട് അടിമുടി മറച്ച ഒരു പെണ്ണ്.

കഅബത്തിൽ മുഖം അമർത്തി കരഞ്ഞുകൊണ്ട് ദുആ എരക്കു ന്നതു കണ്ട് താനും ചെന്നു. കഅബത്തിന്റെ കറുത്ത കല്ലിൽ മുഖമ മർത്തിയപ്പോൾ അത്തറിന്റെ പരിമളം.

മനസ്സിന്റെ ഭാരം കുറഞ്ഞ് ഒരു പഞ്ഞിക്കെട്ടുപോലെ ആകാശ ത്തേക്കു പൊന്തുന്നതുപോലെ.... കാലാകാലം. അങ്ങനെ നില്ക്കാനാ യെങ്കിൽ.... തല ഉയർത്തിയപ്പോൾ ഉസ്താദ് അങ്ങ് ദൂരെ എത്തിയിരി ക്കുന്നു. പിന്നെയൊരു പാച്ചിലായിരുന്നു. കാലിൽ വേദനയില്ല. നീരുമി ല്ല. കുട്ടികളെപ്പോലെ പായാം.

ഇഹ്റം കെട്ടിയ ആണുങ്ങളും പെണ്ണുങ്ങളും "റബ്ബനാ അത്തിനാ ഫിദ്ദുനാ ഹസനത്തൻ വഫിൽ ആഖിറത്തി ഹസനത്തൽ വഖിനാ ആദാ ബന്നാർ." എന്ന് ഉറക്കെ പറഞ്ഞുകൊണ്ട് കഅബയെ വലംവെക്കുന്നു.

"ഞങ്ങളുടെ നാഥാ. ഇഹലോകത്തും പരലോകത്തും ഞങ്ങൾക്കു നന്മ ചെയ്യേണമേ. നരകശിക്ഷയിൽനിന്നും ഞങ്ങളെ കാത്തു രക്ഷിക്കു കയും ചെയ്യേണമേ."

നാനാദേശങ്ങളിൽ നിന്നെത്തിയ ആണും പെണ്ണും പല സ്വരത്തിൽ. ഈണത്തിൽ അള്ളാഹുവിനോട് തേടിക്കൊണ്ട് കഅബ വലംവെക്കുന്നു. അവരോടൊപ്പം നീങ്ങി. "റബ്ബേ നീ എന്റെ പാപങ്ങൾ പൊറുത്തുതര

ണേ... സ്വർഗ്ഗം കണ്ട് മരിക്കാനും ഈ മാനോടുകൂടി മരിക്കാനും ഇടവരുത്തണേ..” ചുണ്ടുകളിൽ അതുവരെ പഠിച്ചുവെച്ച ദുആകളെല്ലാം അറിയാതെ എത്തുന്നു.

പതിനേഴ്

“ഇതിപ്പം ആയ്ച ഒന്നായല്ലോ. ഇന്റെ കാലുവേദനയ്ക്ക് ഒരു കൊറവും കാണുന്നില്ലല്ലോ ഐഷാ. ഇനിക്കൊന്നു ഡോക്ടറെ കാണിച്ചൂടെ?”

വേദന കടിച്ചമർത്തി ഹജ്ജുകഥകൾ പറയുന്ന ഐഷാത്തയോട് അവരുടെ സഹോദരി പൂത്താത്ത ചോദിച്ചു.

“മക്കത്ത് എത്തിയപ്പം എനക്കൊരു സൂക്കേടും ഇല്ലേനും. മൂപ്പരെക്കാളും ഉഷാറില് മണ്ടിപ്പാഞ്ഞു നടന്നതല്ലേ.”

“എങ്ങനെ കാലിന് കേടു പറ്റീത്?”

ഹജ്ജുകഥ കേൾക്കാനെത്തിയ റുക്കിയ.

“അറഫേന്ന് കുളിമുറീപ്പോകുമ്പം തമ്പിന്റെ കയറ് തടഞ്ഞൊന്നു വീണ്താ. ഞാൻ മൂപ്പരോടു മിണ്ടീലാ. മിണ്ടാനും പറയാനും ആളെ ഞാൻ കാണലും കൂടീല്ല കേട്ടോ.”

“അയന്തേക്കും?

“രണ്ടാളും രണ്ട് തമ്പിലല്ലേ?”

“അതെല്ലാരും അങ്ങനെത്തന്നല്ലേ. ആണുങ്ങള് ബേറെ തമ്പില്, പെണ്ണുങ്ങള് ബേറെ തമ്പില്.”

പൂത്താത്ത ഇടയിൽ കയറി പറഞ്ഞു.

“മക്കത്തും മദീനത്തും ഒരു മുറീലാരുന്നപ്പളും ഞമ്മള് തമ്മില് എപ്പളേങ്കിലുമാ കാണല്.”

“അയാള് ഇപ്പര സ്വന്തം പേരിലാക്കിക്കിട്ടാൻ മേണ്ടീട്ടല്ലേ നിന്നെ ഹജ്ജിനു കൊണ്ടുപോവാന്ന് ഏറ്റത്. അല്ലാണ്ടെ പിരിശണ്ടായിട്ടൊന്നുമല്ലാലോ.”

പൂത്താത്ത ഹുസൈൻ ഹാജിയെ കുത്താൻ കിട്ടിയ അവസരം ശരിക്കും ഉപയോഗിച്ചു.

“എന്തായാലും മേണ്ടൂലാ. എന്റെ ആശ പടച്ചോൻ സാധിപ്പിച്ചു തന്നല്ലോ. മദീനത്ത് ചെന്ന് തിരുനബിയുടെ റൗള കണ്ട എന്റെ കണ്ണിന് ഇനിയൊരു കാഴ്ചയും കാണണ്ട റബ്ബേ..”

“ഞമ്മള് ഹജ്ജ് കയിഞ്ഞിട്ടാ മദീനത്തു പോയത്. അതോണ്ട് റൗളേ വല്യ തെരക്കില്ലേനും. നബിതങ്ങളുടെ വീടിനും മിമ്പറിനും ഇടയിലുള്ള സ്ഥലത്ത്ന്ന് നിസ്കരിച്ചോ നീ? അവിടം സ്വർഗ്ഗത്തിലെ പൂങ്കാവനമാ

ണെന്നാ നബി സഹാബികളോടു പറഞ്ഞിട്ടുള്ളത്. അവിടന്ന് രണ്ട് റക് അത്ത് നിസ്കരിക്കാൻ സാധിച്ചാ സ്വർഗ്ഗം ഒറപ്പന്നാ പറയുന്നത്. അതോ ണ്ടന്നെ അവിടെ തെരക്കൊയിഞ്ഞ നേരല്ല."

"നേരം എപ്പം നോക്കിയാലും തേനീച്ചക്കൂട്ടം പോലെ പെണ്ണുങ്ങള് എരച്ച് കയറല് തന്നെ."

"എന്റിത്താത്താ. അവിടന്നും കൈച്ചലാകുന്ന് ഞാൻ ബിജാരിച്ചത ല്ല. വയ്യാണ്ടെ അങ്ങോട്ടൊന്നും പോകരുതെന്നു മൂപ്പരു പറഞ്ഞതാ. മനസ്സ് കേക്കണ്ടേ? ഞമ്മളെ കൂടെ മാഹിക്കാരത്തി ഒരു റാബിയ ഉണ്ടേനും. നല്ലൊരു ബാല്യക്കാരത്തി. ഞാനും ഓളും ഒന്നിച്ചാ നിസ്കാരത്തിനും തവാഫിനും പോകല്."

"പിയാപ്ല ഇന്നെ കൊണ്ടോവൂലേ?"

"മൂപ്പരെ അയനൊന്നും കിട്ടൂലാ. ആടെയും മൂപ്പരിക്ക് കച്ചോടം തന്നെ. എടക്കെടെയ്ക്ക് മൂപ്പരും കോയ സാഹിബും ജിദ്ദയ്ക്ക് പോകും. കോയസാഹിബിന്റെ പെണ്ണുങ്ങള് കാലിനു വയ്യാന്നും പറഞ്ഞ് അധികവും റൂമിൽത്തന്നെ. പടച്ചോൻ സഹായിച്ച് ഞാൻ അഞ്ചുനേരവും ഹാറമിൽച്ചെ ന്നുതന്നെ നിസ്കരിച്ചു. റാബിയ എന്നെ കൈപിടിച്ചുകൊണ്ടു നടന്നു. ഓള് ഒറ്റക്കേ വന്നത്. മാപ്പള രണ്ടുകൊല്ലംമുമ്പ് മരിച്ചു. രണ്ടുമക്കളാ ഓക്ക്. രണ്ടാളും കുവൈത്തിലാ. ഓലാ ഹജ്ജിനുള്ള പണമയച്ചുകൊടുത്തത്. ഓള് മടക്കം കുവൈത്ത് വയിക്കായിരുന്നു. റൗളേന്ന് എന്നെ കൈച്ചലാ ക്കിയത് ഓളൊരുത്തിയാ."

"ഞമ്മള് പോയ കാലത്ത് റൗളയുടെ അടുത്തുവരെ പോകാം. ആണുങ്ങക്കും പെണ്ണുങ്ങക്കും. ഇപ്പം അതെല്ലാം മാറീന്നാ പറഞ്ഞുകേ ട്ടത്."

"ഇപ്പം പെണ്ണുങ്ങക്ക് പ്രത്യേകം സമയണ്ട്. രാവിലെ എട്ടുമുതൽ പതിനൊന്നുവരെ റാബിയ ആദ്യം ഒറ്റയ്ക്കു പോയി ബയി നോക്കീട്ടു വന്ന്, പിറ്റേന്നാ എന്നെ കൊണ്ടോയത് സുബഹി കയിഞ്ഞ് എത്തിയതും കുളിയും നാസ്തയും കയിഞ്ഞ് നമ്മള് രണ്ടുംകല്പിച്ചിറങ്ങി. അക ത്തൊന്നും പോവൂലാ. പള്ളിയൊക്കെ കണ്ടിട്ടുവരാന്നാ മൂപ്പരോടു പറ ഞ്ഞത്. ഞമ്മളെ ഹോട്ടല് പള്ളീന്റെ നേരെ മുന്നിലാ.

പക്ഷേങ്കില് പെണ്ണുങ്ങളെ പള്ളി കൊറേ ദൂരത്താ. എന്നാലും അഞ്ചു നേരവും ഞാൻ പള്ളിയിൽചെന്നുതന്നെ നിസ്കരിക്കും. അവിടന്ന് പത്തടി നടക്കുമ്പം എനിക്കു കാലില് നീരുവരും. എന്നാ അവിടന്ന് അഞ്ചുനേ രവും നടന്നാലും ഒരു വേദനയും തോന്നാറില്ല. ചെറിയവേദന വരുമ്പം സംസം വെള്ളം കൊണ്ടാന്നു തടവും. അതോടെ വേദന ശിഫയാകും. റൗളയിലെത്താൻ എത്തര നടക്കണോന്നാ ഇങ്ങളെ ബിചാരം?"

"ഞമ്മള് താമസിച്ച ഹോട്ടല് റൗളന്റെ അടുത്തേനും. അതോണ്ട് വലിയ ബെഷമണ്ടായില്ല." പൂത്താത്ത.

"ബയി ചോദിച്ച് കണ്ടുപിടിച്ച് ഞമ്മളെത്തുമ്പം വാതില്ക്കല് പെണ്ണുങ്ങളുടെ പട. അര മണിക്കൂറ് ആടെ കാത്തുനിന്നിട്ടാ അകത്തു കയറിപറ്റിയത്. പിന്നേം നടക്കണം കൊറേ. എനക്കുണ്ടോ ദിക്കു തിരിയുന്നു? ഓരോന്നിനും ഓരോ പേരുണ്ടെങ്കിലും എല്ലാ വാതിലുമുണ്ട് ഒരുപോലെ. എട്ടുമണിക്ക് പൊറപ്പെട്ടിട്ട് ആടെ എത്തിയപ്പം മണി പത്ത്. എന്താ തെരക്ക്... കണ്ടു മടങ്ങണ കൂട്ടര് ഒരു ബക. കാണാൻ തിടുക്കംകൂട്ടുന്നവര് മറ്റൊരു ബക... പെണ്ണുങ്ങളുടെ തിക്കു കാരണം ശ്വാസംമുട്ടി. ഞാൻ റാബിയാന്റെ കൈയിൽ മുറുക്കിപ്പിടിച്ച് അള്ളാനേം നബീനേം മനസ്സിലുറപ്പിച്ചങ്ങു നടന്നു. ഇങ്ങള് എന്റെ പിടി ബിടരുതേ ഇത്താത്താ... കൂട്ടം തെറ്റിയാ പിന്നെ കാണാൻ പറ്റൂലാ. റാബി ബേജാറോടെ പറഞ്ഞുകൊണ്ടേയിരുന്നു. ഓരോ നാട്ടുകാരെ പെൺപൊലീസുകാര് തരം തിരിച്ച് നിർത്തീട്ടും മറനീക്കി അകത്തേക്കു കടത്തുമ്പളത്തിന് പെണ്ണുങ്ങള് ലക്കും ലഗാനുമില്ലാതെ മണ്ടാൻ തൊടങ്ങും." തലയോടെ കറുത്തകുപ്പായം കൊണ്ടു മൂടിയ പെൺപൊലീസുകാർക്കുണ്ടോ ജനക്കൂട്ടത്തെ നിയന്ത്രിക്കാൻ പറ്റുന്നു. ഓലെ തട്ടിമറിച്ചിട്ടാ പെണ്ണുങ്ങളുടെ പരക്കംപാച്ചില്. ഒരു പൊലീസുകാരത്തി മറിഞ്ഞുവീണത് എന്റെ മേലാ. ഒരുവിധം ഞാനതിനെ താങ്ങി. അപ്പളത്തിനതാ തേനീച്ചക്കൂട്ടംപോലെ ഇന്ത്യോനേഷ്യക്കാര് എരമ്പി വരണ്. ആ തിരക്കിൽപ്പെട്ട് റാബിയാന്റെ പിടിവിട്ടുപോയി. ഞാൻ ഉരുണ്ടുമറിഞ്ഞു വീണു. എന്നെ ചവിട്ടിമെതിച്ചുകൊണ്ടാ ഓലെ പോക്ക്. റബ്ബു കൊണ്ടെത്തിച്ചതുപോലെ ഒരു ബാല്യക്കാരത്തി എന്നെ പിടിച്ചുപൊന്തിച്ചു. ഞമ്മളെ നാട്ടുകാരി തന്നെ. ഹജ്ജുമ്മാ ഇങ്ങോട്ടു മാറിക്കോന്നു പറഞ്ഞ് അക്കുട്ടി എന്നെ പിടിച്ചുവലിച്ച് മുന്നിൽ കൊണ്ടുനിർത്തി. അപ്പളത്തിനതാ മറ നീങ്ങുന്നു. ഞാൻ രണ്ടു കൈയും നീട്ടി ദുആ ചെയ്തു. ഇബിടല്ല ഇനിയും മുന്നോട്ടു പോണം എന്നും പറഞ്ഞ് അപ്പളുണ്ട് റാബിയ എന്റെ കൈ പിടിക്കുന്നു. അള്ളാനെ സ്തുതിച്ചുപോയി ഞാൻ. റാബിയാനെ എങ്ങനെ കണ്ടുപിടിക്കും റബ്ബേ എന്ന് ആലോയിച്ച് ഖൽബ് പിടയുകയായിരുന്നു. ആ ചാരനിറത്തിലുള്ള പടം വിരിച്ചിട്ടില്ലേ അവിടന്നു വേണം നിസ്കരിക്കാൻ. ഞമ്മള് രണ്ടാളും തിക്കിത്തിരക്കി അവിടെയെത്തി. സുജൂദ് ചെയ്യാൻ ഇടം കണ്ടെത്തി. അപ്പളത്തിന് ഓരോരുത്തര് ഒരു ദയവുമില്ലാതെ തട്ടിത്തെറിപ്പിക്കുന്നുണ്ടായിരുന്നു. എന്നിട്ടും നിസ്കരിക്കാനും ദ്വാ എരക്കാനും കയിഞ്ഞു."

"ഞമ്മള് പോയകാലത്തും തെരക്കിന് കൊറവില്ലേനും. പക്ഷേങ്കില് ആണുങ്ങളെ കൂടെയുള്ളതോണ്ട് ഓല് തിക്കിലും തെരക്കിലും പെടാതെ കൊണ്ടോയി. കൂടെ ആളുള്ളതോണ്ട് ബയിതെറ്റണ പേടിയുമില്ല. എത്തരാ ആളാന്നറിയോ ബയി തെറ്റി അലഞ്ഞത്."

പൂത്താത്ത.

"ഞമ്മക്ക് ബയി തെറ്റി. നടന്ന് നടന്ന് കാലിന്റെ ഉപ്പൂറ്റി നെലത്തു

കുത്താൻ ബയ്യാണ്ടായി. അവസാനം ഒരു മലയാളക്കാരത്തിയാ പൊറത്തേക്കുള്ള ബയി കാണിച്ചുതന്നത്. ആടന്ന് ഹോട്ടല് കണ്ടുപിടിക്കണ്ടേ? ചോദിച്ചും പറഞ്ഞും ബയി കണ്ടുപിടിച്ചപ്പളത്തിനു ളൊഹറു ബാങ്കു കൊടുത്തു."

ഇനി ളൊഹറ് കഴിഞ്ഞിട്ടു പോകാന്നായി റാബിയ, ആടെച്ചെന്നപ്പം മൂപ്പരതാ കലികൊണ്ട പുലിയെപ്പോലെ ഹോട്ടലിന്റെ നടുത്തളത്തിൽ പരക്കം പായുന്നു.

"ഇന്നെ കാണാണ്ടായാ ഞാനെന്തുത്തരം പറയും? മേലാൽ ഇങ്ങനത്തെ അതിക്രമം കാണിച്ചാ ഹജ്ജു കയിണതിനു മുന്നം നാട്ടിലേക്കയക്കും."

"ഞാനൊന്നും മിണ്ടീലാ. കാല് നീരുകെട്ടി വീർത്തിരുന്നു. കാൽവെള്ള പൊക്കളച്ച് പൊട്ടീട്ട് കാല് നെലത്തു വെക്കാൻ പറ്റുന്നില്ല. മഗ്‌രിബായപ്പം ചെറിയ പനിയും തുടങ്ങി. എല്ലാത്തിനുമുള്ള മരുന്നുകൾ പെട്ടിയിലുണ്ടെന്നറിയാം. അതിന്റെ പേരുവിവരം എനക്കുണ്ടോ തിരിയുന്നു. അവസാനം മരുന്നുപെട്ടി ഞാൻ മുസ്തഫാ ഉസ്താദിന്റെ കൈയിൽ കൊടുത്തു. നല്ല സ്നേഹമുള്ള ബാല്യക്കാരൻ. കാലിൽ മരുന്നുവെച്ചു കെട്ടിത്തന്നു. വേദനയ്ക്കുള്ള ഗുളിക തന്നിട്ടു പറഞ്ഞു.

"രണ്ടീസം ഹറമില് പോണ്ടാട്ടോ. ഇബിടന്നു നിസ്കരിച്ചാലും ജമാഅത്ത് കിട്ടും."

"നോക്കട്ടെ മോനേ. അള്ളാഹു സഹായിച്ച് വേദന കൊറഞ്ഞാ...."

"അനങ്ങാണ്ടിവിടെ കെടന്നോളണം. സൂക്കേട് വരുത്തിവച്ചിട്ട് നിന്നെ പരിപാലിക്കാൻ ഇവിടെ പണിക്കാരിത്ത്യോളൊന്നുമില്ല."

മൂപ്പർ അപ്പോഴും അരിശത്തിൽത്തന്നെ. "മൂപ്പര് പിന്നെ കലിതുള്ളാണ്ടിരിക്കോ? ഇങ്ങക്കെന്തെങ്കിലും പറ്റിപ്പോയാ ഇങ്ങളെ കൂട്ടര് മൂപ്പർക്ക് ചെവിതല കൊടുക്കോ? അല്ലെങ്കിത്തന്നെ എപ്പളും കറുമുറുന്നാ." റുക്കിയ

"തന്നെടീ. ഇബക്ക് ഉമ്മേം ബാപ്പേം ഇല്ലാതുള്ളൂ. ഓളെ ഇട്ട് നരകിപ്പിക്കണത് ഞങ്ങള് അറീനില്ലാന്ന് ആരും കരുതണ്ട."

"ഞാൻ പിന്നെ.."

റുക്കിയ പരുങ്ങി

"പണിക്കാര് വരെ ഞമ്മക്കെതിരാ ഇബിടെ."

"ഇങ്ങക്കൊന്നും അടുക്കളേല് പണിയൊന്നുമില്ലേ. കിന്നാരം പറഞ്ഞു നിക്കാണ്ടെ എല്ലാരും പോയാട്ടെ."

ഐഷാത്ത പെട്ടെന്നു സഭ പിരിച്ചുവിട്ടു.

"ഞാനും പോട്ടെ." പൂത്താത്ത യാത്ര പറഞ്ഞു.

"ഇങ്ങക്കെന്താ തെരക്ക്?"

ഐഷാത്ത ചോദിച്ചു.

"റയിമാന്റെ പിയ്യാപ്ലന്റെ പെങ്ങള് റസിയാന്റെ മോൻ ദുബായീന്ന് വന്നിട്ട് ഇതുവരെ പോയില്ല. അവിടേം ഒന്നു കേറണം."

"ഇനിയപ്പളാ വര്ആ?"

"വരാം. നീ ആ പണിക്കര് ഡോക്ടറെ കാലൊന്ന് കാണിക്ക്. എക്സ്റേ എടുത്തു നോക്കിയാലേ എല്ലിന് പൊട്ടലുണ്ടോന്ന് അറിയാൻ പറ്റൂ. ഇങ്ങനെ കെടന്നാ അയാളിന്നെ മൂലക്കാക്കും. അറിയാലോ. ഞാൻ കൊണ്ടോണോ ഡോക്ടറുടെ അടുത്ത്."

"മേണ്ട ഞാൻ പോയ്ക്കോളും."

"എന്നാ ഞാനെറങ്ങുന്നു."

പൂത്താത്ത പോയപ്പോൾ ഐഷാത്ത എണീറ്റിരിക്കാനൊരു ശ്രമം നടത്തി. കാലനക്കാൻ വയ്യ. മക്ക വിടുംവരെ കാലിന് ഇത്രയും വേദന യുണ്ടായിരുന്നില്ല. ജിദ്ദയിൽനിന്നു നാട്ടിലേക്കു വിമാനത്തിൽ കയറു മ്പോൾ കാല് പടിയിൽ തട്ടിവീണിരുന്നു. അതിലായിരിക്കാം ഏറിപ്പോയ ത്. അറഫയിലും മിനയിലും മുസ്ദലിഫയിലുമൊക്കെ എത്ര നടന്നതാ. അറഫയിൽ താനും റാബിയയും ഒരു കുന്നിൻമുകളിൽ കയറി ഇരുന്നാ ണ് സൂര്യൻ അസ്തമിക്കുന്നതുവരെ കണ്ണീരൊഴുക്കി ദുആ ഇരന്നത്. സൂര്യൻ കണ്ണിൽനിന്നും മറയുന്നതുവരെ കരിമ്പാറയിലിരുന്ന് *ഖുർആൻ* ഓതുകയും ഇഹത്തിനും പരത്തിനുംവേണ്ടി മനസ്സറിഞ്ഞു തേടുകയും ചെയ്തു. തമ്പിലെത്തിയതും മുസ്ദലിഫയിലേക്ക് പോകാൻ ഒരുങ്ങി ഇരു ന്നോളാൻ ഓരോരുത്തരായി പറഞ്ഞുകൊണ്ടിരുന്നു. രാത്രി പത്തുമണി യായി. പക്ഷേ, ബസു വന്നപ്പോൾ അതുവരെ കണ്ണീരൊഴുക്കി പ്രാർത്ഥി ക്കുകയായിരുന്നു.

"ഹജ്ജുമ്മാ. ഇങ്ങളിങ്ങനെ കരഞ്ഞാ സൂക്കേടെന്തെങ്കിലും പിടി ക്കും. നാളേം മറ്റന്നാളുമായി ഇനി എത്തര അമലുകൾ ചെയ്യാനുള്ളതാ."

തന്റെ നിലകണ്ട് നാദാപുരക്കാരി ജമീല തോളത്തു തടവി സമാ ധാനിപ്പിച്ചു.

"എന്തേക്കും ഹജ്ജുമ്മാക്ക് ഇത്തരേം ബെശമം. ബന്നപ്പത്തൊട്ട് അയിനു കണ്ണീരൊഴുക്കാനേ നേരള്ളൂ."

ജമീലയുടെ നാത്തൂൻ പതുക്കെ പറയുന്നു.

"മക്കളില്ലാത്തോന്റെ ഉരുക്കം അതനുഭവിച്ചോരിക്കേ തിരിയൂ. ജമീല."

ഒന്നിനും മറുപടി പറയാറില്ല.

കൂട്ടത്തിൽവന്ന പലരെയും മീനായിലെ തമ്പിൽവെച്ചാണ് അടുത്ത റിയാനിടയായത്. ഹോട്ടലിൽ താമസിക്കുമ്പോൾ വല്ലപ്പോഴുമാണ് തമ്മിൽ കാണാറുള്ളത്. ഹറമിലേക്കു നടക്കുമ്പോൾ തമ്മിൽ കണ്ടാലായി. അപ്പോൾ മിണ്ടാനും പറയാനും നേരമുണ്ടാവില്ല. ഹറമിൽ ചെന്ന് നിസ്കരിക്കാനുള്ള സ്ഥലം പിടിക്കാനുള്ള നെട്ടോട്ടത്തിലായിരിക്കും എല്ലാ വരും. ഹജ്ജടുക്കുന്തോറും ഹറമിന്റെ അകവും പുറവും ജനം നിറഞ്ഞു

കവിഞ്ഞു. പത്തടി ദൂരം നടക്കാൻ കാൽമണിക്കൂറ് പോര. അത്രയും തിരക്കാണ്. ഹറമിൽ നിസ്കരിക്കാനുള്ള സ്ഥലം കിട്ടണമെങ്കിൽ നേരത്തെ അവിടെ എത്തണം. ആരോഗ്യവും സാമർത്ഥ്യവും ഉള്ളവർ തിക്കിത്തിരക്കിച്ചെന്ന് മുൻനിരയിൽത്തന്നെ സ്ഥാനംപിടിച്ചിരിക്കും. മുകളിലും താഴെയുമൊക്കെ സ്ഥലം എമ്പാടുമുണ്ട്. എന്നാലും തിരക്കിനു കുറവില്ല. വഴിതെറ്റിപ്പോകുന്നതു പേടിച്ച് താനും റാബിയും എന്നും ഒരേ വാതിലിൽക്കൂടിയേ അകത്ത് പോവാറുള്ളൂ. അവിടെ കിട്ടുന്ന സ്ഥലത്ത് മുസല്ല വിരിക്കും. ഹജ്ജടുത്തതോടെ അസറിനു ഹറമിൽ കയറിയാൽ ഇശാഅ് കഴിഞ്ഞേ മടങ്ങാറുള്ളൂ. അങ്ങനെയാകുമ്പോൾ ഇരിക്കാൻ സ്ഥലം കിട്ടും. എന്നാലും ചില സാമർത്ഥ്യക്കാരികൾ അവസാനം വന്ന് ഉന്തും തള്ളുമുണ്ടാക്കി തട്ടിമാറ്റും. എന്തുമാത്രം ഉന്തും തള്ളുമാ കിട്ടിയത്. അവിടെയിരുന്ന് *ഖുർആൻ* ഓതുകയും കേണു പ്രാർത്ഥിക്കുകയും ചെയ്യുമ്പോൾ വീണ്ടും മനസ്സിനു കരുത്തുകിട്ടും. സംസം വെള്ളം കുടിക്കുന്നതോടെ ശരീരത്തിന്റെ ക്ഷീണവും മാറും. ഹറമിൽ അവിടവിടെയായി സംസം വെള്ളം നിറച്ച ചെറിയ ടാങ്കുകൾ നിരത്തിയിട്ടുണ്ട്. ടാപ്പ് തിരിച്ചാൽ സംസം വെള്ളം കിട്ടും. തണുത്തതും തണുക്കാത്തതുമെന്ന് അറബിയിൽ എഴുതിയിട്ടുണ്ടാകും. പച്ചക്കളറിലെഴുതിയത് തണുപ്പില്ലാത്തതാണെന്ന് ആരോ പറഞ്ഞുതന്നതോടെ അതാണ് കുടിക്കാറുള്ളത്. അവിടെയും തിരക്കൊഴിഞ്ഞ നേരമില്ല. റാബിയ കുപ്പിയുമായിട്ടാണ് വരവ്. ചെന്ന ഉടനെ കുപ്പിയിൽ വെള്ളമെടുത്ത് വെക്കും. ഇടയ്ക്കിടെ തൊണ്ട നനയ്ക്കും. അടുത്തിരിക്കുന്നവർ ചോദിച്ചാൽ കൊടുക്കുകയും ചെയ്യും.

വെള്ളക്കുപ്പായവും സ്കാർഫും കെട്ടിയ തടിച്ചുരുണ്ട മിസിരിക്കാരികൾ പൊതുവേ പാവങ്ങളാണ്. നടക്കാനാവാതെ വിഷമിക്കുന്നത് കാണുമ്പോൾ അവരിൽ ചിലർ സ്ഥലമുണ്ടാക്കിത്തരും. എന്തെങ്കിലുമൊക്കെ ലോഹ്യവും ചോദിക്കും.

"ഇന്ത്യാ ഇന്ത്യാ."

റാബിയ പറയും.

അവർ കൈ തരും. സലാം പറയും. ഇന്തോനേഷ്യക്കാരും ചൈനക്കാരും കൂട്ടത്തോടെയാണു വരവ്. കാണാൻ ചെറുതാണെങ്കിലും നല്ല സാമർത്ഥ്യമാണ്. തേനീച്ചക്കൂട്ടംപോലെ ഇരച്ചുകയറിവന്ന് സ്ഥലമുണ്ടാക്കും.

മിനായിലെത്തിയതോടെ ഇന്ത്യക്കാരെ മാത്രമേ കണ്ടിട്ടുള്ളൂ. ഇന്ത്യയിലെ നാനാഭാഗങ്ങളിൽ നിന്നെത്തിയവർക്കെല്ലാം അടുത്തടുത്താണ് തമ്പുകൾ. അവരിൽത്തന്നെ എന്തെല്ലാം ഭാഷക്കാർ, വേഷക്കാർ... നിസ്കരിക്കുമ്പോൾ കൈ നെഞ്ചിൽ കെട്ടുന്നവർ. കൈ വയറ്റിൽ കെട്ടുന്നവർ.

കൈ തീരെ കെട്ടാത്തവർ. കാലു മറയ്ക്കാത്ത പട്ടാണികൾ. അവരുടെ മുടിയും പുറത്തു കാണും.

മിനാ തമ്പിലെ മൂന്നു ദിവസത്തെ താമസത്തോടെ എല്ലാവരും ഒരേ കുടുംബത്തിലെ അംഗങ്ങളെപ്പോലെ തമ്മിലടുത്തു. പരസ്പരം സഹായിക്കുന്നു. തിന്നാനുള്ളത് കൈമാറുന്നു. മിനായിൽ ഉച്ചയ്ക്കും രാത്രിയും ബിരിയാണിയാണ്. അതു വേണ്ടാത്തവർക്ക് പരിപ്പും ചോറുമുണ്ടാകും. താൻ മിക്കവാറും പരിപ്പും ചോറുമാണ് കഴിക്കുക. അതു കാണുമ്പോൾ ചിലർ ചെമ്മീൻ ചമ്മന്തിയുമായി എത്തും. മറ്റുചിലർ അച്ചാർ തരും. ഹജ്ജിനു പോകുമ്പോൾ കൂടെകൊണ്ടുപോകുന്ന പലഹാരങ്ങൾ പലരും മിനായിലേക്കു കരുതിവെക്കും. താൻ കൊണ്ടുപോയത് റാബിയയെ ഏല്പിച്ചിരുന്നു.. ചുക്കപ്പവും കോഴിയടയും അണ്ടിപ്പരിപ്പുമൊക്കെ നൂറു തന്നയച്ചിരുന്നു. ചായയുടെ നേരത്ത് റാബിയ എല്ലാവർക്കും കുറേശ്ശെ കൊടുക്കും. മൂപ്പർക്കുള്ളത് മുസ്തഫ ഉസ്താദിനെ ഏല്പിച്ചിരുന്നു. ഒരു ചായ ഒറ്റയ്ക്കെടുത്ത് കുടിക്കാത്ത ആളാണ്. എന്താകും ഹാല്? പലപ്പോഴും വേവലാതി തോന്നാറുണ്ട്.

മിനയിൽ ചെന്നിട്ട് അറഫയിലേക്കു ബസു കയറാൻ ഒന്നിച്ചു കൂടിയപ്പോൾ മൂപ്പരെ ഒരുനോക്കു കണ്ടു. പിന്നെ കണ്ടത് മുസ്ദലിഫിയിലേക്കു ബസു കയറാൻ നേരത്താണ്. പിന്നെ ഹജ്ജു കഴിയുന്നതു വരെ ഒന്നിച്ചുതന്നെയാണ് എല്ലായിടത്തും പോയത്, മുസ്ദലിഫയിലേക്കു ബസു കിട്ടാനുള്ള പ്രയാസങ്ങളും ദുരിതങ്ങളും. പലരും പറഞ്ഞുകേട്ട് പേടിച്ചിരിക്കയായിരുന്നു. പക്ഷേ, തങ്ങൾക്ക് വിഷമവുമുണ്ടായില്ല. ബസ് എത്താൻ കുറച്ചു താമസിച്ചതൊഴിച്ചാൽ. അറഫയ്ക്കും മിനായ്ക്കും ഇടയിലുള്ള സ്ഥലമാണ് മസ്ദലിഫ. അവിടെ ഒരു ദിവസം രാപാർക്കണമെന്നൊക്കെയാണ് പറയാറുള്ളത്. അതൊന്നും നടക്കാറില്ല. ഇഴഞ്ഞിഴഞ്ഞ് ബസെത്തുമ്പോൾ പാതിരാ കഴിയും. ബസിറങ്ങി മഗ്രിബും ഇശാഉം നിസ്കരിച്ച് ഇരുട്ടിൽ തപ്പിത്തടഞ്ഞ് കല്ലുകൾ പെറുക്കുമ്പോഴേക്കും ബസുകാർ തിരക്കുകൂട്ടിത്തുടങ്ങും.

ജംറയിലെ കല്ലേറ് ആരോഗ്യമുള്ളവർക്കുപോലും ഏറെ വിഷമം പിടിച്ചതാണ്. പെണ്ണുങ്ങളാരും വരണ്ട. കോയാ സാഹിബും മൂപ്പരും പറഞ്ഞതാണ്. പക്ഷേ, കേട്ടില്ല. എല്ലാ കർമ്മങ്ങളും സ്വന്തമായിത്തന്നെ ചെയ്യണമെന്ന് ആദ്യമേ തീരുമാനിച്ചിരുന്നു. ആദ്യത്തെ ദിവസം പോയത് ഓർക്കുമ്പോൾ ഇപ്പഴും ഒരു വിറയലാണ്. മുസ്ദലിഫയിലെത്തി കല്ലു പെറുക്കലും കഴിഞ്ഞ് മിനായിൽ സുബഹിക്കുമുമ്പ് എത്തിയെങ്കിലും ഡ്രൈവർക്ക് ടെന്റിലേക്കുള്ള വഴി അറിയാതെ കുറേനേരം വട്ടംചുറ്റി. എല്ലാ തമ്പുകളും ഒരുപോലെ. നമ്പർ നോക്കി കണ്ടുപിടിക്കണം. ഒരു കാപ്പിരി ആയിരുന്നു ബസോടിച്ചത്. അവൻ പറയുന്നത് ബസിലുള്ളവർക്ക് മനസ്സിലാകണ്ടേ? കൂടെ അറബി അറിയാവുന്ന ഒരാൾ ഉണ്ടായിരുന്നു.

അയാൾ പറയുന്നത് കാപ്പിരിക്കുണ്ടോ മനസ്സിലാകുന്നു. അവന്റെ സമയമായപ്പോൾ എല്ലാവരേയും എത്തിയേടത്ത് ഇറക്കിവിട്ടു ബസു പോയി.

ഉടനെ പോയി ആദ്യത്തെ കല്ലേറു കഴിച്ച് അറവു നടത്തണമെന്ന് കൂടെ ഉണ്ടായിരുന്ന ദ്വീപക്കാരൻ ബഷീർതങ്ങൾ പറഞ്ഞപ്പോൾ മൂപ്പരും കോയാസാഹിബും വേറെ രണ്ടുമൂന്നുപേരും ജംറയിലേക്കു പോകാൻ തീരുമാനിച്ചു. റാബിയയും തങ്ങളോടൊപ്പം കൂടി.

"പെണ്ണുങ്ങമ്മാരേം കൊണ്ടുപോയാ ശരിയാവ്വോ?" മൂപ്പർ സംശയിച്ചു.

"അല്ലാതിപ്പം എന്താ ചെയ്യ്ആ?"

കോയാസാഹിബ്.

"തമ്പ് കണ്ടുപിടിച്ച് ഓലെ ആടെ ആക്കീട്ടു പോയാപ്പോരേ? സുഖമില്ലാത്തോലേം കൊണ്ടുപോയാ ഞമ്മളുംകൂടി സൂയിപ്പിലാകും."

"എന്റെ കല്ല് ഞാൻ തന്നെ എറിയും. അള്ള എത്തിച്ചെങ്കിൽ."

രണ്ടും കല്പിച്ചങ്ങുപറഞ്ഞു.

"ഓലിക്ക് അങ്ങനൊരു പൂതിണ്ടെങ്കില് പടച്ചോനത് എത്തിച്ചുകൊടുക്കും. ഇങ്ങള് ബേജാറാകേണ്ട."

ബഷീർതങ്ങൾ സമാധാനിപ്പിച്ചപ്പോൾ മൂപ്പർ അടങ്ങി.

"റബ്ബേ... ഇതല്ലേ ഞമ്മളെ തമ്പ്?"

നടക്കുന്നതിനിടയിൽ പെട്ടെന്നാണ് റാബിയ പറഞ്ഞത്

"തന്നല്ലോ. ഞമ്മളെക്കാളും ബുദ്ധി പെണ്ണുങ്ങക്കാന്ന് ഇപ്പം മനസ്സിലായില്ലേ. എത്തര നേരായി ഞമ്മള് തമ്പും തെരഞ്ഞ് നടക്കുന്നു?"

കോയാസാഹിബ് തമാശ പറഞ്ഞു.

"സാധനങ്ങൾ തമ്പില് വെച്ചു കുളിമുറീപ്പോക്കും നിസ്കാരോം ചായ കുടീം കയിച്ചിട്ടുപോയാലോ?"

കോയാസാഹിബിന്റെ ഭാര്യ.

"അതാ നല്ലത്. പക്ഷേ, താമസിക്കരുത്. വേഗമിറങ്ങണം."

തങ്ങൾ ഓർമ്മിപ്പിച്ചു.

എല്ലാവരുടെയും തോളിൽ സഞ്ചിയുണ്ട്. അറഫയിൽ പോകുമ്പോൾ അത്യാവശ്യസാധനങ്ങൾ കൊണ്ടുപോയതാണ്. അതുംകൊണ്ട് ആൾക്കൂട്ടത്തിൽ നടക്കുക പ്രയാസമാണെന്ന് എല്ലാവർക്കും അറിയാം. വേറെ വഴിയില്ലാത്തതുകൊണ്ടാണ് നേരിട്ടുപോകാൻ തീരുമാനിച്ചത്. തമ്പ് കാലിയായിരുന്നു. കുളിമുറിയിലും വലിയ തിരക്കില്ല. അതുകൊണ്ട് എല്ലാം പെട്ടെന്നു കഴിഞ്ഞു. പെണ്ണുങ്ങളെ നടുവിൽ നിർത്തി ആണുങ്ങൾ ചുറ്റും നിന്നുകൊണ്ട് ജംറയിലേക്കു പുറപ്പെട്ടു. പാലമെത്താറായതും തിരക്കു തുടങ്ങി. റോഡിനിരുവശത്തും ഒരുപാടുപേർ തമ്പടിച്ചുകിടക്കുന്നു. പലരുടെയും കൈയിൽ കെട്ടും മാറാപ്പും എമ്പാടുമുണ്ട്. കല്ലേറിനു പോകുന്നവരുടെ കൈയിലുമുണ്ട് വലിയ സഞ്ചികൾ. വഴിയോരക്കച്ചവടക്കാരുടെ ശല്യവും. അതോടെ നടപ്പിനു വേഗം കുറഞ്ഞു.

“ഇതിറ്റിങ്ങളെന്താ ഈ നടുറോഡിൽ തമ്പടിച്ചിരിക്കുന്നത്? ഇതൊന്നും ചോദിക്കാനും പറയാനും ഇവിടെ പട്ടാളവും പൊലീസുമൊന്നുമില്ലേ?”

കോയാസാഹിബ് അരിശംകൊണ്ടു തുള്ളി.

“സബൂർ സബൂർ. പട്ടാളക്കാര് കുന്തം മിയുങ്ങിയതുപോലെ നിക്കണതു കണ്ടില്ലേ ഇങ്ങള്? ഹജ്ജാജികളോട് എന്തെങ്കിലും മിണ്ടാൻ ഓലിക്കു പേടിയാ. കാപ്പിരികളാ അധികം. ഓലോടെന്തെങ്കിലും പറഞ്ഞാ ഓല് പട്ടാളക്കാരന്റെ മോന്തയ്ക്കിട്ട് കൊടുക്കും. ഇപ്പഹയന്മാര് അടുത്ത കൊല്ലത്തെ ഹജ്ജ് കയിഞ്ഞായിരിക്കും ചെലപ്പോ മടക്കം.”

പറഞ്ഞു തീർന്നില്ല ഒരു കരിമ്പട ചവിട്ടിക്കുതിച്ചുകൊണ്ട് മുന്നിൽനിന്ന് ഇരമ്പിവന്നിരുന്നു.

“റോഡരികിലേക്കു ഒതുങ്ങിക്കോളിൻ.”

തങ്ങൾ മുന്നറിയിപ്പു തന്നു. തിടുക്കത്തിൽ എല്ലാവരും കമ്പിവേലിക്കരികിലേക്ക് ഒതുങ്ങി.

“ഇതു പോകാനുള്ള വഴിയല്ലേ. ഇവരെന്താ ഇതിലേ.”

ആരോ സംശയം പ്രകടിപ്പിച്ചു.

“അതൊന്നും ഓലിക്ക് ബാധകമല്ല.”

പറഞ്ഞു തീരുമ്പോഴേക്ക് ഇരച്ചുകൊണ്ട് ആൾക്കൂട്ടമെത്തി. ഏറെയും കാപ്പിരികളായിരുന്നു. മറ്റു പല ദേശക്കാരുമുണ്ടെങ്കിലും അവരുടെയൊന്നും മുഖങ്ങളിൽ കാപ്പിരികളുടേതുപോലുള്ള ഹുങ്കില്ല. ആദ്യത്തെ കല്ലേറു കഴിഞ്ഞ ആവേശത്തിൽ അവർ കൂക്കും വിളിയും ഉണ്ടാക്കുകയും ആളുകളെ തട്ടിമാറ്റുകയും ചെയ്യുന്നുണ്ടായിരുന്നു. ഒരുത്തന്റെ തള്ളിൽ ഹുസൈൻ ഹാജിയും കോയാ സാഹിബും ഇരുമ്പുവേലിക്കിടയിൽ ഞെരുങ്ങുന്നതു കണ്ട് സ്ത്രീകൾ വലിയ വായിലേ നിലവിളിച്ചു. റാബിയ ഐഷാത്തയുടെ കൈയിലെ പിടിമുറുക്കി.

“ആരും കൂട്ടംതെറ്റല്ലേ.. പിടിവിട്ടാ പിന്നെ കണ്ടില്ലാന്നുവരും.”

“ലാ ഹിലാഹാ ഇല്ലാ അൻത സുബ്ഹാനക്ക ഇന്നീ കുൻതുമിനള്ളാലി മീൻ.”

തങ്ങൾ ഉറക്കെ ചൊല്ലുന്നതു കേട്ട് എല്ലാവരും ഇടത്തൊണ്ട വിറച്ചുകൊണ്ട് ഏറ്റുചൊല്ലി.

നീയല്ലാതെ ഒരാരാദ്ധ്യനുമില്ല. നീ ഏറെ പരിശുദ്ധനാണ്. നിശ്ചയം, ഞാൻ അക്രമികളിൽ പെട്ടിരിക്കുന്നു.

അത് അവസാനത്തെ ദുആ ആയിരിക്കുമെന്നാണ് കരുതിയത്. കണ്ണടച്ച് ശ്വാസംപോലും വിടാനാകാതെ നിലത്തും ആകാശത്തുമല്ലാതെ...

കണ്ണു തുറന്നപ്പോൾ ജനക്കൂട്ടമില്ല. ഉന്തും തള്ളും സഹിച്ച് ഉറുമ്പരിക്കുന്നതുപോലെ വീണ്ടും മുമ്പോട്ട്.

“അൽ ഹംദുലില്ലാഹ്.. നമ്മൾ ജംറ എത്തിയിരിക്കുന്നു.”

തങ്ങൾ സമാധാനിപ്പിച്ചു.

“വേഗം വന്നോളീ.... ഇപ്പോൾ തീരെ തിരക്കില്ല. താഴത്തുനിന്നുതന്നെ എറിയാം. ആദ്യത്തേതാണ്. ജന്നത്തുൽ അഖ്ബ. കല്ലുകൾ ഏഴും എല്ലാവരും കൈയിലെടുത്തോ. ഏഴു കല്ലുകൾ തുടർച്ചയായി എറിയണം. ബിസ്മില്ലാഹി അള്ളാഹു അക്ബർ എന്നു പറഞ്ഞുകൊണ്ടാണ് എറിയേണ്ടത്. ഏറു കഴിഞ്ഞാലുടൻ മാറിക്കോളണം. കേട്ടല്ലോ. ഞാൻ ദുആ എരക്കാം. അതിനുശേഷം കല്ലെറിയാം.

ദുആ കഴിഞ്ഞ് കല്ലുമായി ജന്നത്തുൽ അഖ്ബയെ ലക്ഷ്യംവെച്ച് നീങ്ങി.

“ബിസ്മില്ലാഹി അല്ലാഹു അക്ബർ.”

അള്ളാഹുവിന്റെ നാമത്തിൽ അവനാണ് ഏറ്റവും വലിയവൻ.

കല്ലുകൾ തുടരെ എറിഞ്ഞു. വളരെ അടുത്തുചെല്ലാൻ കഴിഞ്ഞതുകൊണ്ട് ഒന്നുപോലും ലക്ഷ്യംതെറ്റാതെ ജംറയുടെ തടത്തിൽത്തന്നെ വീണപ്പോൾ ഉള്ളുനിറഞ്ഞു. അപ്പോഴേക്കും കുറെ പാകിസ്ഥാനികൾ ഇരമ്പി വരുന്നതുകണ്ട് റാബിയയുടെ കൈയും പിടിച്ച് പുറകിലേക്കു മാറി.

“മാശാ അള്ളാഹു ലാഖുവ്വത്ത ഇല്ലാ ബില്ലാഹ.”

അള്ളാഹു ഉദ്ദേശിച്ച അനുഗ്രഹമാണ് എനിക്കു ലഭിച്ചിട്ടുള്ളത്.

അവന്റെ അനുഗ്രഹമില്ലാതെ ഇതു കരസ്ഥമാക്കാനുള്ള യാതൊരു കഴിവും എനിക്കില്ല.

ഒഴിഞ്ഞ സ്ഥലത്തുനിന്നുകൊണ്ട് തങ്ങൾ കൈ മേലോട്ടുയർത്തി ഉറക്കെ തേടിയപ്പോൾ എല്ലാവരും ചേർന്ന് ആമീൻ വിളിച്ചു. എല്ലാവരുടെയും കണ്ണുകൾ നിറഞ്ഞൊഴുകുന്നുണ്ടായിരുന്നു.

“ഇനിയോ?”

“കോയാ സാഹിബ്.”

“അടുത്തത് അറവു നടത്തലാണ്. അത് ഞമ്മള് ഇബ്രാഹിംകുട്ടിയെ ഏല്പിച്ചിട്ടുണ്ടല്ലോ. അവരത് വേണ്ടവിധത്തിൽ ചെയ്തോളും. അതോണ്ട് ഇനി നമ്മക്ക് മക്കത്തേക്കുപോകാം. ഇവിടെ അടുത്താ ബസ് സ്റ്റാന്റ്. തവാഫഫും സഇയും കഴിച്ച് രാത്രിയാവുമ്പളത്തിന് മിനയിലെത്താം. പടച്ചോൻ സഹായിച്ചാൽ.”

തങ്ങളുടെ ഓരോ വാക്കും കൂടെയുള്ളവർക്ക് കരുത്തായി തളർന്ന കാലുകൾക്ക് വീണ്ടും ജീവൻ വെച്ചു.

“യാ ഇലാഹീ എല്ലാം നിന്റെ കൃപ.”

“ഐഷാത്ത.”

“ആ.... ബാങ്കുകൊടുത്തോ..... ഇപ്പ വരാം റാബീ....”

“ഐഷാത്ത ഡോക്ടറെ കാണാൻ പോണ്ടേ?”

“ആരാ.. നൂറു... വേണോ?”

"വേണം ബുക്കു ചെയ്തിട്ടുണ്ട്. വൈന്നേരം ചെല്ലാൻ പറഞ്ഞു. ഇപ്പം ഈ ഗുളിക കഴിച്ചോളൂ."

നൂറു ഗുളിക വായിലിട്ട് വെള്ളമൊഴിച്ചുതന്നു.

പതിനെട്ട്

ഹുസൈൻ ഹാജിയും ചങ്ങാതിമാരും ഹാജിയുടെ ശീതീകരിച്ച സന്ദർശകമുറിയിൽ വൈകുന്നേരം പതിവുപോലെ ഒത്തുകൂടിയിരിക്കു കയാണ്. ഹാജി ഹജ്ജു കഴിഞ്ഞെത്തിയതിനുശേഷമുള്ള ആദ്യത്തെ കൂടിച്ചേരൽ. കോയാ സാഹിബ്, ചാക്കോച്ചൻ, നിസാർ അഹമ്മദ്, ശേഖ രൻ മുതലാളി എന്നിവരാണ് സദസ്സിലുള്ളത്.

"ഹാജീക്ക തലയൊക്കെ വടിച്ച് ശരിയായ ഹാജിയാരായിട്ടാണല്ലോ. ഇനിയിപ്പം പുതിയ ആളായിരിക്കുമോ?"

നിസാർ അഹമ്മദ് സംഭാഷണത്തിനു തുടക്കമിട്ടു.

"വൻ ആഘോഷങ്ങളിൽ നിന്നെല്ലാം വിട്ടുനിക്കണമെന്നാ മോഹം. ഇനിയൊരു ഹജ്ജിനുപോക്കു ഉണ്ടാവുന്നു തോന്നണില്ല. പെറ്റുവീണ കുഞ്ഞിനെപ്പോലെ പരിശുദ്ധനാ ഞാനിന്ന്. അത് നിലനിർത്തണ്ടേ?"

"അള്ളാഹു എനക്കും നിങ്ങക്കും അയിനുള്ള മനസ്സൊറപ്പു തരട്ടെ. കച്ചോടം ഞമ്മക്ക് പറഞ്ഞിട്ടുള്ളതാ. ലാഭമുണ്ടാക്കുന്നതിലും തെറ്റില്ല. പിന്നെ നേരായ വയിക്ക് എന്നതിലാ സംശയം. ടാക്സ് വെട്ടിക്കൊണ്ടും അല്ലറചില്ലറ തിരിമറിയില്ലാണ്ടും കച്ചോടം നടത്താൻ ഇത് അറബിക്കെ ട്ടൊന്നുമല്ലാല്ലോ."

കോയാ സാഹിബ്.

"അറബികള് വലിയ നേരസ്ഥരാന്നാ ഇങ്ങളെ ബിചാരം? എന്തൊക്കെ കഥകളാ ഓരോരുത്തര് പറഞ്ഞത്. ഞമ്മള് ജിദ്ദേ പോയപ്പം ആ പി കെ സാഹിബ് പറഞ്ഞ കഥ ഇങ്ങളും കേട്ടതല്ലേ കോയാ സായി ബേ."

ഹുസൈൻ ഹാജി.

"മക്കത്തുപോയിട്ട് നിങ്ങള് രണ്ടാളും കൂടി എന്തോ പുതിയ ഡീലു ണ്ടാക്കീന്നു പറയണ കേട്ടല്ലോ. നേരാണോ?"

ചാക്കോച്ചൻ.

"കച്ചോടം ഹലാലായ കാര്യാണെന്ന് അതല്ലേ ഞാൻ പറഞ്ഞത്." കോയ.

"എന്താ പുതിയ പരിപാടി?" ശേഖരൻ.

"ഒന്നും തീരുമാനമായിട്ടില്ല. അവിടെ ഒരു സൂപ്പർ മാർക്കറ്റ് തുടങ്ങാ നുള്ള പരിപാടിയുണ്ട്. അതിനു സ്പോൺസറെ കിട്ടണം. ഒരു

അറബിയുമായിട്ട് സംസാരിച്ചിട്ടുണ്ട്. എന്താ പഹയന്റെ ഡിമാന്റ്. നീള ക്കുപ്പായോം കൈയില് തസ്ബീഹും കണ്ടാൽ ഹഖിനു നിരക്കാത്ത തൊന്നും ചെയ്യൂലാന്നേ തോന്നൂ. എന്നാ പൈശന്റെ കാര്യം വന്നപ്പോ ഓൻ വെറും കച്ചോടക്കാരനായി."

"ആളെ അളക്കാനുള്ള പ്രധാന അളവുകോല് പണംതന്നെയാ. പണത്തിന്റെ കാര്യമെത്തുമ്പം മിക്ക മാന്യന്മാരും വെറും ചെറ്റകളാകും."

ശേഖരൻ മുതലാളി.

"നേരായ വയി കാണിച്ചുതരാനും തിന്മകളിൽനിന്നകറ്റാനും അറ ഫാദിനത്തിൽ മനമുരുകി ദുആ എരന്നിട്ടുണ്ട്."

കോയാ സാഹിബ്.

"അറഫാദിനത്തിൽ ദുആ എരന്നാ ഉത്തരം കിട്ടാതിരിക്കൂലാ."

നിസാർ അഹമ്മദ്.

"എന്താ അറഫാദിനത്തിന്റെ പ്രത്യേകത."

ശേഖരൻ മുതലാളി.

"മക്കാനഗരത്തിന്റെ കിഴക്കുഭാഗത്തുള്ള മൈതാനമാണ് അറഫ. മക്ക യിൽനിന്നും പതിനഞ്ചു മൈൽ അകലെ. ചുറ്റും കരിമ്പാറകൾ. ഇവിടെ യാണ് കരുണയുടെ കുന്ന് എന്നറിയപ്പെടുന്ന ജബലുർ റഹ്മ. നബി ഹജ്ജിനെത്തിയപ്പോൾ ഇതിനു മുകളിൽ കയറിനിന്നുകൊണ്ടാണ് ജന ങ്ങളെ അഭിമുഖീകരിച്ച് സംസാരിച്ചത്. അതൊരു വിടവാങ്ങൽ പ്രസംഗ മായിരുന്നു. നബിയുടെ ഒടുവിലത്തെ പ്രസംഗത്തിനു സാക്ഷിയായി എന്നൊരു പ്രത്യേകതയും അറഫയ്ക്കുണ്ട്. ഇബിലീസിന്റെ ചതി യിൽപ്പെട്ട് ആദിപിതാവായ ആദമും ആദിമാതാവായ ഹവ്വയും സ്വർഗ്ഗ ത്തിലെ ഏദൻതോട്ടത്തിൽനിന്നു പുറന്തള്ളപ്പെട്ടു. ഈ മരത്തിലെ കനി മാത്രം നിങ്ങൾ ഭക്ഷിക്കരുത് എന്ന റബ്ബിന്റെ വിധി ലംഘിച്ചതിനാണ് അവർ സ്വർഗ്ഗത്തിൽനിന്നു പുറത്തായത്. അതോടെ അവർ വേർപെട്ടു. പിന്നീട് ഈ മലമുകളിൽ വെച്ചാണ് അവർ വീണ്ടും കണ്ടുമുട്ടിയത്. അറഫാ മലനിരകൾക്കു ഇങ്ങനെ പ്രത്യേകതകൾ ഏറെയുണ്ട്. സാധാ രണ സമയങ്ങളിൽ ആൾവാസമില്ലാതെ ഒഴിഞ്ഞുകിടക്കുന്ന അറഫാ മൈതാനം ദുൽഹജ്ജ് ഒമ്പതിനു ജനസമുദ്രമായി മാറുന്നു. ആ ഒരുദി വസം മാത്രമാണ് അറഫ പുണ്യഭൂമിയാകുന്നത്. പിറ്റേദിവസം മുതൽ അറഫ വീണ്ടും വെറുമൊരു മരുഭൂമി.

"ദുൽഹജ്ജ് ഒൻപതിന് മക്കത്തും മദീനത്തുമുള്ള എല്ലാ ഹാജി മാരും അറഫയിൽ നിന്ന് ഒന്നിച്ചുകൂടുന്നു. ഉച്ചമുതൽ സൂര്യാസ്തമയം വരെയാണ് അറഫയിൽ നില്ക്കേണ്ടത്. അറഫാ എന്ന വാക്കിന്റെ അർത്ഥം തന്നെ അറിഞ്ഞു എന്നാണ്. വിശ്വാസി തന്റെ സ്രഷ്ടാവിനെ അറിയുന്ന സ്ഥലം എന്നാകാം ഉദ്ദേശിച്ചിരിക്കുന്നത്. അന്നേദിവസം വിശ്വാസി എന്തു ചോദിച്ചാലും അവനതു ലഭിക്കുമെന്നാണ് വിശ്വാസം.

മനസ്സിൽത്തട്ടി കേണപേക്ഷിക്കണം. പാപങ്ങൾ അംഗീകരിച്ച് മാപ്പിനിരക്കണം. അറഫാ മൈതാനത്തിൽ അനേകം കരിമ്പാറകളുണ്ട്. ഉച്ച കഴിയുന്നതോടെ കരിമ്പാറകൾ വെളുക്കുന്നു. വെള്ളവസ്ത്രം ധരിച്ച ഹാജിമാരുടെ സാന്നിദ്ധ്യംകൊണ്ട് സൂര്യൻ അസ്തമിക്കുന്നതുവരെ അവർ അവിടെ നിന്നും ഇരുന്നും പ്രാർത്ഥിക്കുന്നു." നിസാർ അഹമ്മദ്.

"ഹജ്ജിനു പോയി വന്നോരേക്കാളും നിങ്ങക്കാണല്ലോ കൂടുതലറിവ്." ചാക്കോച്ചൻ.

"പഹയനു എപ്പം നോക്കിയാലും വായനയല്ലേ? എന്നാ നിസ്കരിക്വോ? അതില്ലേനും. അറിവുള്ളോര് തെറ്റ് ചെയ്താൽ എഴുപതു മടങ്ങാ ശിക്ഷയെന്ന് ഞമ്മളോടൊപ്പമുണ്ടായിരുന്ന സി കെ മൗലവി സ്ഥിരമായി പറയാറുണ്ട്. പഹയന്റെ പ്രസംഗം കേട്ടാൽ ഉള്ളൊന്നു കിടുങ്ങും കേട്ടോ." ഹുസൈൻ ഹാജി.

"നിസ്കാരം തുടങ്ങണം." നിസാർ അഹമ്മദ്.

"ഇതു കൊറേ നാളായല്ലോ പറയുന്നു. ഇനിയെന്നാ?"

"എപ്പളാ വിളിയാളം വരുന്നതെന്ന് അറീല കേട്ടോ."

കോയാ സാഹിബ് പേടിപ്പിച്ചു.

"അഞ്ചു നേരം നിസ്കരിക്കുന്ന നിങ്ങള് രണ്ടാളും ചെയ്യുന്നത്രയുലും ഞാൻ ചെയ്യുന്നുണ്ടോ ഹാജീക്കാ? അതുപോട്ടെ മിനാത്തമ്പിലെ താമസം വല്ലാത്ത അനുഭവമാണെന്നാ പലരും പറഞ്ഞുകേട്ടത്."

"അവിടത്തെ കഥകളൊക്കെ പറഞ്ഞുതാ."

നിസാർ അഹമ്മദ്.

"നേരാട്ടോ... മിനായിൽ താമസിക്കുന്ന അഞ്ചു ദിവസങ്ങൾ ഹജ്ജാജികളെ സംബന്ധിച്ചിടത്തോളം കഠിനമായ പരീക്ഷണം തന്നെയാണ്. ഗൾഫുനാടുകളിൽനിന്നൊക്കെ ഒരാഴ്ച മുമ്പു മാത്രമാണ് ആളുകൾ മക്കത്തെത്തുന്നത്. ദുൽഹജ്ജ് എട്ടിനാണ് പരിശുദ്ധ ഹജ്ജിൽ പ്രവേശിക്കുന്ന ദിവസം. ഹജ്ജിനു വേണ്ടി നിയ്യത്തുവെച്ച് ഇഹ്റാമിൽ പ്രവേശിച്ചുകൊണ്ടാണ് മിനായിലേക്കു നീങ്ങുന്നത്.

അന്ന് അവിടെ താമസിച്ചിട്ട് ഒൻപതിന് അറഫയിലേക്കു പോകുന്നു. ഒൻപതിനു സൂര്യൻ അസ്തമിച്ചാൽ മുസ്തലിഫയിലേക്കു പുറപ്പെടുന്നു. കൃത്യസമയത്തൊന്നും പുറപ്പെടാനാവില്ല. റോഡ് നിറയെ വാഹനങ്ങളായിരിക്കും. ഞങ്ങൾ അവിടെയെത്തിയപ്പോൾ പുലർച്ചെ മൂന്നുമണിയായി. മഗ്രിബും ഇശാഉം ഒന്നിച്ചു നിസ്കരിച്ച് കല്ലും പെറുക്കി മടങ്ങുകയായിരുന്നു. എന്നിട്ടും തിരിച്ചു മിനായിലെത്തിയപ്പോൾ നേരം പുലർന്നു. സുബഹി കിട്ടിയതുമില്ല." ഹുസൈൻ ഹാജി.

"മിനായിലെ ആ ദിവസങ്ങൾ കുറച്ചു കഠിനംതന്നെ. അല്ലേ ഹാജീക്കാ." കോയ.

"അതൊന്നു പറയാനുണ്ടോ? വെറും നെലത്ത് പടം വിരിച്ച് വരിവ

രിയായിട്ടുള്ള ആ കിടത്തവും കുളിമുറിക്കു മുമ്പിലുള്ള കാത്തുനിപ്പും ഒക്കെ കൂടിയാവുമ്പം മനുഷ്യന്റെ വമ്പും വീറും അഹങ്കാരവുമൊക്കെ ഇല്ലാതാകും. അള്ളാഹുവിനെ നിരന്തരം ഓർമ്മിക്കുകയും ചെയ്യും. അതിനു വേണ്ടീട്ടുതന്നെയാണല്ലോ ഇത്തരം ചില ചടങ്ങുകളൊക്കെ നിർബ്ബന്ധമാക്കിയത്. ഹജ്ജെന്നു പറഞ്ഞാൽ ശരീരംകൊണ്ടും മനസ്സു കൊണ്ടും ഒരുപോലെയുള്ള അമലാണെന്നതിൽ സംശയമില്ല. ആദ്യദിവസം കല്ലേറിനു ജംറയിലേക്കു പോകുമ്പോളുണ്ടായ ഒരു തിരക്ക്. ഇലാഹീ... ഇനി നിങ്ങളെ ആരേം കാണുമെന്ന് ഞങ്ങള് വിചാരിച്ചതല്ല. ശ്വാസം മുട്ടി ആകാശത്തും നിലത്തുമല്ലാതെ ആ നില്പ് ഓർക്കുമ്പോൾ ഇപ്പളും ശ്വാസം മുട്ടുന്നു. നമ്മളെ പെണ്ണുങ്ങള് അന്നു പെട്ടപാട്." ഹാജി.

"കാലിനു സുഖമില്ലാത്തോണ്ട് വരണ്ടാന്ന് പറഞ്ഞതാ. അവര് കേക്കണ്ടേ? ആദ്യത്തെ കല്ല് അവരിക്കുതന്നെ എറിഞ്ഞേ തീരൂ. കറമ്പന്മാർ കൂട്ടത്തോടെ ആർത്തിരമ്പിക്കൊണ്ടൊരു വരവു വന്നു. റബ്ബേ എന്താ പഹയരുടെ ഊക്ക്. ഒരു കുത്തുകിട്ട്യാ ഞമ്മളെ ഫീസ് ഊരിപ്പോകും. ആ ബഷീർതങ്ങളും തലശ്ശേരിക്കാരൻ അഷറഫ് ഭായിയും കൊയിലാണ്ടിക്കാരൻ കുഞ്ഞിമൂസയും മറ്റും കൈകോർത്തു വലയമുണ്ടാക്കിയാ അന്നു ഞമ്മളെ രക്ഷിച്ചത്. ഓലയൊന്നും ഒരിക്കലും മറക്കാൻ പറ്റൂലാ." കോയ.

"നേരാ. ആ തിരക്കിനിടയിൽ ഒരു കറമ്പി ഒക്കത്തൊരു കുട്ടിയുമായി ഫീസബീലെന്നു പറഞ്ഞ് കൈനീട്ടുന്നു. ഓക്ക് പിച്ച ചോദിക്കാൻ കണ്ട ഒരു നേരേയ്. ബാക്കീള്ളോര് ഹയാത്തോ മൗത്തോ എന്നറിയാതെ ചക്രശ്വാസം വലിക്കുമ്പളാ പഹച്ചീന്റെ ഒരു തെണ്ടല്. കൈയ് ഓങ്ങിയാലോ എന്നു തോന്നിപ്പോയി. പെട്ടന്നാ ഇഹ്റാമിലാണെന്നോർത്തത്."

"തെരക്കു കൊറക്കാൻ രാജാവ് എന്തൊക്കെയോ ഏർപ്പാടുകളുണ്ടാക്കീട്ടുണ്ടെന്നു കേട്ടല്ലോ. കല്ലെറിയുന്ന സ്ഥലമൊക്കെ വളരെ വിശാലമാക്കിയതായി ന്യൂസ് കണ്ടു." നിസാർ അഹമ്മദ്.

"പദ്ധതികള് പലതും നടപ്പാക്കീട്ടുണ്ട് നേരാ. പക്ഷേ, ജനക്കൂട്ടത്തെ നിയന്ത്രിക്കാനും ഏർപ്പാടുണ്ടാക്കണ്ടേ? പോണവഴിക്ക് കച്ചോടം നടത്തണവരെയെങ്കിലും നിയന്ത്രിക്കണ്ടേ? ചെലര് തമ്പുകെട്ടി പാർക്കണത് കല്ലെറിയാൻപോണ വഴിക്കാ. ജംറയിലേക്കു പോകാനും വരാനും പ്രത്യേകം വഴിയുണ്ടെങ്കിലും പലരും പോണതും വരണതും ഒരേ വഴിക്കാ. പട്ടാളക്കാര് നോക്കുകുത്തികളെപ്പോലെ നില്ക്കുകയല്ലാതെ ഒരു ഉപകാരവുമില്ല. ഹജ്ജു കഴിഞ്ഞെത്തുന്നവരിൽ പലരും ഇതൊന്നും പുറത്തുപറയാറില്ല. കാരണം, അങ്ങനെ പറഞ്ഞാൽ ഹജ്ജിനു ഫലം കുറയുമെന്നാ മൗലവിമാര് പറയുന്നത്. അതൊക്കെ വെറുതെയാ കേട്ടോ. ഇതൊക്കെ രാജാവിന്റെ ശ്രദ്ധയിൽപ്പെടുത്തി മേലിലെങ്കിലും തെരക്കു കൊറക്കാനുള്ള വഴി കാണണ്ടേ?"

കോയാ സാഹിബ്.

"നീയിതിനെക്കുറിച്ചൊക്കെ ഒന്ന് എഴുത് നിസാറേ."

ചാക്കോച്ചൻ.

"ശ്രമിക്കാം. അതേയ് മുസ്ദലിഫയിൽ നിന്നാണല്ലോ കല്ലു പെറുക്കുന്നത്. അവിടെ കല്ലു കൂട്ടിയിട്ടിരിക്കുമോ?"

"എവിടെ? ഇരുട്ടിൽ മണ്ണിൽ അരിച്ചുപെറുക്കിയാലാ കല്ലു കിട്ടുക?" ഹാജി.

"ചോദിക്കുന്നതിലൊന്നും തോന്നരുതേ.. എന്താപ്പം കല്ലേറുകൊണ്ട് ഉദ്ദേശിക്കുന്നത്." ചാക്കോച്ചൻ.

"എല്ലാവർക്കുമുള്ളതാ ഈ സംശയം. അതൊരു അനാചാരമല്ലേ എന്നുപോലും പലരും ചോദിക്കാറുണ്ട്. വാസ്തവത്തിൽ കല്ലെറിയുന്നത് ചെകുത്താനെയാണ്. തിന്മകളെ എറിഞ്ഞോടിക്കുന്നു എന്നാണ് സങ്കല്പം. ഇബ്രാഹിം നബി മകൻ ഇസ്മായലിനെ അള്ളാഹുവിന്റെ കല്പനപ്രകാരം ബലി കൊടുക്കാൻവേണ്ടി മലമുകളിലേക്കു പോകുമ്പോൾ ഇബ്ലീസ് പല കള്ളക്കഥകളും പറഞ്ഞ് തിരുനബിയെ പിന്തിരിപ്പിക്കാൻ ശ്രമിച്ചു. ഉറച്ച വിശ്വാസിയായ ഇബ്രാഹിം നബി അവന്റെ വലയിൽ വീണില്ല. മാത്രമല്ല അവനെ കല്ലെറിഞ്ഞ് ഓടിക്കുകയും ചെയ്തു. ഇതിന്റെ ഓർമ്മയ്ക്കായിട്ടാണ് ജംറകളിൽ കല്ലെറിയുന്നത." നിസാർ അഹമ്മദാണ് വിശദീകരിച്ചത്.

"ആദ്യത്തെ ദിവസം ജംറത്തുൽ അഖ്ബയിൽ മാത്രം എറിഞ്ഞാൽ മതി. ഏഴുതവണ. പിറ്റേദിവസം മുതൽ ഓരോ ജംറയിലും ഏഴു കല്ലുകൾ. ആകെ മൂന്ന് ജംറ. അങ്ങനെ മൂന്നു ദിവസം.. അതിനാവശ്യമുള്ള കല്ലുകൾ മുസ്ദലിഫയിൽ നിന്നാണ് പെറുക്കുന്നത്. ഇരുട്ടത്ത് കല്ലുകൾ പരതിനടക്കുന്നതും കഠിനമായ അദ്ധ്വാനംതന്നെ. എന്നാ നമ്മുടെ പെണ്ണുങ്ങക്ക് ഇതൊന്നും ഒരദ്ധ്വാനമല്ല കേട്ടോ. ഐഷാന്റെ കാര്യം നോക്ക്. ഇവിടന്ന് ഏതുനേരവും അവള് കെടപ്പായിരുന്നു. മരുന്നും ഗുളികയും ഒഴിഞ്ഞ നേരമില്ല. എന്നാ അവിടുന്നോ? എല്ലാത്തിനും അവളാ മുന്നില്. വീണ് കാലിന്റെ എല്ല് പൊട്ടിയിട്ടും എന്നോടു മിണ്ടിയില്ല. അതും വെച്ച് എല്ലാം ഒറ്റയ്ക്കുതന്നെ ചെയ്തു."

"മൂപ്പത്തിയെ സമ്മതിക്കണം കേട്ടോ. കല്ലേറു കയിഞ്ഞ് തവാഫിനായി ഞമ്മള് മക്കത്തെത്തിയപ്പോ അവിടെ സൂചി കുത്താൻ ഇടമില്ലാത്ത തെരക്ക്. അതുകണ്ട് ഞാനും ഹാജീക്കയും എറങ്ങാൻ മടിച്ചു നിന്നപ്പോ മൂപ്പത്തിയതാ ചങ്ങായിച്ചിയുടെ കൈയും പിടിച്ച് തെരക്കിലേക്ക് ഊളിയിടുന്നു. അപ്പളുണ്ട് മല്ലന്മാരെപ്പോലെ ഒരുകൂട്ടർ ആളുകളെ തട്ടിത്തെറിപ്പിച്ചുകൊണ്ട് തവാഫിനിറങ്ങുന്നു. കുറച്ചൊന്നുമല്ല. പത്തൻപതെണ്ണം കൈകോർത്തു പിടിച്ചുകൊണ്ട് കൂട്ടത്തോടെ. ആണിനും പെണ്ണിനും കരിവീട്ടിയുടെ നിറം. ആറടിയിലേറെ പൊക്കം. കണ്ടാൽ പേടിച്ചുപോകും.

ഞാൻ മരവിച്ചുപോയി. പിന്നെ നോക്കുമ്പം അവരെ കാണാനില്ല. അതു കണ്ട് ഹാജിക്കയുടെ കൈയും പിടിച്ച് ഞാനുമങ്ങിറങ്ങി."

"അപ്പം നിങ്ങളെ ഭാര്യയോ?"

"ഓള് പേടിത്തൊണ്ടത്തിയാ. തെരക്കു കണ്ടാ ആ ബാഗത്തു പോകൂലാ. ഓളെ ഞാൻ വീൽച്ചെയറിലിരുത്തി തവാഫിനും സഅയിനും കൊണ്ടുപോവാൻ മുസ്തഫ ഉസ്താദിനെ ഏർപ്പാടാക്കിയതുകൊണ്ട് കൈച്ചിലായി. പൈശ ഏറെ ആയി. അവരിക്കുമില്ല ഉത്തരവാദിത്വം. പൈശ ആദ്യം കൊടുത്താലേ പഹയര് കസേരയിലിരുത്തൂ. എന്നാ ഉത്തരവാദിത്വം ഒട്ടുമില്ലേനും. കയിഞ്ഞാ കസേര എത്തിയിടത്തിട്ട് അവരു പോകും. കയിഞ്ഞപ്പോൾ ഓള് ഉസ്താദിനെ മൊബൈലിൽ വിളിച്ചു.

"മൊബൈല് വലിയൊരുപകാരംതന്നെ കേട്ടോ. ഒന്നു കണ്ണുതെറ്റിയാ പിന്നെ തമ്മിൽ കാണൂലാ. പിന്നെ മൊബൈലില് വിളിച്ചിട്ടാ ഞമ്മള് പരസ്പരം ബന്ധപ്പെടുന്നത്. ഹജ്ജ് ദെവസം ഞമ്മള് പെട്ടപാട് ഓർമ്മയുണ്ടോ കോയാ?"

"ഉണ്ടോന്നോ? ഞമ്മള് എട്ടുപേര് ഒന്നിച്ചാ തവാഫിനിറങ്ങിയത്. ഐഷാത്തേം റാബി എന്നു പറയുന്നവരും ആദ്യമിറങ്ങി. പിന്നെ ഞമ്മള് ആറുപേര്. തവാഫ് കഴിഞ്ഞപ്പെ ഒരാളെയും കാണുന്നില്ല. നാലഞ്ചു തവാഫു കഴിയുന്നതുവരെ ഹാജിക്കയുടെ തല ഞാൻ കാണുന്നുണ്ടായിരുന്നു. പിന്നെ ആരേം കാണാനില്ല. സഅയ് പൂർത്തിയാക്കുന്നതുവരെ ആരേം തെരയാൻ പോയില്ല. എന്റെ റബ്ബേ, എന്താ അവിടെയൊക്കെയുള്ള തെരക്ക്. ആലോചിക്കുമ്പോൾ ഇപ്പളും കിടിലം. ഉന്തും തള്ളും കിട്ടി എന്റെ ബി പി കൂടി. നടക്കുമ്പോൾ കാലു വിറയ്ക്കുന്നതുപോലെ. തെരക്കു കാരണം പുറത്തേക്കിറങ്ങാനും വയ്യ. റബ്ബേ നീ മാത്രം തുണ എന്നു പറഞ്ഞുകൊണ്ട് തിരക്കിലങ്ങ് ഒഴുകുകയായിരുന്നു. ഓരോ തവണ നടത്തം പൂർത്തിയാക്കുമ്പോഴും വിരൽ മടക്കിപ്പിടിക്കും. ഏഴുവിരലും മടങ്ങിയപ്പോഴുള്ള ഒരു സമാധാനം.... അതൊക്കെ അനുഭവിച്ചുതന്നെ അറിയേണ്ടതാണ്. മുടി വടിച്ച് ആകെ തളർന്ന് അവശനായി തൊണ്ടവരണ്ട് ഏതോ ഒരു വാതില്ക്കലെത്തിയപ്പോഴുണ്ട് മൊബൈലടിക്കുന്നു. നോക്കുമ്പോ ഹാജീക്കാ. ഇക്ക എനക്കു വയ്യാലോ. ഒരുവിധം പറഞ്ഞൊപ്പിച്ചു." കോയ തുടർന്നു.

വാതിലിന്റെ നമ്പർ പറഞ്ഞുകൊടുത്തതുകൊണ്ട് ഇക്ക അവിടെയെത്തി. സംസം വെള്ളം കുടിച്ചപ്പോ കുറച്ചോരാശ്വാസമായി. ബിപിക്കുള്ള ഗുളികയും കഴിച്ച് കുറച്ചുനേരം അവിടിരുന്നു.

"അല്ല കോയാ ഞമ്മളെ കൂട്ടത്തിൽ പോന്നവരൊക്കെ എവിടെപ്പോയി?"

"ഹാജിക്ക ചോദിച്ചപ്പഴാണ് സ്വന്തം ഭാര്യയെക്കുറിച്ചുപോലും ഓർത്തത്. അതുവരെ സ്വന്തം തടി എങ്ങനെ രക്ഷപ്പെടുത്താമെന്ന ചിന്ത

മാത്രമേ ഉണ്ടായിരുന്നുള്ളൂ. പിന്നെ അവരെയൊക്കെ കണ്ടുപിടിക്കാനുള്ള നെട്ടോട്ടം. അന്ന് രാവിലെ കുറച്ച് ഉപ്പുമാവ് കഴിച്ചിട്ട് പിന്നെ മഗരിബ് കഴിഞ്ഞിട്ടാ അന്നം കിട്ടിയത്."

"പെണ്ണുങ്ങമ്മാര് ബുദ്ധി കാണിച്ചു. അവര് ഹോട്ടലില് എത്തീട്ട് ഞങ്ങളെ വിവരമറിയിച്ചതോണ്ട് വലിയ വിഷമമുണ്ടായില്ല."

"അതുകഴിഞ്ഞ് തിരിച്ച് മിനായിലെത്താനുള്ള നെട്ടോട്ടമോ? രണ്ടു റിയാല് കൊടുക്കേണ്ടിടത്ത് നൂറു റിയാലുവരെയാ ടാക്സിക്കാർ ചോദിക്കുന്നത്. എന്നിട്ടോ അരമണിക്കൂറുകൊണ്ട് എത്തേണ്ടിടത്ത് എത്താൻ മൂന്നുമണിക്കൂറാ എടുത്തത്.

"അതെന്താ?"

"റോഡിൽ വാഹനങ്ങളുടെ നിരയല്ലേ? നിരങ്ങി നിരങ്ങിയല്ലേ പോകുന്നത്. സുബഹിക്കുമുമ്പ് മിനായിലെത്തിയതിനു പടച്ചവനെ സ്തുതിക്കണം. എന്നിട്ടും തീരുന്നുണ്ടോ? മിനായിൽ വീണ്ടും മൂന്നു ദിവസത്തെ താമസം. മൂന്നു ദിവസങ്ങളിലും ജംറയിൽച്ചെന്നുള്ള കല്ലേറിയൽ. വീണ്ടും തിക്കും തിരക്കും..."

"ഇത്രയൊക്കെ പാടുപെട്ട് ഹജ്ജു പൂർത്തിയാക്കിയ സ്ഥിതിക്ക് ഇനിയങ്ങോട്ടു എല്ലാ തെറ്റുകളിൽനിന്നും വിട്ടുനില്ക്കുകയാണ് നല്ലത്." നിസാർ അഹമ്മദ് പറഞ്ഞു.

"നീ ഞങ്ങളെ കഞ്ഞിയിൽ പാറ്റയിടല്ലേ നിസാറേ. ബിസിനസിന്റെ ടെൻഷൻ കൊറയുന്നത് നിങ്ങളാച്ചെലരോടൊപ്പമിരുന്ന് ഓരോ പെഗ്ഗടിക്കുമ്പോഴാ. അതിനി ഒക്കൂലാന്നു പറഞ്ഞാ കുഴങ്ങിയതുതന്നെ."

ശേഖരൻ മുതലാളി.

"ഞമ്മിളിനി കുടിക്കൂലാന്ന് നിയ്യത്ത് ചെയ്തിട്ടുണ്ട്. ഇങ്ങള്ബിടിരുന്ന് കുടിക്കണേന് ഞമ്മക്ക് ബിരോധമില്ലേനും."

ഹാജി.

"ഞമ്മള് തമ്മിലുള്ള ബന്ധം ഇന്നും ഇന്നലേം തൊടങ്ങീതല്ലല്ലോ. ഞമ്മള് ഹജ്ജിനുപോയി വന്നൂന്ന് വച്ചിട്ട് അയിനൊരു മാറ്റവും ഉണ്ടാവില്ല. ഞമ്മള് പണ്ടത്തെപ്പോലെ ഒത്തുകൂടുന്നു. അവരവരുടെ വിഷമങ്ങൾ പറഞ്ഞ് ഭാരമിറക്കുന്നു. അതിനൊന്നും ഒരു മാറ്റവുമില്ല. ഇനിയിപ്പം നമ്മക്കും പ്രായമായില്ലേ? ളുലുമുകൾ കൊറോ കുറയ്ക്കാം. എന്തേയ്?"

"ഹാ... ഹാ." കൂട്ടച്ചിരി.

"കഞ്ഞി ആയിക്ക്.." ബീരാൻ

"എത്തിയല്ലോ ദൂതൻ. ഏതായാലും ഭക്ഷണത്തിന് വിലക്കില്ലല്ലോ. വാ കഴിക്കാം." ശേഖരൻ മുതലാളി.

ചങ്ങാതിമാർ കാലിടറാതെ പോകുന്നതുകണ്ടപ്പോൾ ബീരാന് അതിശയം. അയാൾ കൊണ്ടുവെച്ച ഗ്ലാസുകൾ അതേപടിയിരിക്കുന്നു. കുപ്പികൾ തുറന്നിട്ടുമില്ല.

"അള്ളാ ഞമ്മളെ മൊയലാളിമാര് നന്നായിപ്പോയല്ലോ. ഇനിയിപ്പം പയേ പോലത്തെ ഹരംപറച്ചിലൊന്നും ഉണ്ടാകൂലേക്കും."

"എടാ ബീരാനേ അവിടെനിന്ന് പിറുപിറുക്കാതെ ഇങ്ങോട്ടുവാടാ."

"ഇതാ വരണ്."

ബീരാൻ കുപ്പികൾ അലമാരിയിലെടുത്തുവെച്ച് ഐസും ബക്കറ്റും ഗ്ലാസുകളും അടുക്കിയ തട്ടവുമായി മുതലാളിമാരെ അനുഗമിച്ചു.

പത്തൊൻപത്

"നൂറു നീ കേക്കണുണ്ടോ?"

ഐഷാത്തയുടെ ചോദ്യം കേട്ട് നൂറു കണ്ണുമിഴിച്ചു.

"എന്താ.."

"നീ ഒറങ്ങിയോ?"

"ഒന്നു മയങ്ങിപ്പോയി."

"ഇതിപ്പം ഈറ്റെടുക്കാൻ പോയോള് ഇരട്ട പെറ്റൂന്ന് പറഞ്ഞപോലായല്ലോ."

സംഗതി നേരാണ്. ഐഷാത്തയെ ഡോക്ടറെ കാണിക്കാൻ പോയതായിരുന്നു നൂറു. ഹജ്ജു കഴിഞ്ഞു വരുമ്പോൾ ഐഷാത്തയുടെ വലത്തേക്കാൽ നീരുകെട്ടി വീർത്തിരുന്നു. ഹജ്ജാജികളെ കാണാൻ വരുന്നവരുടെ തിരക്കു കാരണം ആഴ്ച ഒന്നു കഴിഞ്ഞിട്ടാണ് ഡോക്ടറെ കാണിക്കാൻ സമയം കിട്ടിയത്. അതും നൂറുവിന്റെ നിർബ്ബന്ധം കാരണം.

"അതിനുമാത്രം ഒന്നൂല്ലാന്നേ. ഓളാടെ മണ്ടിപ്പാഞ്ഞുനടന്നതാ. ഇവിടെയെത്തിയതും കട്ടുമ്മക്കേറി. നിന്നെക്കൊണ്ട് കിസ്മത്തെടുപ്പിക്കാനുള്ള അടവാ"

ഹാജി കോപിച്ചു. നൂറു വിട്ടില്ല. ഐഷാത്തയുടെ വിമ്മിട്ടം അവൾ അറിയുന്നുണ്ടായിരുന്നു. വരുന്നവരോട് ഹജ്ജുകഥകൾ പറയുന്നതിനിടയിൽ അവർ ചിലപ്പോൾ വേദനകൊണ്ടു പുളയും. കാലു നിലത്തു കുത്താനും വിഷമമായിരുന്നു. അതുകൊണ്ട് അവൾതന്നെ ഡോക്ടറുടെ നമ്പരു കണ്ടുപിടിച്ച് സമയം നിശ്ചയിച്ചു. ഹുസൈൻ ഹാജിയുടെ വീട്ടിൽ നിന്നാണെന്നു പറഞ്ഞപ്പോൾ ഉടനെ ചെല്ലാൻ പറഞ്ഞു. കാലുതൊട്ടു നോക്കിയതും ഡോക്ടർ ആകെ ചൂടായി.

"എല്ലിനു പൊട്ടുണ്ട്. എത്ര ദിവസമായി സംഭവിച്ചിട്ട്?"

"അതു ഹജ്ജിനു പോയപ്പളേ കയറു തടഞ്ഞൊന്നു വീണതാ. അവിടന്ന് വലിയ വേദന ഇല്ലേനും. എന്നും ഗുളിക കയിക്കും വേദനന്റെ."

"ഉമ്മ പൊട്ടിയ എല്ലും വെച്ച് നടന്നതുകാരണം മുഴുവനെ പൊട്ടി."

ഞാൻ മടക്കസമയത്ത് വിമാനത്തില് കേറിയപ്പോ ഒന്നുംകൂടി തടഞ്ഞുവീണു. അപ്പത്തൊട്ടാ വേദന ഏറീത്."

"ഇവിടെ വന്നിട്ടിപ്പം ദിവസം കുറേ ആയില്ലേ. വന്ന ഉടനെ കാണിച്ചെങ്കിൽ പ്ലാസ്റ്ററിട്ടാ മതിയായിരുന്നു. ഏതായാലും എക്സ്റേ എടുക്കണം. ഇപ്പത്തന്നെ. എന്നിട്ട് എനിക്കുടനെ കാണണം."

ഐഷാത്തയെ വീൽച്ചെയറിൽ കയറ്റിക്കൊണ്ടുപോയി എക്സ്റേ എടുപ്പിച്ചിട്ട് എക്സ്റേ വാങ്ങാൻ കാത്തുനിന്നപ്പോഴാണ് ഡ്രൈവർ വാസു വന്നത്.

"എന്തേയ്?"

"പത്തുമണിയാകുമ്പം മൂപ്പരിക്ക് ആപ്പീസു പോണോന്നു പറഞ്ഞിരുന്നു. മണി ഒൻപതേ മുക്കാലായി. ഞാനിപ്പം എന്താ ചെയ്യേണ്ടത്?"

"വാസു ഇവിടെ നിക്ക്. ഞാൻ ചെന്നു മൂപ്പരോടു ഫോൺ വിളിച്ചു ചോദിക്കട്ടെ."

ഫോൺ ബൂത്തിലേക്ക് തിരക്കിട്ടു നടക്കുകയായിരുന്നു. പെട്ടെന്നൊരു തലമിന്നൽ. ലോകം തനിക്കു ചുറ്റും തിരിയുന്നു. കണ്ണിൽ കൂരാക്കൂരിരുട്ട്. മതിലിൽ പിടിക്കാൻ തുടങ്ങുമ്പോഴേക്കും കാൽ വഴുതി. കൈയിൽ ചായഗ്ലാസുമായി വരികയായിരുന്ന സ്ത്രീ അവളെ പിടിക്കാൻ ശ്രമിച്ചതും അവരുടെ കൈയിലെ ഗ്ലാസു മറിഞ്ഞു. ചൂടു ചായ നിലത്തൊഴുകി. അതിൽ ചവിട്ടിയതോടെ വീഴ്ചയുടെ ശക്തി ഇരട്ടിച്ചു. ഇടുപ്പ് കുത്തിയാണ് വീണത്. പിടഞ്ഞെഴുന്നേല്ക്കാൻ ശ്രമിച്ചിട്ട് സാധിക്കുന്നില്ല. ഇടുപ്പെല്ലിൽ നുറുങ്ങുന്ന വേദന. സഹായിക്കാൻ വന്ന സ്ത്രീ ആകെ അമ്പരന്നു. കണ്ടു നില്ക്കുകയായിരുന്ന വാസു ഓടിവന്ന് എഴുന്നേല്പിക്കാൻ ശ്രമിച്ചെങ്കിലും സാധിച്ചില്ല. വാസു ഓടിച്ചെന്നു നേഴ്സിനോടു വിവരം പറഞ്ഞു. ആരൊക്കെയോകൂടി താങ്ങിയെടുത്ത് സ്ട്രെച്ചറിൽ കയറ്റിയാണ് ഡോക്ടറുടെ റൂമിലെത്തിച്ചത്.

"എന്തുപറ്റി?"

"കാൽ വഴുതി വീണതാ."

പിന്നെ ഒന്നും ഓർമ്മയില്ല. ഓർമ്മ തെളിഞ്ഞപ്പോൾ മരുന്നിന്റെ രൂക്ഷഗന്ധം. വേദനയുടെ ഞരക്കങ്ങൾ. എഴുന്നേല്ക്കാൻ ശ്രമിച്ചപ്പോൾ വയ്യ. കാല് പൊങ്ങുന്നില്ല.

"ഞാനെവിടെയാ."

"എന്റെ മോളേ."

ഉമ്മ അടുത്തിരുന്നു കരയുന്നു.

"എന്താ?"

"വീണു കാലു പൊട്ടീലേ... ഓപ്പരസൻ കയിഞ്ഞു..."

ഉമ്മ തേങ്ങാൻ തുടങ്ങിയപ്പോൾ സിസ്റ്റർ അവരെ പുറത്തേക്കു പറഞ്ഞയച്ചു. മൂന്നു ദിവസം അവിടെ കിടന്നു. ഇടുപ്പെല്ല് പൊട്ടിപ്പോയെന്നും

ഓപ്പറേറ്റു ചെയ്ത് കമ്പിയും സ്ക്രൂവുമൊക്കെ ഇട്ടിരിക്കയാണെന്നും ഇപ്പോൾ പോസ്റ്റ് ഓപ്പറേറ്റീവ് വാർഡിലാണെന്നും രണ്ടാഴ്ച ആശുപത്രിയിൽ കിടക്കണമെന്നുമൊക്കെ ഡോക്ടർ പറഞ്ഞപ്പോൾ വിറങ്ങലിച്ചുപോയി. ഒരു മാസത്തോളും ആശുപത്രിയിൽ കിടക്കേണ്ടിവന്നു. ഹാജിയാർ എപ്പോഴെങ്കിലും ഒന്നു വന്നു കണ്ടെങ്കിലായി. പണം ആവശ്യത്തിനെത്തിച്ചുതരും. ഐഷാത്ത വയ്യെങ്കിലും പണിക്കാരെക്കൊണ്ട് ഭക്ഷണമുണ്ടാക്കിച്ച് നേരാനേരം കൊടുത്തയക്കും. അവർ കാലിൽ പ്ലാസ്റ്ററിട്ടു കിടക്കുകയായിരുന്നു. എല്ലു പൊടിയുന്ന അസുഖമുള്ളതുകൊണ്ട് അവരുടെ കാല് ഓപ്പറേറ്റ് ചെയ്യാൻ പറ്റില്ലെന്നും അതുകൊണ്ട് പ്ലാസ്റ്റർ മതിയെന്നും ഡോക്ടർ പറഞ്ഞതുകാരണം കാലിൽ പ്ലാസ്റ്ററിട്ട് അവരെ അന്നുതന്നെ വീട്ടിലേക്കയച്ചു. അവരെ കാണിക്കാൻ വന്ന നൂറു ആശുപത്രിക്കിടക്കയിലാവുകയും ചെയ്തു. ഇപ്പോൾ ഐഷാത്തയുടെ ഹജ്ജുകഥകളും കേട്ട് അവരുടെ മുറിയിൽ കഴിഞ്ഞുകൂടുന്നു.

"കേട്ടോ നൂറു, മനായിലെ അഞ്ചു ദിവസത്തെ താമസത്തിന്റെ അദാബ് എന്താന്നാ വിചാരം. ആടെ ഉള്ളോരെന്നോ ഇല്ലാത്തോലെന്നോ ഉള്ള വ്യത്യാസമൊന്നുമില്ല. മണലില് വിരിച്ച കരിമ്പടത്തിലാ ഏതു വമ്പനും വമ്പത്തീം അഞ്ചു ദെവസോം കെടക്കണത്. തമ്പിലിപ്പം ഏസീണ്ട്ട്ടോ. എന്നാലും അതൊരു കെടപ്പുതന്നെയാ. മത്തി അടുക്കിയതുപോലെ അടുത്തടുത്ത് ഷീറ്റ് വിരിച്ച് കെടക്കണം. അത്യാവശ്യം സാധനങ്ങളും അവിടെത്തന്നെ വയ്ക്കണം. ബക്കറ്റും പാട്ടേം ബാഗും ഒക്കെ. തിന്നലും കുടിക്കലും നിസ്കാരോം തുണീം കുപ്പായോം മാറ്റലും ഒക്കെ അവിടെത്തന്നെ. കുളിമുറീലേക്കിറങ്ങണമെങ്കിൽ മറ്റുള്ളോരുടെ കരിമ്പടത്തിൽ ചവിട്ടിമെതിച്ചുവേണം പൂവാൻ. ചെലര് ഹാലിളകും കേട്ടോ. ഇത്ര അദാബായി കുളിമുറിയിൽ ചെന്നാലോ അവിടെ ആളുകളുടെ നിര. ഓരോ കുളിമുറിയുടെ വാതില്ക്കലും പെണ്ണുങ്ങളുടെ പട?"

"ഓരോ ടെന്റിലുള്ളവർക്കും വെവ്വേറെ കുളിമുറികൾ കാണില്ലേ?"

"കുളിമുറികളൊക്കെ എമ്പാടുമുണ്ട്. പറഞ്ഞിട്ടെന്താ, അയിനു മാത്രം ആളുകളുമില്ലേ. ലക്ഷക്കണക്കിനല്ലേ ജനങ്ങൾ. പെണ്ണുങ്ങമ്മാര് കുളിമുറി നാശാക്കി ഇട്ടിട്ടുണ്ടാവും. അതിനകത്ത് കയറണതിനു മുന്നെ ഒരു ബക്കറ്റു വെള്ളം ഞാനൊയിക്കും. അപ്പളത്തിന് പെണ്ണുങ്ങമ്മാര് കണക്കണൊന്ന് എന്തൊക്കെയോ പറയുന്നുണ്ടാവും. ഹജ്ജിനു വന്നവരാണെന്ന വിചാരം പോലും അപ്പഹച്ചിക്കൾക്കുണ്ടാവില്ല. ഒരുത്തി എന്നെ പിടിച്ചൊരുന്ത്. അള്ളാന്റെ വേണ്ടുക കൊണ്ട് കക്കൂസിലേക്കു മറിഞ്ഞു വീണില്ല. ഒളു എടുക്കാൻ വേറെ സ്ഥലമുണ്ട്. അരമതിലു കെട്ടി അതിന്റെമീതെ കമ്പിവേലികെട്ടി നിരനിരയായി പൈപ്പുണ്ടാകും. ഒളു എടുക്കുമ്പോൾ മേത്തു വെള്ളം തെറിക്കാതിരിക്കാനാ കമ്പിവല. മിക്കവരും കമ്പിവലയുടെ മുകളിൽ കാലു കയറ്റിവെച്ചേ കഴുകൂ. അവസാനം

വല പൊട്ടി വീണിട്ടുണ്ടാകും. ചെലേറ്റീങ്ങളാണെങ്കിൽ കുളിമുറിക്കു പുറത്തിരുന്ന് മൂത്രമൊഴിക്കും. അവിടെയിട്ട് ചെലോരുണ്ടാകും തുണി തിരുമ്പുന്ന്. വൃത്തിയും വെടിപ്പുമില്ലാത്ത കൂട്ടര്. അതിനെടേല് ഇക്കൊല്ലം ഒരു വെള്ളപ്പൊക്കവും. ഹജ്ജിന്റെ പിറ്റേന്ന്. ഹജ്ജിനുവേണ്ടി എഹ്റാൻ കെട്ടിയിട്ടാണല്ലോ മിനായിലെത്തുന്നത്. ദുൽഹജ്ജ് പത്തിന് ജംറയിൽച്ചെന്ന് ആദ്യത്തെ കല്ലേറും മക്കയിലെത്തി തവാഫും സഌയും കഴിയുന്നതോടെ ഹജ്ജാജികളുടെ ആദ്യത്തെ കർമ്മം പൂർത്തിയാകുന്നു. അതു കയിഞ്ഞ് മിനായിൽ മടങ്ങിയെത്തിയപ്പം രാത്രിയായി. കെടന്നതും മയങ്ങിപ്പോയി. പലരും അപ്പളും മടങ്ങിവന്നിട്ടില്ല. ഞമ്മള് നേരത്തെ പോയേനെക്കൊണ്ടാ അപ്പളെത്തിയത്. ഒന്നു മയങ്ങിയപ്പോൾ റാബിയ കുലുക്കിവിളിക്കുന്നു. ഇത്താ എണീക്ക്. തമ്പിൽ എന്തോ അപകടം നടന്നിട്ടുണ്ട്. കൂക്കീം കരയോം ഇങ്ങള് കേക്കുന്നില്ലേ.. ഞാനൊന്നുംകേട്ടില്ല മോളേ... വേദനന്റെ ഗുളിക കയിച്ചതോണ്ടേക്കും കെടന്നതും മയങ്ങിപ്പോയി. റബ്ബേ മയവെള്ളം കുത്തിയൊലിക്കുന്നു. തമ്പിന്റെ വാതില്ക്കൽ നില്ക്കുകയായിരുന്ന റാബിയ വേവലാതിയോടെ വിളിച്ചുപറഞ്ഞു. 'ഇത്താ ഇത് നോക്കീം. ചെരിപ്പും ബാഗുമെല്ലാം ഒലിച്ചുവരുന്നു.' റാബിയ പറഞ്ഞു തീരുംമുമ്പേ തമ്പിലേക്കു വെള്ളം അടിച്ചുകേറി. നനവു തുടങ്ങിയപ്പോൾ തളർന്നുറങ്ങുകയായിരുന്ന പെണ്ണുങ്ങളെല്ലാം ഉണർന്ന് കൂട്ട നിലവിളി തുടങ്ങി. മുട്ടോളം വെള്ളത്തിൽ മൂപ്പരും കോയാ സാഹിബും മുന്നിൽ. വേഗം ഇറങ്ങിക്കോ. ഇങ്ങോട്ടേക്കാ വെള്ളത്തിന്റെ ഒയ്ക്ക്. ഞമ്മളെ തമ്പില് ഇതുവരെ വെള്ളം കേറീട്ടില്ല, എല്ലാരും പോന്നോളീ. നിലത്തുവിരിച്ച കരിമ്പടവും ഷീറ്റും നനഞ്ഞുകുതിർന്നു. ബക്കറ്റുകളും ചെരിപ്പുകളും വെള്ളത്തിൽ ഒഴുകി നടക്കുന്നു. പേടിച്ചരണ്ട പെണ്ണുങ്ങളുടെ കൂട്ട നിലവിളി. പെട്ടെന്ന് വിളക്കുകളെല്ലാം അണഞ്ഞു.

അപ്പോൾ മൈക്കിൽക്കൂടി എന്തൊക്കെയോ വിളിച്ചു പറയുന്നു.

ആരും പേടിക്കണ്ട. കറന്റു പോയതാണ്. തമ്പിന്റെ ഗേറ്റുകളെല്ലാം അടച്ചിരിക്കുന്നു. ആരും പുറത്തേക്കിറങ്ങരുത്. ആണുങ്ങളാരോ ഉറക്കെ പറഞ്ഞു. ചില തമ്പുകളിൽ മങ്ങിയ വെളിച്ചം കാണുന്നുണ്ട്. ആണുങ്ങളുടെ സഹായത്തോടെ മുട്ടോളം വെള്ളത്തിലൂടെ നടന്ന് ഉയർന്ന ഭാഗത്തുള്ള ടെന്റിലെത്തിയപ്പോഴേക്കും ഒട്ടാകെ വിറയ്ക്കുന്നുണ്ടായിരുന്നു. ചൂടുള്ള ചായ കിട്ടീനെങ്കില്... പറഞ്ഞുപോയി.

കറന്റില്ലാത്തോണ്ട് ചായയും കാപ്പിയൊന്നുമില്ല. ഞാൻ ചെന്നു നോക്കിയതാ." കോയാ സാഹിബ് പറഞ്ഞു. അന്നു രാവു മുഴുവൻ ഇരുന്നു കഴിച്ചുകൂട്ടി. തണുത്തുവിറച്ച് കൂനിക്കൂടി ഇരുന്നപ്പോൾ നാടും വീടും ഇനി കാണുമെന്ന് കരുതിയതല്ല. പിറ്റേന്ന് രാവിലെ ആയപ്പോഴേക്ക് മഴ നിലച്ചു. വെള്ളം ഇറങ്ങാൻ പിന്നെയും കുറേ സമയമെടുത്തു. വെള്ളം ഇറങ്ങിയതിനുശേഷമാണ് അന്നത്തെ കല്ലേറിനു പോയത്. എല്ലാം മേലായ റബ്ബിന്റെ ഓരോ പരീക്ഷണങ്ങള്."

"ആദ്യത്തെ ദിവസം ഇങ്ങള് തിക്കില് പെട്ടോ?"

"അക്കഥയൊന്നും പറയണ്ട. കല്ലേറിനു പോയപ്പോ ആണുങ്ങള് ചുറ്റും കൈകോർത്തു നിന്നതുകൊണ്ട് ഒരുവിധം കൈച്ചലായി. തവാഫും സഅ്യും കഴിച്ചത് ആലോയിക്കുമ്പോ ആകെയൊരു വെറയലാ. കാല് നിലത്ത് തൊടില്ല. അത്രയുണ്ട് ജനക്കൂട്ടം. ഉന്തിലും തള്ളിലും പെട്ട് നമ്മ ളറിയാതെ നീങ്ങുകയാണ്. അതിനിടയിൽ എന്റെ മക്കനെ വലിച്ചിട്ടു കിട്ടു ന്നില്ല. എവിടെയോ കൊളുത്തിയിരിക്കുന്നു. മുന്നോട്ടു നടക്കുമ്പോൾ പിന്നോട്ടു വലിയുന്നു. യാ റബ്ബീ.... പരീക്ഷിക്കല്ലേ. ഞാൻ ഉറക്കെ കര ഞ്ഞു. അപ്പോളും ഞാൻ റാബിയയുടെ കൈ മുറുകെ പിടിച്ചിരുന്നു. തിക്ക് സഹിക്കാനാവാതെ അവളും ഉറക്കെ കരയുന്നുണ്ടായിരുന്നു. ഞങ്ങളുടെ നെലവിളി കേട്ട് ഒരുമലയാളി ചെറുപ്പക്കാരൻ അയാളുടെ തൂവാലയിൽ പിടിച്ചോളാൻ പറഞ്ഞു. പിന്നെ ആ ബാല്യക്കാരനാ ഞമ്മളെ എല്ലാം ചെയ്യിച്ചത്. കഅബത്തിനു മുന്നിൽവെച്ച് മനസ്സറിഞ്ഞു വിളിച്ചാ വിളിക്ക് ഉത്തരം കിട്ടാണ്ടിരിക്കൂലാ.."

"ഹാവൂ.."

തിരിഞ്ഞു കിടക്കുന്നതിനിടയിൽ നൂറു ഞരങ്ങി.

"ബേദന ജാസ്തിണ്ടോ?" ഐഷാത്ത.

"ഉം." വെറുതെ മൂളി.

"റബ്ബിന്റെ ഓരോ കളി. മണ്ടിപ്പാഞ്ഞുനടന്ന നിനക്ക് ഈ ഗതി വന്നൂ ലോ.. അതും ഞാൻ കാരണം.. ആലോയിക്കുമ്പം എടനെഞ്ചു പൊട്ടുന്നു."

"സാരല്ല. രണ്ടുമൂന്നു മാസത്തെ കാര്യല്ലേ."

"അതാ പേടി. ഇവിടത്തെ മൂപ്പരെ ഇനിക്കറിഞ്ഞുകൂടാഞ്ഞിട്ടാ. ഞമ്മള് രണ്ടാളും കെടപ്പിലായി. പൊര നോക്കാനാളില്ലെന്നും പറഞ്ഞ് മൂപ്പര് ബേറെ പെണ്ണുകെട്ടാനും മടിക്കില്ല."

"ഹേയ് അങ്ങനെ ചെയ്യോ? ഹജ്ജു കയിഞ്ഞു വന്നിട്ട്..... കുടി യൊക്കെ നിർത്തീലോ...."

ഹജ്ജിനു വന്ന കഥയൊന്നും പറയണ്ട. അതൊക്കെ മാലോരുടെ എടേല് മാനം നേടാൻ വേണ്ടീട്ടുള്ള അടവല്ലേ. കോയാ സാഹിബ് രണ്ട് ഹജ്ജ് ചെയ്താ. ഹുസൈൻ ഹാജി ഒന്നാകുമ്പം കൊറച്ചിലല്ലേ. കോയാ സാഹിബ് പെണ്ണുങ്ങളെ ഹജ്ജിനു കൊണ്ടോവുന്നു. അപ്പം പിന്നെ മൂപ്പ രെങ്ങനെ കൊണ്ടോവാതിരിക്കും. രണ്ടാമതു കെട്ടീട്ടും ഹുസൈൻഹാജി ആദ്യത്തെ പെണ്ണിനെ ഒയിവാക്കിയില്ല. മക്കളില്ലാഞ്ഞാ പിന്നെ കെട്ടാ ണ്ടിരിക്കാൻ പറ്റോ? ഇങ്ങനെയൊക്കെയാ നാട്ടാര് പറയണത്. ജിദ്ദേല് കച്ചോടം തൊടങ്ങാനും കൂടിയാ മൂപ്പര് പൊറപ്പെട്ടത്. മൂപ്പര് കൊണ്ടോ യില്ലെങ്കിലും ഞാൻ പോകുന്ന് ഒറപ്പായപ്പളാ എന്നെ കൊണ്ടോവുന്നതാ ബുദ്ധീന്ന് തോന്നിട്ടുണ്ടാവുക. ഞാൻ പുത്താത്തന്റെ മോൻ കുഞ്ഞായ മ്മതിനേം നിന്നേം കൂട്ടിപ്പോകാൻ മനസ്സുകൊണ്ട് നിയ്യത്തുവച്ചതാ. അപ്പ

ളാണല്ലോ മൂപ്പര് ചാടിക്കയറി എല്ലാം ഏറ്റത്. എന്നിട്ടോ ഒരൊറ്റ ദിവസം പോലും എന്നെ തവാഫിനു കൊണ്ടോയിട്ടില്ല. നീ അറിയോ ഹജ്ജിന്റെ പേരും പറഞ്ഞ് എന്റെ പേരിലുള്ള 10 ലക്ഷം മൂപ്പരെ പേരിലാക്കി. എന്റെ ഓഹരിയിലുള്ള വലിയൊരെടുപ്പുണ്ടായിരുന്നു ടൗണില്. മാസം പത്തിരുപത്തയ്യായിരം വാടക കിട്ടുന്ന പീട്യമുറികൾ. അതു വിപ്പിച്ചു. എന്തിനാന്ന് എനക്കറിയൂലാ. അയിലും മുന്ത്യത് വാങ്ങാന്നാ പറഞ്ഞത്. ഇൻകം ടാക്സുകാരെ പേടിച്ചിട്ടാ പണം എന്റെ പേരിലിട്ടത്. അതുകണ്ടിട്ടാ ഞാൻ ഹജ്ജിന് ഇറങ്ങിയത്. ആകെ രണ്ടരലക്ഷമേ ഹജ്ജിനായിട്ടുള്ളൂ. ബാക്കി ഞാൻ ചോദിച്ചില്ല. ചോദിക്കാനും പോണില്ല. ഇനിയിപ്പം ഈ പൊര മൂപ്പരെ പേരിലെയ്ക്കെഴുതിക്കൊടുക്കണോന്ന്."

"ഇത് മൂപ്പരെ പേരിലല്ലേ?"

"അല്ല മൂപ്പരെ ഉമ്മാന്റെ പേരിലേനും. ഉമ്മ അത് എന്റെ പേരിലാക്കി. അത് മാറ്റി എയ്തിക്കൊടുക്കണോന്ന് കൊറെക്കാലായി പറയണ്. ഹജ്ജ് കയിഞ്ഞിട്ടാവേന്ന് ഞാനും പറഞ്ഞ്. ഇനിയിപ്പോ എന്തൊക്കെ പുകിലാണാവോ? ഏതായാലും പൊര ഞാൻ തല്ക്കാലം മൂപ്പരെ പേരിലാക്കുന്നില്ല. നിർബ്ബന്ധിച്ചാ നിന്റെ പേരും കൂടി ചേർത്തേ ചെയ്യൂ. എനക്കാണെങ്കി മക്കളും കുട്ട്യോളും ഇല്ല. ആയുസ്സൊടുങ്ങ്യാലല്ലേ പോകൂ. അതുവരെ ജീവിക്കണ്ടേ? പണമുണ്ടെങ്കി നോക്കാനും ആളുണ്ടാവും. എനക്കു കയ്യാനുള്ളത് എന്റെ ബാപ്പ തന്നിട്ടുണ്ട്. മാസം പത്തിരുപതിനായിരം ഉറുപ്പിക വാടക കിട്ടുന്ന പീടികമുറികൾ ഇപ്പോഴും എന്റെ പേരിലുണ്ട്. അത് എനക്കെത്തിച്ചു തരണോന്ന് ഞാൻ എപ്പളും റൈട്ടറോടു പറയും. ഏടെ? അനി അതിനൊരു വ്യവസ്ഥ ഉണ്ടാക്കണം."

"രണ്ടാളും കഥേം പറഞ്ഞ് ഇതിനകത്തു കൂടിക്കോ. ഇപ്പൊരേന്റെ ഹാലെന്താന്ന് നിങ്ങള് അന്വേഷിക്കുന്നുണ്ടോ?'' എന്നു ചോദിച്ചു കൊണ്ടാണ് ഹാജിയാർ എത്തിയത്.

"പിന്നെ ഇങ്ങളാ ഇവിടുത്തെ കാര്യങ്ങള് നോക്കണത്?"

"അല്ലാതെ എല്ലുപൊട്ടി മൂലക്കായ നീയാ?"

"എന്നെ മൂലയ്ക്കാക്കാൻ ഇങ്ങള് നോക്കണ്ട. കൊക്കില് ജീവനുള്ളിടത്തോളം കാലം ഇപ്പൊര ഞാൻതന്നെ കൊണ്ടുനടക്കും."

"അയിന് നീ കട്ടുമ്മന്ന് എണീച്ചിട്ടുവേണ്ടേ?"

"പടച്ചോൻ സഹായിച്ച് എനിക്കിപ്പം പിടിച്ചു നടക്കാം. രണ്ടായ്ച കയിഞ്ഞാ പ്ലാസ്റ്ററൂരും. അതു കയിഞ്ഞാ വടി കുത്തി നടക്കാന്ന് ഡോക്ടറ് പറഞ്ഞിട്ടുണ്ട്. രണ്ടുമാസം കയിഞ്ഞാ നൂറും മണ്ടിപ്പാഞ്ഞു നടക്കും."

"അതുവരെ എന്റെ കാര്യോ?"

"ഇങ്ങളെ എന്തു കാര്യത്തിനാ ഇപ്പ് മുട്ട്?

"എന്റെ കാര്യം പോട്ടെ. ഇവിടെ ഇപ്പം പണിക്കാരെ ഭരണല്ലേ? പൊര

യാകെ പൊടിയും മാറാലേം പിടിച്ച് നാറി. തിന്നാനാണെങ്കിൽ നേരത്തിനും ചൊവ്വിനും മേശമ്മേലെത്തുന്നില്ല. കിട്ടണതോ വായില് വെക്കാനും പറ്റുന്നില്ല."

"അയിനിപ്പം ഇങ്ങളെന്താ പരിഹാരം കണ്ടുപിടിച്ചത്."

"നിങ്ങള് രണ്ടാളും എടഞ്ഞ് പെടഞ്ഞ് എടങ്ങാറുണ്ടാക്കണ്ട. ഞാൻ മലപ്പുറത്ത് ഒരു പെണ്ണിനെ നിക്കാഹ് ചെയ്തു. തറവാട്ടുകാരാ. മാപ്പള മരിച്ചോളാ അതോണ്ട് പടച്ചോന്റെ പക്കന്ന് കൊണമുണ്ടാകും. ഓക്ക് രണ്ട് മക്കളുണ്ട്. ഓല് ഓലെ പെരേല് നിന്നോളും. നിങ്ങള് രണ്ടാളേം ഓള് നോക്കിക്കൊള്ളും."

"നായ വാലു പൊന്തിക്കണത് എന്തിനാന്ന് എല്ലാരിക്കും അറിയാലോ. ഇങ്ങക്ക് ഉളുപ്പുണ്ടോ? എന്റെ കാര്യം പോട്ടെ. വയസ്സായി. ഈ പാവം പിടിച്ച കന്യാക്കാരത്തിക്കുട്ടിയെ ഈ നരകത്തിലിട്ട് തീ തീറ്റിക്കാനായിട്ട് എന്തിനാ കൊണ്ടോന്നത്..... പടച്ചോനെ നീ ഇതൊന്നും കാണുന്നില്ലേ."

ഐഷാത്തയുടെ സംസാരം കരച്ചിലായി. നൂറു കരയാൻപോലും വയ്യാതെ അന്തിച്ചു കിടന്നു.

"വെറുതെ നാവിട്ടടിക്കണ്ട. രണ്ടെണ്ണത്തിനും കൊറച്ചു കൂടുന്നുണ്ട്. എന്നെ ധിക്കരിച്ച് ഹജ്ജിനു പുറപ്പെട്ടപ്പളേ ഒരു പാഠം പഠിപ്പിക്കണോന്നു നിരീച്ചതാ. നിന്റെ എല്ലാ പൂതിയും തീർത്തുതന്നില്ലേ. ഇനി അടങ്ങി ഒതുങ്ങി ഇവിടെ കെടന്നോണം."

അയാൾ ചവിട്ടിക്കുതിച്ച് മുറിവിട്ടു.

ഇരുപത്

"**എ**ന്തൊക്കെയാ റബ്ബേ ഇതിനകത്ത് നടക്കണത്? ബീവിമാര് നാലീസം വയ്യാണ്ടെ കെടക്കുമ്പളത്തിനു മൂപ്പര് മൂന്നാമതും കെട്ടി. ഇവരിക്കൊക്കെ പെണ്ണുകൊടുക്കാനും ആളുണ്ടല്ലോ."

അടുക്കളയിൽ പൊടിപ്പത്തിരി പരത്തിക്കൊണ്ടിരുന്ന റുക്കിയ അരിശത്തോടെ പറഞ്ഞു.

"മാലും മൊതലുമുണ്ടെങ്കിൽ തൊണ്ണൂറാം വയസ്സിലും പെണ്ണുകിട്ടും പെമ്പറന്നോളേ."

നബീസ.

"എന്നാലും ഇങ്ങനണ്ടോ ഒരുചേല്. ബലിയ ബീവിന്റെ കാര്യം പോട്ടെ. ആ ചെറിയ മൂപ്പത്തിന്റെ കാര്യം ഒന്നാലോയിച്ച് നോക്ക്. ഇനി ബരണ സാധനം ഏതു ജനുസ്സാണേക്കും?"

"ഏതു ജനുസ്സെങ്കിലും ആയിക്കൂടട്ടെ. അയിനേംകൂടി ഒപ്പിച്ചാലേ ഞമ്മക്ക് മേലാക്കം നിക്കക്കള്ളിയുള്ളൂ."

നബീസ.

"ഇനക്ക് മടുത്ത്ട്ടോ. ഇന്നോണ്ട് ഇതൊന്നും കാണാൻ കയ്യൂലാ. മറ്റൊരുത്തീനെ കെട്ടീന്ന് അറിഞ്ഞപ്പം ഇന്റെ കെട്ട്യോനെ വേണ്ടാന്നു വെച്ചിട്ട് എറങ്ങിപ്പോന്നാളാ ഞാൻ. മൊതലാളിച്ചിമാരാകുമ്പം അതിനു കയ്യൂലാലോ. ഓലിക്ക് ഓലെ മാനം കാക്കണ്ടേ?"

"നബീസ്ത്താ ബേം ബരീം. ഐഷാത്താക്ക് ബയ്യ." ഓടിക്കിതച്ചെത്തിയ സൂറ പറഞ്ഞു.

"ഇന്റെ റബ്ബേ.."

നബീസയും റുക്കിയയും ഒന്നിച്ചാണ് പറഞ്ഞത്. അവർ രണ്ടുപേരും അകത്തേക്കോടി. ഐഷാത്ത ശ്വാസം കിട്ടാതെ പിടയ്ക്കുന്നു. കിതയ്ക്കുന്നു. നൂറു കരഞ്ഞുകൊണ്ട് അവരുടെ പുറം തടവുന്നു.

"കാലു വയ്യാത്ത ഇങ്ങളെന്തിനാ എണീറ്റത്?"

നബീസ വെപ്രാളത്തോടെ പറഞ്ഞു.

"ഐഷാത്തയുടെ പെടച്ചില് കണ്ടപ്പോ വയ്യായ്ക മറന്നു."

നൂറു തേങ്ങി.

"എന്തെപ്പണ്ടായത്..?" റുക്കിയ.

"സൂറാ ആ ഗുളികപ്പെട്ടി എടുത്താ."

നൂറു പറഞ്ഞു.

"ലേശം വെള്ളം കൊടുക്കൂ സൂറാ."

നബീസ പറഞ്ഞപ്പോൾ റുക്കിയ മേശപ്പുറത്തെ ഫ്ളാസ്കിൽനിന്നും വെള്ളം ഗ്ലാസിലേക്കൊഴിച്ചു. നബീസ നൂറു കൊടുത്ത ഗുളിക ഐഷാത്തയുടെ വായിലിട്ടു കൊടുത്തു. കുറച്ചു വെള്ളവും കുടിപ്പിച്ചു. അല്പം കഴിഞ്ഞപ്പോൾ അവരുടെ പരവേശം ഒട്ടൊന്നടങ്ങി.

"ബീരാനിക്കാനെ വിളി സൂറാ. ആസ്പത്രീലൊന്നു കൊണ്ടാവാൻ പറയാം.

നൂറു പറഞ്ഞു.

"ഒന്നും മേണ്ട."

ഐഷാത്ത പണിപ്പെട്ടാണു പറഞ്ഞത്.

ഗുളിക കഴിച്ച് കുറച്ചുകഴിഞ്ഞപ്പോൾ അവരുടെ വലിവ് കുറഞ്ഞു. നബീസയും റുക്കിയയും താങ്ങിപ്പിടിച്ച് അവരെ കിടത്തി. നൂറു പതുക്കെ തന്റെ കട്ടിലിലേക്കു നീങ്ങി.

"നൂറു നീയ്യ് ഇന്റെ തടിനോക്കാണ്ട് ഓരോന്ന് കാട്ടേണ്ട. പെട്ടെന്നെണീറ്റപ്പം വീണീർന്നെങ്കിലോ."

"നേരാട്ടോ നല്ലോണം സൂച്ചിക്കണം."

നബീസയും താങ്ങി. സൂറയുടെ കൈപിടിച്ച് നൂറു തന്റെ കട്ടിലിലെത്തി. ബഹളം കേട്ടാകണം ബീരാനിക്ക എത്തിനോക്കി.

"എന്തേയ്?"

ബീരാൻ.

"എന്താന്ന് നിശ്ചല്ല. മൂപ്പത്തിക്കൊരു തളർച്ച. ഇങ്ങള് മൂപ്പരോടൊന്ന് ബിവരം പറഞ്ഞാളാ."

"മൂപ്പര് പോയല്ലോ."

"കൊടിയ പഹയാ. പിയ്യാപ്ല ചമഞ്ഞൊരുങ്ങിപ്പോയി അല്ലേ. ഈനുള്ള കൂലി പടച്ചോൻ തരാണ്ടിരിക്കൂലാ."

ഐഷാത്ത വീണ്ടും കിതച്ചു.

"ഇങ്ങള് കൽബ് ബേജാറാക്കി സൂക്കേട് ഏറ്റണ്ട."

നബീസ ഐഷാത്തയുടെ നെറ്റി തലോടി.

"ഐഷാത്തക്ക് കുടിക്കാനെന്തെങ്കിലും കൊടുക്ക്"

നൂറു പറഞ്ഞപ്പോൾ റുക്കിയ അടുക്കളയിലേക്കു നടന്നു.

"നീയെന്താ പന്തം കണ്ട പെരുച്ചായീനെപ്പോലെ അന്തിച്ചുനിക്കണത്. ഉമ്മറത്ത് കാവലിനു ഗൂർഖ വന്നോന്ന് നോക്ക്. കള്ളന്മാരെക്കൊണ്ട് ദുനിയാവ് നെറഞ്ഞിക്കെന്നാ പേപ്പറില് കണ്ടത്."

വാതില്ക്കൽ പകച്ചു നില്ക്കുന്ന ബീരാനോടായി ഐഷാത്ത പറഞ്ഞു.

"അന്റെ ഒടുക്കത്തെ മണ്ടല്. ബീണ് കൈയും കാലും പൊട്ടിക്കണ്ട പഹയാ."

തിടുക്കത്തിൽ പുറത്തേക്കിറങ്ങിയ ബീരാനിക്കയെ ഐഷാത്ത വിരട്ടി. ഐഷാത്ത പെട്ടെന്നു സമനില വീണ്ടെടുത്തതുകണ്ട് നൂറുവിന് ആശ്വാസമായി.

"കുടിക്കാനെന്തേക്കും മേണ്ട്യേത്?"

സൂറ ചോദിച്ചു.

"ലേശം കഞ്ഞിവെള്ളം താ. ചൂടോടെ. തൊണ്ട വരളുന്നു." ഐഷാത്ത പറഞ്ഞപ്പോൾ സൂറയും മുറിവിട്ടു.

"മൂപ്പത്തിക്ക് ലേശം കഞ്ഞിവെള്ളം മേണോലെ." അടുക്കളയിലെത്തിയ സൂറ പറഞ്ഞു.

റുക്കിയ അടുപ്പിലെ കലത്തിൽനിന്നും കഞ്ഞിവെള്ളം സ്റ്റീൽ പാത്രത്തിലൊഴിച്ച് ചൂടാറ്റി ഉപ്പിട്ട് ഗ്ലാസിലൊഴിച്ച് സൂറയുടെ കൈയിൽ കൊടുത്തു.

"മൂപ്പര് വയക്കു പറഞ്ഞപ്പളാ ഐഷാത്തക്ക് ശ്വാസം മുട്ടുവന്നത്. കണ്ടിട്ട് ഞാൻ പേടിച്ചുപോയി. കണ്ണെല്ലാം മോലോട്ടായിപ്പോയിട്ടോ."

"നീ കിന്നാരത്തിനു നിക്കാണ്ട് ഇതാട്ട് കൊണ്ടക്കൊടുക്ക്." റുക്കിയ.

"കഞ്ഞി ഒന്നും ആയിക്കില്ലേ?"

പെട്ടിപ്പുറത്തിരുന്നുകൊണ്ട് ബീരാനിക്ക ചോദിച്ചു.

"ഒക്കെ ആയിക്ക്ണ്. പത്തിരി ചുട്ടാമതി."

"എന്നാ ഞമ്മക്കിന്ന് നേരത്തേ തന്നേക്ക്."

"ഇന്നെന്താ പുതിയൊരു ചേല്."

"മൂപ്പര് തിന്നിട്ടല്ലേ ഇങ്ങള് എപ്പളും തിന്നല്."

"അയിന് മൂപ്പര് ഇന്ന് ഇബിടല്ലല്ലോ. ബീട്ടില് പോയില്ലേ. പട്ടുക്കുപ്പായോമിട്ട് അത്തറും പൂശി ശൊങ്കനായിട്ട്. മൊലാളിമാരായ ഇങ്ങനെ മാണം. കെട്ടണോന്നു തോന്നിയാ അപ്പം കെട്ടണം. ആരേം മുലാചിക്കരുത്."

"ബീരാനിക്കാ. ഇങ്ങള് ഇന്നെക്കൊണ്ട് പറയിക്കരുതട്ടോ. ബീടന്മാര് കെടപ്പിലായാ അപ്പം പോയി ബെറൊന്നിനെ കെട്ടുക്കൊണ്ടരണത് വലിയ മാനള്ള സംഗതിയല്ലേ? ആ പോക്ക് കണ്ടിട്ടുതന്നെയാ വലിയ ബീവി ആധികൊണ്ടു പെടഞ്ഞത്. ആ പെടച്ചില് ഇങ്ങള് കണ്ടതല്ലേ. ബലിയ മൊലാളിമാര്.. ഥൂ.."

റുക്കിയ പരത്തിക്കൊണ്ടിരുന്ന പത്തിരി പലകയിലിട്ട് പുറത്തു ചെന്നു കാർക്കിച്ചു തുപ്പി.

"ബെറുതെ ഹാലിളകണ്ട. ഇസ്ലാമീങ്ങക്ക് നാലുകെട്ടണ്ത് ഹലാലാ."

"എന്നിട്ട് ഇങ്ങളെന്തേ ബീടര് മരിച്ചപ്പം പിന്നേം കെട്ടാഞ്ഞത്."

"പൊരേം കുടിം ഇല്ലാത്ത എനക്കാരാ എബളെ പെണ്ണു തരണത്?"

"ഇങ്ങള് മുണ്ടാണ്ടിരുന്നോളീ. ഇത് പണത്തിന്റെ തിമിർപ്പാ. തടിമ്മല് ചോര കുത്തുമ്പം ഓരോന്നു തോന്നും."

"നാലു കെട്ടണതില് തെറ്റില്ലാന്നാ ഖ്യാള്യാരും പറഞ്ഞത്."

"ഓലതു പറയും. മൂപ്പരിക്കുണ്ടല്ലോ രണ്ടാള്. പിന്നെ പൈശ നല്ലോണം കിട്ടുമല്ലോ."

"ഇഞ്ഞി ബേണ്ടാത്തതൊന്നും പറേണ്ട."

"എന്താ പറഞ്ഞാൽ. ഇനിക്കാരേം പേടീല്ല. ഇബടില്ലെങ്കില് മറ്റൊരടുക്കളേല് ഇനിക്കെടം കിട്ടും. മൂന്നു പെണ്ണുങ്ങളെ കണ്ണീരു കാണാനുള്ള കെല്പ് ഇന്റെ ഖൽബിനില്ല."

"ഓലെ, മേണ്ടുമ്പോലെ അന്നശിക്കണുണ്ടല്ലോ."

"മനസ്സ് കരയിച്ചിട്ട് കൊറെ പൊന്നും പണോം കൊടുക്കലാണോ അന്നശിക്കല്. ഇബിടത്തെ വലിയ മൂപ്പത്തീന്റെ കണ്ണീര് ഇങ്ങള് കൊറെ കണ്ടതല്ലേ? ചെറിയ ബീവിന്റെ കരളുരുക്കവും ഞമ്മള് കണ്ട്. എനി ഒന്നിനേം കൂടി കൊണ്ടോന്നിട്ട് അയിന്റെ ബേജാറും ഞമ്മള് കാണണ്ടേ?"

"ഇത് കൊറച്ച് ഓജാറുള്ള ജ്യാത്യാന്നാ തോന്നണത്?"

"ഇങ്ങള് കണ്ടീനോ?"

"ഞമ്മള് കാണണ്ട. ബാസു പറഞ്ഞതാ. ഓനറിയാത്ത രഹസ്യണ്ടോ മൂപ്പർക്ക്. ഇന്നലെ നിക്കാഹ്. പള്ളിക്കന്ന്. ഇന്നലെ മൂപ്പരാടെ കൂടി. കൂപ്പില് പോണൂന്നാ പോകുമ്പം പറഞ്ഞത്....."

"ആരേക്കും ഇപ്പം ഈ കെട്ടിന്റെ ദല്ലാള്?"

"ദല്ലാളന്മാർക്ക് ഇപ്പണ്ടോ പഞ്ഞം? ഇതിനു പക്കെങ്കില് ദല്ലാളൊ

ന്നുമില്ലാന്നാ ബാസു പറഞ്ഞത്. ഈ മൂപ്പത്തീന്റെ മാപ്പള മരിച്ചിട്ട് കൊല്ലം അഞ്ചാറായി. രണ്ടു മക്കളുണ്ട്. ഓലെ പോറ്റെണ്ടേ? നെലമ്പൂരുള്ള ഞമ്മളെ മരക്കമ്പനീല് പണിയാ."

"എന്തു പണി?"

"ഇഞ്ഞി അധികം ചിക്കിപ്പരത്തണ്ട. ആടെ എല്ലാ പണിക്കും കൂടിട്ട് നിക്കണെതാ. അത്യാവശ്യം പടിപ്പുണ്ട്. അതോണ്ട് ആപ്പീസിലായിരിക്കും. ഇപ്പം കൊറച്ചുകാലായിട്ടേയുള്ളൂ കേറീട്ട്. നല്ല കുടുംബത്തിലുള്ളതാ. നിവൃത്തികേടുകൊണ്ടാ പണിക്കെറങ്ങിയത് എന്നാ ബാസു പറഞ്ഞത്."

നല്ല കുടുംബത്തിപ്പെറന്നോല് മരപ്പാണ്ട്യേലേല് പണിക്ക് വരുല്ലേ? ഇനിക്ക് കേക്കണ്ട ഇങ്ങളെ ബടായി. അയിന്റെ മക്കളേം ഇങ്ങട്ട് കൊണ്ടരുമോ?"

"ഏയ് ഓലെ ഏതോ സ്കൂളില് ചേർത്തോലെ. പൈശ മൂപ്പര് കൊടുത്തോളൂന്ന്."

"പെണ്ണ് പൂങ്കൊമ്പിലാണല്ലോ പിടിച്ചത്."

"ഇങ്ങള് പെണ്ണുങ്ങമ്മാര് പൂങ്കൊമ്പല്ലാണ്ട് പിടിക്കോ?"

"ബീരാനിക്കാ ഇങ്ങളെന്നെ ഈറ പുടിപ്പിക്കണ്ട. കൊഞ്ചിക്കൊയഞ്ഞ് ആണുങ്ങളെ മയക്കണ പെണ്ണുങ്ങളേം പെണ്ണുങ്ങളെ പിന്നാലെ മണത്തുനടക്കണ ആണുങ്ങളേം ഇനിക്ക് കണ്ണെടുത്താ കണ്ടുകൂടാ. ആണൊരുത്തനില്ലാണ്ടെ പെണ്ണിനെന്താ ജീവിച്ചൂടെ? ഇന്നെ നോക്കി. മാപ്പള രണ്ടാമത് കെട്ടീന്നു കേട്ടപ്പം ഇരുപത്തിനാലാമത്തെ വയസ്സില് അക്കുടിവിട്ട് എറങ്ങീതാ ഞാൻ. കൊല്ലം പത്തിരുപതായി. ഒരാളേം എടങ്ങാറാക്കാണ്ടെ ഞാൻ കയിഞ്ഞുകൂടണില്ലേ? അയിനു കരളൊറപ്പു മേണം." റുക്കിയ.

"ഇസ്ലാമില് ഒന്നിലധികം പെണ്ണുകെട്ടണത് ഹറാമല്ല പഹയാ."

"പെണ്ണുങ്ങളെ കണ്ണീരു കുടിപ്പിക്കണെത് ഹലാലായ കാര്യം?"

"അതിപ്പം.."

"ഒന്നിലധികം പെണ്ണിനെ ഒരുപോലെ അന്നശിക്കണം. തടികൊണ്ടും മുതലോണ്ടും ഖൽബുകൊണ്ടും. എന്തിനാ *ഖുർആനിൽ* അങ്ങനെ പറഞ്ഞത്?"

"ഇനിക്കു പുടീല്ല."

ഇങ്ങള് ആണുങ്ങമ്മാതിരിക്ക് ഇങ്ങക്കാവശ്യമുള്ളതേ പുടീണ്ടാകൂ. താരം കൊണ്ട് നാലാളേം അഞ്ചാളേം സന്തോഷിപ്പിക്കാം. താരംന്നു പറഞ്ഞാ എന്താ? സ്വത്തും പണോം തന്നെ. അതില് ചെല പെണ്ണുങ്ങള് മയങ്ങിപ്പോകും. പക്കേങ്കി ഒന്നിലധികം പെണ്ണുങ്ങമ്മാരെ ഖൽബുകൊണ്ട് ഒരുപോലെ കാണാനും സന്തോഷിപ്പിക്കാനും ഏതെങ്കിലും ആണൊരുത്തനു കൈയോ? ആണുങ്ങക്ക് കയിഞ്ഞാലും പെണ്ണുങ്ങക്കയിനു കൈയുലാന്ന് ഒറപ്പാ."

"ഇന്നോട് തർക്കിച്ച് ജയിക്കാൻ ഞാനില്ല. ഇത്തരം ബലിയ കാര്യങ്ങളൊന്നും ആലോയിച്ച് ഞാനും ഈയും തല പുണ്ണാക്കണ്ട. പൈശാക്കാരിക്ക് എന്തുമാകാം."

"എന്ന് ഏത് കിതാബിലാ പറഞ്ഞത്. ഉള്ളോനും ഇല്ലാത്തോനും പോകുമ്പം മൂന്നുകണ്ടം തുണിയല്ലേ കൊണ്ടോവൂ. പൈസ ഉള്ളോരിക്ക് ഖബറില് പൊങ്കട്ടില്ലൊന്നുമില്ലാലോ. എല്ലാരും കെടക്കണത് മണ്ണില് തന്നെ. പണക്കാരായതുകൊണ്ട് നാളെ മഹശറയിൽ ഇളവൊന്നുമില്ല. കൈക്കൂലി കൊടുത്ത് സ്വർഗ്ഗത്തില് കേറാന്ന് ഒരു വമ്പനും ആശിക്കണ്ട. പെണ്ണുങ്ങളോട് അന്യായം കാണിച്ചാ ഞമ്മള് നാവ് അടങ്ങൂലാ."

"നീ ന്യായം പറച്ചില് നിർത്തീട്ട് തിന്നാൻ താ. പള്ള കാളുന്നു."

"ഇങ്ങളിരുന്നോളീ. നബീസ്ത്താത്താനെ കാണുന്നില്ലാലോ. എന്തേക്കും ആടത്തെ ഹാല്? ഞാനൊന്നുപോയി നോക്കട്ടെ..."

പത്തിരിയും ഇറച്ചിക്കൂട്ടാനും പിഞ്ഞാണം തുളുമ്പെ പൊടിയരിക്കഞ്ഞിയും ബീരാനിക്കയുടെ മുന്നിൽ വെച്ചിട്ട് റുക്കിയ പറഞ്ഞു.

"ചെന്നു നോക്ക്. ഇവിടുത്തെ ബീവിമാരെപ്പറ്റി ആലോയിക്കുമ്പോൾ ഇന്നെപ്പോലെത്തന്നെ എനക്കുംണ്ട് ബേജാറ്. പക്ഷേങ്കി ഞാനും നീയും വിചാരിച്ചാ എന്ത് ചെയ്യാൻ പറ്റും? എല്ലാം അള്ളാന്റെ കല്പനയാന്ന് കരുതി സമാധാനിക്കാം."

അപ്പോഴേക്കും കഞ്ഞികൊണ്ടുപോയ ഗ്ലാസുമായി കലപിലകൂട്ടിക്കൊണ്ട് സൂറയെത്തി.

"ഏടെ നബീസ്ത്താ?"

"ആടെയിരുന്ന് ബല്യമൂപ്പത്തീന്റെ ഹജ്ജുകഥ കേക്കണ്. ശ്വാസം മുട്ട് അടങ്ങിയതും മൂപ്പത്തി കഥപറച്ചില് തൊടങ്ങി. ഇന്റള്ളോ കേട്ടു കേട്ട് ഇനിക്കും മതിയായി. നൂറുത്ത പാവം മയങ്ങിപ്പോയി."

"മിണ്ടാണ്ടിരിക്ക് ബലാലെ. നിസ്കാരോം നെലേം ഇല്ലാത്ത ഇനിക്കുണ്ടോ അതു പറഞ്ഞാ മനസ്സിലാവണു. നബിതങ്ങളെ റൗള കാണാന്നുവച്ചാ ചില്ലറ കാര്യാ? സ്വത്തും മൊതലും മാത്രണ്ടായിട്ട് കാര്യല്ല. ബിളിയാളം ബരണം. ബിളിയാളം. മൂപ്പത്തിക്കെന്നെ ഒരീച്ചപ്പാക്യള്ളോതോണ്ടാ അയിനു സാധിച്ചത്. പെട്ടെന്നല്ലേ എല്ലാം നടന്നത്. അള്ളാന്റെ കുദ്റത്തെന്നെ ഞാൻ പറയൂ. ഇന്നത്തെ ചേലിക്കാണെങ്കി മൂപ്പത്തി മക്കം കാണലുണ്ടാവൂലാ."

"അതെന്തേയ്?" സൂറ.

"അനക്ക് പുതിയൊരു മൊലാളിച്ചീം കൂടി ബരാൻ പോണ്."

"നബീസ്ത്താത്താനെ കണ്ടപ്പം ഐഷാത്തേം ഇതന്നെ പറയണത് കേട്ട് മൊലാളി ചവിട്ടിക്കുതിച്ച് എറങ്ങിപ്പോണത് കണ്ടാ ഞാൻ മുറിയിലെത്തിയത്. ഐഷാത്ത അട്ടംമുട്ടെ നെലോളിതന്നെ..."

"നെലോളിക്കാനല്ലാതെ മൂപ്പത്തിക്കെന്തിനാ കൈയും?"

“കൊറച്ചു നേരത്തെ മരണവെപ്രാളം കാണിച്ച് ശ്വാസം മുട്ടി ആകെ തളർന്ന ഐഷാത്ത ഇപ്പം നബീസ്ത്താനോട് വാതോരാതെ ബർത്താനം പറയുന്നത് കണ്ട് ഞാൻ അന്തം വിട്ടുപോയിട്ടാ.”

“അയിനെന്താ ലവല് തെറ്റിപ്പോയിക്ക് മക്കളേ. ഹജ്ജിനുപോയി വന്ന തോടെ മൂപ്പത്തിക്ക് അക്കഥ പറയാനല്ലാതെ മറ്റൊന്നിനും നേരമില്ല. പണ്ട ത്തോലെ പൊരക്കാര്യത്തിലൊന്നും തീരെ താല്പര്യമില്ലാട്ടോ. ഇപ്പം കഥ കേക്കാൻ അടുത്തുതന്നെ ആളേം കിട്ടിക്കല്ലോ. റുക്കിയ.

“മൂന്നാമത്തെ കെട്ടിനുള്ള ഏതു ഇതാന്നു മൂപ്പര് പറയുന്നത്. രണ്ടാളും രണ്ടു കട്ടുമ്മല്. നോക്കാനും പറയാനും ആളില്ലാതെ പൊര അയ്യാറാകുന്നു. പൊര നോക്കാനായിട്ടാ മറ്റൊന്നുംകൂടി കെട്ടീതെന്നാ ന്യായം.”

ബീരാൻ.

“അയിനു പണിക്കാർത്ത്യേളെ ബെച്ചാപ്പോരേ? ഒരാക്ക് സൂക്കേടാവു മ്പോളത്തിന് ഓലെ അങ്ങ് മാണ്ടാന്നു വെക്കലാ?”

സൂറ അരിശപ്പെട്ടു.

“പെണ്ണേ മേണ്ടാത്ത ചോദ്യങ്ങളൊന്നും ചോയിക്കണ്ട.” റുക്കിയ

“അപ്പം നീയോ റുക്കിയാ?”

ബീരാനിക്ക തിന്നുന്നതിനിടയിൽ ചോദിച്ചു.

“എന്നെപ്പോലാണോ ഈ നലുന്ത് പെണ്ണ്? ഓക്കൊരു പിയ്യാപ്ലനെ കിട്ടണ്ടേ! അയിനു കായ് മേണ്ടേ? വലിയ ബീവി വിചാരിച്ചാ നടക്കും. യത്തീംകുട്ടീനെ കെട്ടിച്ച് കൊടുക്കാമെന്ന് ഹജ്ജിനു പോകുമ്പോൾ നേർന്നിരുന്നു. ഇബളെ കാര്യം ഞാൻ ഓർമ്മിപ്പിക്കും ചെയ്തതാ. ആ യിക്കോട്ടെ എന്നു പറഞ്ഞതാ. മടങ്ങി ബന്നപ്പളത്തിനു കട്ടുമ്മക്കേറീല്ലേ? ഇനിയിപ്പം ഈ പുതിയ പുകിലിന്റെ ഏടേല് ഇക്കാര്യം പറേണതെ ങനെ?”

“എന്താ പുതിയ പുകില്?” സൂറ.

“സൂറാ നീയ്യിബിടെ കിന്നാരം പറഞ്ഞിരിക്ക്യാ. മൂപ്പത്തിക്ക് തിന്നാൻ കൊണ്ടക്കൊടുക്ക്.” വിഷണ്ണയായി തിരിച്ചെത്തിയ നബീസ പറഞ്ഞ പ്പോൾ സംസാരം നിലച്ചു.

ഇരുപത്തിയൊന്ന്

“എറങ്ങിക്കോ..”

ഹാജി തട്ടിവിളിച്ചപ്പോൾ റംലത്ത് ആലസ്യത്തോടെ കണ്ണുമിഴിച്ചു. കാറിന്റെ പതുപതുത്ത സീറ്റും ഏ സിയുടെ തണുപ്പും അവളെ ഉറക്ക ത്തിലേക്കു തള്ളിവിടുകയായിരുന്നു

"പൊര എത്തി."

വാതില് തുറന്നുപിടിച്ച് നില്ക്കുന്ന വാസുവിനെക്കണ്ട് റംലത്ത് പകച്ചുപോയി.

"മൂപ്പരേടെ?"

അവൾ വിറയലോടെ ചോദിച്ചു.

"ആത്തേക്കുപോയി."

"ഞാനിപ്പം എങ്ങോട്ടാ പോണ്ടത്?"

"നേരെ കേറിക്കോളീ. ബീരാനിക്ക ഇപ്പ വരും."

വലതുകാൽ വെച്ച് പടി കയറി. ഉമ്മറക്കോലായിൽ കണ്ട വാതിലുകളിലേക്ക് പകപ്പോടെ നോക്കിനിന്നു റംലത്ത്. ഏതിലേ പോയാ ഈ കോട്ടയുടെ ഉള്ളിലെത്തും? ഇപ്രീത്ത് ജിന്നിന്റെ കോട്ടപോലുണ്ട്. കാറില് ഇത്രേം സുഖാണെങ്കില് വീട്ടിനകത്തെ സ്ഥിതി എന്തായിരിക്കും? ഇതുപോലൊരു കാറിൽ മുമ്പ് കയറിയിട്ടില്ല. ആകെ രണ്ടോ മൂന്നോ തവണയേ കാറിൽ കയറിയിട്ടുള്ളൂ. ആദ്യത്തെ കല്യാണം കഴിഞ്ഞപ്പോൾ പുതുക്കം പോയത് കുടുകുടു കുലുങ്ങുന്ന ടാക്സി ജീപ്പിലായിരുന്നു. അകത്തും പുറത്തും ആള്. കഷ്ടപ്പെട്ടാണ് ശ്വാസം കഴിച്ചത്. അതിൽനിന്നിറങ്ങിയപ്പോൾ എന്തെന്നില്ലാത്ത ആശ്വാസമായിരുന്നു. അടുത്ത വീട്ടിലെ റസിയയ്ക്ക് പ്രസവവേദന കിട്ടിയപ്പോൾ ആശുപത്രിയിലേക്ക് അവളും പോയിരുന്നു. നാട്ടിൻപുറങ്ങളിൽ അങ്ങനെയാണ്. പ്രസവവേദന കിട്ടി ആശുപത്രിയിലേക്കു പോകുമ്പോൾ അവിടെയുള്ളവരെല്ലാം തിക്കിത്തിരക്കി വണ്ടിയിൽ കയറും. സാധാരണ ജീപ്പിലാണ് ആശുപത്രിയിൽ പോവുക. റസിയയുടെ പുതിയാപ്ല അറബിക്കെട്ടിലായതുകൊണ്ടാണ് കാറു പിടിച്ചത്. പിന്നാലെ ഒരുജീപ്പിലും ആളുണ്ടായിരുന്നു. നിറച്ചും. പ്രസവിച്ചു കിടക്കുമ്പോൾ എന്തങ്കിലുമൊക്കെ സഹായിച്ചുകൊടുക്കാമെന്നു പറഞ്ഞതുകൊണ്ടാണ് അവളെ കാറിൽ കയറ്റിയത്. ഭർത്താവു മരിച്ചതിനുശേഷം അങ്ങനെ അല്ലറ ചില്ലറ ജോലികൾ ചെയ്താണ് അവൾ മക്കളെ വളർത്തിയത്. ഹാജിയാരുടെ തടിമില്ലിൽ പണി കിട്ടിയിട്ട് ആറുമാസമായതേ ഉള്ളൂ. ആപ്പീസ് അടിച്ചുവാരലും വെപ്പുമൊക്കെയാണ് പണി. പുറത്തുപറയുന്നത് റൈട്ടർ പണിയാണെന്നാണ്. പത്തു പാസായതുകൊണ്ട് ആളുകള് വിശ്വസിച്ചോളും.

ബാപ്പയും ഉമ്മയും മരിച്ചുപോയി. ആങ്ങളമാര് എത്രകാലം അന്വേഷിക്കും? അവർക്ക് മനസ്സുണ്ടെങ്കിൽത്തന്നെ നാത്തൂന്മാര് പോരിനിറങ്ങിയാൽ അവരെന്തുചെയ്യും. രണ്ടാങ്ങളമാരുണ്ട്. ഇളയ ആള് മസ്കത്തിലാണ്. നല്ല സ്നേഹമുള്ള കുട്ടിയാ. പറഞ്ഞിട്ടെന്താ, പെണ്ണു പറയുന്നതിനപ്പുറമില്ല. അതാണെങ്കിൽ ഒരു മുതലാണ്. അവളുടെ ആങ്ങളെയാണ് അവനു വിസ അയച്ചുകൊടുത്തത്. അതിന്റെ ഹുങ്ക് നല്ലോണമുണ്ട്. അവളും അവനും ഇപ്പോൾ കുടുംബത്തിൽ വരാറേ ഇല്ല. മൂത്ത ഇക്ക

യാണ് എന്തിനും തുണ. കൃഷിപ്പണിയാണ്. അരയേക്കറ് സ്ഥലമുള്ളത് കൊത്തിക്കിളച്ചും വാഴയും ഇഞ്ചിയും നട്ടും ഒരുവിധം ഉന്തിത്തള്ളി മുന്നോട്ടുപോകുന്നു. അവരുടെ ഇല്ലായ്മകളും വല്ലായ്മകളും പങ്കുവെച്ച് അവരോടൊപ്പം കഴിയുന്നു.

"അകത്തേക്ക് പോന്നോളീ."

നടുവിലത്തെ വാതില്ക്കൽ നിന്ന് ലുങ്കിയും ബനിയനുമിട്ട നരച്ച താടിയും മുടിയുമുള്ള ഒരാൾ ക്ഷണിച്ചു.

"ഇബിടെ പെണ്ണുങ്ങളാരുമില്ലേ?"

"എല്ലാരുണ്ട്. ഓലൊന്നും പടാപ്പുറത്തെക്കിറങ്ങില്ല."

"അതെന്താ?"

"അതങ്ങനാ."

ഇരുനിറത്തിൽ നല്ല ഉയരവും പണി ചെയ്ത് ഉറച്ച ശരീരവുമുള്ള പുതിയ മുതലാളിച്ചിയെ ബീരാനിക്കയ്ക്ക് ഒട്ടും ഇഷ്ടപ്പെട്ടില്ല.

"ഈനെക്കാളും എത്തര നല്ലതാ ഇബിടത്തെ റുക്കിയ?" ബീരാനിക്ക മനസ്സിൽ പറഞ്ഞു.

"ഇങ്ങളെന്താ പറഞ്ഞത്?"

അതു മനസ്സിലാക്കിയിട്ടെന്നപോലെ റംലത്ത് ചോദിച്ചപ്പോൾ വെറുതെ തലയാട്ടി ബീരാനിക്ക തിരക്കിട്ട് അകത്തേക്കു നടന്നു.

അകത്തളത്തിലെ അലങ്കാരങ്ങൾ റംലത്തിനെ അമ്പരപ്പിച്ചു. ഇനിമേൽ ഇവിടെയാണല്ലോ വാസം എന്ന ചിന്ത അവളിൽ ഉന്മേഷം നിറച്ചു. മൂപ്പരെ സോപ്പിട്ട് വീട് തന്റെ പേരിലാക്കണം. അവൾ മനസ്സുകൊണ്ട് ഉറപ്പിക്കയും ചെയ്തു.

"ബീവിമാര് അകത്താള്ളത്."

മുകളിലേക്കു കോണി കയറാൻ തുടങ്ങുന്ന റംലത്തിനോടായി ബീരാനിക്ക പറഞ്ഞു.

"മൂപ്പരോ?"

"മോളില്."

"എന്നാ മോളിലേക്കു പോകാം. ഇന്റെ പെട്ടിയുണ്ട് കാറില്. അത് മോളിലെത്തിക്കണം."

"അപ്പം പെര കാണണ്ടേ?"

"കാണാലോ.." എന്ന പറഞ്ഞുകൊണ്ട് റംലത്ത് ചടപട കോണിക്കയറി. ആകെ ആവേശമായിരുന്നു. കോണിത്തളത്തിൽ വാതിലുകൾ രണ്ടുമൂന്നെണ്ണമുണ്ട്. ഏതിലാണാവോ മൂപ്പരുള്ളത്? റബ്ബേ.... ടി വി ഇനി സീരിയലുകളെല്ലാം കാണണം. പണിക്കാര് എമ്പാടുമുണ്ടെന്നല്ലേ പറഞ്ഞത്. അപ്പം പിന്നെ ടി വിയും കണ്ട് കൊശിപ്പൂണ്ടിരുന്നാ മതിയല്ലോ. രണ്ടു ബീവിമാരുണ്ടെന്നും അവർ രണ്ടുപേരും കിടപ്പിലാണെന്നും പറഞ്ഞിരുന്നു. അതുകൊണ്ട് വീട്ടുകാര്യങ്ങളൊന്നും നേരെയാവുന്നില്ല.

എല്ലാം നോക്കിയും കണ്ടും നടത്തണം. പഴയ ബീവിമാരെ മുഷിപ്പിക്കുകയും ചെയ്യരുത്. ഇത്രയുമൊക്കെയാണ് മൂപ്പരുടെ സംസാരത്തിൽനിന്നും പിടികിട്ടിയത്. ബീവിമാരുടെ ദുർമ്മുഖം കാണാനൊന്നും റംലത്തിനെ കിട്ടില്ല. എന്നാ വീട്ടുകാര്യം മണിമണിപോലെ ചെയ്യും. അങ്ങനെ വേണ്ടേ മൂപ്പരെ കുപ്പീലാക്കാൻ. അത്രവേഗം കുപ്പീലാവണ ജാതിയൊന്നുമല്ലെന്ന് രണ്ടു ദിവസംകൊണ്ട് മനസ്സിലായി. മിനിഞ്ഞാന്നായിരുന്നു നിക്കാഹ്. പള്ളിയിൽവെച്ച് ഇക്കാക്കയാണ് കൈകൊടുത്തത്. അന്ന് നെലമ്പൂരുള്ള മൂപ്പരുടെ ബംഗ്ലാവിൽ തങ്ങി. രാവിലെ മൂപ്പര് തിരിച്ചുപോയി. രാത്രി വീണ്ടും വരികയായിരുന്നു. അന്നവിടെ തങ്ങീട്ടാ ഇങ്ങോട്ടു പോന്നത്.

നിലമ്പൂരെ ബംഗ്ലാവുതന്നെ സാമാന്യം തരക്കേടില്ലാത്തതാണ്. അവിടെ കുറച്ചു കാലമായി അടിച്ചുവാരിത്തുടച്ച് വൃത്തിയാക്കുന്നത് അവളാണല്ലോ. മൂപ്പരും ചെല ചങ്ങാതിമാരും ഇടയ്ക്കിടെ വരും. അവർക്ക് ഭക്ഷണമുണ്ടാക്കി ചൂടു പോകാത്ത പാത്രങ്ങളിലാക്കി അടച്ചുവെച്ചിട്ട് വീട്ടിലേക്കു പോവുകയാണ് പതിവ്. മണ്ടിപ്പാഞ്ഞാലേ ഇരുട്ടുന്നതിനു മുമ്പ് വീട്ടിലെത്തുകയുള്ളൂ. താമസിച്ചാൽ നാത്തൂൻ മുഖം കറുപ്പിക്കും അതുകൊണ്ടുതന്നെ പണി കഴിയുന്നതും വീടെത്താനുള്ള മരണപ്പാച്ചിലാണ്.

ഒന്നോ രണ്ടോ തവണ ഹാജിയാരെ കണ്ടിട്ടുണ്ട്. ഇങ്ങനെ ഒരു യോഗമുണ്ടെന്ന് അപ്പോഴൊന്നും ഓർത്തതേയില്ല. ആദ്യത്തെ ഭർത്താവിനോടൊപ്പം അഞ്ചു കൊല്ലമേ ജീവിച്ചുള്ളൂ. അതിനിടയിൽ രണ്ടുമക്കളുമായി. ഒരു ചെറിയ പെട്ടിപ്പീടികയായിരുന്നു. സൂക്കേടുകാരനാണെന്ന് അന്നേ ചിലരൊക്കെ പറഞ്ഞിരുന്നു. സ്ത്രീധനം കുറച്ചുമതി എന്നു കേട്ടപ്പോൾ ഇക്ക കൂടുതലൊന്നും അന്വേഷിച്ചില്ല. എപ്പോഴും കുരച്ചും തുപ്പിയും നടക്കുന്ന ആ പാവത്തിനു റംലത്തിനെ ജീവനായിരുന്നു. അതുകൊണ്ടാണല്ലോ. സ്ത്രീധനമായി കിട്ടിയ ഇരുപതു സെന്റുപോലും വിറ്റ് അയാളെ ചികിത്സിച്ചത്. ഒരുപാട് സഹിച്ചു. നല്ലകാലം അങ്ങനെ പാഴായി. ഇപ്പോൾ വയസ്സ് മുപ്പതായി. ഇരുപത്തഞ്ചെന്നാ ഇക്ക മൂപ്പരോടു പറഞ്ഞത്. കണ്ടാലും അത്രയേ തോന്നൂ. അൻപതു വയസ്സായ കെളവന്മാർക്കും പതിനേഴു തികയാത്തതിനെത്തന്നെ വേണം. രണ്ടാമത്തെ ബീടരു നന്നേ ചെറുപ്പമാണെന്നാ കേട്ടത് അവരൊക്കെ ഏതു ജനുസ്സാണാവോ?

മൂപ്പര് നേരുള്ളോനാന്നാ ആപ്പീസിലെ കാര്യസ്ഥൻ ആലിക്കുട്ടിയാക്ക പറഞ്ഞത്. ആലിക്കുട്ടിയാക്കയാണ് ഈ ആലോചന കൊണ്ടുവന്നത്. ആലിക്കുട്ടിയാക്ക അടുത്ത ബന്ധുകൂടിയാണ്, ഇക്കയുടെ ചങ്ങാതിയും. ഇക്ക പെങ്ങളുടെ കാര്യം എപ്പോഴും അയാളോടു പറയും. മനസ്സലിഞ്ഞ ആലിക്കുട്ടിയാക്ക മുതലാളിയോടു പറഞ്ഞ് പണിക്കെടുപ്പിക്കുകയായിരുന്നു. അത് ജീവിതത്തിന്റെ വഴിത്തിരിവാണെന്ന് അന്നു കരുതിയില്ല. എല്ലാം ഉടയോന്റെ ഓരോ മറിമായങ്ങൾ. എന്റെ മക്കള്... ഓർത്തപ്പോൾ ഇടനെഞ്ചിലൊരു കൊളുത്തിപ്പിടി. മൂത്തവൻ യത്തീംഖാനയിലായിരുന്നു.

പെണ്ണിനെ ഇതുവരെ പിരിഞ്ഞുനിന്നിട്ടില്ല. പാവം, ഉമ്മയെ കാണാതെ കരയുന്നുണ്ടാകും. നിങ്ങക്കുവേണ്ടിയാ മക്കളേ ഉമ്മ ഇതിനു തുനിഞ്ഞത്. ഇനി നിങ്ങക്ക് അനാഥാലയത്തിൽ പോകേണ്ടിവരില്ല. നിങ്ങളെ ഒരു കരയ്ക്കാക്കണം. അതിനാണ് ഉമ്മ...

"ഇതാ പെട്ടീ."

ബീരാന്റെ ഒച്ച അവളെ വർത്തമാനത്തിലെത്തിച്ചു.

"ഏതാ ഞങ്ങടെ അറ?"

ബീരാനിക്ക ഒരു വാതിലിനു നേരെ വിരൽചൂണ്ടി. ഒന്നും മിണ്ടാതെ വന്നതുപോലെ ഒച്ച കേൾപ്പിക്കാതെ കോണി ഇറങ്ങി. ബീരാനിക്ക ചൂണ്ടിയ വാതില്ക്കലേക്ക് നടന്നു റംലത്ത്.

"വാതിലിന്റൊരു ചേലേയ്."

സ്വർണ്ണനിറമുള്ള വാതിൽപ്പടിയിൽ കൈവച്ചുകൊണ്ട് പറഞ്ഞു. വാതിൽ തുറന്നപ്പോൾ അതിനകത്ത് കുളിര്. കൈവിട്ടതും ടപ്പോന്ന് വാതിൽ താനേ അടഞ്ഞു. റബ്ബേ. കുടുങ്ങിയോ അവൾ പകച്ചു നിന്നു. ഇത് ടി വി സീരിയലിൽ കാണുന്ന മുറിപോലുണ്ടല്ലോ. അവൾ പട്ടുവിരിയിട്ട കട്ടിലിൽ ഇരിക്കണോ വേണ്ടയോ എന്നു സംശയിച്ചു നില്ക്കുമ്പോൾ മുറിക്കകത്തുള്ള മറ്റൊരു വാതിൽ തുറന്ന് ഹാജിയാർ പുറത്തേക്ക് വന്നു. അപ്പോൾ അവിടമാകെ അത്തറിന്റെ പൂമണം.

"ഞാനൊന്നു കുളിച്ചു നിനക്കു വേണോങ്കി ചെന്നു കുളിച്ചോ."

"ഞാൻ രാവിലെ കുളിച്ചതാ."

"എന്നാ മേലെങ്കിലും ഒന്നു കയ്കിക്കാളാ."

തലേദിവസം അവളുടെ അടുത്തു ചെന്നപ്പോഴുണ്ടായ വീർപ്പുനാറ്റം ഓർത്തുകൊണ്ട് ഹാജി പറഞ്ഞു.

"ഓ."

അവൾ അനുസരണയോടെ മൂളി.

"പൈപ്പ് തിരിക്കാനൊക്കേ അറിയ്യോ ഇനിക്ക്."

"നോക്കട്ടെ. കുളിമുറി ഏതാ?"

റംലത്ത് വിട്ടുകൊടുത്തില്ല.

ഹാജി ആദ്യം ഡ്രസിങ് റൂമിന്റെ വാതിൽ തുറന്നു. എന്നിട്ട് കുളിമുറി കാണിച്ചുകൊടുത്തു.

"ഇതേട്ന്നാ കുളിക്കേണ്ടത്." റംലത്ത് അന്തംവിട്ടു.

ഹാജി ചിരിയടക്കി. കുളിക്കാനുള്ള സ്ഥലവും പൈപ്പു തുറക്കുന്നതുമൊക്കെ കാണിച്ചുകൊടുത്തു.

ആ കണ്ണാടിക്കൂട്ടിനകത്തുനിന്നുവേണം കുളിക്കാൻ. അതിനു പുറത്ത് വെള്ളം നനയ്ക്കരുത് എന്നു പറഞ്ഞ് കുളിമുറിയുടെ വാതിലടച്ചു. പെട്ടെന്നയാൾക്ക് നൂറുവിനെ ഓർമ്മ വന്നു. അവളൊരു അന്തസ്സുള്ള കുട്ടിതന്നെർന്ന്. അവളോടു തോന്നിയ ആക്രാന്തമൊന്നും ഇപ്പെണ്ണിനോടു

തോന്നുന്നില്ല. അവൾക്കാണ് ആക്രാന്തം. ചെറുപ്പത്തിലേ മാപ്പിള മരിച്ച് ആശയും പൂതിയുമൊന്നും തീരാത്തതല്ലേ. പിന്നെ പണത്തിനോടുമുണ്ട് ആർത്തി. കാറിൽ കയറിയതുമുതൽ ആവശ്യങ്ങളുടെ നീണ്ട പട്ടികയാണ് നിരത്തിയത്. കൊഞ്ചിയും കുഴഞ്ഞും എല്ലാം വാങ്ങിപ്പിക്കുകയും ചെയ്തു. അവൾക്ക് തന്നെ ഇറങ്ങി വാങ്ങണമെന്നായിരുന്നു. അതിനു പക്ഷേ, സമ്മതിച്ചില്ല. കടയുടെ മുന്നിൽ കാറുനിർത്തി വാസുവിനെ അയച്ച് പറഞ്ഞതെല്ലാം വാങ്ങിപ്പിച്ചു. എന്നിട്ടും ഡിമാന്റു തീരുന്നില്ല. ഉറങ്ങിപ്പോയതുകൊണ്ട് സമാധാനം കിട്ടി. ചെയ്തത് മണ്ടത്തരമായിപ്പോയോ എന്നുള്ള സംശയത്തിലാണ് ഇപ്പോൾ. വൃത്തിയും വെടിപ്പും കുറവാണെന്നാ തോന്നുന്നത്. ഇന്നിവിടെ കിടക്കട്ടെ. പതുക്കെ നിലമ്പൂരിലെ ബംഗ്ലാവിലേക്കയക്കണം. നൂറുവിന്റെ കാലൊന്നു ശരിയാവട്ടെ.

മുറിക്കു പുറത്തിറങ്ങിയപ്പോൾ ബീരാൻ കാത്തുനില്ക്കുന്നു.

“ഉം... എന്താടാ?”

“ഒന്നു തായത്ത് ചെല്ലാൻ പറഞ്ഞു.”

“ആര്.”

“ബീവി,”

“ഉം.”

ഇരുത്തിമൂളിയിട്ട് താഴേക്കിറങ്ങി. എന്തൊക്കെ പുകിലാണാവോ ഐഷ ഉണ്ടാക്കാൻ പോകുന്നത്? നൂറുവിനോടു കളിച്ചതുപോലുള്ള അടവൊന്നും ഇവളുടെ അടുത്ത് ചെലവാകുമെന്ന് തോന്നുന്നില്ല. പൊല്ലാപ്പാകുമോ? മുറിയിൽ ചെന്നപ്പോൾ നൂറുവിന്റെ കട്ടിൽ ഒഴിഞ്ഞുകിടക്കുന്നു. കുളിമുറിയിൽ പോയതായിരിക്കും.

“എത്തിയോ മണിമാരൻ.”

ഐഷാത്ത പുച്ഛത്തോടെ ചോദിച്ചു.

“നീ വെറുതെ ബക്കാണത്തിനു വരണ്ട. നൂറു എടെ?”

“ഓ എന്തൊരു പിരിശം... ഇന്നലെ മൊതല് മൊബൈല് വിളിക്കണ്. ഓഫാക്കിയിരിക്കയല്ലേ., പുതിയോട്ടിയുമായി രസിക്കാൻ..”

“ചെലയ്ക്കാതെ കാര്യമെന്താന്നുവച്ചാ പറ..”

“എന്നാ കേട്ടോ നൂറു ആശുപത്രീലാ. എണീറ്റപ്പം കാല് നിലത്തൂന്നി വേദന കൂടി. ഇന്നലെ ആശുപത്രീ പോവാൻ പറഞ്ഞിട്ട് ഓള് കൂട്ടാക്കിയില്ല. ഇന്ന് രാവിലെ ഓളെ ആങ്ങളെനെ വിളിപ്പിച്ച് ആശുപത്രീലേക്കു പറഞ്ഞയച്ചു. രണ്ടു ദെവസം ആടെ കെടക്കണമെന്നാ ഡോക്ടർ പറഞ്ഞത്.”

“എന്നിട്ടെന്താ എന്നെ അറിയിക്കാഞ്ഞേ?”

“അറിയിച്ചാ പാഞ്ഞുവരുമായിരിക്കും.”

“നിന്നോട് തർക്കിച്ചിട്ട് കാര്യല്ല. വെറുതെ സമയം കെടുത്താൻ..”

“എന്നോട് തർക്കിക്കണ്ട. പുതിയോട്ടി വാതില്ക്കല്തന്നെ ഒളിച്ചു

നിക്കുന്നുണ്ട്. വേഗം ചെന്ന് അറ പൂകിക്കോ. ഉളുപ്പില്ലാത്ത ജാത്യാള്. ആ ബാല്യക്കാരത്തി ആടെ കെടന്ന് വേദനകൊണ്ട് പെടയുമ്പളാ മൂപ്പരെ അറയില്ക്കൂടല്. എന്റെ അറേല് ആ ബലാലിനെ കേറ്റിയാ ആ അറ ഞാൻ കത്തിക്കും. ഐശു പറഞ്ഞാ പറഞ്ഞപോലെ ചെയ്യുന്നോളാ... അറിയാലോ."

"എന്റെ റബ്ബേ.. ഞാൻ പിന്നെ."

വാതില്ക്കൽ ഒളിഞ്ഞുനിന്ന് സംസാരം കേൾക്കുകയായിരുന്ന റംല ത്തിന്റെ കരച്ചിൽ കാണാത്ത മട്ടിൽ ഹാജി മുറിവിട്ടു.

ഇരുപത്തിരണ്ട്

കാല് അനക്കാൻ വയ്യ. ശരീരമാകെ വേദന. ഹാജിയാർ പുതിയ ബോംബ് പൊട്ടിച്ചപ്പോൾ ഐഷാത്തയെപ്പോലെ പൊട്ടിത്തെറിച്ചില്ലെ ങ്കിലും ഉള്ളം നുറുങ്ങുന്ന വേദനയായിരുന്നു. വിധിയിൽ വിശ്വസിച്ചു കൊണ്ടു പുതിയൊരു ജീവിതം കരുപ്പിടിപ്പിക്കാനുള്ള ശ്രമത്തിലായിരു ന്നു. ഐഷാത്തയുടെ സ്നേഹം നേടാൻ സാധിച്ചതോടെ മനസ്സൊന്നു തണുത്തു. ഇനി ഇതുതന്നെ നൂറുവിന്റെ ലോകം എന്നങ്ങു തീരുമാനിച്ച പ്പോൾ ഉള്ളിലെ ഉരുക്കങ്ങൾക്ക് അയവു വന്നു. അതിനിടയിലാണ് ഇപ്പോൾ.. എനക്കോ വയസ്സായി. ആ കന്യക്കാരത്തിക്കുട്ടിയെപ്പറ്റി ഇങ്ങള് ആലോയിച്ചില്ലല്ലോ. ഐഷാത്തയുടെ കരളലിയിക്കുന്ന കരച്ചിൽ. ശ്വാസം കിട്ടാതെ വെപ്രാളപ്പെടുന്നതു കണ്ടപ്പോൾ പെട്ടെന്നെഴുന്നേറ്റു. കാലു നില ത്തുകുത്തിയതും കഠിനമായ വേദന. വകവെക്കാതെ ഒരുവിധം അവ രുടെ കട്ടിലിനരികിലെത്തി. ഇടുപ്പെല്ലിൽ കുത്തിത്തറയ്ക്കുന്ന വേദന. അറിയാതെ നിലവിളിച്ചുപോയി. ബഹളം കേട്ടാകണം സൂറ എത്തിയത് അതുകൊണ്ട് താഴെ വീണില്ല. കാലു കുത്തരുതെന്ന് ഡോക്ടർ പ്രത്യേകം പറഞ്ഞിരുന്നു. രാത്രി മുവുവൻ വേദന സഹിക്കാനാവാതെ എരിപൊരികൊണ്ടു. ഒരു പോള കണ്ണടച്ചതുമില്ല. പിറ്റേദിവസം രാവിലെ ഐഷാത്ത ഇക്കയെ വരുത്തി നിർബ്ബന്ധിച്ചു ഡോക്ടറുടെ അടുത്തു പറഞ്ഞയച്ചു. രണ്ടുദിവസം ആശുപത്രിയിൽ കിടക്കേണ്ടിവന്നു. ദൈവ കാരുണ്യം കൊണ്ട് കൂടുതലൊന്നും സംഭവിച്ചില്ല,. താഴെ മറിഞ്ഞുവീ ണിരുന്നെങ്കിൽ ആകെ കുഴപ്പമായേനെ.

"ഇതാട്ട് കുടിച്ചോളി."

നബീസ നാരങ്ങാനീരുമായി എത്തി.

"സൂറ എവിടെ?"

"ഓളെ ഇന്ന് പെണ്ണുകാണാൻ വരുന്ന്. പോകാനൊരുങ്ങുന്നു. ഇതെ ങ്കിലും ഒത്താമതിയേനും. ഇതിപ്പം അഞ്ചാമത്തേയാ."

"പെണ്ണല്ലല്ലോ പണമല്ലേ അവരിക്ക് വേണ്ടത്. " നൂറു പറഞ്ഞു.

"അമ്പതിനായിരം ഉറുപ്പികേം ഇരുപതു പവനുമാ ഇക്കൂട്ടർ ചോദിക്കുന്നത്. അത് അത്ര ജാസ്തിയൊന്നും അല്ലാട്ടോ. അങ്ങ് ചേലത്തുള്ളോരാ. തമിളരാണോലെ. അതോണ്ടാ തുക കുറഞ്ഞത്. ഇന്നാട്ടിലുള്ളോർക്ക് ലച്ചത്തിൽ കുറവില്ല. ജോലിം കൂലീം ഇല്ലാത്തോനും ചോയിക്കുന്നത് ലച്ചം."

"സൂറാനെ എന്തിനാ തമിഴ്നാട്ടിലേക്കയക്കുന്നത്? ഇവിടെത്തന്നെ ആരെയെങ്കിലും നോക്കിക്കൂടേ?" മുപ്പതും നാപ്പതും പവനൊക്കെ എങ്ങനെ കൊടുക്കൂന്നാ ഓളെ ഉമ്മ ചോയിക്കണത്. അത് ഈറ്റിനും മംഗലപ്പണിക്കും പോയി കിട്ട്യതോണ്ട് ഏടെ എത്താനാ. ഇപ്പം കൊറച്ചീസായിട്ട് വയ്യായ്ക കാരണം പണിക്കും പോണില്ല."

"പത്തുപവൻ ഞാൻ കൊടുക്കാം." നൂറു പറഞ്ഞു

"അള്ളാന്റെ പക്കല് കൂലിള്ള പണിയാ മോളേ."

"സൂറ പോയോടീ?"

അവരുടെ സംസാരംകേട്ട് കിടക്കുകയായിരുന്ന ഐഷാത്ത ചോദിച്ചു.

"ഇല്ല ഒരുങ്ങുന്നതേ ഉള്ളൂ."

"എന്നാ പോണ്ടാന്നു പറ. ഇന്നാളൊരു ആലോചന വന്നില്ലേ ഓക്ക് താമരശ്ശേരീന്ന് ഓല് എത്ര ചോദിച്ചത്?

"എയ്പത്തയ്യായിരോം മുപ്പത് പവനും."

"അമ്പതിനായിരോം ഇരുപത്തഞ്ചു പവനും കൊടുക്കാമെന്ന് പറഞ്ഞ് അതങ്ങ് ഒറപ്പിക്കാൻ പറ."

"ഞാൻ ഓളെ ഉമ്മാനെ ഇങ്ങോട്ടയക്കാം."

അപ്പോഴേക്കും പുതിയ ചുരിദാറിട്ട് കൈയിലും കാതിലും മുക്കുപണ്ടങ്ങളണിഞ്ഞ് സൂറയെത്തി. പിന്നാലെ ഉമ്മയും.

"പെണ്ണാകെ ലങ്കിമറിയണല്ലോ. കാതിലും കയ്ത്തിലും പളപളമിന്നുന്നതൊക്കെയുണ്ടല്ലോ."

"നൂറത്താത്ത ഇന്നാള് മാങ്ങിത്തന്നതാ."

സൂറ നാണത്തോടെ പറഞ്ഞു.

"എടീ കയിഞ്ഞായ്ച അന്നെ കാണാൻ വന്ന താമരശ്ശേരിക്കാരനെ അനക്ക് പിടിച്ചീനോ?"

ഐഷാത്ത ചോദിച്ചു.

അവൾ ഒന്നും മിണ്ടാതെ തലകുനിച്ചു.

"ഓക്ക് പിടിച്ചിട്ടെന്താ കാര്യം അയിമ്പതും അറുപതുമൊക്കെ ഞമ്മളേടന്നുണ്ടാക്കും?"

"എത്രയാ ഓല് ചോദിച്ചത്?"

"എയ്പത്തഞ്ചും മുപ്പതും. അറുപതും ഇരുപത്തഞ്ചിനും ഒറപ്പിച്ചു തരാമെന്ന് ബ്രോക്കർ ഇന്നലേം പറഞ്ഞു."

“അയ്മ്പതും ഇരുപത്തഞ്ചും തരാമെന്നു പറ. നിക്കുമെങ്കിൽ ഒറപ്പിക്ക്. അടുത്തമാസം കല്യാണം നടത്താം”

“എന്നാ ഞാനിപ്പത്തന്നെ ബ്രോക്കറ് കുഞ്ഞീതിനെ കാണ്വോന്നു നോക്കട്ടെ.”

“പക്ഷേങ്കിലൊരു കാര്യമുണ്ട്. ഇവള് പോവുമ്പോളതിന് ഒരാളെ ഇവിടെ കൊണ്ടാക്കണം. ഇവിടെ നൂറു കട്ട്മ്മലാണെന്ന് അറിയാലോ.”

“ഇബളെ കാര്യം കയിഞ്ഞാ ഞാൻ തന്നെ ഇബിടെ നിന്നോളാം.”

“നിയ്യ് നിന്നോ. എന്നാ ഇന്നെക്കൊണ്ട് ഒറ്റക്കാകൂലാ. ഇനിയൊന്നു വീണാ ആകെ കൊയപ്പത്തിലാകും. എല്ലാം സുഖായി വന്നതാ. അപ്പളത്തിനു കണ്ടില്ലേ.... ഇനി കൂടെ ഒരാളു വേണം.”

“ഞാൻ പോരേ?”

“ഇനിക്കയിനുള്ള ആബദുണ്ടോ? പിടിച്ചെണീപ്പിക്കാനും കുളിമുറീ കൊണ്ടാവാനും നിനക്കാവ്വോ?”

“ഓ... എന്നാ ഞാൻ പോയിട്ട് നാളെത്തന്നെ വരാം.” ഉമ്മ സൂറയെ മറന്ന് തിരക്കിട്ടു പുറത്തേക്കു നടന്നു.”

“നീയെന്താടീ കുന്തം വിഴുങ്ങിയതുപോലെ നിക്കണത്. ലങ്കുന്നതെല്ലാം അയിച്ചിട്ട് പണി എന്താച്ചാ നോക്ക്.” സൂറ അമ്പരപ്പു മാറാതെ മുറിവിട്ടു.

“അതേതായാലും നന്നായിട്ടോ. പാവം പെണ്ണ് ഓരോ തവണ പെണ്ണുകാണൽ കഴിഞ്ഞുവരുമ്പോഴും കണ്ണുകലങ്ങീട്ടുണ്ടാവും.” നൂറു.

“നിന്റെ കാലു നേരെയാക്കി നടത്താൻ ഞാൻ നേർച്ച നേർന്നതാ. ഒരു കന്യാക്കൂട്ടീനെ കെട്ടിച്ചുകൊടുക്കാമെന്ന്. ഇവളാണെങ്കില് യത്തീം. ഞമ്മള് മനമുരുകി തേടിയാ പടച്ചോൻ ഫലം തരാണ്ടിരിക്കൂലാ. നീ നോയിക്കോ. ഈ നേർച്ചന്റെ ബർക്കത്തുകൊണ്ട് നീ എണീറ്റുനടക്കും. നടക്കണം. അല്ലെങ്കില് പുതിയതായി വന്നുകയറിയ പെമ്പറന്നോള് ഇബിടെ ബാഷ്ക വാഴും. അയിന് ഞമ്മള് സമ്മയിക്കരുത്.”

ഐഷാത്തയുടെ തൊണ്ട ഇടറി.

ഹാജിയാർ മൂന്നാമതും പെണ്ണുകെട്ടിയെന്നറിഞ്ഞപ്പോൾ ബാപ്പ ഓടിക്കിതച്ചെത്തിയതാണ്.

“ഇനിക്ക് തരാനുള്ളത് ന്യായമായി തന്ന് ഇന്നെ ഒയിവാക്കിത്തരണമെന്ന് പറയാനാ പൊന്നുമോളേ ബാപ്പ മണ്ടിപ്പാഞ്ഞെത്തിയത്. ഇപ്പളത്തെ കെട്ടു കാണുമ്പം ബാപ്പയ്ക്ക് മിണ്ടാൻ കയ്യുന്നില്ല. ഇതുപോലെ ഇന്നെ നോക്കാൻ ഞമ്മളെക്കൊണ്ടാവ്വോ? നിന്റെ കാലു നേരെയായി നടന്നു കാണണമെന്ന ഒരു ആശ മാത്രമേ ബാപ്പക്കിപ്പമുള്ളൂ.”

ബാപ്പയുടെ വാക്കുകളിലെ ദൈന്യം തന്നിലും പടർന്നു

ഇന്നലെ ഒരു മിന്നലാട്ടംപോലെ വാതില്ക്കൽ കണ്ടു. ഹാജിയുടെ ഉള്ളം കൈയിലൊതുക്കാൻ ഒരുങ്ങിപ്പുറപ്പെട്ടാണ് റംലത്ത് എത്തിയിരി

ക്കുന്നതെന്നാണ് ഐഷാത്ത പറയുന്നത്. വീട്ടിലെ പണിക്കാരികൾക്കും അതേ അഭിപ്രായമാണ്.

"ഇന്റുമ്മോ.. ന്തൊരു കൊഞ്ചലും കൊയയലുമാണോ.. മേലെ അടിച്ചുവാരാൻ പോലും ഇനിക്കിപ്പം പേടിയാ." സൂറാ.

ഇങ്ങനെയുണ്ടോ ഒരു സാമർത്ഥ്യം. മൂപ്പര് പോണതുവരെ കൊഞ്ചിയും കിണുങ്ങിയും ബയ്യാലെത്തന്നെ. പൊരേല് ബേറെ ആളോളുണ്ടോന്നൊരു ബിചാരം മേണ്ടേ? ഒപ്പരമിരുന്ന് തിന്നലും കുടിക്കലും. കണ്ടും കേട്ടും മതിയായി." നബീസ.

അയാളോട് ഇഷ്ടമുണ്ടോ ഇല്ലയോ എന്നൊന്നും തനിക്കുതന്നെ കൃത്യമായി അറിയില്ല. എന്നാലും റംലത്തിനെ വിവാഹം കഴിച്ചത് സഹിക്കാനാവുന്നില്ല. എന്നിട്ടും ഒന്നും കണ്ടില്ലെന്ന മട്ടിൽ സഹിച്ചും പൊറുത്തും ഇവിടെ കഴിയേണ്ടിവരുന്നല്ലോ... യാ അള്ളാ..

"എന്താ നൂറു? വേദന ഏറിയോ?"

ഐഷാത്ത പിടഞ്ഞെഴുന്നേറ്റു. കാലിൽ പ്ലാസ്റ്ററുണ്ടെങ്കിലും സൂറയുടെ സഹായത്തോടെ അവർ അത്യാവശ്യം നടക്കാറുണ്ട്. രാവിലെ കുറെ നേരം അടുക്കളയിൽ ചെന്നിരുന്ന് എല്ലാ കാര്യങ്ങളും നിയന്ത്രിക്കും.

"ഇനി ഇങ്ങനെ ഇരുന്നാൽ പറ്റൂലാ. ഈ ആയ്ച്ച എന്റെ പ്ലാസ്റ്ററെടുക്കും. അതു കയിഞ്ഞാ കൊയപ്പമൊന്നുമുണ്ടാകൂലാന്നാ ഡോക്ടർ പറഞ്ഞത്. എല്ലാം ശരിയാകും. ശരിയാകണം."

ഉറച്ച സ്വരത്തിലാണ് ഐഷാത്ത പറഞ്ഞത്. സൂറയെ സഹായത്തിനു വിളിക്കാതെ അവർ മതിലിൽ പിടിച്ച് കിത്തി നടന്നു.

"ഇങ്ങനാണെങ്കി ഇവിടെ നിക്കാൻ ഇന്നെക്കൊണ്ടാവൂല. സാമാനമുറിയിലുള്ള സാധനങ്ങളു മുയുവനും ചാക്കില് കെട്ടി പെരല്ക്ക് കൊടുത്തയച്ചാ ഞമ്മള് ഉത്തരം പറണ്ടേ? അതു പറഞ്ഞേന് ഇന്നെ അടിക്കാൻ ബന്ന്. ഇങ്ങളടിച്ചാ ഞാൻ കൊള്ളും. പക്കേങ്കി കയറിവരുന്നവർക്കെല്ലാം കേറി നെരങ്ങാൻ റുക്കിയ്യാനെ കിട്ടൂല." കരഞ്ഞുകൊണ്ടെത്തിയ റുക്കിയ പരാതിക്കെട്ടഴിച്ചു.

"എന്താ സംഗതി?"

ഐഷാത്ത ചോദിച്ചു.

"ഞാൻ ഇബിടെ വന്നിട്ട് കൊല്ലമെമ്പാടുമായി. ഇങ്ങള് ഇന്നോട് ഇതുവരെ ബെരുത്തുപറഞ്ഞിട്ടില്ല. നൂറുമോളാണെങ്കി ഇന്നുവരെ മൊകം കറുപ്പിച്ച് ഒരച്ചരം മിണ്ടീട്ടില്ല. എന്നിട്ടിപ്പം ഇന്നലെ കയറി വന്നോല് റുക്കിയാനെ അടിക്കാൻ കൈയോങ്ങി. ഇങ്ങളെ ബിചാരിച്ചിട്ടാ.. ഇല്ലെങ്കി."

"ഇല്ലെങ്കി നീയെന്താക്കുമെടീ.." ഈറ്റപ്പുലിയെപ്പോലെ ചാടി വീണ റംലത്ത് നിന്നു കത്തിക്കാളി.

"എടീ അധികം തുള്ളല്ലേ. ഇവിടുത്തെ പണിക്കാരെ തല്ലാനും

കൊല്ലാനും മാത്രം സ്ഥാനമൊന്നും ഇനിക്കീ പൊരേലില്ല."

"ഇന്നെ എടീ പോടീന്ന് വിളിക്കാൻ ഞാൻ ഇങ്ങളെ പണിക്കാരത്തിയൊന്നുമല്ല. ഇവിടത്തെ മൂപ്പര് കെട്ടിക്കണ്ടന്നതാ ഇന്നെ."

"ഓ അപ്പം ബീവി ചമയാനുള്ള പുറപ്പാടാ അല്ലേ."

"എന്താ പിടിച്ചില്ലേ? ഇങ്ങളെപ്പോലെ പണോം പത്രാസുമൊന്നുമില്ലങ്കിലും ഞമ്മളെ നാട്ടില് ഞമ്മക്കുണ്ടൊരു ബെലേം നെലേം."

"അതുകൊണ്ടാണല്ലോ കൂപ്പില് അടുക്കളപ്പണിക്കു നിന്നത്. പെണ്ണേ വെറുതെ തുള്ളാണ്ട് ഒരു മൂലക്കെടെയെങ്കിലും ഒതുങ്ങിക്കൂടിക്കോ."

"അങ്ങനെ ഒതുങ്ങാൻ വന്നോളല്ല റംലത്ത്."

"അത് വരവ് കണ്ടപ്പളെ മനസ്സിലായി. ഇപ്പൊര ഭരിക്കാമെന്ന പൂതി നിയ്യ് ഒയിവാക്കിക്കള."

"ഇപ്പൊര ഭരിക്കാൻ പറ്റ്വോന്ന് ഞാനുമൊന്നു നോക്കട്ടെ."

"അധികം നോക്കിയാ നീയ്യിപ്പടിക്കു പുറത്താവും. കാരണം, ഈ പൊര എന്റെയാ. നിന്റെ മാപ്പളയ്ക്ക് ഇവിടെ ഒരവകാശവുമില്ല."

"ഐഷാത്ത ഒന്നു മിണ്ടാതിരി." നൂറു ഇടയിൽ കയറി പറഞ്ഞു.

"നീ ഇതൊന്നും കേട്ട് ബേജാറാവണ്ട. ഈ ഞാഞ്ഞൂളിനെ എടുത്തെറിയാൻ ഞാൻ മതി."

"ഇന്റള്ളോ.... സ്വന്തം മാപ്പളനെപ്പറ്റി പറേന്നതു കേട്ടില്ലേ.... ഇത്ര കാലം ഒന്നിച്ചു കയിഞ്ഞിട്ട് ഇങ്ങനെ പറയാമോ..." റംലത്ത് പെട്ടെന്ന് മട്ടുമാറ്റി.

"എന്താ ഇവിടെ ഒച്ചേം ബിളീം.. തലയിരിക്കുമ്പം വാലാടണ്ട."

ബഹളം കേട്ടെത്തിയ ഹാജി ശാസിച്ചു.

"തറവാടും കുലവുമില്ലാത്ത നാറികളെ പൊരേൽ കേറ്റുമ്പം ആലോയിക്കേണ്ടീനി."

ഐഷാത്ത പോരിനുള്ള പുറപ്പാടുതന്നെയാണ്.

"ഇന്റെ റബ്ബേ.. നീയിതു കേക്കുന്നില്ലേ.... പണത്തിനു മാത്തരേ ഞങ്ങക്കൊരു കൊറവുള്ളൂ.

"ആരും മിണ്ടരുത്."

ഹാജിയുടെ ഒച്ച കനത്തു.

"ഇങ്ങളെ ഇപ്പൊരേന്ന് അടിച്ചിറക്കുമെന്ന് പറഞ്ഞപ്പം ഇന്റെ സങ്കടം കൊണ്ട് ഞാനെന്തോ പറഞ്ഞുപോയി. അയിന് പൊരക്കാരും പണിക്കാരും ചേർന്ന് ഇന്നെ ആട്ടിത്തുപ്പി.."

റംലത്ത് കണ്ണീരൊലിപ്പിച്ചു.

"ഐഷാ നിനക്ക് കൊറച്ച് കൂടിപ്പോവുന്നുണ്ട്. ഉമ്മാന്റെ പോയത്തരത്തിന് ഇപ്പൊര നിന്റെ പേരിലാക്കീന്നുവെച്ച് എന്നെ പേടിപ്പിക്കണ്ട."

"ഇങ്ങള് ഈ ഒരുമ്പെട്ടോള് പറേണത് കേട്ട് വെറുതെ തുള്ളണ്ട. ഇങ്ങളെ പേരും തൊറപ്പും ഞാൻ പറഞ്ഞിക്കില്ല."

"റബ്ബേ ഇത് അന്റെ മാപ്പളന്റെ പെരയല്ല.... രണ്ടിനേം ഞാൻ ആട്ടിയിറക്കും, എന്നു പറഞ്ഞ് തുള്ളിയിട്ട്...."

"എടീ നിന്നെപ്പോലെ കളവു പറയാൻ ഞാൻ ശീലിച്ചിട്ടില്ല. സ്വന്തം പൊരേന്ന് സാധനങ്ങള് കട്ടുകടത്തണ നിന്നെ...."

"പച്ചക്കളവ് പറേണത് കേട്ടില്ലേ. എന്റെ മാപ്പളനെ കുറ്റം പറഞ്ഞാ എനക്ക് ദണ്ണമുണ്ട്. അയിനുമേണ്ടി ഇല്ലാവചനം പറഞ്ഞുണ്ടാക്കല്ലേ...."

"നാവടക്കെടീ ചൂലേ... നിന്നെ ഇവിടന്നിറക്കാമോന്ന് ഞാനൊന്നു നോക്കട്ടെ."

"ഐഷാ...."

പെട്ടെന്നാണ് ഹാജിയാരുടെ കൈ പൊങ്ങിയത്. മതിലിൽ പിടിച്ചു നില്ക്കുകയായിരുന്ന ഐഷാത്ത പിടിവിട്ട് താഴെ വീണു.

ഇരുപത്തിമൂന്ന്

മുറിക്കു പുറത്തിറങ്ങിയ റംലത്തിന്റെ ചുണ്ടിൽ വിജയച്ചിരി. റംലത്തിനോടാ കളി. ഇവരെപ്പോലെ കുടുംബമഹിമയൊന്നുമില്ലെന്നുവെച്ച് തോറ്റുകൊടുക്കാനൊന്നും ഒരുക്കമില്ല. ഗതികേടുകൊണ്ടാണ് ഹാജിയുടെ മൂന്നാംഭാര്യയായതെന്നതു നേര്. പിടിച്ചത് പുളിങ്കൊമ്പുതന്നെയാണ് എന്ന് ഇവിടെവന്നതോടെ ബോദ്ധ്യമായി. ഹാജിയാരുടെ മുൻപിൽ വായ് പൊത്തിനിന്ന് കാര്യം കാണുക മാത്രമാണ് ഇനി റംലത്തിന്റെ ലക്ഷ്യം. ഐഷാത്തയെപ്പോലെ കുടുംബപാരമ്പര്യവും മാലും മുതലും ഇല്ല. നൂറുവിനെപ്പോലെ പഠിപ്പും പത്രാസും കരളുറപ്പുമില്ല. അതുകൊണ്ടുതന്നെ അണിഞ്ഞവേഷം ആടിത്തിമിർക്കുക മാത്രമേ ഗതിയുള്ളൂ. ഇവിടന്നു തന്നെ ഇറക്കുമെന്നല്ലേ ഐഷാത്ത ആണയിട്ടത്. അതൊന്ന് കണ്ടിട്ട് ഇനി വേറെ കാര്യം. അതിനു മുമ്പ് അവരെ മൂലയ്ക്കലെ മുത്താച്ചിയാക്കും. അതിനുള്ള വെടിയൊക്കെ റംലത്തിന്റെ തോക്കിലുണ്ട്. ആദ്യം ആലിക്കുട്ടിയാക്ക കല്യാണക്കാര്യം പറഞ്ഞപ്പോൾ എതിർത്തു.

"അതൊന്നും മേണ്ടാ. ഓലൊക്കെ വലിയ കൂട്ടരാ. മനസ്സെപ്പളാ മാറണേന്ന് അറിയൂലാ. ആദ്യത്തെ ബീവി കിടപ്പിലായപ്പം രണ്ടാമതൊന്ന്. അയിനു വയ്യാതായപ്പോ മൂന്നാത്... അതുപോലെ എന്നേം മടുക്കൂലേ. അപ്പളോ?"

"പെണ്ണുങ്ങളായ പുത്തി മേണം. മൂപ്പര് ആരാന്നാ അന്റെ ബിചാരം? കോടിക്കണക്കിനാ ആസ്തി? മൂപ്പരിക്ക് ഒയിവാക്കാൻ തോന്നണേന്റെ മുന്നം അനക്കാവശ്യമുള്ളത് ഇയ്യ് നേടിയെടുക്കണം. അയിനുള്ള വല്ലിതൊക്കെ അനക്കുണ്ടെന്നും കൂട്ടിക്കോ."

"അതൊക്കെ നടക്ക്വോ? ഇന്റെ മക്കളെ ഹാലെന്താകും?

"ഇപ്പം ഓലെ ഹാല് മുന്തിയതാ? ഓലിക്കുംകൂടി വേണ്ടീട്ടാ ഞാൻ പറേണത്. അന്റെ ഇക്ക കൊറേ നാളുകൊണ്ട് ഇന്നോട് പറയണ്. അനക്കൊരാളെ നോക്കാൻ. കാൽക്കാശിനു ഗതിയില്ലാത്ത തൈക്കെളവനും മേണം സ്ത്രീധനം. ഓനേടെന്നു എടുത്തുകൊടുക്കും? ഇതാണെങ്കിൽ മുക്കാപ്പൈശ അങ്ങോട്ടു കൊടുക്കണ്ട. ഒന്നോ രണ്ടോ കൊല്ലം കൂടെ പൊറുത്താലും ഇയ്യ് കൈച്ചലാകും. കണ്ടും കേട്ടും നിക്കണോന്നു മാത്രം."

"ഇനിക്കൊന്നും അറിയൂലാ.. ഇന്റെ മക്കളെ ആടെ കൊണ്ടോയി നിർത്തി പഠിപ്പിക്കോ?"

"നടക്കാത്ത കാര്യത്തിനൊന്നും ബാശി പുടിക്കല്ലേ. അന്റെ മോനിപ്പം യത്തീം ഖാനയിലല്ലേ പഠിക്കണത്? അയിനു പകരം ഏതെങ്കിലും നല്ല സ്കൂളില് ചേർത്തു പഠിപ്പിക്കാൻ ഏർപ്പാടാക്കാം."

"അപ്പം താമസോ?"

"പണക്കാരെ മക്കള് പഠിക്കണ സ്കൂളുണ്ടേയ്. അവിടെ താമസിച്ചു പഠിക്കാം. അയിന്റെ കായി മൂപ്പര് കൊടുത്തോളും."

"ഇതൊക്കെ ഇപ്പ പറയണതല്ലേ? കാര്യം കയീമ്പം...."

"അയിന് ഓനെ ആദ്യം സ്കൂളില് ചേർപ്പിക്കാം. പെണ്ണിന് ചെലവിനുള്ളത് മാസാമാസം അന്റെ കുടീലേത്തിക്കാനും ഏർപ്പാടാക്കാം. എന്നിട്ടുമതി നിക്കാഹ്. എന്തേ?"

"ഇനിക്ക് ദോശം വരണത് ഇങ്ങള് പറയൂലാലോ. ഇങ്ങള് പറയുമ്പോലെ ആവാം. ഇനിക്കു വേറെ ഗതിയില്ലാലോ."

"അങ്ങനെ പുത്തിയുള്ള വർത്താനം പറ."

"മോനെ മുന്തിയ സ്കൂളിൽ ചേർക്കണമെന്നൊക്കെ പറഞ്ഞിരുന്നു. എങ്കിലും ചേർത്തത് അനാഥാലയത്തിലെ സ്കൂളിൽത്തന്നെ. അത് മൂപ്പര് നടത്തണതാണത്രേ. അവിടെ പണക്കാരുടെ മക്കളും പഠിക്കുന്നുണ്ടെന്നാ ആലിക്കുട്ടിയാക്ക പറഞ്ഞത്. അവനെ സ്കൂളിൽ ചേർക്കാൻ ആലിക്കുട്ടിയാക്കയുടെ കൂടെ അവളും പോയിരുന്നു. സംഗതി നേരാണ്. പണക്കാരുടെ മക്കളോടൊപ്പം കഴിവില്ലാത്തവരുടെ മക്കളും അവിടെ പഠിക്കുന്നു. ഇല്ലാത്തവർക്ക് ഹോസ്റ്റൽ താമസം സൗജന്യമാണ്. എങ്കിലും അവിടെ ഒന്നിനും ഒരുകുറവുമില്ലെന്നാണ് അന്നവിടെ കണ്ട ഒരു കുട്ടിയുടെ ഉമ്മ പറഞ്ഞത്. അങ്ങനെയെങ്കിൽ അങ്ങനെ. തന്നെക്കൊണ്ട് അതിനും ഗതിയില്ലല്ലോ."

"സൂറാ.. വേഗം വാ, ഐഷാത്ത...."

നൂറുവിന്റെ നിലവിളി കേട്ട് സൂറയും നബീസയും ഐഷാത്തയുടെ മുറിയിലേക്കു കുതിക്കുന്നതുകണ്ട് റംലത്ത് കഴുത്തുവെട്ടിച്ച് മുകളിലേക്കുള്ള പടി കയറി.

മൂപ്പർ കോണിത്തളത്തിലുണ്ടായിരുന്നു.

"ഒന്നുല്ലാന്നേ.... വെറുതെ നാടകം കളിക്കുന്നതാ."

"മിണ്ടരുത് ബലാലേ.... അടങ്ങിയൊതുങ്ങി കയിഞ്ഞോളണം."

ഹാജിയാരുടെ സ്വരത്തിൽ വെറുപ്പ്.

റംലത്ത് ഷോക്കടിച്ചതുപോലെ തരിച്ചുനിന്നു. ഇങ്ങനെയൊരു രൂപം ആദ്യമായാണ് കാണുന്നത്. ഇനിയെന്തെല്ലാമാണോ കാണേണ്ടിവരിക?

"യാ അള്ളാ.." തേങ്ങലടക്കാൻ കഴിഞ്ഞില്ല.

"വലിയ മൂപ്പത്തി.."

ഓടിക്കിതച്ച് പടികയറി വന്ന ബീരാൻ വിക്കി.

"എന്താടാ ഹിമാറേ.. തെളിച്ചു പറ."

ഹാജിയാർ കലികൊണ്ടു

"മൂപ്പത്തിക്ക് സുഖല്ല. താഴെ ചെല്ലാൻ പറഞ്ഞു. ആകെ കൊയങ്ങിക്കുണു. ആസ്പത്രി കൊണ്ടോവണോന്ന് പറയാൻ പറഞ്ഞു."

"സ്വൈരംതരില്ല.."

ഹാജി ചവിട്ടിക്കുതിച്ച് പടികളിറങ്ങി.

പിന്നാലേ പോണോ? ഓ വേണ്ട. കെളവിയുടെ നാടകം കാണണ്ട. റംലത്ത് കിടപ്പുമുറിയിലേക്കു നടന്നു. അറയുടെ വാതില്ക്കൽ അവളുടെ പെട്ടി. മുറി പൂട്ടിയിരിക്കുന്നു.

"ഇന്റെ റബ്ബേ.. ഇനിയെന്താക്കും?"

തല പെരുക്കുന്നതുപോലെ കോണിത്തളത്തിലെ സോഫയിലിരുന്നു.

"താത്താ.... ഇങ്ങളിബിടിരിക്യാ?"

ആരോ ചോദിക്കുന്നതു കേട്ട് തല ഉയർത്തി. സൂറ.

"പിന്നെ ഞാനെന്താക്കണം തലകുത്തി നിക്കണോ."

"ഇന്നോട് കൊരച്ചു ചാടണ്ട."

"ഇന്റെ പെട്ടി ആരാടി പുറത്തെടുത്ത് വച്ചത്?"

"അറേന്റെ താക്കോലേടെ?"

"ഇനിക്ക് നിശ്ചല്ല. മൂപ്പരേലുണ്ടാവും."

"മൂപ്പരെടെ?"

"വലിയ മൂപ്പത്തിനേംകൊണ്ട് ആസ്പത്രിക്ക് പോയി."

"എന്തേയ്?"

"മൂപ്പത്തിക്കൊരു ശ്വാസംമുട്ടല്. കണ്ടിട്ട് ബേജാറായിപ്പോയി. ബീരാനിക്കേം വാസ്വേട്ടനും മൂപ്പരും പാടെ കസാലമ്മലിരുത്തിയാ കാറില് കയറ്റിയത്."

"എന്നിട്ട് ഇന്നോടെന്താ ആരും പറയാഞ്ഞത്?"

ഏതോ തുരുത്തിൽ ഒറ്റപ്പെട്ടതുപോലെ തോന്നി റംലത്തിന്. എല്ലാവരും ചേർന്നുള്ള കളിയാ. റംലത്ത് മാത്രം പുറത്തുള്ളവൾ. മറ്റെല്ലാവരും ഒറ്റക്കെട്ട്.

"പറയാനാ ബന്നത്. അപ്പളത്തിന് നിങ്ങള് കലിതുള്ളീലേ?"

"ഞാനിപ്പം ഏടയാ റബ്ബേ ഒന്നു നടുനിവർക്കുക?"

റംലത്ത് തേങ്ങി.

"ഇങ്ങളെ പെട്ടി തളത്തിലെ ചെറിയ മുറിയിൽ വെക്കാനാ ഇന്നോടു ബീരാനിക്ക പറഞ്ഞത്."

"ഓനാരാ ഇബിടത്തെ കാര്യങ്ങള് നിശ്ചയിക്കാൻ?"

"മൂപ്പര് പറഞ്ഞിട്ടുണ്ടാവും."

"മൂപ്പര് ഇവിടന്നിറങ്ങീട്ട് ഓനെ കാര്യങ്ങളേല്പിക്കാൻ മാത്രം നേരായില്ലല്ലോ."

"മൂപ്പര് കൊറച്ച് നേരത്തെ ബീരാനിക്കാനെ ബിളിച്ചീനും. അപ്പം പറഞ്ഞിട്ടുണ്ടാവും. മൂപ്പര് പറയാതെ ബീരാനിക്ക അതു പറയൂലാ. ആരും ഉപയോഗിക്കാത്തോണ്ട് അറ പൊടിപിടിച്ച് കെടക്കുന്നു. ഞാൻ ഇപ്പച്ചെന്ന് പൊടിതട്ടി അടിച്ചുതൊടച്ചു വൃത്തിയാക്കാം."

"സൂറാ." താഴെ നിന്ന് നബീസ നീട്ടി വിളിച്ചു.

"ദാ ബരണ്"

"എടീ, പെട്ടിയെടുത്ത് അറേല് ബെച്ചിട്ട്പോ."

"സൂറാ ബേം ബാ. അന്നോടു ആശ്പത്രീല്ക്ക് ചെല്ലാൻ പറഞ്ഞു. വാസു വന്നിട്ടുണ്ട്."

"ഞാൻ വന്നിട്ട് വെക്കാട്ടോ."

സൂറ തിരക്കിട്ട് പടികളിറങ്ങിപ്പോകുന്നതു കണ്ട് റംലത്തിന് അരിശം നുരച്ചു പൊന്തി.

തള്ളയെ അഡ്മിറ്റാക്കിയിട്ടുണ്ടാവും. കാറ്റു പോവ്വോ? എന്തു വീമ്പിളക്കിയാലും മൂപ്പർക്ക് അവരെ പേടിയാണെന്നു തോന്നാറുണ്ട്. കടിപിടി കൂടിയാലും അടുത്തു ചെന്നില്ലെങ്കിലും ഇപ്പോഴും കൂറു അവരോടുതന്നെയാണെന്നതിൽ സംശയമില്ല. മൂപ്പത്തിയുടെ പേരിൽ സ്വത്ത് എമ്പാടുമുണ്ടെന്നാ പറഞ്ഞുകേട്ടത്. അതുകൊണ്ട് മാത്രമായിരിക്കില്ല. എന്തായാലും മനുഷ്യനല്ലേ. ആദ്യം കൂടെപ്പൊറുത്തവളെ അങ്ങനെ മറക്കാൻ പറ്റുമോ? ആണുങ്ങളുടെ കാര്യം അറിയില്ല. പെണ്ണുങ്ങക്ക് ഏതായാലും സാധിക്കില്ല. ഒരു സുഖവും അനുഭവിച്ചിട്ടില്ലെങ്കിലും മരിച്ചുപോയ കെട്ട്യോനോടുള്ള പിരിശം തനിക്ക് ഹാജിയോടില്ല. എന്നിട്ടും ഹാജിയുടെ പുന്നാരബീടരായി വാഴാൻ കൊതി.

അങ്ങനെ കൊതിക്കുന്നത് ഹാജിയോടുള്ള സ്നേഹംകൊണ്ടൊന്നുമല്ലല്ലോ. പിന്നെ? ഇവിടത്തെ സുഖസൗകര്യങ്ങളും ആഡംബരങ്ങളും കണ്ടു നീ മയങ്ങിപ്പോയതല്ലേ. സ്വന്തം കുട്ടികളെയും അവരുടെ ബാപ്പയെയും നീ മറന്നില്ലേ.. ആരോ ഉള്ളിലിരുന്ന് കുറ്റപ്പെടുത്തിയപ്പോൾ തല പെരുത്തു. അങ്ങനെയൊന്നും ആലോചിക്കാനുള്ള വിവരമില്ല. സാഹചര്യവുമല്ല. ഓർമ്മവച്ചകാലം മുതൽ കഷ്ടപ്പാടായിരുന്നു. വയറുനിറയെ ആഹാരവും നല്ല വസ്ത്രങ്ങളും എപ്പോഴും പാഴ്ക്കിനാക്കളായി. ആശിച്ച

രീതിയിലുള്ള വിവാഹജീവിതവും കിട്ടിയില്ല. യൗവനത്തിൽത്തന്നെ വിധവയുമായി. ഭർത്താവു മരിച്ചതോടെ കുട്ടികളെ വളർത്തി വലുതാക്കുക എന്ന ലക്ഷ്യം മാത്രമേ മുന്നിലുണ്ടായിരുന്നുള്ളൂ. അങ്ങനെ തീയിൽ എരിഞ്ഞു കഴിയുമ്പോഴാണ് ഈ ആലോചനയുമായി ആലിക്കുട്ടിയാക്ക എത്തിയത്. അർദ്ധമനസ്സോടെയാണ് സമ്മതിച്ചതെങ്കിലും ഈ സുഖകരമായ ജീവിതം ഉപേക്ഷിക്കാൻ ഇപ്പോൾ മനസ്സ് ഒരുക്കമല്ല.

കിടക്കാൻ ഒരുകിടക്കപോലും ഉണ്ടായിരുന്നില്ല. പലകക്കട്ടിലിൽ പായ വിരിച്ചാണ് കിടന്നിരുന്നത്. ഇപ്പോൾ കിടക്കാൻ പതുപതുത്ത മെത്ത. എ സിയുടെ തണുപ്പ്, കഴിക്കാൻ മുന്തിയതരം ഭക്ഷണം. ഉടുക്കാൻ മിനുമിനുത്ത വസ്ത്രങ്ങൾ. തന്നെപ്പോലൊരുത്തിക്ക് സ്വപ്നം കാണാൻ പോലും കഴിയാത്തതരത്തിലുള്ള ജീവിതം. മക്കൾക്ക് ഈ സുഖമൊന്നും വിധിച്ചിട്ടില്ലല്ലോ എന്നോർക്കുമ്പോൾ ആധിയുണ്ട്. ആധിപിടിച്ചിട്ടെന്തു കാര്യം? താൻ ഈ ജീവിതം ഉപേക്ഷിച്ചതുകൊണ്ട് മക്കൾക്ക് എന്തെങ്കിലും നേട്ടമുണ്ടാകുമെങ്കിൽ ഉപേക്ഷിക്കാമായിരുന്നു. അതേതായാലും ഇല്ല. അതുകൊണ്ട് ഇവിടെത്തന്നെ ഇനിയുള്ള ജീവിതം കരുപ്പിടിപ്പിച്ചെങ്കിലേ മക്കളുടെ ഭാവി ഭദ്രമാകൂ. അപമാനം സഹിച്ചും കഴിഞ്ഞുകൂടുകയേ നിവൃത്തിയുള്ളൂ.

ഐഷാത്തയോടു പോരിനിറങ്ങുന്നത് ബുദ്ധിയല്ല. നൂറുവിനെപ്പോലെ ആദ്യം അവരുടെ അരുമയാവുക. വീട്ടിലെ അംഗമാകണം. എല്ലാവരുടെയും സ്നേഹവും വിശ്വാസവും പിടിച്ചുപറ്റണം. ഹാജിയെ ഉള്ളം കൈയിലിട്ട് അമ്മാനമാടാമെന്നുള്ളതൊക്കെ വെറും വ്യാമോഹങ്ങളാണ്. ഐഷാത്തയെയും നൂറുവിനെയും പിണക്കിയിട്ട് ഇവിടെ കഴിഞ്ഞുകൂടാൻ സാദ്ധ്യമല്ല. ഇവിടത്തെ കുറച്ചുകാലത്തെ താമസത്തിനിടയിൽ ഇത്രയും മനസ്സിലാക്കിയിട്ടുണ്ട്. ഐഷാത്തയെ ആസ്പത്രിയിൽ ചെന്നൊന്നു കാണണ്ടേ? ഏത് ആസ്പത്രിയിലാണെന്ന് ആർക്കറിയാം? സൂറയെ കൊണ്ടുപോവാൻ കാറു വന്നു എന്നല്ലേ പറഞ്ഞത്? അവൾ പോയിക്കാണുമോ? ഇല്ലെങ്കിൽ കൂടെ പോകാമായിരുന്നു. ചെന്നു നോക്കാം.

കോണിച്ചുവട്ടിൽ കനത്ത നിശ്ശബ്ദത. അടുക്കളയിൽ ചെന്നു. നബീസയും റുക്കിയയും ദേവിയും. എന്തോ അടക്കം പറയുന്നു. തന്നെക്കുറിച്ചായിരിക്കും. അതല്ലേ കണ്ടതും സംസാരം നിന്നത്.

"ഐഷാത്തക്കെന്താ പറ്റ്യത്?"

ആർക്കുമില്ല മിണ്ടാട്ടം.

"നിങ്ങളോടല്ലേ ചോദിച്ചത്?"

"ആധി കയറിപ്പോയതാ. കെടന്നു പെടയ്ക്കണതുകണ്ടാ ഏതു കൊടിയ പഹയനും കരഞ്ഞുപോകും. പാവം, ആ വയ്യാത്ത നൂറു പിടഞ്ഞെണീറ്റ് ഒച്ചേം ബിളീംണ്ടാക്കി ആസ്പത്രീലേക്കെടുപ്പിച്ചതോണ്ട് കൈച്ചലായി. അല്ല പടച്ചോൻ കൈച്ചലാക്കി."

നബീസയുടെ സ്വരത്തിൽ വെറുപ്പ്.

റംലത്ത് മറുപടിയൊന്നും പറയാതെ അകത്തേക്കു നടന്നു. ഉള്ളിൽ കുറ്റബോധം. വേണ്ടായിരുന്നു. നൂറുവിന്റെ അറവാതില്ക്കൽ ചെന്നു. നൂറു കമിഴ്ന്നു കിടന്നു തേങ്ങിക്കരയുന്നു.

നൂറു കരയുന്നത് ആദ്യമായാണു കാണുന്നത്.

അവളോട് ഒന്നും ചോദിക്കാൻ തോന്നിയില്ല.

പടി കയറി വീണ്ടും മുകളിലെത്തി. തന്റെ തുകൽപ്പെട്ടിയുമായി സൂറ കാണിച്ചുകൊടുത്ത മുറിയിലേക്കു നടന്നു

ഇരുപത്തിനാല്

"കൊയപ്പൊന്നുമില്ലെന്നല്ലേ ഡോക്ടർ പറഞ്ഞത്. എന്നിട്ടിപ്പം നേരത്രയായി?"

ഓപ്പറേഷൻ തിയേറ്ററിനു മുന്നിൽ ഐഷാത്ത പരവേശം കൊണ്ടു.

"മോളേ പ്രസവത്തിനു കൊണ്ടോയതാ?"

അടുത്തിരുന്ന സ്ത്രീ അവരോടു ചോദിച്ചു.

അവർ വെറുതെ തലയാട്ടി.

"ഇന്റെ മോക്ക് ബേദന ഇന്നലെ തൊടങ്ങിയതാ. ഊരമ്മനും വാബി മേന്നും കൊളുത്തിവലിയായിട്ടാ കാണിക്കാൻ ബന്നത്. അപ്പത്തന്നെ ഓല് അഡ്മിറ്റാക്കി മരുന്നു കേറ്റാൻ തൊടങ്ങി. ഇന്ന് നേരം ബെളുത്തപ്പം പറയ ണ് ഓപ്പറേസൻ മേണോന്ന്. കൊണ്ടോയിട്ട് നേരമെമ്പെടുമായി. വിവരം ചോയിച്ചാ പച്ചക്കുപ്പായക്കാര് കൊരനായ്ക്കളെപ്പോലെ കടിച്ചുകീറാൻ വരും. ഡോക്ടറേക്കാൾ പത്രാസാ അയിറ്റങ്ങക്ക്. പെറ്റ കൊടലിന്റെ ഉരുക്കം ഓലിക്ക് അറിയോ?"

"കുഞ്ഞയിശയുടെ ആൾക്കാരുണ്ടോ?"

ഓപ്പറേഷൻ തിയേറ്ററിന്റെ വാതിൽ തുറന്ന് തല പാതി പുറത്തേക്കിട്ട് പച്ചക്കുപ്പായക്കാരി വിളിച്ചുചോദിച്ചു. സംസാരം നിർത്തി. ഉമ്മ വേവലാതിയോടെ ഓടിച്ചെന്നു.

"മകള് പ്രസവിച്ചു. ആൺകുട്ടി. പഴന്തുണി വേണം."

"അപ്പം ഓപ്പറസൻ ചെയ്തില്ലേ."

ഉമ്മ സംശയിച്ചു.

"ഓപ്പറേഷൻ തന്നെ ഉമ്മാ. ഓപ്പറേഷൻ തിയറ്ററിൽ പിന്നെ.."

നഴ്സിന്റെ സ്വരത്തിൽ അരിശം മാത്രമല്ല പരിഹാസവും.

"അൽഹംദുലില്ലാഹ്... ഇപ്പത്തരാട്ടോ. മോനേ.. ബേം ബാ.. കുഞ്ഞയിശ പെറ്റു."

ഉമ്മ ഉറക്കെ പറഞ്ഞതുകേട്ട് കുറച്ചുദൂരെ കൂട്ടംകൂടി സംസാരിച്ചു നിന്ന ഒരുപറ്റം ആൾക്കാർ തിടുക്കത്തിൽ അവിടെ എത്തി.

"ഓപ്പറസൻ കയിഞ്ഞോ ഓക്ക് ബോധം ബന്നോ?" കൂട്ടത്തിൽ പ്രായം ചെന്ന ആൾ ചോദിച്ചു. ലുങ്കിയും വെള്ള ഷർട്ടുമായിരുന്നു അയാളുടെ വേഷം. മുഖത്ത് പരവേശം.

വാതില്ക്കൽ നില്ക്കുന്ന നഴ്സിനു കേട്ടഭാവമില്ല. "കുഞ്ഞിനെ ഇപ്പം തരോ? ബാങ്കു കൊടുക്കണം." അവിടെ കൂട്ടംകൂടിനിന്നവർ തിക്കും തിരക്കും കൂട്ടി.

"ഇപ്പോ കുട്ടിയെ തരാനൊന്നും പറ്റില്ല. ഉമ്മാ നിങ്ങൾ തുണി തരുന്നുണ്ടോ? ഇവിടെ ഇങ്ങനെ കൂടി നില്ക്കാതെ ഒന്നു മാറി നിന്നേ."

അവർ കൂട്ടംകൂടി നിന്നവരെ വിരട്ടി.

"അതു പറ്റൂലാ. കുഞ്ഞിനെ കുളിപ്പിച്ചെങ്കി പത്തുമിനിറ്റ് നേരത്തേക്ക് ഞമ്മക്കൊന്നു കിട്ടണം. കുഞ്ഞന്റെ ചെവീല് ബാങ്കുകൊടുക്കാനാ."

പ്രായം ചെന്ന ആൾ വിനയത്തോടെ പറഞ്ഞു.

"ഒരാൾ ഇവിടെ നിന്നാൽ മതി. ബാക്കിയുള്ളവർ മാറിനിന്നേ. റൂമിൽ ചെന്നിരുന്നാലും മതി. അരമണിക്കൂറു കഴിഞ്ഞാലേ കുഞ്ഞിനെ തരാൻ പറ്റൂ. ഉമ്മാ നിങ്ങൾ തുണി തരുന്നുണ്ടോ?"

അവർ ആകെ വിരണ്ടുനില്ക്കുകയായിരുന്ന ഉമ്മയോടു കയർത്തു.

"എടുക്കട്ടെ മോളേ."

ഉമ്മ ഒരു പ്ലാസ്റ്റിക് കവർ പരതി ഒരു ഡബിൾ മുണ്ടും തോർത്തും എടുത്തുകൊടുത്തു. നഴ്സ് അവിടെക്കൂടിയവരെ തീർത്തും അവഗണിച്ചുകൊണ്ട് അകത്തേക്കു വലിഞ്ഞു.

"പെറ്റ്ബീണാലാദ്യം കുഞ്ഞൻ കേക്കണ്ടത് ബാങ്ക് വിളിയാ. അത് എവലിക്ക് പറഞ്ഞാ മനസ്സിലാവ്വോ?" ലുങ്കിക്കാരൻ അടുത്ത കസേരയിലിരുന്ന കാരണവരോടു പറഞ്ഞു.

"ഡോക്ടറിപ്പോ പുറത്തുവരും. നിങ്ങൾ അവരോടു പറഞ്ഞാ മതി."

കാരണവർ കുഞ്ഞയിശുവിന്റെ ബാപ്പയെ സമാധാനിപ്പിച്ചു.

"ഇതെങ്കിലും കിട്ടിയല്ലോ. റബ്ബിനു സ്തുതി." കുഞ്ഞയിശയുടെ ഉമ്മ കണ്ണു തുടച്ചു.

"മോനേ, പിയ്യാപ്ലനെ വിവരമറിയിച്ചോ?" കുറച്ചകലെ മാറി നില്ക്കുകയായിരുന്ന കള്ളിഷർട്ടിട്ട ചെറുപ്പക്കാരനോട് ഉമ്മ ചോദിച്ചു.

"ഇക്കാക്ക ഫോൺ വിളിക്കാൻ പോയിക്ക്."

"അല്ലാ ഇങ്ങള് പിയ്യാപ്ലന്റെ ഉമ്മാനെ വിവരമറിയിച്ചിക്കില്ലേനോ?"

ഉമ്മ പ്രായം ചെന്ന ആളോട് വേവലാതിയോടെ ചോദിച്ചു.

"അറിയിക്കാണ്ടെ? അഡ്മിറ്റാക്കിയപ്പം തന്നെ ആടെ വിവരം പറഞ്ഞിക്ക്."

"എന്നിട്ട് ആടന്നാരും ഇതുവരെ എത്തീക്കില്ലാലോ."

"അത് ഓലെ ഇഷ്ടം. വിവമരിയിച്ചില്ലാന്നുള്ള പരാതി മേണ്ടാലോ." ഉപ്പ

"ഓലോട് ചോയിക്കാണ്ട് അഡ്മിറ്റാക്കീന്നും പറഞ്ഞ് പടകൂട്ടാഞ്ഞാ മതിയേനും."

ഉമ്മയുടെ സ്വരത്തിൽ വേവലാതി.

"ഞമ്മളെന് ഡോക്ടറെ കാണിക്കാൻ ബന്നതല്ലേ. ഇങ്ങനെ വരൂന്ന് നെനച്ചതല്ലാലോ."

"അതൊന്നും പറഞ്ഞാ ആ പടപ്പിന്റെ തലേല് കേറൂലാ. അഞ്ചു കൊല്ലായി മംഗലം കയിഞ്ഞിട്ട്. നേരാത്ത നേർച്ചകളില്ല. കാണിക്കാത്ത ലോട്ടരുമാരുമില്ല. പിയ്യാപ്ലാന്റൊപ്പരം കുറച്ചുദെവസം നിക്കണോന്നു പറഞ്ഞിട്ട് അതും അയച്ചുകൊടുത്തു. പിയ്യാപ്ല അബൂദാബിലാ. അന്നേരാ പള്ളേലായത്. ഓള് മച്ചിയാ. രണ്ടാമത് മംഗലം കയിപ്പിക്കണോന്നും പറഞ്ഞ് പിയ്യാപ്ലന്റെ ഉമ്മ ഉണ്ടാക്കാത്ത കുലുമാലില്ല. ഇപ്പമിങ്ങെത്തും പടേം പട്ടാളോം. എത്തിയാപ്പിന്നെ ഞാക്കില്ലാത്ത കുറ്റമുണ്ടാവില്ല" ഉമ്മ അവിടിരുന്ന എല്ലോവരോടുമെന്നപോലെ പറഞ്ഞു.

"ഇഞ്ഞി നാവടക്കി മിണ്ടാണ്ടിരുന്നോ. ഓലെങ്ങാൻ കേട്ടാൽ അതു മതി പുക്കാറിന്."

ബാപ്പ കയർത്തപ്പോൾ ഉമ്മ നാവടക്കി. അപ്പോഴേക്കും കഴുത്തിലും കാതിലും നിറയെ പൊന്നിട്ട ഒരു സാരിക്കാരിയും മിന്നിത്തിളങ്ങുന്ന ചുരിദാറുകളിൽ ലങ്കിമറിയുന്ന രണ്ടു മൂന്നു ചെറുപ്പക്കാരികളും ഒരുപറ്റം പുരുഷന്മാരും കലപിലകൂട്ടിക്കൊണ്ട് എത്തി.

"ബേദന തൊടങ്ങിയ അപ്പത്തന്നെ വിവരമറിയിക്കണേന്ന് ഞാൻ പറഞ്ഞതല്ലേ ഐശൂന്റുമ്മാ."

വന്നതും സാരിക്കാരി തട്ടിക്കയറി.

"ഇന്നലെ രാവിലെ ഡോട്ടരെ കാണിക്കാൻ ബന്നതേനും. അപ്പളാ ഓലു പറഞ്ഞത് അഡ്മിറ്റാക്കണമെന്ന്. അപ്പത്തന്നെ ഇങ്ങളെ ബിളിച്ചതാ. ഫോൺ കിട്ടിലാന്നു മോൻ പറഞ്ഞ്."

"ഫോൺ കേടായിട്ട് ദെവസം രണ്ടായി. ഫോൺ കിട്ടീക്കല്ലെങ്കില് ആളെ അയച്ചൂടെ?"

പുതിയാപ്ലയുടെ ഉമ്മ അരിശത്തിൽത്തന്നെ.

"ഞങ്ങളെല്ലാരും ആസ്പത്രീലല്ലേ? ബന്നതും ഓളെ പ്രസവമുറീല്ക്ക് കൊണ്ടോയതാ. പിന്നെ ആങ്കുട്ട്യോക്ക് നിന്ന് തിരിയാൻ നേരം കിട്ടീക്കില്ല. മരുന്നു വാങ്ങാനും സ്കാനിങ്ങിനും ഒക്കെയായി നെട്ടോട്ടം തന്നെ."

ഉമ്മ അവതാ പറഞ്ഞു

"പെറ്റോ?"

"ഇതാ ഇപ്പം."

"കുട്ടീനെ ഉമ്മതന്നെ കൈയേക്കണോന്ന് മോൻ ഇന്നലേം ബിളിച്ചു പറഞ്ഞതാ."

“അത് ഞാക്കറീലേ. ബാങ്കും കൂടി കൊടുത്തിക്കില്ല. ഇപ്പം കൊണ്ടോരും. ഇങ്ങളെന്നെ കൈയേറ്റോളീ.” ഉമ്മ. “സക്കീനാ കുട്ടീനെ പൊതിയാനുള്ള ടൗവ്വലേടെ? ഇക്കാക്ക കൊടുത്തയച്ച മഞ്ഞ പൂക്കളുള്ള പൊതപ്പും എടുത്തോ. എന്റെ മോനിക്ക് ഏറെ ആശേം പൂതീം വെച്ച് കിട്ടിയതാ. എല്ലാം മട്ടംപോലെ ചെയ്യണോന്ന് ഓൻ പറഞ്ഞിക്ക്.”

പളപളെ തിളങ്ങുന്ന സൽവാറും തലയിൽ സ്കാർഫും കെട്ടിയ ചെറുപ്പക്കാരി പ്ലാസ്റ്റിക് കൂടിൽനിന്ന് അത്തറിന്റെ മണമുള്ള സാധനങ്ങൾ ഓരോന്നായി എടുത്ത് ബെഞ്ചിൽ നിരത്തി.

“സോപ്പും എണ്ണയും മേണ്ടേ?”

“അതൊക്കെ കൊടുത്തിക്ക്.”

കുഞ്ഞെശുവിന്റെ ഉമ്മ.

“അതെങ്ങനാ ഈങ്ങള് കൊടുക്കല്?”

“അത് ഓല് ചോയിച്ചപ്പം....”

ഉമ്മ പരുങ്ങി

“ദുബായീന്ന് ഇക്കാക്ക കൊടുത്തയച്ചതാ ഈ ബേബിസോപ്പ്. അതേ തേച്ചുകൊടുക്കാവൂന്ന് ഇക്കാക്ക പറഞ്ഞതാ.”

“ബേബി സോപ്പുതന്നാ മോളെ കൊടുത്തത്. ഇന്റെ മോൻ ഷാർജേന്നും കൊടുത്തയച്ചതാ.”

കുഞ്ഞെശുവിന്റെ ഉമ്മയും വിട്ടുകൊടുത്തില്ല.

പഴന്തുണിയിൽ പൊതിഞ്ഞ കുഞ്ഞിനേയുംകൊണ്ട് പച്ചക്കുപ്പായക്കാരി വാതില്ക്കലെത്തിയപ്പോൾ തർക്കം മതിയാക്കി പെണ്ണുങ്ങൾ അങ്ങോട്ടേക്കോടി.

“കുഞ്ഞായിശുവിന്റെ ആൾക്കാരാണോ?”

“ആ.”

“കുട്ടിയെ മുറിയിൽ കൊണ്ടുപൊയ്ക്കോളൂ. ഇവിടെ ഒരാൾ നിന്നാൽ മതി.”

അവർ കുഞ്ഞിനെ നീട്ടിയപ്പോൾ സാരിക്കാരി കഴുത്തിലെ ഇളക്കത്താലി വെട്ടിച്ചുകൊണ്ട് തിക്കിത്തിരക്കി മുന്നിലെത്തി കൈനീട്ടി.

“ഉമ്മ നിക്ക് തൂവാല ഇന്നാ.”

മകൾ മഞ്ഞത്തൂവാല ഉമ്മയുടെ കൈയിൽ കൊടുത്തു. അവർ കുഞ്ഞിനെ വാങ്ങുമ്പോൾ ചുരുട്ടിയ ഒരു നോട്ട് നഴ്സിനെ ഏല്പിച്ചു. സിസ്റ്ററുടെ മുഖത്തെ ഗൗരവം അയഞ്ഞു.

“കുഞ്ഞായിശയെ കുറച്ചു കഴിഞ്ഞാൽ പോസ്റ്റ് ഓപ്പറേറ്റീവ് വാർഡിലേക്കു മാറ്റും. അപ്പോൾ കുട്ടിയെ പാലുകൊടുക്കാൻ അങ്ങോട്ടു കൊണ്ടുവരണം.”

നഴ്സിന്റെ വാക്കുകളിലെ സ്നേഹം അവിടെ കൂടിയിരുന്നവരെ അതിശയിപ്പിച്ചു.

"ഇബലിക്ക് നല്ലോണം ബർത്താനം പറയാനും അറിയോ?" കുഞ്ഞായിശുവിന്റെ ഉമ്മ അതിശയിച്ചു.

"ഓലെ കാണണ്ടപോലെ കാണണം."

സാരിക്കാരി അഭിമാനത്തോടെ പറഞ്ഞു.

"ഇക്കാ മുട്ടായി മാങ്ങീക്കില്ലേ?"

ചെറുപ്പക്കാരികൾ ഒന്നിച്ചാണ് ചോദിച്ചത്.

"പിന്നെ മാങ്ങാണ്ടെ? ഇന്നാ പിടിച്ചോ."

കറുത്ത പാന്റും ചുവന്ന കുപ്പായവും കൈയിൽ മൊബൈലുമായി നിന്നിരുന്ന ചെറുപ്പക്കാരൻ മിഠായിപ്പെട്ടി അവരെ ഏല്പിച്ചു.

"ഫോറിനല്ലേ?"

"തന്നെ."

അപ്പോഴേക്കും അയാളുടെ മൊബൈലടിച്ചു.

"ആ അളിയാ, കൊയപ്പമൊന്നുമില്ല. ഇല്ല ഓലെ കൊണ്ടരാൻ കൊറച്ചു നേരം കഴിയും. ഉമ്മായ്ക്ക് കൊടുക്കണോ? ശരി."

"അളിയനേനും, പിന്നെ ബിളിക്കാന്ന്."

"അമ്മായിന്റുമ്മാ, കുഞ്ഞിനെപ്പൊതിയാൻ ഈ കീറത്തുണിയേ ഇങ്ങള് കൊടുത്തത്?" ചെറുപ്പക്കാരി പരിഭവം പറഞ്ഞു.

"അതും ഷാർജേന്ന് കൊടുത്തയച്ചതേരിക്കും." കൂടെ നിന്ന ചെറുപ്പക്കാരി പരിഹസിച്ചു.

"കുട്ടിക്ക് ബാങ്കു കൊടുക്കേണ്ടേ?"

തർക്കം നീളാതിരിക്കാനെന്നോണം ഉപ്പ ചോദിച്ചു.

"പിയ്യാപ്ലേ ഇങ്ങള് ബാങ്കു കൊടുക്കുന്നോ?"

സാരിക്കാരി മൊബൈൽ പിടിച്ച ചെറുപ്പക്കാരനോടു ചോദിച്ചു.

"അത് മാണ്ട. ഉപ്പ കൊടുക്കട്ടെ." അയാൾ ഒഴിഞ്ഞു

"എന്റെ മോളെ പിയ്യാപ്ലയാ. ഇന്നലെ ജിദ്ദേന്ന് എത്യേതാ. പിയ്യാപ്ലരെ ഞമ്മള് ബഹുമാനിക്കണം. അതാ ഞാളെ പൊരേലെ നെയമം. പക്കങ്കി ഞമ്മളെ മോനിക്ക് അതൊന്നും ബാധിച്ചിക്കില്ല."

സാരിക്കാരി ആരോടെന്നില്ലാതെ പറഞ്ഞു. കുഞ്ഞായിശുവിന്റെ ആൾക്കാരുടെ മുഖം മങ്ങി. കള്ളിഷർട്ടിട്ട ചെറുപ്പക്കാരൻ എന്തോ പറയാൻ മുതിർന്നപ്പോൾ അടുത്തുനിന്ന ആൾ കൈയിൽ പിടിച്ചു. സാരിക്കാരി കുഞ്ഞിനെ കൂട്ടത്തിൽ പ്രായംചെന്ന തലയിൽക്കെട്ടുകാരന്റെ കൈയിൽ വെച്ചുകൊടുത്തു. അയാൾ കുഞ്ഞിന്റെ ചെവി ചുണ്ടോടടുപ്പിച്ചു ഉറക്കെ ബാങ്കുവിളിച്ചു.

"അള്ളാഹു അക്ബർ അള്ളാഹു അക്ബർ.... ലാഹിലാഹാ ഇല്ലല്ലാഹ്...."

അതിനിടയിൽ ചെറുപ്പക്കാരികൾ അവിടെ കൂടിയവർക്കെല്ലാം മിഠായിവിതരണം ചെയ്തു. ബാങ്കുവിളി കഴിഞ്ഞപ്പോൾ അവർ കുഞ്ഞി

നെയും കൊണ്ട് ജാഥയായി മുറിയിലേക്ക് പോയി. കുഞ്ഞായിശുവിന്റെ ഉമ്മയും ഉപ്പയും വിഷണ്ണരായി തീയറ്ററിനു മുന്നിൽത്തന്നെ നിന്നു.

"ഓളൊരു ബങ്കീശം. അയിശുവിന്റെ പിയ്യാപ്ല അയയ്ക്കുന്നതോണ്ടാ ഓല് പെരുമ കാണിക്കുന്നത്. ബാക്കി മൂന്നു മക്കളും പണിയും തൊര വുമില്ലാതെ നാട്ടിൽ അലയുന്നു. എന്റെ മോനും ഷാർജേലാ. പക്കേ ഞാള് ഈറ്റാലത്തെ പെരുമയൊന്നും കാണിക്കൂലാ."

കുഞ്ഞായിശുവിന്റെ ഉമ്മ അടുത്തിരിക്കുന്ന സ്ത്രീയോടു പറഞ്ഞു

"ഒന്ന് മിണ്ടാതിരിക്ക് ബലാലെ." ഉപ്പ കയർത്തു.

"എന്റെ മോളെ ഹാലന്തേക്കും?" ഉമ്മ തട്ടംകൊണ്ട് കണ്ണീരൊപ്പി.

"മൂപ്പത്തീനെ കൊണ്ടോയിട്ട് നേരം എമ്പാടുമായല്ലോ." നബീസ പറഞ്ഞപ്പോൾ ഐഷാത്ത എഴുന്നേറ്റു.

"ഓരോരുത്തരുടെ ബമ്പും ബഡായീം കണ്ടും കേട്ടും നേരം പോയ തറിഞ്ഞില്ല. പറഞ്ഞതുപോലെ നൂറുവിനെ കൊണ്ടോയിട്ട് നേരം കൊറേ ആയല്ലോ."

"എന്താ മോക്ക്?"

കുഞ്ഞായിശുവിന്റെ ഉമ്മ ചോദിച്ചു.

ഐഷാത്ത പക്ഷേ, അതു കേൾക്കാത്ത മട്ടിൽ തിരിഞ്ഞിരുന്നു. ഉമ്മയ്ക്ക് അപ്പോഴേക്കും വർത്താനത്തിനു മറ്റാരെയോ കിട്ടിയതുപോലെ ഐഷാത്തയെ മറന്നു.

"നൂർജഹാന്റെ ആൾക്കാരാ?"

സിസ്റ്റർ ചോദിക്കുന്നതു കേട്ട് ഐഷാത്ത തിടുക്കത്തിൽ എഴുന്നേറ്റു.

"ഓപ്പറേഷൻ കയിഞ്ഞോ?"

"ആ."

"ആണുങ്ങളാരുമില്ലേ?"

"എന്തേയ്?"

"മരുന്നു വാങ്ങിക്കാനുണ്ട്. ഈ മരുന്നുകൾ വാങ്ങി ഇവിടെത്തരണം. അവരുടെ ഭർത്താവ് വന്നാൽ അകത്തേക്കു ചെല്ലാൻ പറഞ്ഞിട്ടുണ്ട്."

അവർ വന്നതുപോലെ അകത്തേക്കു വലിഞ്ഞു.

"മൊലാളി വരണ്ണ്ട്." നബീസ പറഞ്ഞു

"അകത്തേക്കു ചെല്ലാൻ പറഞ്ഞു."

ഐഷാത്ത പറഞ്ഞപ്പോൾ ഹാജി തിരക്കിട്ട് വാതില്ക്കലേക്കു ചെന്നു.

"ചെരിപ്പഴിച്ചു വച്ചിട്ട്" അകത്തേക്കു കയറാൻ ഭാവിച്ച ഹാജിയെ വാതില്ക്കൽ നില്ക്കുകയായിരുന്നു നീലസാരിക്കാരി തടഞ്ഞു.

ഹാജി ചെരുപ്പഴിച്ച് അകത്തേക്കു കയറി.

അവിടെ വേറെയും ആളുകളിരിക്കുന്നത് അപ്പോഴാണ് ഐഷാത്ത യുടെ ശ്രദ്ധയിൽപ്പെട്ടത്. മുണ്ടും വേഷ്ടിയുമണിഞ്ഞ് വ്യാകുലപ്പെട്ടിരി

ക്കുന്ന ഒരമ്മ. സാരിയും മഫ്തയുമണിഞ്ഞ ഒരു ചെറുപ്പക്കാരി. കറുത്ത പർദ്ദയിൽ മൂടിയ മറ്റൊരു സ്ത്രീ. എല്ലാവരുടെയും മുഖങ്ങളിലും ഉൽക്കണ്ഠ. അല്പം മാറി ഒരുചെറുപ്പക്കാരൻ അസ്വസ്ഥനായി നടക്കുന്നുണ്ടായിരുന്നു.

"ഇങ്ങളെ മോളെ എപ്പം കൊണ്ടോയതാ?"

മുണ്ടും വേഷ്ടിയും ധരിച്ച അമ്മയുടെ അരികിൽച്ചെന്ന് നബീസ ചോദിച്ചു.

"രാവിലെ മുതൽ എന്റെ കുട്ടി വേദന സഹിക്കുന്നു. പക്ഷേ, ഗർഭ പാത്രം വികസിക്കിണില്ല. ഇനി കാത്തിട്ടു കാര്യല്യാന്നു പറഞ്ഞ് കൊറച്ചുനേരായി തിയേറ്ററിലേക്കു കൊണ്ടോയിട്ട്. ഈശ്വരാ... രക്ഷിക്കണേ."

സ്വന്തം ഭാരമിറക്കാൻ ഒരു തോൾ കിട്ടിയ ആശ്വാസമുണ്ടായിരുന്നു ആ അമ്മയുടെ മുഖത്ത്.

"ഇപ്പളത്തെ ലോട്ടറന്മാര് അങ്ങനെതന്നെ. അനങ്ങിപ്പോയാ കീറലും മുറിക്കലും. ഓലിക്ക് പൈശ മതീലോ..."

"എന്താ പറഞ്ഞത്." ഹാജിയാർ പുറത്തേക്കിറങ്ങുന്നത് കണ്ട് ഐഷാത്ത ചോദിച്ചു.

"കൊയപ്പമൊന്നുമില്ല. ബോധം തെളിഞ്ഞിക്കില്ല. കൊറച്ച് സമയമെടുക്കും."

"മരുന്നു വാങ്ങാനുണ്ട്. വാസൂനെ അയക്കാം."

ഹാജിയാരുടെ മുഖത്ത് വേവലാതി. അയാൾ ഇടനാഴിയിലൂടെ നടന്ന് നിഴലായി മറഞ്ഞു.

"മൻസൂറെ, ഇഞ്ഞി മയമൂനാനെ വിവരമറിയിച്ചിക്കില്ലേനോ?" കള്ളിഷർട്ടുകാരനോടു കുഞ്ഞായിശുവിന്റെ ഉമ്മ ചോദിച്ചു. "ഓള് *ഖുർആൻ* ക്ലാസിനു പോയതാ ഇപ്പം ബരും."

"ഇന്റെ പെങ്ങള് ഓപ്പറേസൻ മുറിയില് കെടക്കുമ്പം ഇഞ്ഞി എങ്ങനാ മോനേ ഓളെ ക്ലാസിലയക്കല്?" ഉമ്മ കുറ്റപ്പെടുത്തി.

"അതുപിന്നെ ഉമ്മാ."

മകൻ നിന്നു പരുങ്ങി.

"ഇപ്പളത്തെ ബാല്യക്കാരത്ത്യേക്ക് പൊരേല് അടങ്ങി ഇരിക്കാൻ കയ്യൂലാ. അയിന് ഓരോ ഏത് ഉണ്ടാക്കുന്നതാ."

"അങ്ങനേങ്കിലും പെണ്ണുങ്ങളൊന്ന് പൊറത്തേക്കിറങ്ങിക്കോട്ടേന്നും."

അടുത്ത കസേരയിലിരുന്ന സ്ത്രീ സംസാരത്തിൽ പങ്കുചേർന്നു.

"ഇങ്ങളെപ്പോലത്തെ ബങ്കീശക്കാരിക്കല്ലോണ്ടെ ഞാളെപ്പോലത്തെ സാധുക്കക്ക് അയിനേടെയാ നേരം? അന്നന്ന് നയിച്ചാലേ ഞാക്ക് അന്നന്നത്തെ അന്നം കിട്ടൂ." ലുങ്കിയും പെങ്കുപ്പായവും തലയിൽ തട്ടവുമിട്ട ഒരു സ്ത്രീ ഇടയിൽ കയറിപ്പറഞ്ഞു.

"ഒരീറ്റെടുത്താൽ ഇനിക്ക് ഉറുപ്പിക ആറായിരം കിട്ടുന്നുണ്ടല്ലോ

കുഞ്ഞാമിനാ. പിന്നെ കുട്ടീനെക്കണ്ട പൈശ ബേറെ. തുണീം കുപ്പായോം മുന്തിയതുതന്നെ. ഇനിക്കാണെങ്കിൽ ആണ്ടു മുന്നൂറ്ററുപത്തഞ്ചു ദെവസോം പണിയല്ലേ."

കുഞ്ഞായിശുവിന്റെ ഉമ്മ.

"ഇങ്ങളെ കുണ്ടപ്പണി മുയുമനും ചെയ്യണ്ടേ? എല്ലുമുറിയെ പണിയെടുത്തിട്ടാ പൈശ മാങ്ങുന്നത്."

"ഇപ്പളത്തെ ഈറ്റിച്ച്യേക്ക് പണ്ടത്തോലെ പണിയൊന്നുമില്ല. വെള്ളം ചൂടാക്കണ്ട. അടിത്തുണി തിരുമ്പണ്ട. ഗൾഫുകാരാണെങ്കിൽ കുട്ടീന്റെ തുണിയും തിരുമ്പണ്ട."

"അതെന്താ?"

"ഓല് പേമ്പേഴ്സല്ലേ വെക്കുന്നത്. രാവിലെ ഒന്നു വെച്ചാ വൈകുന്നേരം മാറ്റിയാ മതി. മൂത്രേം തീട്ടോം ഒന്നും പൊറത്താകൂലാ."

"അതെന്താന്നാ?"

"ഒരു പഞ്ഞിക്കണ്ടം പോലെയുള്ളതാ. പെറ്റോലിക്കും അയിറ്റത്തന്നല്ലേ ഇപ്പം അടിത്തുണിക്കു പകരം കെട്ടുന്നത്."

"എന്തുണ്ടായിറ്റെന്താ ഞാളെ പണിക്ക് കൊറവൊന്നുമില്ല. നാല്പതു ദെവസം എല്ലുമുറിയുന്നതുവരെ പണിയെടുപ്പിക്കും."

ഓപ്പറേഷൻ തിയേറ്ററിന്റെ വാതിൽ തുറന്ന് പച്ചക്കുപ്പായക്കാരി വീണ്ടും പ്രത്യക്ഷപ്പെട്ടപ്പോൾ പെണ്ണുങ്ങൾ സംസാരം നിർത്തി.

എല്ലാവരുടെയും കണ്ണുകളിൽ ആകാംക്ഷ. അവിടെക്കൂടിയിരിക്കുന്നവരെ അവഗണിച്ചുകൊണ്ട് വാതിൽ തുറക്കുകയും അടയ്ക്കുകയും ചെയ്തുകൊണ്ടിരുന്നു. വ്യാകുലമുഖങ്ങൾ തങ്ങളുടെ ഉറ്റവരുടെ വിവരത്തിനായി കാതോർക്കുകയും ഒപ്പം നാവുകൾ നിരന്തരം ചലിപ്പിക്കുകയും ചെയ്യുന്നതു നോക്കി ഐഷാത്ത അനക്കമറ്റിരുന്നു.

ഇരുപത്തിയഞ്ച്

ഏതു കയത്തിലാണു എന്നെ കൊണ്ടിട്ടിരിക്കുന്നത്. എങ്ങും കൂരിരുട്ട്. കണ്ണുകളാരാ പ്ലാസ്റ്റർ വെച്ച് ഒട്ടിച്ചത്. അതോ കണ്ണുകെട്ടി പടുകുഴിയിൽ തള്ളിയതാണോ? യാ... അള്ളാ. പണിപ്പെട്ട് കൺപോളകൾ തുറന്നു. നേരിയ വെളിച്ചം. മുറിക്ക് ഇരുണ്ട പച്ചനിറം. പച്ചരൂപങ്ങൾ അവിടവിടെ ചലിക്കുന്നുണ്ടോ?

"യാ അള്ളാ..."

തൊണ്ടയിൽനിന്ന് ശബ്ദം പുറത്തേക്കുവന്നു അതു കേട്ടാകണം ഒരു പച്ച രൂപം തിടുക്കത്തിൽ അരികിലെത്തി.

"താങ്ക് ഗോഡ് ഇവർക്ക് ബോധം തെളിഞ്ഞു. സലാം സാറിനെ ഉടനെ വിവരമറിയിക്കൂ."

ആ പച്ചരൂപം നാഡി പരിശോധിച്ചുകൊണ്ട് പറയുന്നത് തനിക്ക് കേൾക്കാമായിരുന്നു. അവർ ബി പി പരിശോധിക്കുന്നതും അറിഞ്ഞു. കൺപോളകൾ ഇപ്പോൾ തുറക്കാം. എവിടെയാണ് കിടക്കുന്നതാവോ? രൂക്ഷമായ മരുന്നുമണം മൂക്കിലടിക്കുന്നു. ഒച്ചയും അനക്കവുമില്ല. ബീപ്... ബീപ്... എന്നുള്ള ശബ്ദം മാത്രമാണ് കേൾക്കുന്നത്. ആരോ അടക്കം പറയുന്നു. കുറെ പച്ച കുപ്പായക്കാരികൾ അവരുടെ ചുണ്ടും മൂക്കും പച്ച മാസ്കുകൊണ്ട് മറച്ചിരിക്കുന്നു. ഓപ്പറേഷൻ തീയേറ്റർ? എന്താ അസുഖം? കാലിലെ പ്ലാസ്റ്റർ അഴിച്ചു നടക്കാൻ തുടങ്ങിയതാണല്ലോ. പിന്നെ..

"ഞാനെവിടെയാ.."

"കൈ കുത്തല്ലേ മാഡം.... മരുന്ന് കയറ്റിക്കൊണ്ടിരിക്കുകയാണ്. കൈ ഇളക്കിയാൽ ബൾജ് ചെയ്യും."

ബി പി പരിശോധിക്കുകയായിരുന്ന പച്ചരൂപം വളരെ അലിവോടെയാണ് പറഞ്ഞത്.

"ആളെ പേടിപ്പിച്ചു കളഞ്ഞല്ലോ നൂർജഹാൻ." അപ്പോൾ അവിടെ എത്തിയ വെള്ളക്കോട്ടിട്ട് ആൾ പറഞ്ഞു. ഡോക്ടർ... അതേ... കുഴൽ നെഞ്ചിൽ വെച്ച് പരിശോധിക്കാൻ തുടങ്ങി. ഡോക്ടർ അടിമുടി പരിശോധിച്ചിട്ടു പറഞ്ഞു.

"ഷീ ഈസ് ആൾറൈറ്റ് നൗ. ഡ്രിപ്പ് നിർത്തിക്കോളൂ. കൈയിലെ സൂചി ഊരണ്ട. നോക്കിയിട്ട് വേണമെങ്കിൽ കൊടുത്താ മതി. പക്ഷേ, ഇന്നുകൂടി ഇവിടെത്തന്നെ കിടക്കട്ടെ."

"ഞാനെവിടെയാ? എന്താണ്ടായത്?" നൂറു അമ്പരപ്പോടെ ചോദിച്ചു.

"ഡോണ്ട് വറി. ഇപ്പോഴൊരു കുഴപ്പവുമില്ല. നിങ്ങൾ ഐ സി യുവിലാണ്. ഇന്നും കൂടി ഇവിടെ കിടന്നിട്ട് റൂമിലേക്കു പോകാം. കേട്ടോ."

പുറത്തുതട്ടി ആശ്വസിപ്പിച്ചിട്ട് ഡോക്ടർ നഴ്സുമാർക്ക് നിർദ്ദേശങ്ങൾ കൊടുത്തു. ഡോക്ടർ പുറത്തിറങ്ങിയതും അലമുറയിട്ടുകൊണ്ടു വരുന്ന ഉമ്മയെയാണ് കണ്ടത്.

"ഉമ്മാ ബഹളം വെക്കല്ലേ. വേറെയും രോഗികളുള്ളതല്ലേ. മോൾക്കിപ്പോൾ ഒന്നുമില്ല കേട്ടോ?"

"മിണ്ടാതേം പറയാതേം തിന്നാതേം കുടിക്കാതേം നാലഞ്ചു ദെവസായില്ലേ എന്റെ കുട്ടി ഒരേ കിടപ്പു കിടക്കുന്നു. പെറ്റതള്ള എങ്ങനാ സഹിക്കുന്നത്."

സിസ്റ്ററുടെ വാക്കുകൾ അവഗണിച്ച് ഉമ്മ നൂറുവിനെ തൊട്ടും തലോടിയും ഒപ്പാരിതുടർന്നു.

"ഇങ്ങനെ ബഹളം വെച്ചാൽ ഞാൻ ഉമ്മയെ പുറത്തേക്കയക്കും കേട്ടോ."

തന്റെ കൈകളിലും മൂക്കിലും കാലുകളിലും ഘടിപ്പിച്ച കുഴലുകൾ

ഊരുന്നതിനിടയിൽ സിസ്റ്റർ ഉമ്മയെ ഭീഷണിപ്പെടുത്തി. ഉമ്മ പണിപ്പെട്ട് കരച്ചിലടക്കി. കട്ടിലിനടുത്തുള്ള സ്റ്റൂളിലിരുന്ന് കണ്ണു തുടച്ചു.

"തൊണ്ട വരളുന്നു.... വെള്ളം വേണം."

പറഞ്ഞപ്പോൾ എന്തെന്നില്ലാത്ത ആശ്വാസം. സംസാരശേഷി നഷ്ടപ്പെട്ടില്ലല്ലോ. പക്ഷേ, കാര്യമായ എന്തോ തകരാറ് സംഭവിച്ചിട്ടുണ്ട്.

"കട്ടൻകാപ്പി തരട്ടേ മോളേ. അതോ കഞ്ഞി വേണോ?'' ഉമ്മ ചോദിച്ചു.''

"തല്ക്കാലം കുറച്ച് കട്ടൻകാപ്പി കൊടുക്കൂ ഉമ്മാ." സിസ്റ്റർ പറഞ്ഞപ്പോൾ ഉമ്മ തിരക്കിട്ടു പുറത്തേക്കിറങ്ങി. "പാവം ഉമ്മ ഐ സി യുവിനു പുറത്ത് ഒരേ ഇരിപ്പായിരുന്നു. റൂമിൽച്ചെന്ന് കിടക്കാൻ പറഞ്ഞാൽ കേൾക്കില്ല. കരഞ്ഞുകരഞ്ഞ് ഒരു വഴിക്കായി. കൂട്ടിന് ഒരാളുംകൂടി ഉണ്ടായിരുന്നു. അവർ വീട്ടിൽ പോയതായിരിക്കും."

കൂട്ടിരുന്നതാരാ? ഐഷാത്തയായിരിക്കുമോ? തലയ്ക്ക് എന്തെന്നില്ലാത്ത ഭാരം. വേദനയുണ്ട്. തല മരവിച്ചതുപോലെ. തല തടവി. തലയിൽ ബാന്റേജ്.

"തലയെങ്ങനാ പൊട്ടിയത്.."

"അതേ, വഴുതിവീണപ്പം തല ചുമരിലിടിച്ചതാണെന്നാ പറഞ്ഞത്. ഇവിടെ വന്നപ്പഴേ ഓർമ്മയില്ലായിരുന്നു. സ്കാൻ ചെയ്തപ്പഴാ അകത്തെ മുറിവു കണ്ടത്. മുറിവു ചെറുതായിരുന്നെങ്കിലും നല്ല ബ്ലീഡിങ്ങുണ്ടായിരുന്നു. ബ്ലഡ് ക്ലോട്ടു ചെയ്യാനുംതുടങ്ങി. സർജറി ചെയ്യാതെ വേറെ നിവൃത്തിയൊന്നുമില്ലായിരുന്നു. സർജറി കഴിഞ്ഞതും കോമയിലായി. നാലുദിവസം കഴിഞ്ഞു ദൈവാനുഗ്രമുള്ളതുകൊണ്ടാ ഇങ്ങനെ പെട്ടെന്ന് നോർമലായത്.''

കുഴലുകളൊക്കെ മാറ്റി. സിസ്റ്റർ താങ്ങി ഇരുത്തിത്തന്നു. അപ്പോഴേക്കും ഉമ്മ കാപ്പിയുമായെത്തി. ചെറിയ ചൂടുള്ള കാപ്പി മൊത്തിക്കുടിച്ചപ്പോൾ ക്ഷീണം ഏറി. കണ്ണുകളിൽ വീണ്ടും മയക്കം. ഇരിക്കാൻ വയ്യ

"ഇനി മകൾ അല്പമൊന്നു റസ്റ്റെടുക്കട്ടെ. ഉമ്മ റൂമിൽ ചെന്നിരുന്നോളൂ. എന്തെങ്കിലും ആവശ്യമുണ്ടെങ്കിൽ അങ്ങോട്ടു ഫോൺ വിളിക്കാം.''

തന്റെ മുഖത്തെ അവശത കണ്ടാകണം കട്ടിലിൽ കിടത്തുന്നതിനിടയിൽ സിസ്റ്റർ ഉമ്മയോടു പറഞ്ഞു.

"എന്റെ കുട്ടിക്ക് പിന്നേം മയക്കം വന്നല്ലോ.. റബ്ബേ നീ കാക്ക്.."

ഉമ്മ വീണ്ടും തേങ്ങി.

"ഉമ്മ റൂമിൽ പോയിരുന്നോ. ഇപ്പോൾ സുഖം തോന്നുന്നുണ്ട്."

ഒരു വിധം പറഞ്ഞൊപ്പിച്ചപ്പോൾ ഉമ്മ മനസ്സില്ലാമനസ്സോടെ മുറിവിട്ടു. കിടന്നതും കണ്ണുകളടഞ്ഞു.

എന്താ സംഭവിച്ചത്? മയക്കം കണ്ണുകളിൽ അരിച്ചെത്തുമ്പോഴും

ചിന്ത റീവൈൻഡ് ചെയ്യാനുള്ള ശ്രമത്തിലായിരുന്നു. ഇപ്പോൾ ജോനകപ്പറമ്പിൽ വീടിന്റെ അകത്തളം കാണാം.

കാലിലെ പ്ലാസ്റ്റർ ഊരിയെങ്കിലും ഊന്നുവടിയുടെ സഹായത്തോടെ നടക്കുന്ന നൂറു. എല്ലാവരുടെയും കണ്ണുകളിൽ സഹതാപം. ഇത്രേം ചെറുപ്പത്തിൽ ഇങ്ങനെയൊരു വിധി...

"പടച്ചോന്റെ ഓരോ കളിയേയ്.... മണ്ടിപ്പാഞ്ഞുനടന്നതല്ലേ. ഇഞ്ഞിപ്പം അതിനൊന്നും വയ്ക്കൂലാന്നാ ഡോക്ടർമാര് പറഞ്ഞത്."

റംലത്തിന്റെ കപട സഹതാപം.,

"ഐഷാത്താനെ നോക്കാനാ നൂറുനെ കെട്ടിക്കൊണ്ടോന്നത്. ഇപ്പം അതും മൂലയ്ക്കായി. പെരക്കാര്യം ആകെ അവതാളത്തിലായെന്നും പറഞ്ഞ് എട്പടീന്നാ ഇന്നെ നിക്കാഹ് കയിച്ചുകൊണ്ടുവന്നത്. ഇനിക്ക് മനസ്സില്ലെനിട്ടോ. പിന്നെ പടച്ചോന്റെ പക്കല് ഖൈറായാ കാര്യല്ലേന്ന് എല്ലാരും പാടെ പറഞ്ഞപ്പം സമ്മതിക്കേയ്."

റംലത്ത് വരുന്നവരോടും പോകുന്നവരോടും പറയാറുണ്ട്. ഐഷാത്ത കേൾക്കെ പറഞ്ഞാൽ പറഞ്ഞവരുടെ മുന്നിലിട്ട് ഐഷാത്ത റംലത്തിനെ ഉളുപ്പു കൊടുക്കും.

"കാലാകാലം നൂറു കെടപ്പിലാവുന്നുള്ള പൂതി ആരിക്കും മേണ്ട. രണ്ടായ്ച വടികുത്തി നടന്നാമതി. പിന്നെ പയേതുപോലെ എല്ലാ കാര്യങ്ങളും ഓള് നോക്കിക്കോളും. ഞങ്ങളും മൂലയ്ക്കാക്കിട്ട് ഇവിടെ വാഴ്ച നടത്താന്ന് ആരും കെനാക്കാണണ്ട."

"ഡോക്ടർമാര് പറഞ്ഞത് ഞാൻ പറഞ്ഞൂന്നേ ഉള്ളൂ. ആരേ മൂലക്കാക്കാനൊന്നും ഇനിക്കറിയൂലാ. മൂപ്പര്ക്ക് ഇന്നോടാ ഇഷ്ടം. ഇന്റെ സ്വഭാവഗൊണം കൊണ്ടാ കേട്ടോ. അയിന് എല്ലാരുംകൂടി ഇന്നെ ഇട്ട് തീ തീറ്റിക്കാ റബ്ബേ... ഇനിക്ക് കണ്ണീരൊയിഞ്ഞ നേരല്ല."

റംലത്ത് ആളും തരവനും നോക്കാതെ എണ്ണിപ്പെറുക്കി കരച്ചിൽ തുടങ്ങുമ്പോൾ ഐഷാത്തയുടെ സമനില തെറ്റും. വായിൽ വരുന്നതൊക്കെ വിളിച്ചു പറയും. ഹാജി വീട്ടിലുണ്ടെങ്കിൽ കണ്ണീരൊലിപ്പിച്ചുകൊണ്ട് റംലത്ത് അങ്ങോട്ടേക്കൊരോട്ടമാണ്.

"ഓ... ഓള് ഹൈക്കോടതീല് അപ്പീല് കൊടുക്കാൻ മണ്ടി. നിന്നേം നിന്റെ ആരമ്പ പുതിയാപ്ലേനേം എനക്കു വലിയ പേടിയല്ലേ...."

"ഇങ്ങക്കാരേം പേടീല്ലാന്ന് ഇനിക്കറിയാം. പക്ഷേങ്കി ഇനിക്കെന്റെ മാപ്ലാനെ പേടിയുണ്ട്. പെണ്ണുങ്ങള് ആണുങ്ങളെ ചൊല്പടീല് നിക്കണോന്ന് *ഖുർആനി*ലും പറഞ്ഞിട്ടുണ്ടെന്നാ മൊയില്യാരന്മാര് വരെ പറയുന്നത്."

"നീയെന്നെ *ഖുർആൻ* പഠിപ്പിക്കണ്ട. ഒരുമ്പട്ടോളെ...."

"ഐഷാത്ത ഒന്നു മിണ്ടാണ്ടിരിക്ക്. അവരെപ്പോലെ നിങ്ങളും തൊടങ്ങ്യാലോ...."

താൻ മദ്ധ്യസ്ഥം പറയുമ്പോൾ റംലത്തിന്റെ കരച്ചിലിനു ശക്തി കൂടും. മുറിയുടെ വാതിലിനു പുറത്തുനിന്നുകൊണ്ട് ഉറക്കെയാണ് പറച്ചിൽ. മുകളിലിരിക്കുന്ന ഹാജി വഴക്കുകേട്ട് താഴത്തുവരുന്നതുവരെ അവർ തറുതല പറയുകയും കരയുകയും ചെയ്യും. ഐഷാത്തയുടെ ശബ്ദവും ഉയരും.

"നീ അയാളുടെ കാമപ്പിരാന്തുമാത്രം തീർത്താൽ മതി ഹിമാറെ. എന്റെ പൊര ഭരിക്കാൻ വന്നാ ഇനിക്ക് ഞാൻ സൈ്വരം തരൂലാ."

"മൂപ്പരിക്ക് സൈ്വരം കിട്ടിക്കോട്ടെന്നു വച്ചിട്ടാ ഞാൻ എല്ലാം സബൂറാക്കുന്നത്. ഇന്റെ മാപ്പളനെ ഇങ്ങനെ താത്തിക്കെട്ടി പറയണത് ഇനിക്ക് സഹിക്കാനാവണല്ലല്ലോ അള്ളാ."

കോണിപ്പടിയിൽ ഹാജിയുടെ കാലൊച്ച കേൾക്കുമ്പോഴായിരിക്കും റംലത്ത് ഹാജിപക്ഷം പറയുന്നതെന്ന് പക്ഷേ, പാവം ഐഷാത്ത അറിയില്ല.

"ഇന്നപ്പോലെ കണ്ണും മോറും കാണിച്ച് മാപ്പളമാരെ ഉള്ളംകൈയിലാക്കണ ഏർപ്പാട് ഞങ്ങക്കറീലാ. ആണുങ്ങളെ മയക്കി സ്വത്ത് സ്വന്തം പേരിലെയിതിക്കണ തേവിടിച്ചീ.."

"യാ അള്ളാ.. ഇങ്ങളിത് കേട്ടീലേ.. ഇന്നെപ്പറഞ്ഞാ ഇനിക്ക് സങ്കടമില്ല. പക്ഷേ, ഇതു ഞാനെങ്ങനെ സഹിക്കും."

അപ്പോൾ അവിടെ എത്തുന്ന ഹാജിയുടെ മുന്നിൽ റംലത്ത് കണ്ണീരിന്റെ ആറൊഴുക്കും.

"ഐഷാ... നാവടക്ക്...."

ഹാജിയുടെ സ്വരം കടുക്കുന്നു

"ആദ്യം ആ ഏന്ധ്യാനിച്ചിയോട് നാവടക്കാൻ പറ."

"ഞാൻ വലിഞ്ഞുകേറി വന്നതാണോലെ.... അള്ളാ നീയിതു കേൾക്കുന്നില്ലേ...."

റംലത്ത് ചീവിട് കീറുമ്പോലെ കീറുകയും ഐഷാത്ത നായയെപ്പോലെ കുരച്ചു ചാടുകയും ചെയ്യുമ്പോൾ ഹാജിയുടെ സമനില തെറ്റും.

"എല്ലാത്തിനേയും ഞാൻ ഇവിടന്ന് കരകടത്തും. പറഞ്ഞില്ലാന്നു വേണ്ട. മുക്കോച്ചാളപോലെ ഏതുനേരവും ഒച്ചേം ബിളീം. ഇങ്ങളെ ഇബിടന്ന് പൊറത്താക്കാൻ ഇനിക്ക് മൂന്നേ മൂന്ന് വാക്ക് മതി."

അയാൾ പുകഞ്ഞുതുള്ളുമ്പോൾ റംലത്ത് പത്തി താഴ്ത്തി സ്ഥലം വിടും. ഐഷാത്ത എന്നാലും നിർത്തില്ല.

"വയസ്സുകാലത്ത് ഹജ്ജ് കയിഞ്ഞു വന്നിട്ടല്ലേ ഇങ്ങളീ കൊടും ചതി ചെയ്തത്.... ഇങ്ങളെ ഹജ്ജ് പടച്ചോൻ കബൂലാക്കൂലാ."

"ഐഷാ ഇന്നോടാ മിണ്ടാണ്ടിരിക്കാൻ പറഞ്ഞത്...."

"എന്നെ അടക്കണ നേരംകൊണ്ട് ആ പണ്ടാരത്തിനെ അടക്കാൻ നോക്ക്."

ഹാജിയാർ ക്രുദ്ധനായി ഐഷാത്തയുടെനേരെ പാഞ്ഞടുക്കുമ്പോൾ തടുക്കാൻചെന്നത് ഓർമ്മയുണ്ട്. അപ്പോഴായിരിക്കും വീണത്. തല മതിലിലിടിച്ചതും. പിന്നെ..

ആരോ കൈയിൽ പിടിക്കുന്നതുപോലെ തോന്നിയപ്പോൾ കണ്ണു തുറന്നു.

"ആരാ... ഉമ്മാ.."

"നൂറു...."

ഐഷാത്തയുടെ വാക്കുകൾ ഇടറി.

"ഞാനായിട്ട് ഇന്നെ എന്തുമാത്രം തീയാ തീറ്റിക്കണത്...." ഐഷാത്ത നെറ്റിയിൽ തലോടിക്കൊണ്ടു കരഞ്ഞു.

അവർ വല്ലാതെ ക്ഷീണിച്ചിരുന്നു. കറുത്ത കൺതടവും ഒട്ടിയ കവിളുകളും. ആകപ്പാടെ കോലം കെട്ടിരിക്കുന്നു.

"സുഖമില്ലേ?"

"ഞാൻ കാരണം നീയിവിടെ ഹയാത്തും മൗത്തുമല്ലാതെ കെടക്കുമ്പോ എനിക്കെന്തു സുഖാ നൂറു..."

അവർ കരയാൻ തുടങ്ങിയപ്പോൾ തന്റെ കണ്ണും നിറഞ്ഞു. പാവം കഴിഞ്ഞ നാലു ദിവസവും അവർ ഉറങ്ങിയിട്ടുണ്ടാവില്ല. നേരെ ചൊവ്വേ ഭക്ഷണവും കഴിച്ചിട്ടുണ്ടാവില്ല. കുത്തുവാക്കുകളുമായി റംലത്തും സൈ്വരം കൊടുത്തിയിട്ടുണ്ടാകും.

"എനിക്കിപ്പോൾ ഒന്നുമില്ല. വെറുതെ ഓരോന്നാലോചിച്ച് തലപുണ്ണാക്കണ്ട."

അവരുടെ കൈപിടിച്ചുകൊണ്ട് പറഞ്ഞപ്പോൾ അവർ കെട്ടിപ്പിടിച്ചു തേങ്ങി.

"ഉമ്മാ ഇനി മതി. കരഞ്ഞു ബഹളം വച്ച് രോഗിയെ ബുദ്ധിമുട്ടിക്കല്ലേ. അവർക്കിപ്പോൾ വേണ്ടത് റസ്റ്റാണ്." സിസ്റ്റർ പറഞ്ഞപ്പോൾ ഐഷാത്ത എഴുന്നേറ്റു.

"ഇപ്പം എങ്ങനെയുണ്ട്? തലവേദന കുറഞ്ഞോ?"

"സുഖമുണ്ട്. നാളത്തേക്ക് എല്ലാം ശരിയാവൂന്നാ ഡോക്ടർ പറഞ്ഞത്."

"പടച്ചോൻ ശരിയാക്കിത്തരട്ടെ."

അവർ കണ്ണു തുടച്ചു.

"നീയെന്തെങ്കിലും കുടിച്ചോ?"

"കാപ്പികുടിച്ചു."

"പൊടിയരിക്കഞ്ഞി കൊണ്ടുവന്നിട്ടുണ്ട്. തരട്ടെ?"

"കുറച്ചു കൊണ്ടുവരൂ ഉമ്മാ. കഞ്ഞി കുടിച്ചാൽ ക്ഷീണം മാറും."

സിസ്റ്റർ പറഞ്ഞപ്പോൾ ഐഷാത്ത പുറത്തിറങ്ങി.

"അവർ നിങ്ങളുടെ ആരാ?"

സിസ്റ്റർ ചോദിച്ചപ്പോൾ മയക്കം നടിച്ചു.

"ഹലോ. ഇപ്പോൾ എങ്ങനെയുണ്ട്?"

അവിടെയെത്തിയ ഡോക്ടർ ചോദിച്ചു.

വെറുതെ തലയാട്ടി, അപ്പോഴാണ് ഡോക്ടറുടെ കൂടെവന്ന ഹാജിയെ ശ്രദ്ധിച്ചത്.

"ഭർത്താവ് ശരിക്കും പേടിച്ചുപോയി കേട്ടോ. പുറത്തുനിന്നൊക്കെ മരുന്ന് എത്തിക്കാൻ പുള്ളി കുറച്ചൊന്നുമല്ല പാടുപെട്ടത്. പുള്ളിയുടെ ശ്രമം കൊണ്ടു കൂടിയാ എല്ലാം എളുപ്പത്തിലായത്."

"ഞമ്മക്കെന്ത് കയിവ്? എല്ലാം റബ്ബിന്റെ വേണ്ടുക."

ഹാജിയുടെ പുതിയ സ്വരം അത്ഭുതപ്പെടുത്തി.

ഐഷാത്തയെ അടിക്കാനോങ്ങിയപ്പോഴുള്ള ക്രൂരത ആ കണ്ണുകളിൽ ഇപ്പോഴില്ല.

"നാളെ റൂമിലേക്കു മാറ്റാം. ഇന്നുംകൂടി ഒബ്സർവേഷനിൽ കിടക്കട്ടെ. ഇനിയുമൊരു റിസ്ക് വേണ്ടല്ലോ."

"ആയിക്കോട്ടെ. നല്ലോണം മാറീട്ട് മാറ്റിയാ മതി മുറീലേക്ക്. ഒന്നിനും ഒരു കുറവുമുണ്ടാക്കരുത്." ഹാജി

"ഇന്നാ കഞ്ഞി കുടിച്ചോ. ചെറിയ ചൂടേ ഉള്ളൂ."

ഐഷാത്ത കഞ്ഞിയുമായെത്തി

"കഞ്ഞി കൊടുക്കാമോ?" ഹാജി സംശയം പ്രകടിപ്പിച്ചു.

"പിന്നെന്താ നാളെ ബിരിയാനി വേണമെങ്കിലും തിന്നോട്ടെ."

"ടെയിക്ക് റസ്റ്റ്, കേട്ടോ."

പുറത്തു തട്ടി ആശ്വസിപ്പിച്ചുകൊണ്ട് ഡോക്ടർ പുറത്തേക്കിറങ്ങിയപ്പോൾ കൈയിൽ വെറുതെ ഒന്നമർത്തിയിട്ട് ഹാജിയും അയാളെ പിന്തുടർന്നു.

ആ സ്പർശനം അപ്പോൾ ഒരാശ്വാസമായി തോന്നി.

"കഞ്ഞി കുടിച്ചിട്ട് ഒന്നുറങ്ങിക്കോ. രാവിലെയാകുമ്പം എല്ലാം നേരെയാകും."

കഞ്ഞിഗ്ലാസ് മേശപ്പുറത്തുവെച്ച് ഐഷാത്ത യാത്ര പറഞ്ഞപ്പോൾ സിസ്റ്റർ എഴുന്നേല്പിച്ചിരുത്തി കഞ്ഞിതന്നു. വായ കഴുകിച്ചു. കുറേ ഗുളികകൾ വായിലിട്ടു തന്നിട്ട് അവർ വീണ്ടും കിടത്തി.

ഇരുപത്തിയാറ്

"**നീ**യിങ്ങനെ തൊടങ്ങിയാ എന്താ നൂറു ചെയ്യ്ആ?"

കട്ടിലിൽ മൂടിപ്പുതച്ചു കിടക്കുന്ന നൂറുവിന്റെ അരികിലിരുന്നു നൂറുവിന്റെ ഉമ്മ സങ്കടപ്പെട്ടു. എന്നിട്ടും നൂറുവിന് അനക്കമില്ലെന്നു കണ്ടപ്പോൾ അവർ കരച്ചിൽ തുടങ്ങി.

"ഇങ്ങളെ പൂങ്കണ്ണീരൊന്ന് നിർത്തുന്നുണ്ടോ?"

"എന്നോട് ഇങ്ങനെയൊന്നും പറേല്ലേ നൂറൂ... ഉമ്മമാരുടെ മനമുരുക്കം നിനക്കറിയൂലാ."

"അതറിയാനുള്ള അവസരം ഇങ്ങള് അറിഞ്ഞോണ്ട് ഇല്ലാതാക്കിയതല്ലേ."

"നീ പറേണത് കേട്ടാ തോന്നും ഞമ്മള്.."

"ഉമ്മാ വെറുതെ എന്നെക്കൊണ്ട് ഈറ പിടിപ്പിക്കേണ്ട. കുട്ടികളില്ലാത്ത രണ്ടാംകെട്ടുകാരന് അറിയാതെയൊന്നും കെട്ടിച്ചുകൊടുത്തതല്ലാല്ലോ. ഇങ്ങളെ ഭാരം ഒയിച്ചതല്ലേ. ഞാൻ ഇനി ഇങ്ങക്കൊരു ഭാരമാവൂല പോരെ?"

"നീ കൊറച്ചു ദിവസം പൊരേല് വന്ന് നിക്ക്. പിയ്യാപ്ലയും അതെന്നയാ പറഞ്ഞത്."

"എന്നിട്ടുവേണം ഇങ്ങളെ പിയ്യാപ്ലക്ക് നാലം കെട്ട് കെട്ടാൻ."

"ചങ്കിൽ കുത്തണ വർത്തമാനം പറയല്ലേ നൂറു. മൂപ്പര് പൈശ ഇടിച്ച് തൊള്ളീട്ടാ ഇന്നെ ഇക്കോലത്തിൽ കാണാൻ കയിഞ്ഞത്."

"ഉന്തിത്തള്ളിയിട്ട്.. എന്നെക്കൊണ്ടൊന്നും പറയിപ്പിക്കേണ്ട." നൂറുവിന് അരിശം അടക്കാനാവുന്നില്ല.

"എന്താ നീ പറഞ്ഞത്? തള്ളിയിട്ടോ? ആര്? അങ്ങനെയൊന്നുമല്ലാലോ നിന്റെ ഉപ്പോനോടു പറഞ്ഞത്?"

"ഇങ്ങള് വെറുതെ കരഞ്ഞ് എന്നെ ബേജാറാക്കാണ്ട് പൊരേപ്പോകാൻ നോക്ക്."

"ഇന്നെ ഇക്കോലത്തില് ഇവിടെ ഇട്ടിട്ട്... ഇപ്പം നീ പറഞ്ഞതുംകൂടി കേട്ടപ്പം മനസ്സാകെ കലങ്ങിമറിഞ്ഞു."

"ഇനിയിപ്പം മനസ്സു കലങ്ങീട്ടെന്താ കാര്യം?"

"ഇനിക്ക് ഇവിടെ നിക്കണ്ടാന്നുണ്ടെങ്കില് കാര്യം തീർത്തുതരാൻ പറയാം. ഞമ്മക്ക്."

"എന്നിട്ട് ഇങ്ങളെ മോന്റേം മരുമോളേം മോറ് കാണാനോ?"

"അന്റെ ബാപ്പ നയിച്ചുണ്ടാക്കിയതാ ആ പൊര. ആട ഇനിക്ക് എന്നും വന്നു കെടക്കാം."

"അതൊന്നും വേണ്ട. എന്റെ തലയിലെഴുതിയത് ഞാൻ അനുഭവിച്ചോളാം. നിങ്ങക്ക് ഒരുപകാരം ചെയ്തുതരാൻ പറ്റ്വോ?"

"എന്നെക്കൊണ്ടാവുന്നതെന്തും ഞാൻ ചെയ്തുതരാം."

"എന്നാ ഇങ്ങളെ പിയ്യാപ്ലനോടു പറഞ്ഞ് എനിക്ക് പഠിക്കാനുള്ള അനുവാദം വാങ്ങിച്ചു താ. ഞാൻ നേഴ്സറി ട്രെയിനിങ് കഴിച്ച് കുട്ടികളെ പഠിപ്പിച്ച് ജീവിച്ചോളാം. ഈ കോട്ടയിൽ ഇങ്ങനെ അടച്ചിരുന്നാൽ സത്യമായിട്ടും എനിക്ക് പ്രാന്തിളകും."

"അതിപ്പം മൂപ്പര് സമ്മതിക്കോ?"

"എന്നാ വെറുതെ ഇരുന്ന് കണ്ണീരൊഴുക്കാണ്ട് സ്ഥലം വിട്ടോളീ."

"എന്താ ഉമ്മയും മോളും കൂടെ തർക്കം?" ഹാജിയുടെ സ്വരം കേട്ട് സംസാരം നിന്നു.

"ഓക്ക് ടീച്ചറെ പണിക്ക് പടിക്കണോന്നാ ഓള് പറേന്നത്." ഉമ്മ

"നടക്കാത്ത മോഹമൊന്നും പറയല്ലേ നൂറു."

"എന്നാ എന്നെ എന്റെ പാട്ടിനു വിട്. ഞാൻ എവിടെയെങ്കിലും പോയി ജീവിച്ചോളാം. എനിക്ക് ഉമ്മയുമില്ല ഉപ്പയുമില്ല. ആരുമില്ല...."

നൂറുവിന്റെ സ്വരം ഉയർന്നു.

"നീ ആയിട്ട് എല്ലാം വേണ്ടെന്നുവെച്ചതാന്നാ മൂപ്പര് പറേന്നത്."

അപ്പോൾ അവിടെ എത്തിയ ബാപ്പ മരുമകന്റെ പക്ഷം പിടിച്ചുപറഞ്ഞപ്പോൾ നൂറു നിയന്ത്രണം വിട്ടു.

"എന്നെ പടുകുഴിയിൽ തള്ളിയിട്ടിട്ട്"

"ഇതാ ഇവളെ രീതി. മിണ്ടിപ്പോയാൽ വലിയ വലിയ വാക്കുകളേ പറയൂ. പെങ്കുട്ട്യേക്ക് ബുദ്ധി ഏറിപ്പോവുന്നതും നന്നല്ല." ഹാജി

നൂറു അതിനു മറുപടി പറഞ്ഞില്ല.

"ഓളെ സങ്കടംകൊണ്ട് പറഞ്ഞുപോവുന്നതാ."

ഉമ്മ.

"എന്താ നിന്റെ സങ്കടം. പരിഹാരമില്ലാത്തതൊന്നും ദുനിയാവിലില്ലല്ലോ." ഹാജി

"ഓള് എല്ലാം പൊരുത്തപ്പെട്ട് സ്വന്തം പൊരപോലെ ഇവിടെ കയിഞ്ഞതാ. ഒന്നു വീണ് കാലൊടിഞ്ഞപ്പം ഇങ്ങള് മൂന്നാമതും കെട്ട്യത് ഓക്ക് സഹിക്കാനായില്ല. അതോണ്ടാ ഓക്ക് ബെറുപ്പ് തോന്ന്യത്. പെണ്ണുങ്ങക്ക് പൊറുക്കാനാവാത്ത കാര്യാ ഇങ്ങള് ചെയ്തത്?"

ഉമ്മ പറയുന്നതുകേട്ട് നൂറു അമ്പരന്നു. ഇത്രയും ധൈര്യം ഉമ്മയ്ക്ക് എവിടെ നിന്നു കിട്ടി? അവളുടെ കണ്ണീര് ഉമ്മയ്ക്ക് കരുത്തേകിയതായിരിക്കും. ഹാജിയാർക്ക് മിണ്ടാട്ടമില്ല.

"കിളിന്തുപോലുള്ള എന്റെ മോളെ ഇങ്ങള്... ആധികയറിപ്പോയി എന്റെ കുട്ടിക്ക്. ഇനി എന്റെ മോളെ ഗതിയെന്താന്നാലോചിക്കുമ്പം എന്റെ കരളില് തീയാ."

ഉമ്മ പൊട്ടിക്കരഞ്ഞപ്പോൾ ഹാജിയും തരിച്ചുനിന്നു.

"അത് അന്നത്തെ അവസ്ഥ... എവളും ഐഷയും കെടപ്പില്. പൊര അയ്യാറായിപ്പോവണത് കണ്ടപ്പം... റംലത്തിനെ ഒയിവാക്കാൻ ഞാൻ തീരുമാനിച്ചു. ഓളെ നാവ് ശരിയല്ല."

"അങ്ങനെ തോന്നുമ്പം ഒയിവാക്കാനും തോന്നുമ്പം കൊണ്ടുവരാനും ഞങ്ങളെന്താ മാടുകളോ? റംലത്തിനെ ഒയിവാക്കിയാ അന്ന് ഞാനും ഈ പടി ഇറങ്ങും."

"ഇതാ നിങ്ങളെ മോളെ സ്വഭാവം. ഇണങ്ങാനും കൊള്ളൂലാ പെണ ങ്ങാനും കൊള്ളൂലാ."

ഹാജി.

"മോളെ, മൂപ്പരിക്ക് വേണ്ടെങ്കി..."

"മൂപ്പരിക്ക് വേണ്ടെങ്കി.. എല്ലാം കൂടി ഇന്നെ ഒയിവാക്കാനുള്ള പരി പാടിയാ അല്ലേ.... അത് നടക്കൂലാ."

ബാപ്പയെ മുഴുമിപ്പിക്കാൻ അനുവദിക്കാതെ പെട്ടെന്നാണ് റംലത്ത് ഏറ്റു പിടിച്ചത്.

"നിന്നെ ആരാ ഇവിടെ വിളിച്ചത്? ഒളിഞ്ഞുകേക്കണ സ്വഭാവം നിർത്താതെ നിനക്ക് മേൽഗതിയില്ല. എന്താ നടക്കാതെ. ഇപ്പം ഞാൻ അന്നെ മൊയി മൂന്നും ചൊല്ലീന്നു പറഞ്ഞാ നിന്റെ ബമ്പത്തരം അതോടെ തീരും."

"ഇല്ല. ജീവനോടെ ഞാനീ പെരേന്ന് എറങ്ങൂലാ. കൊലക്കേസിന് ഞാൻ എല്ലാരേം കോടതികേറ്റും." റംലത്ത് ഹാലിളകി.

"ഈ ഒരുമ്പട്ടോക്ക് മേണ്ടിട്ടല്ലേ നൂറു നീ പക്ഷം പിടിക്കണത്. മൂപ്പര് വേണ്ടെങ്കി ഓളെ ഒയിവാക്കിക്കോട്ടെ." സംസാരം കേട്ട് അവിടെ എത്തിയ ഐഷാത്ത പറഞ്ഞു.

"ഇന്നെ ഒയിവാക്കിയാ ഞാനിവിടത്തെ ഉത്തരത്തിൽ കെട്ടിത്തൂ ങ്ങും."

റംലത്ത് ഭീഷണിപ്പെടുത്തി.

"നിന്റെ നാവൊന്ന് ചുരുക്ക്. അല്ലെങ്കിൽ ഞാനെന്തെങ്കിലും കടുങ്കൈ ചെയ്തുപോകും. പറഞ്ഞില്ലാന്നു വേണ്ട."

ഹാജി.

"അതാ ഈലും നല്ലത്. ഇങ്ങളിന്നെ കൊന്നാലും മേണ്ടീലാ ഞാനിനി ഇബീടന്നിറങ്ങൂലാ." റംലത്ത് നാടുമുഴുക്കെ കേൾക്കെ അല റിക്കരഞ്ഞു.

"ഇത് വല്ലാത്ത പൊല്ലാപ്പായീലോ... റംലത്തേ നാവടക്കണതാ നല്ല ത്."

ഹാജിയുടെ ശബ്ദവും ഉയർന്നു.

"ഞാനിപ്പം പൊല്ലാപ്പായി.. ഇന്നെ ആരിക്കും കണ്ടൂടാ.. ഞാനിപ്പം കെട്ടിത്തൂങ്ങും." റംലത്ത് ഒപ്പാരി തന്നെ.

"എന്നാ അതാ നല്ലത്. അധികം കളിക്കണ്ട." ഹാജിയുടെ ഒച്ച കന ത്തപ്പോൾ റംലത്ത് കരഞ്ഞുകൊണ്ട് മുകളിലേക്കോടി.

"കാലം ബെടക്കാ... ഓള് കടുങ്കൈ വല്ലതും കാണിച്ചാ..." ബാപ്പ യുടെ സ്വരത്തിൽ ഭീതി.

"സുഖല്ലാത്തോലിക്ക് ഒരു സഹായമായിക്കോട്ടേന്ന് കരുതിയിട്ടാ ഞാൻ ഓളെ നിക്കാഹ് കയിച്ചത്. അത് എന്റെ പോയത്തരം. അന്നുമു

തൽ രണ്ടെണ്ണവും സൈ്വരം തന്നിട്ടില്ല. പടച്ചോനെ വിചാരിച്ചിട്ടാ ഞാൻ പൊറുക്കണത്."

"പടച്ചോനെപ്പേടിയുള്ള ഒരാളും."

അതുവരെ മിണ്ടാതിരുന്ന ഐഷാത്ത ഇടയിൽക്കയറിപ്പറഞ്ഞു.

"പടച്ചോനു നിരക്കാത്തതെന്താ ഞാൻ ചെയ്തത്. പറ.... ഒന്നിലധികം പെണ്ണുകെട്ടുന്നത് തെറ്റാണെന്ന് ഒരു കിത്താബിലും പറഞ്ഞിട്ടില്ല."

"എന്നാ ഇതുതന്നെ തൊയിലാക്കിക്കോ...."

ഐഷാത്തയും വിട്ടുകൊടുക്കാനുള്ള ഭാവമില്ല.

"മതിയാക്ക് ഐഷാത്ത. ഇനിയും ഇടയിൽക്കയറി ഉന്തും തള്ളും ഏല്ക്കാനുള്ള കരുത്ത് എനക്കില്ല."

നൂറു പുതപ്പ് വലിച്ചുമാറ്റി എഴുന്നേറ്റു പുറത്തേക്കു നടന്നു.

"നീയെങ്ങോട്ടാ നൂറു."

"നരകത്തിലേക്ക്."

നൂറു തളത്തിലെ കൊച്ചുമുറിയിൽ കയറി കതകടച്ചു. വിരുന്നുകാർക്ക് ഉപയോഗിക്കാനുള്ള കിടക്കകളും തലയണകളും മറ്റും സൂക്ഷിക്കുന്ന മുറിയാണത്. ഒരു കട്ടിലിൽ അട്ടിയിട്ട കിടക്കകളും തലയണകളും ഒരു വിരിപ്പുകൊണ്ട് മൂടിയിട്ടിട്ടുണ്ട്. തലയണ ഉറകളും ഷീറ്റുകളുംവെച്ച വലിയ രണ്ടലമാരകൾക്ക് പുറമേ ഒരു ബെഞ്ച് കൂടി ആ മുറിയിലുണ്ട്. അവൾ തന്നെയാണ് തളത്തിൽ കിടന്ന ആ ബെഞ്ച് മുറിയിലെടുത്തിടീച്ചത്. അതിൽ തളർന്നിരുന്നു നൂറു. ഇനി വിട്ടുകൊടുക്കാൻ ഉദ്ദേശിച്ചിട്ടില്ല. ഇനിയും ഒരു പെണ്ണുകൂടി കെട്ടാനുള്ള മോഹം അയാൾക്കുണ്ടാകരുത്. നിങ്ങളെ ഒഴിവാക്കാൻ വെറും മൂന്നുവാക്കുമതി എന്നു പറയുമ്പോഴുള്ള അഹങ്കാരമാണ് സഹിക്കാൻ കഴിയാത്തത്. റംലത്തിനെ ഒഴിവാക്കാൻ ഏതായാലും കൂട്ടുനില്ക്കില്ല. റംലത്തിനോടുള്ള ഇഷ്ടം കൊണ്ടൊന്നുമല്ല. അതിനു കൂട്ടുനിന്നാൽ ഒരു സ്ത്രീ എന്ന നിലയിൽ ഒരു കാലത്തും സൈ്വരമുണ്ടാവില്ല. റംലത്തിന്റെ നാവിന് ഏഴുമുഴമാണ് നീളം. പണത്തിനോടാണെങ്കിൽ അത്യാർത്തി. സാഹചര്യമാവാം അവരെ അങ്ങനെ ആക്കിയത്. അവർ ഹാജിയെ കണ്ടുമോഹിച്ച് മയക്കി എടുത്തു എന്നൊക്കെ ഐഷാത്ത പറയുന്നതൊന്നും നേരാവില്ല. അതിനൊന്നും ഹാജിയെ ആർക്കും കിട്ടില്ല. മനസ്സുനിറയെ നിറമുള്ള കിനാക്കളുമായി നടന്ന നൂറുവിനെ ഈ കോട്ടയിൽ തളയ്ക്കാൻ നൂറുവിന്റെ വീട്ടുകാരെ അയാൾ വിലയ്ക്കു വാങ്ങി. നൂറു അയാളെ വലവീശിപ്പിടിച്ചതാണെന്നായിരുന്നു ഐഷാത്തയുടെ ധാരണ. പാവം അവരെ കുറ്റപ്പെടുത്താൻ ഒരിക്കലും സാധിക്കാറില്ല. പതിനാലാംവയസ്സിൽ വർണ്ണക്കിനാക്കളുമായി എത്തുമ്പോൾ വയസ്സുകാലത്ത് ഇങ്ങനെ ഒരു ഗതി വരുമെന്ന് അവർ സ്വപ്നത്തിൽപ്പോലും കരുതിയിട്ടുണ്ടാവില്ല. ആരവാരത്തോടെ അവരെ

ഇങ്ങോട്ടേക്കയച്ച അവരുടെ മാതാപിതാക്കളും നിനച്ചിട്ടുണ്ടാവില്ല. എല്ലാം വിധിയെന്നു സമാധാനിക്കയല്ലാതെ ഇനിയെന്ത് നിവൃത്തി?

ഇഫരീത്ത് രാജന്റെ കോട്ടയിലകപ്പെട്ടുപോയ മൂന്നു മനുഷ്യസ്ത്രീകളെ രക്ഷിക്കാൻ ഒരു രാജകുമാരനും ഇവിടെ എത്താൻ പോകുന്നില്ല. കോട്ടയിൽനിന്നും പുറത്തിറങ്ങിയ തങ്ങളെ കൈനീട്ടി സ്വീകരിക്കാനും ആരുമുണ്ടാവില്ലെന്നും അറിയാം. റംലത്ത് അതെല്ലാം മുൻകൂട്ടി കണ്ടുകൊണ്ടുതന്നെയാണ് പ്രവർത്തിക്കുന്നത്. ഹാജിയുടെ ആട്ടും തുപ്പും ഏറ്റാലും വാലുപോലെ കൂടെ നടന്ന് അവരുടെ ആവശ്യങ്ങൾ ഓരോന്നായി സാധിച്ചെടുക്കുന്നുണ്ട്. അവരുടെ ആവശ്യം നിറവേറിക്കഴിഞ്ഞാൽ അവർ ഈ കോട്ടയിൽനിന്നും ചാടിപ്പോയേക്കാം. ആരെയും ആശ്രയിക്കാതെ കഴിഞ്ഞുകൂടാനുള്ള വരുമാനം... സ്വന്തമായൊരു തൊഴിൽ... വ്യാമോഹമാണെന്നറിയാമെങ്കിലും ആശിച്ചു പോകുന്നു. അദ്ധ്യാപനം പണ്ടുമുതലുള്ള സ്വപ്നമായിരുന്നു. അതിനി നടക്കുമെന്നു തോന്നുന്നില്ല. ഹാജിക്ക് നഗരത്തിൽ പലയിടത്തും കെട്ടിടങ്ങളുണ്ട്. ഒരു മുറി കിട്ടിയെങ്കിൽ സ്വന്തമായി ഒരു നഴ്സറി സ്കൂൾ തുടങ്ങാമായിരുന്നു. കുട്ടികളുടെ കൂടെ കഴിയുമ്പോൾ മനഃപ്രയാസങ്ങൾ മറക്കും. ഐഷാത്തയുടെയും റംലത്തിന്റെയും പോരിൽനിന്ന് ഒഴിഞ്ഞുനില്ക്കുകയും ചെയ്യാം. അതൊന്നും നടക്കാൻ പോകുന്നില്ല. ജോനകപ്പറമ്പിൽ ഹുസൈൻ ഹാജിയുടെ ഭാര്യയെ ആയപ്പണിക്കയക്കുന്ന കാര്യം നീ പറയുകയേ വേണ്ട എന്ന് ഹാജി തീർത്തു പറഞ്ഞതാണ്. ഇവിടത്തെ ഏതെങ്കിലുമൊരു മുറിയിൽ തടവുകാരിയായി..

“നൂറു വാതില് തൊറക്ക്..”

ഉമ്മ വാതിലിൽ മുട്ടുന്നു. അനങ്ങിയില്ല. പാവം ഉമ്മ. അവരോടു കലിതുള്ളിയിട്ട് എന്താ കാര്യം? അവർക്കു പറയാനുള്ളത് അവരേതായാലും ഹാജിയോടു പറഞ്ഞു. അതൊന്നു പറയാൻ അവൾ എത്രദിവസംകൊണ്ട് തയ്യാറെടുക്കുന്നു. സാധിച്ചില്ല. അതാണ് നൂറുവിന്റെ തകരാറ്. പറയാനുള്ളത് വേണ്ട സമയത്ത് പറയാൻ കഴിയില്ല. എല്ലാം ഉള്ളിലിട്ട് ഊതിക്കത്തിച്ച് ആ തീയിൽ സ്വയം വെന്തുനീറും. റംലത്ത് വന്നതിനുശേഷം അയാളുടെ കിടപ്പറയിൽ കയറാറില്ല. കഴിയുന്നതും ഒഴിഞ്ഞുമാറി നടക്കുകയാണ് പതിവ്. അയാൾ ബലം പ്രയോഗിക്കാൻ തുടങ്ങുമ്പോഴേക്ക് മണത്തറിഞ്ഞിട്ടെന്നപോലെ റംലത്ത് പ്രത്യക്ഷപ്പെടും. ആ തക്കത്തിൽ രക്ഷപ്പെട്ട് സ്വന്തം മുറിയിൽ ചേക്കേറും.

“നൂറു... തൊറക്ക് മോളേ...”

ഉമ്മയുടെ വിളി കരച്ചിലാകുന്നു.

“നൂറു... വാതിൽ തുറക്ക്...”

ഐഷാത്തയുടെ ദീനസ്വരം

“വെറുതെ പുക്കാറുണ്ടാക്കല്ലേ നൂറു... നിനക്ക് എന്താ വേണ്ടതെന്നു വച്ചാ ചെയ്തുതരാന്നു പറഞ്ഞില്ലേ...?”

ഹാജി.

നൂറു അരിശത്തോടെ വാതിൽ മലർക്കെ തുറന്നു. "ടീച്ചർ പണിക്കു പോണ്ട. മൂപ്പര് വേറെന്തോ പണി കണ്ട്വച്ചിട്ടുണ്ട് പോലെ..."

ഉമ്മയുടെ സ്വരത്തിൽ ആഹ്ലാദം.

"പെങ്കുട്ട്യേക്ക് ഇത്രം ബാശി നന്നല്ല മോളേ." ബാപ്പ

നൂറു ഒന്നിനും ഉത്തരം പറഞ്ഞില്ല..

ഇരുപത്തിയേഴ്

എഴുന്നേറ്റു നിന്നപ്പോൾ കാലിടറി. തലയ്ക്കകത്ത് വണ്ടു മൂളുന്നു. പെട്ടെന്ന് കട്ടിലിൽ കൈകുത്തി ഇരുന്നു. താഴെവീണ് കൈയോ കാലോ ഒടിഞ്ഞാൽ എന്നെന്നേക്കുമായി ഈ കോട്ടയിൽ അകപ്പെട്ടുപോകും. ഇരുട്ടുമുറിയിൽ ജീവിതം തളച്ചിടാൻ നൂറുവിനു മനസ്സില്ല. വെളിച്ചം വേണം. ഒരിറ്റെങ്കിൽ ഒരിറ്റ്.

"നൂറുത്താ കുളിക്കണ്ടേ?"

ആമിനക്കുട്ടിയെത്തി. സൂറ കല്യാണം കഴിഞ്ഞുപോയപ്പോൾ പകരമെത്തിയതാണ് ആമിനക്കുട്ടി.

"എടീ നൂറൂന്റെ കാര്യം നോക്കാനാ അന്നെ നിർത്തീർക്കണത്. ഈ ചെറിയ പ്രായത്തില്തന്നെ ഓള് എമ്പാടും കഷ്ടങ്ങൾ സഹിച്ചു. കണ്ണീരും ഏറെ കുടിച്ച്. ഇനിയൊരു വീയ്ച താങ്ങാനുള്ള ശേഷി ഓക്കില്ല. ഓളെ പിന്നാലെ നീയുണ്ടാകണം. എപ്പളും. കേട്ടല്ലോ."

ആമിനക്കുട്ടി എത്തിയ അന്നുതന്നെ ഐഷാത്ത അവളെ വിളിച്ച് ഏർപ്പാടുണ്ടാക്കി.

"ഓരോരുത്തരുടെ ഒരു ഭാഗ്യേയ്. ഒപ്പം നടക്കാൻ തൊണക്കാരത്തി. തലവര നന്നാകണം.."

റംലത്ത് പതിവുപോലെ മുറുമുറുത്തു. ഐഷാത്ത കേൾക്കെ പറയാത്തതുകൊണ്ട് ലഹള ഒഴിവായി. റംലത്ത് പറയുന്നതിനൊന്നും നൂറു മറുപടി പറയാറില്ല. റംലത്ത് പറയുന്നതെല്ലാം ഏറ്റുപിടിച്ച് ലഹളയുണ്ടാക്കുക ഐഷാത്തയുടെ സ്വഭാവമായി മാറിയിരിക്കുകയാണ്. ജോനകപ്പറമ്പിലെ അകത്തളം പോർക്കളമായി മാറുന്നതു കണ്ട് മനസ്സ് മരവിച്ചുപോയിരിക്കുന്നു. ഈ മരവിപ്പിൽനിന്നും ഒരു മോചനം നൂറുവിനു കൂടിയേ തീരൂ. കോട്ടവാതിലൊന്നു തുറന്നുകിട്ടാൻ ഹാജിക്ക് ഹർജികൾ സമർപ്പിച്ചു കാത്തിരിപ്പാണ്. ഉമ്മയുടെ ഇടപെടൽ കാരണം അർദ്ധസമ്മതം കിട്ടിയിരിക്കുന്നു. ക്ഷീണം മാറട്ടെ എന്നു പറഞ്ഞ് ഇപ്പോൾ ഐഷാത്തയാണ് തടവു നീട്ടിയിരിക്കുന്നത്. ഇവിടത്തെ ജയിൽവാസം ഒന്നവസാനിച്ചു കിട്ടിയാൽ ക്ഷീണം താനേ മാറിക്കോളും."

"നൂറുത്താ.."

ആമിനക്കുട്ടി തട്ടിവിളിച്ചപ്പോൾ എഴുന്നേറ്റു.

"ഞാൻ ഒറ്റയ്ക്കു കുളിച്ചോളാം. നീ പുറത്തു നിന്നാ മതി."

"ഐഷാത്ത അറിഞ്ഞാൽ ഇന്നെ ബയ്ക്ക് പറയും?"

"ഐഷാത്ത അറിയൂലാ. ഒന്നും ചെയ്യേണ്ടിങ്ങനെ കെടന്നാ മടിപിടിക്കും. വെറുതെ കിടന്ന് ഇപ്പത്തന്നെ ചക്കുംകുറ്റിപോലെയായി. ഇന്നു മുതൽ ഞാൻ ഒറ്റയ്ക്കുതന്നെ എല്ലാം ചെയ്യും. നീ ആ എണ്ണക്കുപ്പി കാട്ടിക്കാ."

നൂറു മുടി കെട്ടഴിച്ചിട്ടു. ആകെ ജടപിടിച്ചിരിക്കുന്നു. മുട്ടോളം മുടിയുണ്ടായിരുന്നു. കറുത്ത് ഇടതൂർന്ന മുടി. എല്ലാം പോയി. നീളം മാത്രമുണ്ട്. അതൊന്നു വെട്ടണം. കുറേക്കാലമായി വിചാരിക്കുന്നു.

"എടീ എന്റെ മുടീന്റെ അറ്റമൊന്നു വെട്ടിത്തരുവോ നീ?"

ആമിനക്കുട്ടിയോടു ചോദിച്ചു

"വെട്ടണ്ട നൂറുത്താ നീണ്ടോട്ടെ."

"കോലുപോലെ നീണ്ടുകിടക്കുന്നു. കുറച്ചു വെട്ടാം. ഷേപ്പിൽ വേണം വെട്ടാൻ. കൊരങ്ങൻ അപ്പം കടിച്ചതുപോലെയാക്കിയാ നിന്റെ തല ഞാൻ അറുക്കും."

നൂറു തമാശ പറഞ്ഞു.

"അള്ളാ ഇനിക്കു പേടിയാവണു. ഞാൻ വെട്ടിയാ നേരെയാകൂല നൂറുത്താ."

"കൊഞ്ചാണ്ട് ഇങ്ങോട്ടു വാടി."

നൂറു കയർത്തപ്പോൾ അവൾ കത്രികയും ചീപ്പുമായി ചെന്ന് നൂറുവിന്റെ മുടിയുടെ അറ്റം വെട്ടി. നൂറു ചാഞ്ഞും ചരിഞ്ഞും കണ്ണാടിയിൽ നോക്കുമ്പോഴാണ് ഹാജി എത്തിയത്.

മുടി പിന്നിൽ പരത്തിയിട്ട് നില്ക്കുന്ന നൂറുവിനെ കണ്ടപ്പോൾ ഹാജിക്കു ആകെയൊരിളക്കം.

"നീയെന്താടീ അവിടെ കാട്ടണ്?"

അയാൾ ആമിനക്കുട്ടിയെ വിരട്ടി.

തറയിൽ മുട്ടുകുത്തിയിരുന്ന് വെട്ടിയിട്ട മുടി പെറുക്കിക്കൂട്ടുകയായിരുന്ന ആമിനക്കുട്ടി ഞെട്ടി എഴുന്നേറ്റു. നൂറുവും മിഴിച്ചുനോക്കി. ഏറെ ദിവസം കൂടിയിട്ടാണ് അയാൾ നൂറുവിന്റെ മുറിയിലെത്തുന്നത്.

"മിയിച്ച് നിക്കാണ്ടെ അത് കൊണ്ടോയി കള പെണ്ണേ."

ഹാജി വിരട്ടിയപ്പോൾ അവൾ തിടുക്കത്തിൽ പുറത്തേക്കിറങ്ങി. നൂറു മുടി വാരിക്കെട്ടി തല മറയ്ക്കാനായി തട്ടം പരതി.

"ക്ഷീണമൊക്കെ മാറിയോ?"

മുഖം പിടിച്ചുയർത്തിക്കൊണ്ട് ചോദിച്ചു.

ഹാജിയുടെ നിഴലായിവന്ന റംലത്ത് വാതില്ക്കൽ പതുങ്ങിയിട്ടുണ്ടാ

വുമെന്ന് നൂറുവിന് ഉറപ്പായിരുന്നു. ഊഹം ശരിയായിരുന്നു. വാതില്ക്കൽ നിഴലാട്ടം.

"സി ഐ ഡി പിന്നാലെയുണ്ട്. പോരിനിറങ്ങാൻ എനക്കാവൂലാ."

നൂറു അയാളുടെ കൈ വിടുവിച്ച് മാറിനിന്നു.

"ഇപ്പഹയനെക്കൊണ്ട് തോറ്റല്ലോ." എന്നു പറഞ്ഞുകൊണ്ട് ഹാജി ചെന്ന് വാതിൽ കുറ്റിയിട്ടു. ആ തക്കത്തിന് നൂറു തട്ടം തലയിലിട്ട് കട്ടിലിലിരുന്നു. തനിക്കായി അയാൾ എന്തോ പണി കണ്ടുവെച്ചിരിക്കുന്നു എന്നു ഉമ്മ പറഞ്ഞിരുന്നു. അക്കാര്യത്തെക്കുറിച്ച് ഒന്നു ചോദിക്കണമെന്ന് കുറച്ചുദിവസമായി വിചാരിക്കുന്നു തമ്മിൽ കാണാത്തതുകൊണ്ട് അതിന് ഇടകിട്ടിയില്ല. ഇടയ്ക്കിടെ ഓർമ്മിപ്പിച്ചില്ലെങ്കിൽ അയാളത് മറന്നതായി ഭാവിക്കും.

"എനിക്കെന്തോ പണി കണ്ടുവച്ചിട്ടുണ്ടെന്ന് പറഞ്ഞിട്ടെന്തായി?"

നൂറു ചോദിച്ചു

"നിന്റെ സൂക്കേടൊക്കെ മാറട്ടെ."

"എനിക്കിപ്പോ സൂക്കേടൊന്നുമില്ല. വെറുതെയിരുന്നിട്ടുള്ള മടുപ്പാ.."

"നീയിങ്ങനെ ഒറ്റയ്ക്ക് ഇതിനകത്തിരുന്നിട്ടല്ലേ മടുക്കുന്നത്."

"പിന്നെ ഞാനെന്താ ചെയ്യ്യ്ആ?"

"ഇതിനകത്ത് അടച്ചിരിക്കാനല്ലാലോ ഇന്നെ ഞമ്മള് നിക്കാഹ് കയിച്ചത്. ഞമ്മളെ കാര്യങ്ങൾ എന്തെങ്കിലും നീയ് നോക്കുന്നുണ്ടോ?"

"ഇങ്ങളെ കാര്യം നോക്കാനല്ലേ റംലത്തിനെ കൊണ്ടുവന്നത്. അവരു നോക്കുന്നുണ്ടല്ലോ."

"ആ ചൊരുക്ക് ഇതുവരെ തീർന്നില്ലേ?"

നൂറു അതിനു മറുപടി പറഞ്ഞില്ല. പറഞ്ഞാൽ ഏറിപ്പോകും. അയാളോട് തല്ലുകൂടാൻ അവൾക്ക് ആഗ്രഹമില്ല. അയാൾ കട്ടിലിൽ നൂറുവിനോടു ചേർന്നിരുന്ന് മുടിയിൽ വിരലോടിച്ചുകൊണ്ട് പറഞ്ഞു: "നീയെന്തിനാ ഈ കുടുസ്സുമുറിയിൽ കെടക്കുന്നത്? ഇന്നുമുതൽ മോളിൽ എന്റെ അറേല് കെടന്നാ മതി."

"അതൊന്നും ഇനി നടക്കുന്ന കാര്യല്ല."

"എന്താ നടക്കാണ്ടെ?"

ഹാജിയുടെ സ്വരം കനത്തു. നൂറു മറുപടിയൊന്നും പറയാതെ എഴുന്നേറ്റ് ജനലരികിൽ ചെന്നുനിന്നു.

"നിയ്യിങ്ങനെ കല്ലുപോലെ നിക്കാതെ എന്തെങ്കിലും പറ."

"തുണീം കുപ്പായോം മാറ്റുന്നപോലെ പെണ്ണുങ്ങളെ മാറ്റുന്നോലോട് എന്തു മിണ്ടാനാ."

"മേണ്ട നൂറു. വലിയ വർത്തമാനങ്ങള് പറഞ്ഞ് ജഗള മേണ്ട. പൊരേല് കേറാൻ തന്നെ പേടിയായിക്ക്ണ്. എല്ലാരിക്കും അവനോന്റെ കാര്യം മാത്രം. എന്നെക്കുറിച്ച് ആരിക്കുമില്ല വിചാരം."

അയാളുടെ സ്വരത്തിലെ നൈരാശ്യം നൂറുവിനെ ആശയക്കുഴപ്പത്തിലാക്കി. അവൾ പകച്ചു നോക്കി. ഏറെക്കാലം കൂടിയാണ് ഹാജിയുടെ മുഖത്ത് സൂക്ഷിച്ചു നോക്കുന്നത്. പഴയ പ്രസരിപ്പൊന്നുമില്ല. ആകെ ചടച്ചിട്ടുണ്ട്. റംലത്തിനോടുള്ള അരിശവും ഐഷാത്ത തീർക്കുന്നത് മൂപ്പരോടാണ്. റംലത്താണെങ്കിൽ പായാരം പറഞ്ഞ് പിന്നാലെ നടന്ന് സ്വൈരം കെടുത്തും. താനാണെങ്കിൽ അയാളെ തീർത്തും അവഗണിച്ചുകൊണ്ടാണ് പകരം വീട്ടാറുള്ളത്. സ്വയം കുഴിച്ച കുഴിയല്ലേ അനുഭവിച്ചോ... പറയണോ? വേണ്ട. മിണ്ടാതിരിക്കാം.

“നീയ്യിവിടെ വന്നിരിക്ക്.”

ഹാജി ക്ഷണിച്ചപ്പോൾ മറുത്തൊന്നും പറയാതെ കട്ടിലിൽ ചെന്നിരുന്നു. അയാളുടെ സ്നേഹപ്രകടനങ്ങൾ വല്ലാതെ അലോസരപ്പെടുത്തിയെങ്കിലും എതിർത്തില്ല.

“നാളെ ഇന്നെ ഞമ്മള് മഹിളാസഭയിൽ കൊണ്ടോവാം. ചെന്നു നോക്ക് ഇനിക്ക് പറ്റ്യതാണെങ്കിൽ ഏറ്റെടുത്താമതി. ഇവിടത്തെ കാര്യങ്ങളും നോക്കി നടന്നാ പോരേ ഇനിക്ക്? മാപ്പളാരെ നോക്കലും വലിയ ഇബാദത്താ. സ്വർഗ്ഗം അവരിക്കുള്ളതാ.” ഹാജി കിന്നാരത്തിനുള്ള ഭാവമാണ്.

“ഒരാളെ നോക്കാൻ മൂന്ന് പെണ്ണുങ്ങള് വേണ്ടാലോ.” നൂറുവിന് പറയാതിരിക്കാൻ കഴിഞ്ഞില്ല.

“ഇന്നോട് വാദിക്കാൻ ഞമ്മളില്ല ബാപ്പാ. ഇന്നെനക്ക് ഒയിവാ മഹിളാസഭയിൽ പോക്ക് ഇന്നാക്കിയാലോ?” നൂറുവിന്റെ മുഖം തിളങ്ങി.

“ഞാൻ പെട്ടെന്നു റെഡിയാകാം.”

“തെരക്കില്ല. കൊറച്ചുനേരം ഇവിടിരിക്ക്.”

“ഹാജി പറഞ്ഞപ്പോൾ നൂറു എന്തു ചെയ്യണമെന്നറിയാതെ പരുങ്ങി. അപ്പോൾ വാതിൽപ്പൊളിയിൽ മുട്ട്.

“ആരാത്?”

ഹാജി ചോദിക്കുന്നതിനിടയിൽ നൂറു എഴുന്നേറ്റ് കുളിമുറിയിലേക്കു നടന്നു. അയാൾ എണീറ്റു ചെന്നുവാതിൽ തുറന്നു. വാതില്ക്കൽ റംലത്തിനെ കണ്ടപ്പോൾ ഹാജിയുടെ സ്വരം ഉയർന്നു.

“അനക്കെന്താ വേണ്ടത്?” ഹാജിയുടെ സ്വരത്തിൽ വെറുപ്പ്.

“അത് കമ്പനീപ്പോകാൻ നേരായീന്നു പറയാനാ.”

ഹാജി കലിതുള്ളി റംലത്തിനെ ചീത്ത പറയുന്നത് കേൾക്കാതിരിക്കാനായി പെട്ടെന്ന് കുളിമുറിയിൽ കയറി വാതിലടച്ചു. ഷവർ തുറന്നപ്പോൾ വെള്ളം ശരേന്ന് തലയിൽ വീണു. എന്തെന്നില്ലാത്ത ഉന്മേഷം. തലയിലെ ഭാരങ്ങളെല്ലാം വെള്ളത്തിൽ ഒഴുകിപ്പോകുന്നതുപോലെ. ശരീരത്തിനിപ്പോൾ ഭാരമില്ല. നൂറുവിപ്പോൾ കുളിമുറിയിലല്ല. മഞ്ഞുമൂടിയ മലനിരകൾക്കിടയിലൂടെ കുണുങ്ങിയൊഴുകുന്ന കൊച്ചരുവിയിൽ നീന്തി

ത്തുടിക്കുകയാണ്. മുത്തുമണിപോലെ ചിന്നിച്ചിതറുന്ന വെള്ളം... കൈകാലിട്ടടിച്ച് വെള്ളം തെറിപ്പിച്ച് കൊച്ചു കുട്ടിയുടെ ഉത്സാഹത്തോടെ... ഹായ്.. അരുവിയുടെ മറുകര ലക്ഷ്യമാക്കി നീന്തുമ്പോൾ നൂറുവിനു ക്ഷീണമില്ല. കൈകാലുകൾക്ക് തളർച്ചയില്ല. മറുകരയിലെ പച്ചപുൽമേടും പൂച്ചെടികളും കൺകുളിരെ കാണാം.

"നൂറുത്താ... ഇതെന്തു കുളിയാ.."

ആമിനയുടെ തുരുതുരെയുള്ള വാതിലിൽമുട്ട് സ്വപ്നച്ചരടു മുറിച്ചു. നൂറു ഷവർ അടച്ചു.

"നൂറുത്താ."

"എന്താടീ..."

തന്റെ കിനാച്ചരട് മുറിച്ച അരിശത്തോടെ ആമിനക്കുട്ടിയോടു കയർത്തു. "വേഗം ചെല്ലാൻ പറഞ്ഞു മൂപ്പര്."

"ഇതാ വരണെന്നു പറ."

ഉത്സാഹത്തോടെ പറഞ്ഞിട്ട് നൂറു തൂവാലകൊണ്ട് തിരക്കിട്ടു ദേഹം തുടച്ചു.

ഇരുപത്തിയെട്ട്

"**പെ**ണ്ണുങ്ങള് ജുമഅക്ക് പോണോന്ന് ഏതു കിതാബിലാ പറഞ്ഞ്ക്ക്ണ്ത്? അണിഞ്ഞൊരുങ്ങി ചുറ്റി നടക്കാനുള്ള ബെളവുതന്നെ ആയ്ചയിൽ നാലീസം *ഖുറാൻ* ക്ലാസ്. മീറ്റിങ്–ഇന്റേ റബ്ബേ എന്താ പവറ്. വടിം കുത്തിപ്പിടിച്ച് നടക്കണ നടപ്പ്. വെറുതെയല്ല പടച്ചോൻ കുതിരയ്ക്ക് കൊമ്പു കൊടുക്കാത്തതെന്നു പറഞ്ഞുകേട്ടിട്ടില്ലേ."

നൂറു ഇറങ്ങിപ്പോകുന്നതുകണ്ട് റംലത്ത് അടുക്കളയിലെ പെട്ടിപ്പുറത്തിരുന്ന് പൊട്ടിത്തെറിച്ചു.

"അയിനെന്താ ഇങ്ങളും പോണിണ്ടല്ലോ സിയാർത്തിനും ആണ്ടു നേർച്ചയ്ക്കുമൊക്കെ."

പച്ചക്കറി നുറുക്കയായിരുന്ന നബീസ പറഞ്ഞു. നബീസയുടെ തല മുഴുക്കെ നരച്ചിട്ടുണ്ട്. മുഖത്തെ ചുളിവുകളും ഏറീട്ടുണ്ട്.

"ഇങ്ങക്കാരിക്കും ഇന്നെ കണ്ടൂടാന്ന് ഇനിക്കറിയാം. കണ്ടാ കണ്ടതുപറയണോല്. എല്ലാരിക്കും കണ്ണിൽ കരടാ. പെണ്ണുങ്ങള് സിയാർത്തിനു പോണ്ടാന്ന് ഒരാളും ബെലക്കീട്ടില്ല. ആണുങ്ങളില്ലാത്ത നേരത്ത് പോയി ഖബറിൻതലയ്ക്കല്നിന്ന് യാസീൻ ഓതി ദുആ എരന്നു പോരണത് വന്തോശൊന്നുമല്ലാലോ."

"ഞമ്മക്കാരിക്കും ഒരുകണ്ടുകൂടായേം ഇല്ല. ഇങ്ങള് മൂന്നാളും ഞമ്മക്കൊരുപോലെതന്നെ. പിന്നെ പള്ളിക്കാര്യാന്നും ഞമ്മക്കറീല."

"നീയ്യല്ലെങ്കിലും നേരുള്ളോളാ. മുമ്പുണ്ടായിരുന്ന ആ സൂറപ്പെണ്ണ് ഫസാദിന്റെ കൊട്ടേനും. ഇരുതല കത്തിക്കുന്ന മൂശേട്ട. മാപ്പളന്റാടക്കെ ടന്ന് അനുഭവിക്കുന്നുണ്ടാകും."

"പട്ടിണിയും പരിവട്ടവുമാണെങ്കിലും ഓക്കാടെ സുഖാന്നാ ഇന്നാള് ഫോൺ വിളിച്ചപ്പളും ഓള് പറഞ്ഞത്."

അടുപ്പിനരികിൽ എന്തോ ഇളക്കിക്കൊണ്ടിരിക്കുന്ന റുക്കിയ പറഞ്ഞു.

"എന്നാലും ഇബിടുള്ളത്ര ആവൂലാലോ."

"പട്ടിണിയാണെങ്കിലും ചക്കളത്തിപ്പോരൊന്നും ഇല്ലാലോ."

"റുക്കിയ അത് നിയ്യെന്നെ കുത്തിപ്പറഞ്ഞതല്ലേ. മേണ്ടാട്ടോ. ഞാനാ രോടും ഒരു പോരിനും പോണില്ല. ഈ പാവപ്പെട്ട ഇന്നെ എല്ലാരുംകൂടി കണ്ണീര് കുടിപ്പക്കണേന് പടച്ചോൻ കൊടുക്കും."

റംലത്ത് പതിവുപോലെ കലിതുള്ളി.

"ഇങ്ങള് ഇബിടിരുന്ന് ബെറുതെ പുക്കാറുണ്ടാക്കല്ലേ. ബല്യ മൂപ്പത്തി കേട്ടാ പിന്നെ അതുമതി."

"പറയുമ്പോലെ എടെപ്പോയി മൂപ്പത്തി? കാണാനില്ലാലോ."

റംലത്ത് പോരു നിർത്തി. കാര്യം കാണാൻ കഴുതക്കാലും പിടി ക്കാമെന്ന പക്ഷക്കാരിയാണ് റംലത്ത്. അവിടെ ജീവിച്ചുപോകണമെങ്കിൽ പണിക്കാരികളെ പിണക്കാതെ നോക്കുകയാണ് ബുദ്ധിയെന്ന് അവൾ മനസ്സിലാക്കിയിരുന്നു. ഐഷാത്തയ്ക്ക് അസുഖമൊഴിഞ്ഞ നേരമില്ല. എന്നാലും രാവിലെ അടുക്കളയിലെത്തും. ഒരു കസേരയിട്ട് പതിനൊ ന്നുമണിവരെ ഒരേ ഇരിപ്പാണ്. നിർദ്ദേശങ്ങൾ കൊടുത്തുകൊണ്ട്. നേരാ നേരം എന്തൊക്കെ ഉണ്ടാക്കണം. സാധനങ്ങൾ എന്തെല്ലാം വാങ്ങണം. ബീരാനിക്ക എന്തൊക്കെ ചെയ്യണം. തോട്ടക്കാരന്റെ ജോലിയെന്ത് ഇങ്ങനെ എല്ലാ കാര്യങ്ങളും ആ ഇരിപ്പിൽ തീരുമാനിക്കും. ബീരാനിക്ക മാർക്കറ്റിൽപോയി സാധനങ്ങളുമായി എത്തി കണക്കും വാങ്ങിയിട്ടേ മുറി യിൽ ചെന്നു കിടക്കുകയുള്ളൂ. പിന്നെ പിറ്റേദിവസം രാവിലെയേ അടു ക്കളയിലെത്തുകയുള്ളൂ. അവർ അകത്തു പോകുന്നതും നോക്കിയി രിക്കും റംലത്ത്. എത്ര നേരം മുറി അടച്ചിരിക്കും? നൂറു ഈയിടെയായി വീട്ടുകാര്യങ്ങളിലൊന്നും ഇടപെടാറില്ല. എപ്പോഴും സർക്കീട്ടാണ്. പിന്നെ മിണ്ടാനും പറയാനുമുള്ളത് നബീസയും റുക്കിയയുമാണ്.

ഒരുപാടൊരുപാട് മോഹങ്ങളുമായാണ് റംലത്ത് ജോനകപ്പറമ്പിലെ ത്തിയത്. ജോനകപ്പറമ്പ് വീട് റംലത്തിനെ സംബന്ധിച്ചിടത്തോളം മായ ക്കൊട്ടാരം തന്നെയായിരുന്നു. പളപള മിന്നുന്ന തറയും അലങ്കരിച്ച മുറി കളും മുറികളുടെ വലിപ്പവും അതിനകത്തെ അലങ്കാരസാമാനങ്ങളും സുഖസൗകര്യങ്ങളും രുചികരമായ ഭക്ഷണവും റംലത്തിന് പുതുമതന്നെ. കുടിച്ചും കുടിക്കാതെയും കഴിഞ്ഞ നാളുകളായിരുന്നു ഏറെയും. അങ്ങോ ട്ടേക്ക് വീണ്ടുമൊരു മടക്കത്തെക്കുറിച്ച് ആലോചിക്കുമ്പോൾ ഭയന്നു വിറ

യ്ക്കും. ഐഷാത്തയെയും നൂറുവിനെയും ഹാജിയിൽ നിന്നകറ്റി സകലതും വെട്ടിപ്പിടിക്കാനുള്ള തത്രപ്പാടിലാണ് റംലത്ത്. നാക്കിട്ടടിച്ചും ഇരന്നും കാലുപിടിച്ചും നിലമ്പൂര് രണ്ടേക്ര തോട്ടവും കൈയിലും കഴുത്തിലും കുറച്ചു പണ്ടങ്ങളുമൊക്കെ നേടിയെടുത്തിട്ടുണ്ട്. പക്ഷേ, അതു പോരല്ലോ? രണ്ടേക്കർ തോട്ടം സ്വന്തം പേരിൽ എഴുതിക്കിട്ടാൻ നാടകം ഏറെ കളിക്കേണ്ടിവന്നു. ഓക്കാനവും ഛർദ്ദിയും അഭിനയിച്ച് ഒരാഴ്ച ഒരേ കിടപ്പു കിടന്നു. ഹാജിയാർ ആദ്യം വകവെച്ചില്ല. നൂറുവാണ് അപ്പോഴും കൂടെ നിന്നത്. ഡോക്ടറെ വിളിപ്പിക്കാൻ. പക്ഷേ, സമ്മതിച്ചില്ല.

"കുളി തെറ്റിയതേയുള്ളൂ. ഇപ്പം ഓല് ഓരോ പരിശോധന നടത്തിയാ അതു കേടാ." ഒഴിഞ്ഞുമാറി.

"മൂത്രം പരിശോധിച്ചാ അറിയാം."

"ഇപ്പം വേണ്ട. ഒരാഴ്ച കയ്യട്ടെ."

"മൂപ്പർക്കിനി കുട്ട്യോളൊന്നും ഉണ്ടാവൂലാന്നാ ഡോക്ടർ പറഞ്ഞത്. ഓള് ബെറുതെ കളിക്കണതാ."

ഐഷാത്താ നൂറുവിനോടു പറയുന്നതു കേട്ടപ്പോൾ കരളൊന്നു പിടഞ്ഞു. എന്നിട്ടും പതിവുപോലെ അവരോടു വഴക്കിനൊന്നും പോയില്ല. ആ അഭിനയം ഒടുക്കം ഐഷാത്തയുടെ സഹതാപവും പിടിച്ചുപറ്റാൻ ഉതകി.

ഹാജിയാരെ കാണുമ്പോൾ തലമിന്നൽ ഭാവിച്ച് താഴെയിരിക്കും. അങ്ങനെ സഹതാപം തോന്നിയ ഒരവസരം മുതലാക്കി പറഞ്ഞു.

"ഇങ്ങക്കെന്തെങ്കിലും പറ്റിപ്പോയാ ഇന്റെ ഹാലെന്താ? ഇപ്പളാണങ്കിൽ പള്ളേലൊരു കുരുന്നും. ജോനകപ്പറമ്പിൽ ഹുസൈനാജിയുടെ മോൻ കണ്ട ചെറ്റക്കുടിലിൽ കെടക്കാനിടവരരുതെന്നേ ഇനിക്കുള്ളൂ."

എന്നിട്ടും കെളവന് ഇളക്കമില്ലെന്നു കണ്ടപ്പോഴാണ് കുണ്ടോട്ടിയിൽ തങ്ങളുപ്പാപ്പയെ കാണാൻ പോയത്. തങ്ങളോടു സങ്കടം പറഞ്ഞു കരഞ്ഞപ്പോൾ ഏലസ്സെഴുതിത്തന്നു. മൂപ്പർക്ക് പാലിൽ കലക്കിക്കൊടുക്കാൻ. ഒരു വെളുത്ത പൊടിയും തന്നു. പാലൊന്നു കുടിപ്പിക്കാൻ ദിവസങ്ങൾ കാത്തിരിക്കേണ്ടിവന്നു. പകൽ കാണുമ്പോൾ കണ്ട മട്ടുകാണിക്കില്ലെങ്കിലും രാത്രി അടുത്തെത്തും. അങ്ങനെ ഒരവസരത്തിൽ തഞ്ചത്തിലും താളത്തിലുംനിന്ന് സമ്മതിപ്പിച്ചു. ഇരുചെവി അറിയാതെയാണ് നിലമ്പൂര് രണ്ടേക്കർ തോട്ടം എഴുതിച്ചത്. നൂറു അറിഞ്ഞാലും അവൾക്കതൊരു പ്രശ്നമേയല്ല. ഇങ്ങനെയുമുണ്ടോ പെണ്ണുങ്ങൾ? സ്വത്തും വേണ്ട മുതലും വേണ്ട. ഭർത്താവുംവേണ്ട. ഐഷാത്തയുടെ വാലായി കൂടിക്കൊള്ളും. അതുകൊണ്ടുള്ള പ്രയോജനവുമുണ്ട്. നൂറുവിനുവേണ്ടി ഹാജിയാരോടു വാദിക്കുന്നതും കാര്യങ്ങൾ സാധിച്ചുകൊടുക്കുന്നതും ഐഷാത്തയാണ്. ഐഷാത്തയുമായി അടുക്കണമെന്ന് അവൾക്കുമുണ്ട്. ശ്രമി

ക്കാറുമുണ്ട്. അപമാനം മാത്രം മിച്ചം. തോട്ടം സ്വന്തം പേരിലെഴുതിക്കിട്ടിയതും കുട്ടികളെ കാണാനെന്നും പറഞ്ഞ് ഒരു പോക്കങ്ങുപോയി. രണ്ടു ദിവസം കഴിഞ്ഞപ്പോൾ നാത്തൂനെക്കൊണ്ട് ഫോൺ ചെയ്യിച്ചാണ് ഗർഭം അലസിയ വിവരം അറിയിച്ചത്. യാത്ര ചെയ്തതുകൊണ്ടാണ് അങ്ങനെ സംഭവിച്ചതെന്ന് ഡോക്ടർ പറഞ്ഞെന്നുംപറഞ്ഞു. എല്ലാവരും വിശ്വസിച്ചു. അതോ വിശ്വസിച്ചെന്നു നടിച്ചതോ? ആ എന്തായാലും പ്രശ്നമില്ല. അതു കഴിഞ്ഞതോടെയാണ് ഐഷാത്തയുടെ പക ഏറിയത്. അസുഖങ്ങൾ ഏറെയുണ്ടെങ്കിലും അവരുടെ കണ്ണും കാതും എത്താത്ത സ്ഥലമില്ല. ആപ്പീസിലെ മാനേജർ അവരുടെ സ്വന്തം ആളാണ്. ഇല അനങ്ങിയാലും ഐഷാത്തയെ അറിയിക്കും. വീട്ടിൽനിന്നും തിരിച്ചെത്തും മുൻപേ തോട്ടം തന്റെ പേരിൽ എഴുതിയ കാര്യം ഐഷാത്ത അറിഞ്ഞിരുന്നു.

"എല്ലാരും നാളെപ്പിറ്റേന്നായിട്ട് മരിക്കണ്ടതാലോ. മാലോകരുടെ കണ്ണുകെട്ടാം. പടച്ചോന്റെ കണ്ണുകെട്ടാൻ പടപ്പിനു കയ്യൂലാ. പള്ളേലുണ്ടെന്ന് പറഞ്ഞപ്പളേ എനക്ക് സംശയം തോന്നീക്കണ്. നിയ്യ് പ്രസവം നിർത്ത്യതല്ലേ റംലത്തേ? പിന്നെന്തിനേനീ ഈ നാടകം?"

അവരുടെ ചോദ്യം കേട്ട് ഉരുകിയൊലിച്ചു. എന്തു മറുപടി പറയും? ഇല്ലായ്മയുടെ കയ്പ് അനുഭവിക്കാത്തവർക്ക് അതിനെക്കുറിച്ച് പറഞ്ഞാൽ മനസ്സിലാവില്ല. ഐഷാത്ത ജനിച്ചതും വളർന്നതും ആരവാരത്തോടെ.– കെട്ടിക്കൊണ്ടുവന്നിടത്തും ഒന്നിനുമില്ല കുറവ്. പണവും പൊന്നും കണ്ടു മഞ്ഞളിച്ച കണ്ണുകൾ. പട്ടിണിയും പരിവട്ടവും അവർ കണ്ടിട്ടില്ല. റംലത്ത് കുടിച്ച കണ്ണീരിന്റെ കണക്ക് അവരെ പറഞ്ഞു മനസ്സിലാക്കാനും അവൾക്കാവില്ല. അതുകൊണ്ട് പോരിനിറങ്ങാൻ തീരുമാനിച്ചു.

"പണോം പദവീം ഇല്ലെങ്കിലും നേരും നെറിയും വിട്ട് ഇന്നുവരെ ജീവിച്ചിട്ടില്ല. ഇല്ലാവചനം പറഞ്ഞുണ്ടാക്കിയാ പടച്ചോൻ പൊറുക്കൂലാ."

"നീയല്ലേ ഇല്ലാഞ്ഞ് ഉണ്ടാക്കിപ്പറയുന്നത്. നീ പ്രസവം നിർത്തിയതാണെന്ന് കല്യാണം ആലോചിച്ചപ്പളേ നെലമ്പൂരിലെ റൈട്ടർ ആലി പറഞ്ഞീർന്നല്ലോ. ഓൻ നിന്റെ കുടുംബക്കാരനാണെന്നല്ലേ പറഞ്ഞത്."

"ഇന്റെ കാര്യം ഇന്നേക്കാൾ നിശ്ചയം അയാക്കാ? അങ്ങാടി ആടാവുമ്പം ആരിക്കും കല്ലേറിയാലോ? റബ്ബേ– നീയിതു കേക്കുന്നില്ലേ? സ്വത്തും മുതലുമില്ലാന്നു വച്ചിട്ട് കാലിന്റടീലിട്ട് ചവിട്ടിത്തേക്കരുത്. പടച്ചോൻ പൊറുക്കൂലാ."

ഒപ്പാരി തുടങ്ങിയതോടെ ഐഷാത്ത ആരോപണം നിർത്തി.

മടുത്തു. ഇനിയും എത്രനാൾ ഇങ്ങനെ അവഗണന സഹിച്ചു കഴിഞ്ഞുകൂടും എന്ന ചിന്ത റംലത്തിനെ കുറച്ചൊന്നുമല്ല അലട്ടുന്നത്. മോനൊരു കരയ്ക്കണയുന്നതുവരെ ക്ഷമിക്കുകതന്നെ. പത്താം ക്ലാസു കഴിഞ്ഞപ്പോൾ അവനെ മെഡിസിനയയ്ക്കണമെന്ന് അതിയായ മോഹം.

നൂറുവിനെ കണ്ട് സങ്കടം പറഞ്ഞപ്പോൾ അവളാണ് തൃശൂരിൽ ചേർക്കാൻ ഏർപ്പാടാക്കിത്തന്നത്.

"മോനോട് നല്ലോണം പഠിക്കാൻ പറ. അവനിപ്പോൾ പഠിത്തത്തിൽ ശ്രദ്ധയില്ലാന്നാണ് മാഷ് വിളിച്ചു പറഞ്ഞത്. അവിടെ ഗൾഫുകാരുടെ മക്കളാ കൂടുതലും. അവർക്ക് എൻട്രൻസൊന്ന് പാസായി കിട്ടിയാൽമതി. ലക്ഷങ്ങൾ കോഴകൊടുക്കാൻ അവരുടെ വീട്ടുകാർ ഒരുക്കമാണ്. മക്കള് ഡോക്ടറായില്ലെങ്കിലും വേണ്ടില്ല മെഡിക്കൽ കോളേജിൽ ചേർത്താ മതീന്നേ അവർക്കുള്ളൂ. അതുകണ്ട് നിങ്ങളെ മോനോട് തുള്ളണ്ടാന്ന് പറഞ്ഞേക്ക്. മൂപ്പരെ കൈയും കാലും പിടിച്ചിട്ടാ പഠിപ്പിക്കാന്നു സമ്മതിച്ചത്."

"ഇല്ലാവചനം പറയല്ലേ നൂറു. ഇന്റെ മോനായതോണ്ടല്ലേ."

"നിങ്ങളുടെ മോനെ തള്ളിപ്പറഞ്ഞതല്ല. തൃശൂരിൽനിന്ന് മാഷ് വിളിച്ചു പറഞ്ഞത് നിങ്ങളെ അറിയിച്ചെന്നു മാത്രം."

"ഇന്റെ മോൻ കഷ്ടപ്പെട്ടു ബളന്നോനാ. ഓൻ നാലക്ഷരം പഠിച്ച് നന്നാവണത് ആർക്കും സഹിക്കൂലാ. അതോണ്ടാ ഇല്ലാവചനങ്ങൾ പറഞ്ഞുണ്ടാക്കുന്നത്." നൂറുവിനോട് തട്ടിക്കയറി.

"എന്താച്ചാലായിക്കോ. ഇനി എന്നോട് ഇക്കാര്യം പറയരുത്."

അവള് പറഞ്ഞതായിരുന്നു നേര്. മുന്തിയ ഹോസ്റ്റലിലെ താമസവും പണക്കാരായ കുട്ടികളുമായുള്ള ചങ്ങാത്തവുമൊക്കെ ആയപ്പോൾ ചെക്കന് പഠിക്കാനുള്ള പൂതിയും കെട്ടു. നല്ല മാർക്കുവാങ്ങി പത്താം ക്ലാസു പാസായവൻ കഷ്ടിച്ചാണ് പ്ലസ് ടു കടന്നത്. ഇപ്പോൾ മൂപ്പരുടെ മാനേജ്മെന്റിലുള്ള ഒരു കോളേജിൽ ബി കോമിനു പഠിക്കുന്നു. അവനെ എങ്ങനെയെങ്കിലും അക്കര കടത്തണം. മോളെ ചൊവ്വുള്ള ഒരുത്തനു കെട്ടിച്ചുകൊടുക്കണം. സ്വപ്നങ്ങൾ പൂവണിയണമെങ്കിൽ ഇവിടെ പിടിച്ചു നില്ക്കുകയല്ലാതെ വേറെ നിവൃത്തിയില്ല. പുതുമോടി കഴിഞ്ഞപ്പോൾ ഹാജിയാർക്കു ചൊടിച്ചു. മാത്രവുമല്ല ഇപ്പോൾ പണ്ടത്തെ ആരോഗ്യവുമില്ല. ഹാർട്ടിനാണ് അസുഖം. ഒരിക്കൽ കഠിനമായ നെഞ്ചുവേദന ഉണ്ടായി. കോലായിൽ ഇരുന്നു ആരോടോ വർത്തമാനം പറയുന്നതിനിടയിലാണ് പെട്ടെന്ന് വേദന തുടങ്ങിയത്. നൂറു എങ്ങോട്ടോ പോകാൻവേണ്ടി കാറിൽ കയറാൻ തുടങ്ങുകയായിരുന്നു. "യാറബ്ബീ" എന്ന് മൂപ്പർ വിളിക്കുന്നത് കേട്ട് താനാണ് ആദ്യം ഓടിച്ചെന്നത്.

"എന്തേയ്- റബ്ബേ വല്ലാതെ വിയർക്കുന്നുണ്ടല്ലോ."

അന്തം വിട്ടുനില്ക്കുന്നതിനിടയിൽ നൂറു മൂപ്പരെ ഡ്രൈവറെക്കൊണ്ട് കാറിൽ കയറ്റിച്ച് ആശുപത്രിയിലേക്കു പറന്നു. അതുകൊണ്ടാണ് അന്ന് രക്ഷപ്പെട്ടതെന്ന് ഡോക്ടർ പറഞ്ഞു. ഹാർട്ടിൽ ഒരു ബ്ലോക്കുണ്ടെന്നും അത് ആൻജിയോപ്ലാസ്റ്റി ചെയ്തു ശരിയാക്കിയെന്നും ഇനിയൊന്നും പേടി

ക്കാനില്ലെന്നും ഒക്കെ നൂറു പറയുന്നതു കേട്ടു. അവൾ പഠിപ്പുള്ളവൾ. അതുകൊണ്ടുതന്നെ എവിടെയും സ്ഥാനമുണ്ട്.

ഹാജി ആശുപത്രിയിൽ കിടന്നപ്പോൾ വയറ്റിൽ തീയായിരുന്നു. എന്തെങ്കിലും സംഭവിച്ചാൽ.. അന്ന് ഐഷാത്ത അടിച്ചിറക്കും. ഐഷാത്തയ്ക്ക് എന്നും അസുഖമാണ്. ആശുപത്രിയിൽ കാവലിരിക്കാനൊന്നും തന്നെക്കൊണ്ടാവില്ല. നൂറുവാണ് എല്ലാത്തിനും ഓടിനടക്കുന്നത്. ആവശ്യമില്ലെങ്കിലും അവിടെ ചുറ്റിപ്പറ്റി നില്ക്കും. കണ്ണീരൊലിപ്പിച്ചുകൊണ്ട്.

ചെക്കന്റെ പഠിപ്പ് ഇക്കൊല്ലം കഴിയും. അതുകഴിഞ്ഞാൽ അവനെ ഒന്ന് അക്കരെ കടത്തണം. ഹാജി വിചാരിച്ചാൽ അത് നടക്കും. മൂപ്പർക്കവിടെ എടപാടുകളൊക്കെയുണ്ട്. പെണ്ണ് പത്തു തോറ്റു. ഒന്നുകൂടി എഴുതാൻ പറഞ്ഞിട്ടുണ്ട്. ട്യൂഷനു പോകുന്നുണ്ട്. അവൾക്കൊരു നല്ല ആലോചന ഒപ്പിച്ചെടുക്കാനും ഇവിടെയുള്ളവർ കനിഞ്ഞേ മതിയാവൂ. മക്കൾക്കുവേണ്ടിയാണല്ലോ ഈ പുതിയവേഷം കെട്ടിയത്. അവരൊരു നിലയിലെത്തുംവരെ ആടിത്തിമിർക്കുകതന്നെ. നെലമ്പൂരിലെ തോട്ടത്തിൽ ഒരു വീട് പണിയിക്കണം. അവിടെ വെച്ചുവേണം മോളുടെ നിക്കാഹ് നടത്താൻ. അതുവരെയെങ്കിലും ഹാജി ജീവിച്ചിരിക്കണ്ടേ? ഹാർട്ടിന് കേടൊന്നും പറ്റരുതേ റബ്ബേ- തേടാത്ത ദിവസങ്ങളില്ലേ.

മോഹക്കൊട്ടാരങ്ങളുടെ അടിത്തറ തകർക്കാനെന്നപോലെ ഫോൺ ബെൽ തുരുതുരെ മുഴങ്ങി. സാധാരണ ബീരാനിക്കയാണ് ഫോണെടുക്കാറുള്ളത്. ഹാജിയാര് ആപ്പീസിലേക്കിറങ്ങിയാൽ ബീരാനിക്ക ഉമ്മറക്കോലായിൽ ഇരിപ്പു പിടിക്കും; ഉറക്കം തൂങ്ങിക്കൊണ്ട്. എന്നാലും ഫോൺ ബെല്ലു കേട്ടാൽ ചാടിയെഴുന്നേല്ക്കും. എഴുന്നേറ്റപ്പോഴേക്കും മണിയടി നിന്നു. എന്നിട്ടും തളത്തിലേക്കു നടന്നു.

“ഇങ്ങക്കാ..”

കണ്ടതും ബീരാനിക്ക ഫോൺ കൈയിൽ തന്നു.

“ഇനിക്കോ? ആരാ... ഹലോ.. ഇക്കാ. എന്തേ... ഹേ.. ഇന്റെ റബ്ബേ.”

“നീ വെറുതെ ഒച്ചയും വിളിയും കൂട്ടി പുക്കാറുണ്ടാക്കേണ്ട. എന്തെങ്കിലും തഞ്ചം പറഞ്ഞ് വേഗം ഇങ്ങട്ട് പൊറപ്പെടാൻ നോക്ക്.”

അങ്ങേത്തലയ്ക്കൽ ഇക്കയുടെ കർക്കശസ്വരം.

“അതിപ്പം... മൂപ്പർ പൊറത്തേക്കു പോയി ചോയിക്കാതെ.”

“ഫോണില്ലേ, വിളിച്ച് ചോദിക്ക്. ചെക്കൻ ആ കാഫറിച്ചീനെ കെട്ടണമെന്നും പറഞ്ഞ് ഒരേ ശാഠ്യം. ഓളേം പിന്നിലിരുത്തി ബൈക്കിൽ പോകുമ്പളാ ഒരു ഓട്ടോറിക്ഷയുമായി തട്ടിയത്. പരിക്ക് ഏറെയൊന്നുമില്ല. എന്നാ പെണ്ണിനു പരിക്കുണ്ടേനും.”

“ഞാനെന്തൊക്കെയാ റബ്ബേ ഈ കേക്കണത്...”

“നീ എപ്പളെത്തും? മോന് ആക്സിഡന്റ് പറ്റി എന്നു മാത്രം അവിടെ പറഞ്ഞാ മതി.”

ഇക്ക ഫോൺ വെച്ചിട്ടും സ്ഥലകാലബോധമില്ലാതെ ഏറെനേരം അവിടെത്തന്നെ നിന്നു.

"എന്തേണ്ടായത്? ആരാ ഫോൺ വിളിച്ചത്?"

നൂറു ചോദിക്കുന്നതു കേട്ട് എന്തു പറയണമെന്നറിയാതെ പരുങ്ങി.

"അത്... നിയ്യെങ്ങനെ അറിഞ്ഞു?"

"ബീരാനിക്ക പറഞ്ഞു"

"ഓ അപ്പളത്തിനും കെളവൻ ന്യൂസെത്തിച്ചോ?"

"ഇങ്ങളെ പങ്കപ്പാട് കണ്ടിട്ടാ പറഞ്ഞത്."

തന്റെ സീറ്റിൽ ചെന്നിരുന്നുകൊണ്ട് ബീരാനിക്ക പിറുപിറുത്തു.

"മോന് ഒരാക്സിഡന്റ് പറ്റി. ചങ്ങായിന്റെ ബൈക്കിൽ പോകുമ്പോൾ..."

"പരിക്കുണ്ടോ?"

"ഒന്നുമറിയില്ല. പെട്ടെന്നു ചെല്ലാൻ പറഞ്ഞു ഇക്കാ."

"എന്നാ ഒരുങ്ങിക്കോളിൻ..."

"പക്ഷേ, മൂപ്പരോടൊന്നു ചോയ്ക്കാതെ..."

"മൊബൈലിൽ വിളിച്ചു നോക്ക്. കാറു വേണോങ്കില് ചോയിച്ചോളൂ.."

"കാറൊന്നും വേണ്ട. ഞാൻ ബസിലു പൊയ്ക്കോളാം. മൂപ്പരെ വിളിച്ചോക്കട്ടെ."

നൂറുവിൽനിന്നു രക്ഷപ്പെടാൻ പെട്ടെന്നു അകത്തേക്കു നടന്നു...

ഇരുപത്തിയൊൻപത്

റംലത്ത് ആശുപത്രിയിലെത്തിയപ്പോൾ നേരമിരുട്ടി. പുറപ്പെട്ടപ്പോൾത്തന്നെ ഉച്ചകഴിഞ്ഞിരുന്നു. ഹാജിയാരെ ഫോണിൽ കിട്ടാൻ ഏറെ വൈകി. മൂപ്പർ ആപ്പീസിൽ തിരക്കിലായതിനാൽ ഫോണെടുത്തില്ല. ഒടുവിൽ ഐഷാത്തയെക്കൊണ്ട് വിളിപ്പിച്ചപ്പോഴാണ് കിട്ടിയത്. എന്തു പറഞ്ഞാലും ഐഷാത്തയോടുതന്നെയാണ് ഇപ്പോഴും കൂറ്. പണത്തിന്റെ ബലം തന്നെ. കരളിൽക്കുത്തുന്ന വാക്കുകൾ പറയുമെങ്കിലും ഐഷാത്ത അലിവു കാണിക്കാതിരുന്നിട്ടില്ല. മോൻ ആശുപത്രിയിലാണെന്നു കേട്ടതോടെ അവർ അലിഞ്ഞു. ബസിൽ അയക്കേണ്ടെന്നും കാറില്ലെങ്കിൽ ജീപ്പിലെങ്കിലും അയക്കണമെന്നും തീരുമാനിച്ചതും അവർതന്നെ. ജീപ്പിലായതുകൊണ്ടാണ് ഇപ്പോഴെങ്കിലും എത്തിയത്. ആശുപത്രിയിലിറങ്ങിയതും ജീപ്പു തിരിച്ചയച്ചു. ചുമരിനുകൂടി ചെവിയുള്ള കാലമാണ്. എന്താ നടന്നതെന്ന് അവരാരും അറിയണ്ട. എന്നാലും ചെക്കന്റെ ഓരോ താന്തോന്നിത്തരം.

"അക്ബർ അലി ഏതു റൂമിലാ..?"

മുന്നിലെ കൗണ്ടറിലിരിക്കുന്ന വെളുമ്പിപ്പെണ്ണിനോടു റംലത്തു ചോദിച്ചു. അവൾ ഫോണിൽ ആരോടോ കിന്നരിക്കുകയായിരുന്നു.

"ആണോടാ... അയ്യോ ഞാനറിഞ്ഞില്ല. എന്നാലും അവളിത്തരക്കാരിയാണെന്നു തോന്നുകയേയില്ല... ശരി നിന്റെ ജോലിയൊക്കെ എങ്ങനെ? ഞാനോ? ഒരുവിധം പോണെടാ."

"അക്ബർ അലി ഏതു മുറിയിലാണെന്നു ചോദിച്ചതു കേട്ടില്ലേ."

റംലത്തിന്റെ സ്വരം കടുത്തു.

"ഞാൻ പിന്നെ വിളിക്കാട്ടോ."

മുഖത്ത് അപ്രിയം വെളിവാക്കിക്കൊണ്ട് അവൾ ഫോൺ താഴെ വെച്ചു.

"ആരെയാ ഉമ്മ അന്വേഷിക്കുന്നത്?"

അവളുടെ അപ്രിയം വാക്കുകളിൽ പ്രകടമായി.

"അക്ബർ അലി... മോട്ടോർ സൈക്കിൾ മറിഞ്ഞ്..."

"ആ പ്രേമക്കേസല്ലേ... അവരെ അപ്പഴേ പറഞ്ഞുവിട്ടു. കാര്യമായിട്ടുള്ള പരിക്കൊന്നുമില്ലായിരുന്നു. ആ പെണ്ണിന്റെ ആൾക്കാർ ആശുപത്രി അടിച്ചു പൊളിക്കാൻ വന്നു. എങ്ങാണ്ട് വലിയിടത്തുള്ളതാ. ചെറുക്കൻ പിശകാണെന്നു കണ്ടാലേ അറിയാം. നീട്ടിയ മുടിയും പട്ടുകുപ്പായവും ജീൻസും ഷൂസും.... തന്ത ഗൾഫായിരിക്കും. പഠിക്കാനെന്നുംപറഞ്ഞ് ഓരോന്ന് വീട്ടീന്നിറങ്ങിക്കോളും."

നാവിറങ്ങിപ്പോയി. ഒന്നും മിണ്ടാതെ സ്ഥലം വിട്ടു. മോനെ തല മറന്ന് എണ്ണ തേയ്ക്കല്ലേ... അവന്റെ മട്ടും മാതിരിയുംകണ്ട് കഴിഞ്ഞ തവണ കണ്ടപ്പോൾ പറഞ്ഞിരുന്നു. ഈയിടെയായി ചെലവിനുള്ള പണം വാങ്ങാനായി അവൻ ജോനകപ്പറമ്പിൽ വരാറാണു പതിവ്. അവന്റെ കോളേജ് അവിടെ അടുത്താണ്. ഹോസ്റ്റലിൽ താമസിച്ചാണു പഠിക്കുന്നത്. ഹോസ്റ്റൽ ഫീസ് മാസംതോറും മുടങ്ങാതെ ഹാജിയുടെ ഓഫീസിൽ നിന്നു അയച്ചുകൊടുക്കും. അതൊന്നും ഇപ്പോൾ അവനു മതിയാകുന്നില്ല. പുറംചെലവിനുള്ള പണം ആവശ്യപ്പെട്ടുകൊണ്ടാണ് ഇടയ്ക്കിടെയുള്ള വരവ്. കൂടെ ഒരു പറ്റം ചങ്ങാതിമാരും. ടർ.. ബർ.. എന്ന് മോട്ടോർ സൈക്കിൾ എരപ്പിച്ചുകൊണ്ട് ഗേറ്റിൽ നില്ക്കും. ഒരുദിവസം മൂപ്പര് കണ്ടു. ഇനിമേലാൽ ഇവിടെ കണ്ടുപോകരുതെന്നാണ് പറഞ്ഞത്. അന്നുമുതൽ അവൻ പിണക്കത്തിലാണ്. തള്ളമാര് കുട്ടികൾക്കുവേണ്ടി ജീവിതം എരിച്ചുതീർക്കുന്നത് വെറുതെ. ഉമ്മ വലിയ കൊട്ടാരംപോലുള്ള വീട്ടിൽ സുഖിക്കുന്നു. കാറിൽ ചുറ്റിയടിക്കുന്നു. മക്കളെക്കുറിച്ച് ചിന്തയില്ല. ഉണ്ടെങ്കിൽ പെണ്ണിനെയെങ്കിലും കൂടെ നിർത്തില്ലേ എന്നാണ് അവന്റെ ചോദ്യം. മോളെ കൂടെ നിർത്താൻ വേണ്ടി ഉമ്മ ഒഴുക്കിയ കണ്ണീരിന്റെയും സഹിച്ച അപമാനത്തിന്റെയും കണക്ക് അവനെ ബോധിപ്പിച്ചിട്ട് എന്തു പ്രയോജനം?

“നടക്കാത്തതൊന്നും പറയണ്ട. ആരാന്റെ മക്കളെ പോറ്റാൻ ഞാൻ കരാറെടുത്തിട്ടില്ല. ബെറുതെ വാശി പിടിച്ചാ നീ മക്കളോടൊപ്പം അവിടെ നിക്കും.”

കേട്ടതോടെ മിണ്ടാട്ടം മുട്ടി. തന്നെ ഒഴിവാക്കാൻ കാരണം അന്വേഷിച്ചു നടക്കുകയാണ്. ചില നേരത്തെ അവഗണന കാണുമ്പോൾ എല്ലാം ഇട്ടെറിഞ്ഞ് പോരാൻ തോന്നും. കൂലിപ്പണിയെടുത്തുകഴിഞ്ഞപ്പോൾ ഇതിലും സ്വസ്ഥതയുണ്ടായിരുന്നു. മക്കളെ ഓർത്തുമാത്രമാണ് അട്ടയെപ്പോലെ അവിടെ പറ്റിപ്പിടിച്ചിരിക്കുന്നത്. അവരിപ്പോൾ സാമാന്യം സൗകര്യത്തിലാണ് കഴിഞ്ഞുപോകുന്നത്. അതെല്ലാം പെട്ടെന്നില്ലാതാവുമ്പോൾ അവരെങ്ങനെയാവും പ്രതികരിക്കുക? ഉള്ളിലെപ്പോഴും നീറ്റലാണ്. പെണ്ണിന്റെ പോക്കും ശരിയല്ലെന്ന് ഈയിടെ നാത്തൂൻ സൂചിപ്പിച്ചു. പത്താംക്ലാസ് തോറ്റ് ട്യൂഷന് പോകുന്നുണ്ട്.

“റംലത്തേ അന്റെ മോക്ക് എളക്കം ലേശം കൂടണുണ്ടോന്ന് ഇയ്ക്കൊരു സംശയം? കാലം നന്നല്ല. അയലത്തെ കുഞ്ഞിതാക്കാന്റെ മോള് കയിഞ്ഞ മാസത്തിലാ ഒരുത്തന്റെ കൂടെ എറങ്ങിപ്പോയത്. കല്യാണം കയിച്ചാന്നു പറഞ്ഞാ പെണ്ണിനെ കൊണ്ടോയത്. ഓനു പെണ്ണു കച്ചോടാണോലെ. കുറച്ചുകാലം കയിഞ്ഞപ്പോ പെണ്ണ് മടങ്ങിയെത്തി. ഇപ്പം കണ്ടോണം നടക്വാന്നാ കേട്ടത്. സിനിമേലും ടീവീലും കളിപ്പിക്കാമെന്നും പറഞ്ഞ് പെങ്കുട്ട്യോളെ കൊണ്ടോയി ചതിക്കുന്നുണ്ടോലെ. ഇന്റെ കരളില് തീയാ. എന്തെങ്കിലും പറ്റിയാ ഇനിക്കായിരിക്കും കുറ്റം. അതോണ്ട് ഇയ്യ് ഓക്കൊരടക്കം കൊടുത്താളണ്ടീട്ടോ.”

ഇത്ത പറഞ്ഞതു കേട്ട് കരളൊന്നാളി.

“ഞങ്ങളെന്തായാ ഇങ്ങക്കെന്താ? ഇങ്ങള് കൊട്ടാരത്തിൽ രാജാത്തിയായി...”

ചോദിച്ചതും അവൾ തട്ടിക്കയറി.

“അനക്കൊക്കെ വേണ്ടി തീ തിന്നുന്നതിന് ഇതുതന്നെ പറയണം.”

“ഞങ്ങളോട് ചോയിച്ചിട്ടേ ഇങ്ങള്...”

“കരളിൽ കുത്തുന്ന വർത്തമാനം പറേല്ലെ സുൽഫത്തേ..” ഇത്ത അടക്കി.

“ഇങ്ങള് അക്ബറിന്റെ ഉമ്മയല്ലേ.. ഇബിടിങ്ങനെ നിക്കണ്ട. ബേം കുടീല്ക്ക് പോയിക്കോളീ.”

ഒരു ചെറുപ്പക്കാരൻ തടഞ്ഞുനിർത്തി പറഞ്ഞപ്പോൾ അന്ധാളിച്ചു.

“എന്തേയ്... ആരാ?”

“ഞാൻ ഓന്റെ ചങ്ങായിയാ. ഷബീർ... പെണ്ണിന്റെ കൂട്ടരെ ചെല രാഷ്ട്രീയക്കാര് എളക്കീരിക്കണ്. അതുകണ്ട മറ്റേ കൂട്ടര് ഇങ്ങള് കുടിലും കുടീക്കണ്. ഇതിപ്പം ഇന്ദു മുസ്ലീം ജഗള ആവ്വോന്നാ ഞങ്ങളെ പേടി.”

“യാ ഇലാഹി.”

തലയിൽ കൈവെച്ചുപോയി..

"ദാ കാവിക്കാര് വരണ്ണ്ട്."

പെട്ടെന്ന് അവൻ കൈയും പിടിച്ച് തിരക്കിട്ട് വരാന്തയിലെ മൂലയിലേക്കു പതുങ്ങി.

"ഇതിപ്പം അങ്ങനെ വിട്ടാൽ പറ്റില്ലാലോ. നമ്മുടെ കുട്ടികൾക്ക് ഈ നാട്ടിൽ ജീവിക്കണ്ടേ? അവർ വേദത്തിൽ ചേർക്കാണ്ടിരിക്കില്ല."

കാവിമുണ്ടും വെള്ള ഷർട്ടുമിട്ട് നെറ്റിയിൽ കുറിയിട്ട ഒരു ചെറുപ്പക്കാരൻ രോഷം കൊണ്ടു.

"വെറുതെ ബഹളം വയ്ക്കാതെ. കുട്ടികൾ വിവരമില്ലാതെ എന്തെങ്കിലും കാട്ടീന്നുവച്ചിട്ട് നാട് കുട്ടിച്ചോറാക്കരുത്." പ്രായം ചെന്ന ഒരാൾ തടസ്സപ്പെടുത്തി.

"നിങ്ങളക്ക് മറ്റേ കൂട്ടരെ അറിയാഞ്ഞിട്ടാ. കൈയിൽ കിട്ടിയാ അവർ നിർബ്ബന്ധമായിട്ടും മതം മാറ്റും. ചെറുക്കന്റെ തള്ള ഏതോ പ്രമാണി ഹാജിയാരുടെ മൂന്നാം ഭാര്യയാണത്രേ."

"ഏതോ ഹാജ്യാരൊന്നുമല്ല കൃഷ്ണൻകുട്ടീ. ഈ നാട്ടുകാരൻതന്നെയാ. അയാൾക്കിവിടെ എസ്റ്റേറ്റും മരപ്പാണ്ട്യാലയുമൊക്കെയുണ്ട്. എനിക്ക് നേരിട്ടറിയാം."

"അതുതന്നെയാ ചെക്കനിത്ര ഹുങ്ക്."

"നിങ്ങള് വെറുതെ രംഗം വഷളാക്കരുത്. അല്ലെങ്കിൽതന്നെ ആകെ പകുത്തു നിക്കുകയാ. ഒരു വാക്കുമതി പലരും എരിഞ്ഞുതീരാൻ. ഇതിപ്പം നമുക്ക് പറഞ്ഞുതീർക്കാവുന്നതേ ഉള്ളൂ. നമ്മളിപ്പോ ഇവിടെ വന്നത് സുഖമില്ലാതെ കിടക്കുന്ന നാരാണേട്ടനെ കാണാനാ. മൂപ്പര് ഗാന്ധിയനാ. അതുകൊണ്ടു വഷളത്തരമൊന്നും അവിടെ വിളമ്പണ്ട." പ്രായം ചെന്ന ആൾ എല്ലാവരോടുമായി പറഞ്ഞു.

"എവിടെയും നമ്മള് താണുകൊടുക്കണം. അതുകൊണ്ടാണല്ലോ നമ്മുടെ കൂട്ടർക്ക് മേൽഗതിയില്ലാത്തത്."

ചെറുപ്പക്കാരന്റെ രോഷം അടങ്ങുന്നില്ല.

അവർ പോയതും ഷബീർ പുറത്തേക്കിറങ്ങി ആദ്യം കണ്ട ഓട്ടോയിൽ കയറിയിട്ട് പറഞ്ഞു.

"അന്തം വിട്ട് നിക്കാണ്ടെ വേഗം വരീം.."

നേരമിരുട്ടിയിരുന്നു. പരിചയമുള്ളവർക്ക് മനസ്സിലാകാണ്ടെന്നു കരുതി സാരിത്തലപ്പത്തുകൊണ്ട് മുഖം നന്നായി മറച്ചു.

"ഇവിടെ നിർത്തിക്കോ."

ഷബീർ പറഞ്ഞതുകേട്ട് സംശയത്തോടെ അവനെ നോക്കി. വീടെത്താൻ ഇനിയും ഒരുകിലോമീറ്റർ പോണം.

"ഓൻ ഞമ്മളെ കൗമല്ല. മറ്റേ കൂട്ടരെ പാർട്ടി അനുഭാവിയാ. കുടീലാണെങ്കില് പാർട്ടിക്കാര് കൂടീട്ടുണ്ട്. ബെറുക്കനെ പുക്കാറുണ്ടാക്കണ്ടല്ലോ."

ഓട്ടോ പോയപ്പോൾ തിരക്കിട്ടു നടക്കുന്നതിനിടയിൽ അവൻ പറയുന്നുണ്ടായിരുന്നു. വേവലാതിയോടെ അവനെ അനുഗമിച്ചു.

ഉമ്മറത്ത് ആൾക്കൂട്ടം. പതുക്കെയാണ് എല്ലാവരും സംസാരിക്കുന്നത്. ഇക്ക ആകെ പകച്ച് സിമന്റുതിണ്ണയിലിരിക്കുന്നു. തന്നെ കണ്ടതും സംസാരം നിലച്ചു.

"ഞാൻ ആസ്പത്രിയിലെത്തിയത് നന്നായിട്ടാ. അവിടെ മറ്റേ കൂട്ടര് കാത്ത് നിക്കണുണ്ടേർന്ന്."

ചെക്കന്റെ കല്ലുവെച്ച നുണ കേട്ട് മൂക്കത്ത് വിരൽവെച്ചുപോയി.

"ഓര് ഇന്നെ കാത്ത് നിന്നതൊന്നുമല്ല. ഏതോ രോഗിയെ കാണാൻ വന്നതാ."

ഉടൻ തിരുത്തി.

"എന്തിനോ ആട്ടെ. ഇണ്ടായിനില്ലോ. അതാ ഞാൻ പറഞ്ഞത് ഓലിത് ബെറുക്കനെ ബിടൂല്ലാന്ന്."

"ഞമ്മളും ഇനി ഒരടി പെറകോട്ടില്ല."

കുഞ്ഞായൻ മുസലിയാരുടെ മുഖത്ത് ആവേശം.

"അയിനുമാത്രം ഇബിടിപ്പം ഒന്നുമുണ്ടായിട്ടില്ല. പ്രായം തെകഞ്ഞ ഒരു പെണ്ണിനെ പട്ടാപ്പകൽ ബണ്ടീന്റെ പിന്നിലിരുത്തി സർക്കീട്ടടിച്ചാ അതിന്റെ തന്തേം തള്ളേം നോക്കി നിക്കോ?"

ആലിക്കുട്ടിയാക്ക മദ്ധ്യസ്ഥം പറഞ്ഞു.

അതിനാർക്കും ഉത്തരമില്ല.

"ഇങ്ങളെ മോളാണെങ്കില് ഇങ്ങള് സഹിക്കോ മൊയില്ലാരെ?"

"അതിപ്പം.."

"ഈ ചെറുക്കനെയാ തല്ലേണ്ടത്. തള്ള കണ്ണീര് കുടിച്ച് പൈശ ണ്ടാക്കി പഠിപ്പിക്കാനയിച്ചിട്ട് കാട്ടിക്കൂട്ടുന്നത് കണ്ടില്ലേ.."

ആലിക്കുട്ടിയാക്ക പൊട്ടിത്തെറിച്ചു.

"ഇങ്ങള് ഞങ്ങളെ കുടുംബകാര്യത്തില് ഇടപെടേണ്ട."

പെട്ടെന്ന് അക്ബർ അലി പ്രതികരിച്ചു.

"ഇങ്ങളെ കുടുംബകാര്യത്തിൽ ഞാൻ എടപെട്ടതോണ്ടാടാ അനക്കിന്ന് ഒരു വണ്ടിയുണ്ടായതും ഈ മുസിബത്തൊക്കെ കാണിക്കാൻ തോന്നിയതും.."

അതോടെ അവൻ അടങ്ങി.

"ഇതങ്ങനെ ബിട്ടാ പറ്റൂലാ ആലിക്കുട്ടീ.."

മുസലിയാർ ഇടപെട്ടു.

"ഇങ്ങക്ക് ഇബിടത്തെ വോട്ട് മാത്രം മതീലോ. അയിനായിട്ട് നാട് കുട്ടിച്ചോറാക്കണ്ട."

"ബർത്താനം പറീമ്പം സൂച്ചിക്കണം."

"ഞാൻ പറഞ്ഞത് പൊള്ളാണെന്ന് ഇവിടെ കുടീരിക്കണോര് പറയട്ടെ? വെറുതെ മനുഷ്യരെ തമ്മിൽ അടിപ്പിക്കാൻ നടക്കണ്."

“ഇക്കാര്യം പറഞ്ഞ് ഇങ്ങള് തമ്മില് അടികൂടണ്ട. ഇത് ഞങ്ങള് പറഞ്ഞ് തീർത്തോളാം.”

താനുംകൂടി പറഞ്ഞപ്പോൾ മുസലിയാരും സംഘവും എഴുന്നേറ്റു.

“ഹാജിയാരെ ഞമ്മക്ക് ഒയിവാക്കാൻ ബയ്ക്കൂലാ. അതോണ്ട് പോണു.”

“അതേ.... പൈശക്കാരെ ഒയിവാക്കാൻ ഒരു പാർട്ടിക്കും ആവൂലാ...”

ആലിക്കുട്ടിയാക്ക.

“ഇങ്ങനത്തെ നാറ്റക്കേസുകളിലൊന്നും എടപെടാതിരിക്കണതാ നല്ലത്.”

മുസലിയാർക്ക് അരിശം തീരുന്നില്ല.

“അതിങ്ങളെ നേതാക്കന്മാരിക്കുകൂടി ഒന്ന് പറഞ്ഞ് കൊട്ക്ക്. ഇങ്ങളെ മുന്തിയ നേതാക്കന്മാര് വയി നടക്കുമ്പം ജനങ്ങള് മൂക്ക് പൊത്തുന്നു..”

“ആലി നാവടക്കിക്കോ. ഹാജിയാരെ കാര്യസ്ഥനാണെന്നൊന്നും ഞമ്മള് നോക്കില്ല.”

മുസലിയാര് ചീറി.

“ഇങ്ങളൊന്നു മനസ്സിലാക്കണം. നാട് പുകയുകയാ. ഒരുകാറ്റടിച്ചാ പുക തീയാകും. അതിനു ഞമ്മളായിട്ട് എടവരുത്തരുത്. ക്ഷമിക്കാനാ ഞമ്മളോട് പടച്ചോൻ പറഞ്ഞിട്ടുള്ളത്.”

ആലിക്കുട്ടിയാക്കാ.

“ഇയ്യിന്നെ വേദം പഠിപ്പിക്കേണ്ട ആലിക്കുട്ടി.”

“ഇങ്ങളെ പഠിപ്പിക്കാൻ മാത്രം അറിവൊന്നും ഇനിക്കില്ല. കയിഞ്ഞ കൊല്ലം നടന്ന ജഗള ആരും മറന്നിട്ടില്ലാലോ. ഇതുപോലൊരു കേസ് നിങ്ങളാച്ചെലര് എടപെട്ട് വഷളാക്കിട്ടാ അന്ന് അങ്ങനൊരു സംഭവമുണ്ടായത്. രണ്ടു പക്ഷത്തും ആൾക്കാരെ കോയിനെ അറുക്കുമ്പോലെ അറുത്തിട്ടില്ലേ? എന്നിട്ടും മതിയായിട്ടില്ല. ഓലും ഇങ്ങളും കത്തീം വാളും ബോംബും സ്വരുക്കൂട്ടി നാടുമുടിക്കാനുള്ള പുറപ്പാടാണെന്ന് എല്ലാരിക്കും അറിയാം. ഇക്കാര്യം അതിനൊരു കാരണമാക്കണ്ടാന്നേ ഞാൻ പറഞ്ഞുള്ളൂ.”

“ഇല്ലാവചനം പറഞ്ഞുണ്ടാക്കിയാ അടിച്ചു ഞാൻ..” മുസലിയാർ ആലിക്കുട്ടിയാക്കയുടെ നേരെ കൈയോങ്ങിക്കൊണ്ട് മുന്നോട്ടു കുതിച്ചു.

“കാര്യം പറേമ്പം കലിതുള്ളല്ലേ..”

ആലിക്കുട്ടിയാക്കയും കത്തി.

“മേണ്ട ആലിക്കുട്ട്യാക്കാ.. സബൂറാക്കിക്കള.”

ഇക്ക ഇടപെട്ടപ്പോൾ ആലിക്കുട്ടിയാക്ക അടങ്ങി. പിന്നീടവിടെ നിന്നതുമില്ല. ഇറയത്ത് ഉത്തരത്തിൽ തൂക്കിയിട്ട കാലൻകുടയെടുത്ത് നിവർത്തി കൊള്ളിറങ്ങി. മഴ ചന്നംപിന്നം ചാറുന്നുണ്ടായിരുന്നു.

"ഞാൻ തൊണ പോരണോ?"

"ഈ നാട്ടില് ജീവിക്കാൻ ഇനിക്കാരേം തൊണ വേണ്ട."

ആലിക്കുട്ടിയാക്കയുടെ സ്വരം കടുത്തു.

"കാലം വെടക്കാണേയ്."

"ഊം.."

നീട്ടി മൂളിയിട്ട് ആലിക്കുട്ടിയാക്ക വലിഞ്ഞു നടന്നു.

അക്ബർ അലിയുടെ മൊബൈൽ പാട്ടുപാടി. അവൻ അതുമായി മുറ്റത്തിറങ്ങുന്നത് കണ്ടപ്പോൾ അടിമുടി വിറച്ചു.

"ഈ കുന്ത്രാണ്ടൊക്കെ വാങ്ങിത്തന്നത് നാലക്ഷരം പഠിച്ച് സ്വന്തമായൊരു വഴി കണ്ടുപിടിച്ച് ഉമ്മാനേം പെങ്ങളേം കരകയറ്റിക്കോളൂന്ന് നിരീച്ചിട്ടാ.. എന്നിട്ട് ചെയ്തുകൂട്ടിയ ചെയ്ത്ത് കണ്ടില്ലേ.. മതി."

ജിന്നുകൂടിയതുപോലെ ഉറഞ്ഞുതുള്ളി. അവന്റെ കൈയിലെ ഫോൺ പിടിച്ചുവാങ്ങി.

"എടാ നീയൊന്നോണ്ടും പേടിക്കണ്ട. ഞങ്ങള് നിന്റെ കൂടെയുണ്ട്. ഓള് എന്തിനും തയ്യാറാന്നല്ലേ പറഞ്ഞത്."

ഫോണിന്റെ അങ്ങേത്തലയ്ക്കലിൽനിന്നും ആവേശത്തോടെ മൊഴിയുന്നു.

"എടാ ഹിമാറേ... എന്റെ മോനെ നീ കൊലയ്ക്ക് കൊടുക്കും അല്ലേ.."

തന്റെ അരിശം കരച്ചിലായതോടെ ഉമ്മറക്കോലായ ശൂന്യമായി.

അവൻ ഇരുട്ടിലേക്ക് നടന്നുമറയുന്നതു കണ്ടപ്പോൾ ചങ്കിടറി.

"മോനേ... ഇയ്യെങ്ങോട്ടേക്കാ ഈ ഇരുട്ടത്ത്..."

മുപ്പത്

"**നീ**യ്യിവിടെ മഞ്ഞുംകൊണ്ടിരുന്നൂന്ന് വച്ചിട്ട് ആർക്കുമില്ല നേട്ടം. ചെന്ന് കെടക്കാൻ നോക്ക്."

ഇക്ക വന്നു കുലുക്കി വിളിച്ചപ്പോൾ കണ്ണുതുറന്നു.

"ഓനങ്ങട്ടേ പോയത്?"

"ഇനിക്കറിയ്യോ?"

ഇക്കയുടെ സ്വരത്തിൽ അരിശം.

"പൈശ ഉണ്ടെന്നുവച്ചിട്ട് വാരിക്കോരി കൊടുക്കരുതെന്ന് പലവട്ടം പറഞ്ഞീലേ? കേട്ടോ? ആ പെണ്ണിനെയെങ്കിലും വേഗം കെട്ടിക്കാൻ നോക്ക്."

"ഓളേടെ?"

പെട്ടെന്നാണ് സുൽഫത്തിനെക്കുറിച്ചോർത്തത്. വന്നിട്ട് നേരമെ

ത്രയോ ആയി. അവൻ പോയതും ഉമ്മറക്കോലായിൽ അനക്കമിറ്റിരുന്ന് കണ്ണീരൊഴുക്കുന്നു. എന്നിട്ട് അവളൊന്നു വന്നുനോക്കിയതുപോലുമില്ല. സ്വന്തം മക്കൾക്ക് താൻ ഇത്രമാത്രം അന്യയായിപ്പോയോ? അവർക്കും കൂടി വേണ്ടിയല്ലേ നാടും വീടും വിട്ടത്? ആണോ? പിന്നല്ലാതെ. ഉമ്മ സ്വന്തം സുഖം തേടി പോയി. അവരെ ഓർത്തില്ല എന്നാണ് മക്കളുടെ പരാതി. തന്റെ ഉള്ളിലെ അളക്കലും ചൊരിയലും മനസ്സിലാക്കിയിട്ടെന്ന പോലെ ഇക്ക പറഞ്ഞു.

"ഓൻ ഏതെങ്കിലും ചങ്ങായിമാരുടെ കുടീല് കാണും. ഇബിടത്തെ ബങ്കീശക്കാരുടെ മക്കളുമായിട്ടാ ചെക്കന്റെ കൂട്ട്. ഓലെ ബാപ്പാര് കള്ള ക്കച്ചോടം ചെയ്തും തട്ടിപ്പും വെട്ടിപ്പും നടത്തിയും പൈശ കുന്നുകൂട്ടി യിട്ടുണ്ട്. എല്ലാ കള്ളന്മാർക്കും ഒത്താശ ചെയ്തുകൊടുക്കാൻ കൊറെ പാർട്ടിക്കാരും. പൈശണ്ടെങ്കില് പാർലിമെന്റിലും എത്താം. ഞമ്മളെപ്പോ ലുള്ളോരിക്ക് ഏടെന്നും ഒരു സഹായോം ഉണ്ടാവൂലാ. ഇതൊക്കെ ഒരാ യിരം തവണ പറഞ്ഞുകൊടുത്തിട്ടുണ്ട്. മണ്ടയിൽ കേറണ്ടേ? ഓന് സീരി യല് പിടിക്കണംപോലും. എന്നാ പൈശ വാരാം എന്നാ ഓൻ ഇന്നോടു പറഞ്ഞത്. അതിനുള്ള പൈശ അന്റേന്ന് വാങ്ങിക്കൊടുക്കണോന്നും പറ ഞ്ഞ്. ഓന്റെ ചങ്ങായിമ്മാരൊന്നും ശരിയല്ല."

ഇക്ക നിരാശയോടെ പറഞ്ഞു.

"ഇങ്ങള് അതുമിതും പറഞ്ഞ് ഓളെ വെശമിപ്പിക്കണ്ട." അവിടെ എത്തിയ നാത്തൂൻ ഇടയിൽ കയറിപ്പറഞ്ഞു.

"ഓളെ ബെശമിപ്പിക്കാൻ പറഞ്ഞതല്ല. കാലം മഹാബെടക്കാ. പൈശ ഉണ്ടാക്കാൻ എന്തും ചെയ്യാനും ചെറുപ്പക്കാരിക്ക് മടിയില്ലാണ്ടാ യി. ആണിനും പെണ്ണിനും ഉളുപ്പില്ലാന്നു പറഞ്ഞാ മതിയല്ലോ. കോയി ക്കോട്ടങ്ങാടീല് തുണിപ്പീട്യേല് പണി മാങ്ങിക്കൊടുക്കാമെന്നും പറഞ്ഞാ ഞമ്മളെ അവ്വക്കരിന്റെ മോളെ അയാളെ ബന്ധത്തില്പെട്ട ഒരാള് കയിഞ്ഞ കൊല്ലം കൂട്ടിക്കൊണ്ടോയത്. എന്നിട്ടോ ബല്യബല്യ മൊലാ ളിമാരിക്ക് പെണ്ണിനെ കായ്ച വച്ച് ഓൻ പണമുണ്ടാക്കി. പൈശക്കാര നായി. ആ പെണ്ണതാ ഒരു കുട്ടീനേംകൊണ്ട് കേസും കൂട്ടവുമായി നട ക്കുന്നു."

"ഇന്നാള് അപ്പെണ്ണിനെ ടീ വീല് കണ്ടൂന്ന് കുട്ട്യോള് പറഞ്ഞത്." ഇത്താ.

"അത് കണ്ട് രസിക്കാൻ അന്നെപ്പോലുള്ള കൊറോ ആളേളുണ്ട ല്ലോ. ഹലാക്കിന്റെ ടി വി വന്നതാ നാട് കുട്ടിച്ചോറായത്." ഇക്ക.

"ഇങ്ങള് ബെറുക്കനെ ഇന്നോടു കൊരച്ചു ചാടണ്ട."

"അവനോന്റെ പെമ്മക്കളെ നല്ലോണ്ണം സൂച്ചിച്ചോ. ഇയ്യും അന്റെ നാത്തൂനും കേക്കാൻ മേണ്ടിട്ടാ പറേണത്." ഇക്ക പൊട്ടിത്തെറിച്ചു.

"ഇയ്യ് വന്ന് ചോറ് ബെയ്ച്ച് കെടക്കാൻ നോക്ക് റംലത്തേ.."

ഇത്ത പറഞ്ഞു.

"ഇനിക്കൊന്നും മേണ്ട. ഓള് തിന്നോ?"

"ഓള് എപ്പളേ തിന്ന്. സുൽഫത്തിനെ ഇനി പഠിക്കാനയക്കണ്ടാന്നാ ഇന്റെ അഭിപ്രായം. ഒന്നുണ്ടായിട്ടില്ല. ഒന്നും ഉണ്ടാകാതിരിക്കാനാ."

തന്റെ മുഖത്തെ ഭീതി കണ്ട് നാത്തൂൻ സമാധാനിപ്പിച്ചു.

"ഇനിയൊന്നും ഒളിക്കണ്ട."

ഇക്കയുടെ സ്വരം കടുത്തു.

"എന്താ..?"

ചോദിച്ചപ്പോൾ സ്വരമിടറി.

"ഓക്കേയ് കത്ത് വരണുണ്ട്."

"ഏടെന്ന്?"

"അതൊന്നും ഇനിക്ക് നിശ്ശല്ല. ഓനെ മാത്രേ ഓള് കെട്ടൂന്ന് അങ്ങേലെ മയമൂനാ ഇന്നോടു പറഞ്ഞത്."

"എന്തൊക്കെയാ ഞാൻ കേക്കണത്. എന്നിട്ട് ഇന്നോടാരും ഒന്നും മിണ്ടീലാ?"

"അന്റെ മോക്ക് അടക്കം കൊടുക്കണോന്ന് ഞാൻ പറഞ്ഞീലേ?"

"അമ്മായി ഇങ്ങള് ബേജാറാവണ്ട. ആ ചെക്കനെ ഇങ്ങളറിയും."

ഇക്കയുടെ മകൾ സാജിദ പെട്ടെന്നാണ് രംഗത്തെത്തിയത്.

"നിയ്യിവിടെ ഉണ്ടായിനോ?"

"ഞാൻ രണ്ടീസായി വന്നിട്ട്. മുമ്പറത്ത് ആൾക്കാരുള്ളതോണ്ട് അകത്തിരുന്നു."

"എന്താ ഉമ്മോ സുൽഫത്ത് പറേണത്?"

"ഞങ്ങളെ തെക്കെപ്പറത്തെ മൊയ്തുണ്യാക്കാന്റെ എളേമോനില്ലേ? കോളേജിൽ പഠിച്ച ചെക്കൻ... കുഞ്ഞാനേയ്.. എത്താപ്പം ഓന്റെ ശരിക്കുള്ള പേര്.. കുഞ്ഞാനെന്നാ വിളിപ്പേര്."

"മെഹറൂഫ്."

ഇക്കയുടെ ഇളയ മകൻ കുഞ്ഞിപ്പ.

"അതെന്നെ."

"വായില് കൊള്ളാത്ത പേരാളും. ഓന്റെ പഠിപ്പ് കയിഞ്ഞോ?"

ഇക്ക ചോദിച്ചു.

"കയിഞ്ഞു. ബീകോമാ. വിസ വരണൂന്ന് കേട്ടു. അയിന് ഒരുലക്ഷം മേണം. അതാ പോവാത്തത്."

"അപ്പം അയിനുവേണ്ടിയാ ഇന്റെ മോളേ.."

"ഓലയിന് പണമൊന്നും ഇന്നോട് ചോയിച്ചില്ല."

സുൽഫത്ത് എവിടെന്നോ പൊട്ടിമുളച്ചതുപോലെ സംഭാഷണത്തിൽ ഇടപെട്ടു.

"കല്യാണക്കാര്യം വന്നപ്പം ഓളെത്തി. ഉമ്മ വന്നിട്ട് മണിക്കൂറൊന്നായി. ഒന്ന് എത്തിനോക്കാൻ ഓക്ക് തോന്നീലാ."

"ഇന്റെ കാര്യം ചോയിക്കാൻ ഇങ്ങക്കും തോന്നീലാലോ."

"കേട്ടോ പറേണത്.. ഒരുത്തൻ കാട്ടിക്കൂട്ടിയ കോപ്പരാട്ടികൾ നാട് കുട്ടിച്ചോറാക്കുന്ന അവസ്ഥയിലാ."

"രണ്ടാള് തമ്മില് ഇഷ്ടപ്പെടണത് ഇത്ര വലിയ തെറ്റാ?" സുൽഫത്ത്.

"കണ്ണിക്കണ്ട ടി വി സീരിയലുകളൊക്കെ കണ്ട് പെങ്കുട്ട്യോള് നാശായി. ആ കുന്ത്രാണ്ടം വാങ്ങിക്കല്ലേന്ന് അന്നും പറഞ്ഞു."

ഇക്ക അരിശത്തോടെ പറഞ്ഞു.

"ഇപ്പളത്തെക്കാലത്ത് കുട്ട്യോളോട് മല്ലിടാൻ പോയിട്ട് കാര്യൊന്നുമില്ല. വടക്കേലെ കണാരൻകുട്ടീന്റെ മോള് തൂങ്ങിച്ചത്തതെന്തിനാന്ന് ഇങ്ങക്ക് പുടീല്ലേ?"

"മതിയാക്ക്. എവിടെ എന്തുപറയണമെന്ന് നിശ്ചയില്ലാത്ത മണ്ടക്കയ്ത."

"ഇനി ഇതുപറഞ്ഞ് ഇങ്ങള് രണ്ടാളും തല്ലുകൂടണ്ട. ഇപ്പച്ചീ, ഇങ്ങള് ഇക്കാര്യമൊന്നു അന്നശിച്ചു നോക്ക്. ഒരുലക്ഷവും അൻപത് പവനും കൊടുത്താ നോക്കാന്ന് ഓന്റെ പെങ്ങള് ഇന്നോടു പറഞ്ഞത്. പഠിപ്പുള്ള കുട്ടിയല്ലേ ഒരുലക്ഷം ജാസ്തിയൊന്നുമല്ല. പണീം തൊരേം ഇല്ലാത്തോര് ഇപ്പം ലക്ഷമാ ചോയിക്കണത്." സാജിദ.

"എന്നാ ഈയ്യൊന്നെ അന്നശിച്ചോ."

ഇക്ക ചവിട്ടിക്കുതിച്ച് അകത്തേക്കു പോയി.

"ഇതല്ലാതെ വേറൊരാലോചനയ്ക്ക് ഇന്നെ കിട്ടില്ല." സുൽഫത്ത് ഹാലിളകി അകത്തേക്കുപോകുന്നതുകണ്ട് ഉമ്മറക്കോലായിൽ റംലത്ത് പകച്ചു നിന്നു.

ഇപ്പോഴത്തെ പെങ്കുട്ട്യോളുടെ ഒരു ധൈര്യം. അവളുടെ പ്രായത്തിൽ ഇക്കയുടെ മുന്നിൽ തല ഉയർത്തി നില്ക്കാൻ പേടിയായിരുന്നു. അവളുടെ കല്യാണം അവൾതന്നെ തീരുമാനിച്ചിരിക്കുന്നു. റബ്ബേ... ഇതെന്തൊരു കാലം...

"അമ്മായി വന്ന് ചോറ് ബെയിക്കീ... ഇപ്പച്ചീന്റെ അരിശം തണുക്കുമ്പം ഞാനൊന്നൂടെ പറയാം. തെളിച്ചേടം പോയില്ലെങ്കില് പോയേടത്തേക്ക് തെളിക്കല്ലാതെ എന്താ നിവൃത്തി."

ഇരുത്തംവന്ന ആളെപ്പോലെ സാജിദ പറയുന്നതുകേട്ട് അവളെ മിഴിച്ചു നോക്കി. അവൾ ബലമായി തന്നെ അകത്തേക്കു കയറ്റി ഉമ്മറ വാതിലടച്ചു. ആരും ഭക്ഷണം കഴിച്ചിരുന്നില്ല. വിശപ്പില്ലെങ്കിലും വെറുതെ രണ്ടുവറ്റു വാരിത്തിന്നു.

"ഞാനേതായാലും ആ മൊയ്തുണ്ണിയെ ഒന്നു കാണട്ടെ." അടുക്കളക്കോലായിൽ ചെന്നു കൈകഴുകുമ്പോൾ ഇക്ക പറഞ്ഞു.

സുൽഫത്തിന്റെ മുറിയിൽ തേങ്ങൽ. സാജിദ എന്തൊക്കെയോ പറഞ്ഞ് അവളെ സമാധാനിപ്പിക്കുന്നു. സാജിദയുടെ കാര്യം ഏറെ കഷ്ട

മാണ്. കടം വാങ്ങിയും പാടം വിറ്റും അൻപതിനായിരവും ഇരുപത്തഞ്ചു പവന്റെ ആഭരണവും കൊടുത്താണ് അവളെ കെട്ടിച്ചത്. വിവാഹം കഴിഞ്ഞ് അധികം നാളുകഴിയും മുൻപേ അവന് ജിദ്ദയിലേക്കൊരു വിസ ശരിയായി. അതിനു കൊടുക്കാൻ ഇരുപത്തയ്യായിരം രൂപ വേണമെന്നും പറഞ്ഞ് നിരന്തരം ശല്യപ്പെടുത്തി. നാത്തൂന്റെ കാതിലും കഴുത്തിലുമുള്ളതെല്ലാം പറിച്ചുവിറ്റു. കൂടാതെ അവളുടെ ആഭരണങ്ങളും പണയം വെച്ചു. തന്നെക്കൊണ്ടാവുമ്പോലെ സഹായിച്ചു. ഉമ്ര വിസയ്ക്കായിരുന്നു പോയത്. വിസയുടെ കാലാവധി കഴിഞ്ഞതോടെ ഒളിവിലാണ്. പാത്തും പതുങ്ങിയും വല്ലപ്പോഴും പണിക്കു പോവും. എന്തെങ്കിലും കിട്ടുന്നത് അവിടത്തെ ജീവിതത്തിന് തികയില്ല. നാട്ടിൽ ദിവസപ്പണിക്ക് നൂറും നൂറ്റമ്പതും വാങ്ങിയിരുന്നതാണ്. നാട്ടിൽ പണിക്കുപോകുന്നത് ചെക്കന്മാർക്ക് മാനക്കേടാ. അന്യനാട്ടിൽപോയി തെരുവടിച്ചുവാരാനും മടിയില്ല. പോകണ്ടെന്ന് എല്ലാരും പറഞ്ഞതാ. പണം വാരാമെന്നും പറഞ്ഞുപോയിട്ട് കടം മിച്ചം. എല്ലാറ്റിനും ഉത്തരവാദി സാജിദയാണെന്ന മട്ടിലാണ് അവളുടെ ഭർത്താവിന്റെ ഉമ്മ പെരുമാറുന്നത്. ജോലിക്കുള്ള വിസ കിട്ടാൻ ഇനിയും അമ്പതിനായിരം വേണമെന്നും പറഞ്ഞ് അവളുടെ അമ്മോശൻ ഇക്കയെ നിരന്തരം ശല്യപ്പെടുത്തുന്നു. എവിടെന്നെടുത്തുകൊടുക്കും എന്നാണ് ഇക്ക ചോദിക്കുന്നത്. കൊടുത്തില്ലെങ്കിൽ വേറെ പെണ്ണുകെട്ടിക്കും എന്നാണ് ഭീഷണി. അതിനും അവർ മടിക്കില്ല. മോൻ ഗൾഫിലാണെന്നു പറഞ്ഞാൽ ലക്ഷം കൊടുക്കാനും ആളുണ്ടാകും. എല്ലാ നൊമ്പരവും ഉള്ളിലൊതുക്കി സാജിദ കഴിയുന്നു. അതുകൊണ്ടുതന്നെയാണ്. ഈ ചെറുപ്രായത്തിൽത്തന്നെ അവൾ പക്വമതിയായതും.

ഇടനാഴിയും മൂന്നു മുറിയും തളവും അടുക്കളയുമാണ് വീട്ടിലുള്ളത്. ഒരു മുറിയിൽ ഇക്ക കിടക്കും. ഒന്നിൽ ഇക്കയുടെ മോൻ കുഞ്ഞിപ്പയും അക്ബർ അലിയും. മറ്റേതിൽ സുൽഫത്തും. സാജിദയും ഭർത്താവ് വിരുന്നിനുവരുമ്പോൾ സുൽഫത്ത് ഇടനാഴിയിലെ കട്ടിലിൽ കിടക്കും. ഒരു മുറികൂടി പണിയണമെന്ന് കുറേ നാളായി വിചാരിക്കുന്നു. പണം ഒത്തുവരണ്ടേ? അക്ബർ അലി കോളേജിൽ ചേർന്നതോടെ എത്ര കിട്ടിയാലും തെകയില്ല. ഹാജിയാരോട് കെഞ്ചിയും കേണും ഉളുപ്പുകെട്ടു. തേങ്ങലടക്കാൻ കഴിഞ്ഞില്ല. സാരിത്തലപ്പ് വായിൽ തിരുകി. സുൽഫത്തിനു പതിനാറാവുന്നതേ ഉള്ളൂ. പെണ്ണിന്റെ ഒരു തന്റേടം കണ്ടില്ലേ? ഇരുപതാംവയസ്സിലാണ് മുപ്പത്തഞ്ചുവയസ്സുള്ള അവളുടെ ബാപ്പയ്ക്ക് ഇക്ക തന്നെ കെട്ടിച്ചുകൊടുത്തത്. അതും അസുഖക്കാരനാണെന്ന് അറിഞ്ഞുകൊണ്ട്. കമാന്ന് ഒരക്ഷരം എതിരു പറഞ്ഞില്ല. മരിക്കുന്നതുവരെ കൂടെക്കഴിഞ്ഞതിന്റെ പങ്കപ്പാട് ആരോടും പറഞ്ഞിട്ടില്ല. ഒന്നു രണ്ടു കൊല്ലത്തിനകം മൂപ്പര് കിടപ്പിലായി. കുടിച്ചും കുടിക്കാതെയുംകഴിഞ്ഞുകൂടിയ നാളുകൾ. അന്നും മക്കളെ വിശപ്പറിയിച്ചിട്ടില്ല. ഒന്നര വയസ്സിനു വ്യത്യാസമേ ഉള്ളൂ

കുട്ടികൾ തമ്മിൽ. കുട്ടികളെ ബാപ്പയെ ഏല്പിച്ച് തോട്ടത്തിൽ പണിക്കു പോയി. റോഡരികിൽത്തന്നെയായിരുന്നുവീട്. അവിടെ ഒരു പെട്ടിപ്പീടി കയിട്ട് മൂപ്പരെ ഇരുത്തും. രാവിലെ കുറച്ച് പുട്ടും ചായയുമുണ്ടാക്കിക്കൊ ടുത്തിട്ടാണ് തോട്ടപ്പണിക്ക് ഓടുന്നത്. അത് എട്ടുമണി ആകുന്നതോടെ വിറ്റുതീരും. കൂടാതെ ബീഡിയും സിഗരറ്റും തീപ്പെട്ടിയും നാരങ്ങാമിഠാ യിയും ഉണ്ടാകും. ബീഡി മൂപ്പർക്കുതന്നെ വേണം ദിവസം ഒരുകെട്ട്. ചുമച്ച് ശ്വാസം മുട്ടിയാലും ബീഡിവലി നിർത്തില്ല. തോട്ടപ്പണിക്കാര് തന്നെ യായിരുന്നു പറ്റ്. പലരും കടംപറയും. എന്നാലും കൂലി കിട്ടുമ്പോൾ തരാ തിരിക്കില്ല. അഞ്ചാറുകൊല്ലം അങ്ങനെ കഴിഞ്ഞു. അതിനിടെ മൂപ്പര് പറ്റെ കിടപ്പിലായി. എടുത്തുകൊണ്ടുവന്നാണ് പീടികയിലിരുത്തുന്നത്. കുട്ടി കളെ സ്കൂളിലാക്കി തോട്ടത്തിലേക്കോടും. വൈകുന്നേരം വരുമ്പോൾ അരിയും മീനും വാങ്ങും. അതുകൊണ്ടൊരു ചോറും തേങ്ങ അര യ്ക്കാത്ത മീൻകറിയും. ഇക്ക വല്ലപ്പോഴും വരുമ്പോൾ വല്ല കാച്ചിലോ ചേനയോ കായോ ചേമ്പോ കൊണ്ടുവന്നുതരും. എന്നിട്ടും ആരോടും പരാതിയോ പരിഭവമോ പറഞ്ഞിട്ടില്ല.

മൂപ്പരെ ചികിത്സിക്കാൻ വീടും ഇക്ക തന്ന ഇരുപത് സെന്റും വിറ്റു. എന്നിട്ടും അസുഖം ഭേദമായില്ല. കിടക്കാനൊരു വീടുണ്ടായിരുന്നെങ്കിൽ രണ്ടാം കല്യാണത്തിനു സമ്മതിക്കുമായിരുന്നില്ല. ഇക്കയുടെ മൂന്നുമുറി വീട്ടിൽ താനും മക്കളും ചേക്കേറിയതോടെ നിന്നുതിരിയാൻ ഇടമില്ലാ തായി. തോട്ടപ്പണിക്കുപോയി കിട്ടുന്നത് നാത്തൂനെ ഏല്പിക്കും. അങ്ങനെ നെട്ടോട്ടമോടുമ്പോഴാണ് ആലിക്കുട്ടിയാക്ക ഹാജിയാരുടെ ബംഗ്ലാവിൽ പണി വാങ്ങിച്ചു തന്നത്. അക്ബർ അലിയെ യത്തീംഖാന യിൽ ചേർത്തുതന്നതും ആലിക്കുട്ടിയാക്കതന്നെ. എപ്പോഴും കണ്ടറിഞ്ഞു സഹായിച്ച ആലിക്കുട്ടിയാക്കയോടാണ് കുടുംബകാര്യത്തിൽ ഇടപെട രുതെന്ന് അവൻ പറഞ്ഞത്. അകന്ന ബന്ധു മാത്രമല്ല, ഇക്കയുടെ ഉറ്റ ചങ്ങാതിയും കൂടിയാണ് ആലിക്കുട്ടിയാക്ക. അതുകൊണ്ടുതന്നെയാണ് ക്ഷമിച്ചതും. ഇപ്പഴത്തെ കുട്ടികളുടെ പോക്ക് എങ്ങോട്ടേക്കാണ്?

സുൽഫത്തിനെ ഉടനെ കെട്ടിച്ചുകൊടുക്കണം. യത്തീംകുട്ടി ആയതു കൊണ്ട് അവളുടെ വിവാഹക്കാര്യത്തിൽ ഹാജിയാരും മുടക്കമൊന്നും പറയില്ലെന്നാണ് സംസാരത്തിൽനിന്നും മനസ്സിലായത്.

"നെന്റെ മോക്കിപ്പം വയസ്സെത്രയായി?" ഈയടുത്ത ദിവസം ചോദി ച്ചിരുന്നു.

"പതിനാറു കയിഞ്ഞു."

"എന്നാ വേഗം കെട്ടിക്കാൻ നോക്ക്. കാലം നന്നല്ല. എന്തെങ്കിലും പേരുദോഷമുണ്ടാക്കിയാ എനക്കും കൂടി മാനക്കേടാ."

"അങ്ങനെ ആരിക്കെങ്കിലും പിടിച്ചുകൊടുക്കാൻ പറ്റോ? ഇവിടത്തെ

സ്ഥിതിക്ക് യോജിക്കണ്ടേ? ഹുസൈനാജീന്റെ പെറക്കാത്ത മോളെ കല്യാണാവുമ്പം അയിന്റെ മട്ടത്തിലാവണ്ടേ?"

"ഒറയുമ്പം വെട്ടാനുള്ള നെന്റോരു സാമർത്ഥ്യേയ്. അത്ര വലിയ കെനാവൊന്നും കാണണ്ട. തരക്കേടില്ലാത്ത ഒരാലോചന ഒറപ്പിച്ചാ അയിന്റെ മട്ടം പോലെ ഞാനും ചെയ്യും. ഒന്നൂല്ലെങ്കിലും ഒരെത്തീം കുട്ടിയല്ലേ. പടച്ചോന്റെ പക്കല് ഖൈറുണ്ടാവുമല്ലോ."

ഒരുകൊല്ലമെങ്കിലും കോളേജിൽ പഠിപ്പിച്ചിട്ട് വിവാഹക്കാര്യം ആലോചിക്കാമെന്നാണ് കരുതിയത്. അതിനിടയിലാണ് പെണ്ണ് പ്രേമിക്കാൻ നടന്നത്. ഇനിയിപ്പോൾ അവിടെച്ചെന്ന് എന്തു പറയും? ഐഷാത്തയുടെ ചെവിയിലെത്തിയാൽ എല്ലാം തീരും. വേലിചാടിപ്പശുവിന്റെ മോള് മതിലുചാടിയെന്നേ ഐഷാത്ത പറയൂ. താൻ കണ്ണും മോറും കാണിച്ച് ഹാജിയാരെ വളച്ചെടുത്തെന്നാണ് അവർ പറയുന്നത്. സത്യം മുകളിലിരിക്കുന്നവനറിയാം. ഭർത്താവു മരിച്ച് ജീവിക്കാൻ ഗതിയില്ലാതെ ആണുങ്ങളെ മയക്കാൻ നടക്കുന്ന ഒരുമ്പെട്ടോളാണെന്ന് എത്രവട്ടം കേട്ടിരിക്കുന്നു. നൂറു ഒരിക്കലും അയിത്തം കാണിച്ചിട്ടില്ല. ആവശ്യങ്ങളുടെ നീണ്ടനിര മുന്നിൽ കൊഞ്ഞനം കുത്തുമ്പോൾ അഭിമാനം ഇടിഞ്ഞു പൊടിയുന്നു. അക്ബറിനു കൊടുക്കാൻവേണ്ടി ഒരിക്കൽ ഹാജിയുടെ പഴ്സിൽ നിന്ന് ചോദിക്കാതെ പണമെടുത്തതിന് കള്ളി എന്നു പോലും കേൾക്കേണ്ടിവന്നു. അതിനുശേഷം മൂപ്പർ അലമാരകളെല്ലാം പൂട്ടി താക്കോൽ ഒളിപ്പിച്ചുവെച്ചു.

ജീവിക്കാൻവേണ്ടി അടവുകൾ പതിനെട്ടും പയറ്റുമ്പോഴും മൂപ്പരുടെ മറ്റു രണ്ടു ഭാര്യമാരോടും അകല്ചയല്ലാതെ വെറുപ്പു തോന്നിയിട്ടില്ല. ഐഷാത്തയ്ക്ക് റംലത്ത് രണ്ടാംകിടക്കാരിയാണ്. മഹിമയില്ലാത്ത കുടുംബം. പണവും പദവിയുമില്ല. അതുകൊണ്ട് ദുർന്നടപ്പുകാരി എന്നങ്ങു മുദ്രകുത്തി.

"യാ ഇലാഹി."

മുപ്പത്തിയൊന്ന്

എന്തോ അനക്കം കേട്ടാകണം ഉറക്കം ഞെട്ടി. എപ്പോഴാണാവോ കണ്ണുകളടഞ്ഞത്. തന്നത്താൻ പരിഭവിച്ചും കരഞ്ഞും പരാതികളുടെ നീണ്ട നിരകൾ മേലോട്ടേക്കയച്ചും കിടന്നതോർമ്മയുണ്ട്. അതിനിടയിൽ എപ്പോഴോ കണ്ണുകളിൽ ഉറക്കം അരിച്ചെത്തിയതാവാം. ഉറക്കമെന്നു പറയാമോ? മയക്കം. നേരം പുലർന്നോ? ഇടനാഴിയിലെ ജനലുകളടച്ചിട്ടതു കാരണം അകത്ത് കട്ടപിടിച്ച ഇരുട്ട്. ജനാല തള്ളിത്തുറന്നു. നേരം വെളുത്തിരിക്കുന്നു. വെയിലുദിച്ചുവരുന്നതേ ഉള്ളൂ. ജനലരികിൽ നിഴലു കണ്ടോ... തോന്നിയതാണോ?

"ആരാത്? നേരം വെളുക്കുമ്പം?"

ചോദിച്ചതും ആരോ തിരക്കിട്ടു നടക്കുന്ന ഒച്ച

പിടഞ്ഞെണീറ്റ് മുറ്റത്തിറങ്ങി. വാതിൽ തുറന്നിരുന്നു. സുൽഫത്ത് ഉമ്മറ വേലിക്കരികിൽ നില്ക്കുന്നു.

"പൊലച്ചയ്ക്ക് നീയവിടെ എന്താ കാട്ടണ്?" ചോദിച്ചപ്പോൾ സ്വരം വിറച്ചോ? അവൾ മറുപടിയൊന്നും പറയാതെ ധൃതിയിൽ പിറകുവശത്തേക്കു നടന്നു. വിറകുപുരയുടെ മറവിൽ ചെന്നിരുന്നു. കൈയിലുണ്ടായിരുന്ന നോട്ടുപുസ്തകം നിവർത്തി. തന്നെ കണ്ട മട്ടുപോലുമില്ല. രാവിലെ അവളോട് പോരുവേണ്ടെന്നു കരുതി ക്ഷമിച്ചു. തൊടിയിൽ വെറുതെ നടന്നു. ഇക്കയുടെ അദ്ധ്വാനം തൊടിയിൽ കാണാനുണ്ട്. കുലച്ചവാഴകൾ, ചേന, ചേമ്പ്, കവുങ്ങിൽ പടർത്തിയ കുരുമുളകു വള്ളി, ആകെ പച്ചനിറം.

"നീയെന്താ രാവിലെ തൊടിയിൽ? എപ്പളാ മടക്കം?" ഇക്ക ചോദിച്ചപ്പോഴാണ് മടങ്ങണമല്ലോ എന്നോർത്തത്.

"ഓൻ വന്നോ?"

"ദാ ഇപ്പം കേറിപ്പോണത് കണ്ട്."

"ഇബിടെ ഒരുവാലും തുമ്പും കാണാതെ ആട്ട് പോയാ..."

"എത്രീസം നിക്കും? മൂപ്പരോടെന്തു പറയും?"

"അല്ലെങ്കിലേ ഞാനിപ്പം കണ്ണിലെ കരടാ.. ഇതൂടെ അറിഞ്ഞാ.."

വാക്കുകളിടറി.

"അന്റെ പെരപണീന്റെ കാര്യം എന്തായി?"

"എന്താവാൻ? ഇക്ക ആലിയുട്ടിക്കാനെക്കൊണ്ടൊന്നു പറയിച്ചു നോക്ക്. ഇനിക്കു മതിയായി. ഞാനാടെ എത്തണേന്റെ മുന്നം. എല്ലാ വിവരവും ആടെ കിട്ടീരിക്കും. ചാഞ്ഞ കൊമ്പാവുമ്പം ആരിക്കും പാഞ്ഞു കേറാലോ.. സുൽഫത്തിന്റെ കാര്യം ഞമ്മക്കങ്ങുറപ്പിച്ചാലോ?"

"ഞാനാ ബ്രോക്കറ് കുഞ്ഞാനെ ഒന്നു കണ്ടുനോക്കട്ടെ. നിയ്യ് അവുടുത്തേക്ക് ഫോൺവിളിച്ച് രണ്ടീസം കയിഞ്ഞിട്ടേ വരണുള്ളൂന്നു പറഞ്ഞേക്ക്. ചെക്കന്റെ മൊബൈല് അന്റെ കൈയിലല്ലേ?"

ഇക്ക തൊടിയിലേക്കു പോയപ്പോൾ കിണറ്റിൻകരയിൽ ചെന്നു. സാജിദ വെള്ളം കോരുന്നുണ്ടായിരുന്നു.

"അമ്മായി വെള്ളം കോരാനൊക്കെ മറന്നോ?" കണ്ടപ്പോൾ അവൾ കളി പറഞ്ഞു.

"ഒന്നും മറന്നിട്ടില്ല കുട്ട്യേ. ബ്രഷും പേസ്റ്റും എടുത്തോ ആവോ? ചെക്കൻ ആസ്പത്രീലാന്ന് ഫോൺ വന്നതും കൈയിൽകിട്ടിയതും സഞ്ചിയിലാക്കി പുറപ്പെട്ടതല്ലേ."

അകത്തുചെന്ന് സഞ്ചി പരതിയപ്പോൾ ബ്രഷ് കിട്ടി. അടുക്കളക്കോലായിലെ തിണ്ണയിൽവെച്ച പ്ലാസ്റ്റിക് മഗ്ഗിൽ പേസ്റ്റുണ്ടായിരുന്നു.

മുമ്പൊക്കെ ഉമിക്കരിക്കൊണ്ടാണ് പല്ലു തേച്ചിരുന്നത്. ഇപ്പോൾ ഏതു മുക്കിലും പേസ്റ്റും ബ്രഷും തന്നെ.

"അമ്മായി, വെള്ളം കോരിവെച്ചിട്ടുണ്ട്. കുളിക്കണേങ്കി കുളിച്ചോളി."

അടുക്കളമുറ്റത്തുള്ള കുളിമുറിയിലെ വെള്ളച്ചെമ്പിൽ അവൾ വെള്ളം നിറച്ചുവെച്ചിരുന്നു. പരുപരുത്ത സിമന്റുതറ വഴുക്കുന്നു. ജോനകപ്പറമ്പിൽ പണിക്കാരികളുടെ കുളിമുറിപോലും ഇതിലും മുന്തിയതാണ്. ടൈൽസ് പതിച്ചത്. ഹാജിയാരുടെ മുറിയിൽ കുളിക്കാൻ കണ്ണാടിക്കൂടുണ്ട്. ആദ്യ ദിവസം അതിനകത്തു കയറിയപ്പോൾ കുറച്ചൊന്നുമല്ല അമ്പരന്നത്. സ്വർണ്ണനിറമുള്ള ടാപ്പുകളും മിനുമിനുത്ത തറയും ഏതോ സ്വപ്നലോകത്തെത്തിച്ചു. പലതരം സുഗന്ധ തൈലങ്ങൾ, പൗഡർ, സ്പ്രേ, ആ കൊട്ടാരം സ്വന്തമാക്കുന്നത് കിനാക്കണ്ട് ഭൂലോകം മറന്നു.

അവിടത്തെ അടുക്കളയുടെ വലിപ്പം പോലുമില്ല ഈ വീടിന്. അതുപോലെ ഒന്നുമില്ലെങ്കിലും കോൺക്രീറ്റ് മേല്ക്കൂരയും മാർബിൾ തറയുമുള്ള സാമാന്യം വലിയൊരു വീട് സ്വന്തമായി വേണം. അവിടെവെച്ചു വേണം സുൽഫത്തിന്റെ നിക്കാഹു നടത്താൻ. എല്ലാം വ്യാമോഹങ്ങൾ. തലവര നന്നാകണം.

"നിങ്ങള് കുളിമുറീല് കേറീട്ട് നേരം ഏറെ ആയല്ലോ. ഇങ്ങളെ ബംഗ്ലാവിലപ്പോലെ ഇബിടെ അഞ്ചുപത്ത് കുളിമുറികളൊന്നുമില്ല."

സുൽഫത്ത് ഉമ്മയോടുള്ള അരിശം ഉറക്കെ പ്രകടിപ്പിക്കുന്നതുകേട്ട് പെട്ടെന്ന് കുളിച്ചിറങ്ങി.

"കയിഞ്ഞോ നീരാട്ട്.."

അവളുടെ സ്വരത്തിൽ വെറുപ്പ്. കണ്ണു നിറഞ്ഞു. മുഖത്ത് രണ്ടു പൊട്ടിച്ചു കൊടുക്കണമെന്നുണ്ട്. പക്ഷേ, അവളുടെ മട്ടും മാതിരിയും കാണുമ്പോൾ ഒന്നും പറയാൻ കഴിയുന്നില്ല. ഈയിടെയായി ഇങ്ങോട്ട് അധികം വരാറില്ല. അവിടന്നിറങ്ങാൻ ഭയമായിരുന്നു. ഇറങ്ങിക്കഴിഞ്ഞാൽ പിന്നെ തിരിച്ചുകയറാൻ സാധിച്ചില്ലെങ്കിലോ എന്ന ഭയം. മറുത്തെന്തെങ്കിലും പറഞ്ഞാൽ തലാഖ് ചൊല്ലി ഒഴിവാക്കുമെന്ന ഭീഷണി ഇടിത്തീ പോലെ തലയ്ക്കു മുകളിലുള്ളപ്പോൾ എങ്ങനെ ഇറങ്ങിപ്പോരും? നൂറുവാണ് അതിനു തടസ്സം പറയുന്ന ഏകവ്യക്തി.

"എത്താ ണ്യേ പന്തം കണ്ട പെരുച്ചായീന്റെ ചേല്ക്ക് നിക്കണ്ത്?"

ചോദ്യംകേട്ട് തല ഉയർത്തി. അയലത്തെ പാത്തോമ്മ പുഞ്ചിരിച്ചു കൊണ്ട് അടുക്കളക്കോലായിലായിരിക്കുന്നു. ചെറുപ്പം മുതൽ കളിച്ചു വളർന്നവരാണ്. അവളുടെ വിവാഹം അഞ്ചിൽ പഠിക്കുമ്പോൾ കഴിഞ്ഞു. നാലു മക്കളായപ്പോൾ ആൾ നാടുവിട്ടതാണ്. അയാൾ ജീവിച്ചിരിപ്പുണ്ടോ ഇല്ലയോ എന്നുപോലും അറിയില്ല. മൂന്ന് ആൺമക്കളും അദ്ധ്വാനിക്കാൻ തുടങ്ങിയതോടെ അവളുടെ ജീവിതം എളുപ്പമായി. മോൾക്ക് വിവാഹം ആലോചിക്കുന്നുണ്ടെന്ന് അന്നൊരിക്കൽ വന്നപ്പോൾ പറഞ്ഞിരുന്നു.

കഴിഞ്ഞോ ആവോ? ഇവിടന്നു പോയതോടെ അയൽക്കാരെയും ബന്ധുക്കളെയും മറന്നോ?

വെറുതെ ചിരിച്ചു.

“മോന്റെ വിവരമറിഞ്ഞ് എത്യേതാക്കാരോ?”

“ആ.”

“ഇയ്യ് ആളങ്ങ് നന്നായിട്ടോ. ഇപ്പം മൊലാളിച്ചി ആയിക്ക്ണ്.”

പാത്വാമാ അസൂയയോടെ പറഞ്ഞു. ഒന്നും മിണ്ടിയില്ല.

“ഓ.. ഇപ്പം ഞങ്ങളോടൊക്കെ മിണ്ടണതു കൊറച്ചിലേക്കാരോ?”

ഒന്നും മിണ്ടാതിരിക്കുന്നത് കണ്ട് അവൾ പിണങ്ങി. എന്നിട്ടും അവളോടൊരുവാക്കും ഉരിയാടാനായില്ല. “ഇയ്യും ഞാനും ഒന്നിച്ചാ ബളന്നത്. ഒരു കാര്യോം അന്നും ഇന്നും അന്നോട് ഞാൻ മറച്ചിട്ടില്ല. അതിയ്യ് മറന്നു?”

“ഓക്ക് മോന്റെ ആധിയാ പാത്വാമാ. ഇയ്യ് വന്ന് ചായ കുടിച്ചോ.”

ഇത്ത ഇടയ്ക്കു കയറി.

“ഇനിക്ക് ചായ വേണ്ട. പള്ള നെറഞ്ഞു. പയേ ചങ്ങായിച്ചീനെ ഒന്നു കാണാച്ചിട്ട് പോരേ.”

“കണ്ടീല്ലേ...”

അരിശം അടക്കാനായില്ല.

“ഓ.. കണ്ട്. മതിയായി. എനി എത്തും മേണ്ട.”

പാത്വോമാ പിണങ്ങിപ്പോകുന്നത് കണ്ടിട്ടും പിണങ്ങല്ലേ എന്നു പറയാൻ സാധിച്ചില്ല.

“എത്തിനേപ്പം ഓളോട് തറുതല പറഞ്ഞേ?” നാത്തൂൻ കുറ്റപ്പെടുത്തി.

“ഇന്നെ കാണുമ്പം എല്ലാരിക്കും ചൊറിച്ചിലാ. പെറ്റുപോറ്റിയ സന്തതികൾക്കു കണ്ടൂടാ. മാലോരിക്കും കണ്ടൂടാ.”

നിയന്ത്രണം വിട്ടു.

“കുട്ട്യോള് വല്ലിച്ച കാട്ടീച്ചിട്ട് ഇയ്യ് മാലോകരോടെല്ലാം ബക്കാണത്തിനു നിന്നാലോ?”

“ഇന്റെ ഉള്ളിലെ തീയ് ഒരാളും കാങ്ങ്ണില്ലല്ലോ പടച്ച റബ്ബേ....”

“എത്താ കാണാണ്ടേ? അത് കണ്ടതോണ്ടല്ലേ അടയ്ക്കാക്കിളിപോലത്തെ രണ്ടണ്ണെത്തിനെ പോറ്റിക്കാളാന്ന് വാക്കുതന്നത്. സ്വന്തം മക്കളെപ്പോലെ അയിറ്റങ്ങളെ പോറ്റീലേ?”

ഇത്തയും കയർത്തു.

“ഇങ്ങക്കെത്തോമ്മച്ചീ. അമ്മായി ആധിപിടിച്ച് വല്ലതും പറഞ്ഞാ ഇങ്ങക്കാട്ട് ക്ഷമിച്ചാപേരെ?” സാജിദ ഇടപെട്ടു.

“ഞാനൊന്നും മിണ്ടീലാ. ഇമ്പളെ കാശും പണോം കണ്ടിട്ടല്ലേ മക്കളെ പോറ്റിയത്.. തറുതല പറഞ്ഞാ ദണ്ണണ്ടേയ്..”

ഇത്താത്ത കരച്ചിലു തുടങ്ങി.

"ഇത്താ ഞാനൊന്നും ഉദ്ദേശിച്ചു പറഞ്ഞതല്ല. ഇന്റെ കരളുരുക്കം ഇങ്ങളോടല്ലാതെ ആരോടു കാണിക്കും."

"അന്റെ കരളുരുകിയതുകൊണ്ട് ഇബിടിപ്പം ഒന്നും ആകാൻ പോണില്ല. നല്ല വാക്കുപറഞ്ഞ് ആ ചെക്കനെ ഞമ്മളെ പച്ചത്ത് കൊണ്ടരാൻ നോക്ക്. പെണ്ണിന്റെ കാര്യം ഖൈറാണെങ്കി ഞമ്മക്കങ്ങോട്ട് നടത്തിക്കൊടുക്കാം."

ഇത്ത പറഞ്ഞതു കേട്ട് ഉള്ളൊന്നു തണുത്തു.

"അമ്മായി ചായ കുടിച്ചോളീ."

സാജിദ വിളിച്ചപ്പോൾ അടുക്കളയിലെ വാതിൽപ്പടിയിൽ ചെന്നിരുന്നു. അവൾ അരി കലക്കി ചുട്ട ഓട്ടടയും ഒരു ഗ്ലാസ് ചായയും കൈയിൽ തന്നു. ഏറെക്കാലമായി ഓട്ടട തിന്നിട്ട്. ഹാജിയാരുടെ വീട്ടിൽ രാവിലെ രണ്ടും മൂന്നും തരം പലഹാരങ്ങൾ കാണും. ഓരോന്നു തിന്നുമ്പോഴും മക്കളെക്കുറിച്ചോർക്കാറുമുണ്ട്.

മുമ്പ് ഇവിടെ രാവിലത്തെ ചായയ്ക്ക് അരി വറുത്തതോ കടല പുഴുങ്ങിയതോ ഒക്കയേ ഉണ്ടാവാറുള്ളൂ. പതിനൊന്നുമണിക്ക് കഞ്ഞിയും പുഴുക്കും. താൻ മാസാമാസം പണമയയ്ക്കാൻ തുടങ്ങിയപ്പോഴാണ് രാവിലത്തെ ചായയ്ക്ക് ഓട്ടടയും ചപ്പാത്തിയുമൊക്കെ ഉണ്ടാക്കിത്തുടങ്ങിയത്. എല്ലാ മാസവും മുടങ്ങാതെ രണ്ടായിരം ഉറുപ്പിക വീട്ടിലെത്തിക്കാറുണ്ട്. ഇങ്ങോട്ടുപോരുമ്പോൾ കൈയിൽക്കിട്ടുന്നതെല്ലാം പെറുക്കിക്കെട്ടിക്കൊണ്ടുവരും. ഇന്നിവിടെ കാണുന്ന കിടക്കവിരികളും തലയണ ഉറകളും തൂവാലകളുമൊക്കെ അവിടന്നു കടത്തിയതാണ്. കുട്ടികൾ ഇന്നു സുഭിക്ഷമായി ഭക്ഷണം കഴിക്കുന്നതും അതുകൊണ്ടുതന്നെ. മിന്നിത്തിളങ്ങുന്ന ചുരിദാറിട്ട് അണിഞ്ഞൊരുങ്ങി സുൽഫത്ത് ചായ കുടിക്കാനെത്തി.

"ഇയ്യെങ്ങട്ടാ?"

ഇത്ത ചോദിച്ചു.

"ട്യൂഷന്"

"ഇനി എങ്ങട്ടും പോണ്ട. മതി പഠിച്ചത്."

തന്റെ ശബ്ദം ഉയർന്നു.

"ഞാൻ പോകും."

"പോവ്വോ നീ.."

കൈയിലിരുന്ന പ്ലേറ്റും ഗ്ലാസും താഴെവെച്ച് അവളുടെ അടുത്തേക്കു ചെന്നു.

"പോയാലെന്താക്കും?"

"അന്നോടിന്നലെ ഇക്കാക്ക പറഞ്ഞതല്ലേ മതി പഠിച്ചതെന്ന്."

അവൾ കൊത്തുകോഴിയെപ്പോലെ നോക്കി.

"സുൽഫത്തേ, ഇത്ര നെഗളിപ്പ് നന്നല്ല. കുഞ്ഞാന്റെ പെരേല് ചെന്ന്

കല്യാണക്കാര്യം പറയാന്ന് ഇപ്പച്ചി പറഞ്ഞതാ. ഇനി നിയ്യായിട്ട് കൊളാക്കണ്ട...." സാജിദ.

"ഇബിടന്നു പോകുമ്പം മൂപ്പത്തി അക്കാര്യം മറക്കും." സുൽഫത്ത്.

"തന്നെടീ. ഇങ്ങളെ മറന്നതോണ്ടാ ഞാൻ ഇന്റെ ജീവിതം കണ്ടോരിക്ക് പണയം വെച്ചത്. ഇനി ഒരക്ഷരം മിണ്ടിപ്പോയാ അരിഞ്ഞുകളയും ഞാൻ. എല്ലാരടേം വമ്പും കൊമ്പും ഒടിച്ചിട്ടേ ഇനി മടങ്ങിപ്പോക്കുള്ളൂ."

തന്റെ ഭാവമാറ്റം അവളുടെ പത്തി താഴ്ത്തി. അവൾ ഒരക്ഷരം ഉരിയാടാതെ അകത്തേക്കു വലിഞ്ഞു.

മുപ്പത്തിരണ്ട്

"ഇന്റെ മൊബൈലെവിടെ?"

അക്ബർ ചോദിച്ചത് കേൾക്കാത്ത മട്ടിലിരുന്നു.

"ഇങ്ങക്ക് ചെവി കേക്കൂലേ?"

"ഇല്ലെടാ. കണ്ണും കാണൂലാ. അതോണ്ടാണല്ലോ ഇയ്യും അന്റെ പെങ്ങളും ഒരുമ്പെട്ടിറങ്ങീത്. മൊബൈലും മേണ്ട. പഠിപ്പും വേണ്ട."

"മേണ്ടെങ്കി മേണ്ട."

"ഇനി ഞാൻ എങ്ങട്ടും പോണില്ല. ഇയ്യ് ഒത്ത ഒരാണായില്ലേ? നയിച്ച് അന്റെ പെങ്ങളെ പരിപാലിച്ചോ. ഇങ്ങക്കും മേണ്ടീട്ടാ ഞാൻ ഇതുവരെ അവിടെ പൊറുത്തത്. ഇങ്ങക്ക് ബിരോധാച്ചാ ഞാൻ ആട്ട് പോണില്ല. ബല്ലിച്ച തോട്ടപ്പണിക്കോ കൂലിപ്പണിക്കോ പോയി ഇന്റെ വയറ് കയിച്ചോളാം. അയിനൊന്നും ഇനിക്ക് ഇപ്പളും മടിയില്ല."

"അതിപ്പം.."

അവന്റെ സ്വരത്തിൽ അയവ്

"അനക്ക് പഠിക്കാൻ ഇഷ്ടാല്ലാച്ചാൽ പഠിക്കണ്ട. കൂലിപ്പണിക്ക് ഈ പഠിപ്പ് ജാസ്തിയാ.."

"ഇത്രേം പഠിച്ചിട്ട്. മുയുവനാക്കാതെ."

"അയിന് അനക്കേടെ നേരം? പെണ്ണു കെട്ടണ്ടേ? അയിനെ പോറ്റാനും കായി മേണ്ടേ. ഞാൻ ആട്ടു പോണതോണ്ടല്ലേ ഇങ്ങക്ക് രണ്ടാക്കും ഇന്നെ കണ്ടൂടാത്തത്. ഇനി പോണില്ല."

"അപ്പം സുൽഫത്തിന്റെ നിക്കാഹ് നടത്തേണ്ടേ? അവൻ തരക്കേടില്ല. ഇന്റെ കോളേജിലാ പഠിച്ചത്. നല്ല സ്വഭാവം. നല്ല മാർക്കുവാങ്ങിയാ ബി കോം പാസായത്. ഗൾഫില് ബാങ്കില് ജോലി ശരിയായിട്ടുണ്ട്. പണം കിട്ടാത്തതുകൊണ്ടാ പോവാൻ കഴിയാത്തത്?"

"ഇയ്യ് മുതിർന്നില്ലേ എന്താച്ചാ ചെയ്തോ."

"ഇങ്ങളെന്താ ആരാനെപ്പോലെ.."

"പിന്നെ.. ഇങ്ങക്ക് ഇന്നെ എന്തും പറയാം അല്ലേ. ഇനിക്ക് മതിയായി. ഇതിലും ഭേദം കൂലിപ്പണിയാ.... മക്കളെ കൂടെ നിക്കാലോ...."

കരച്ചിലടക്കാൻ കഴിഞ്ഞില്ല. മുഖം പൊത്തി തേങ്ങിക്കരഞ്ഞു.

"അന്റെ കണ്ണീരൊയ്ക്കല് തീർന്നീലേ?"

ഇക്കയുടെ ഒച്ച കേട്ടിട്ടും തല ഉയർത്തിയില്ല.

"മൊയ്തുണ്ണി ഇന്നെ വന്നു കണ്ടീനും. ഓലിക്ക് ഈ ബന്ധത്തിന് എതിർപ്പില്ല. പക്ഷേ, ലക്ഷം ഒന്ന് കൊടുക്കണം. അക്കുട്ടിക്ക് വിസ വന്ന്ക്ക്ണ്. ഒടനെ കല്യാണം നടത്താനും ഓലിക്ക് ബിരോധല്ല."

"ഇക്ക പെര കണ്ടോ?"

തേങ്ങലടക്കി ചോദിച്ചു.

"പെര ഞാൻ കണ്ടതാ. തരക്കേടൊന്നുമില്ല. വാർപ്പിട്ടതാ. ഓന്റെ ഏട്ടൻ നാലഞ്ചുകൊല്ലായിട്ട് കുവൈത്തിലാ. ഒരു പെങ്ങളുള്ളതിനെ കെട്ടിച്ചു. മൊയ്തുണ്ണ്യാക്കേം പെണ്ണുങ്ങളും നല്ല സ്വഭാവക്കാരാ."

"അപ്പം ഇയ്യും കൂടി അറിഞ്ഞോണ്ടാ അല്ലേ?"

അക്ബർ പറയുന്നതുകേട്ട് ഇക്ക ചോദിച്ചു.

"അതല്ല.. അറിഞ്ഞപ്പം ഞാൻ ആദ്യം വെലക്കീതാ. പിന്നെ ഓനെ കണ്ട് സംസാരിച്ചപ്പം.."

"മുട്ടേന്ന് വിരിഞ്ഞില്ല. അപ്പളത്തിനും പ്രേമം... രണ്ടും കണക്കന്നെ.." ഇക്ക.

"പക്ഷേ, പെട്ടെന്ന് ഒരു ലക്ഷം..."

താൻ ഇടയ്ക്ക് കയറി ചോദിച്ചു.

"ഉമ്മ വിചാരിച്ചാ.."

അലിയുടെ വാക്കുകളിൽ പ്രതീക്ഷ.

"ഞാൻ പോയി ചോയിക്കാം. പക്ഷേ, നീയിനിക്ക് ഒരു വാക്കുതരണം."

"എന്തുവാക്ക്?"

"അന്റെ പ്രേമോം സ്നേഹോം ഇയ്യ് ഒഴിവാക്കണം. പഠിപ്പ് കയിഞ്ഞിട്ട് ഇയ്യെന്താച്ചാ ആയിക്കോ."

"അതോള് പറഞ്ഞത് നേരാ. അന്റെ പെങ്ങക്കും മേണ്ടീട്ടല്ലേ..."

ഇക്ക നിർബ്ബന്ധിച്ചു.

മനമില്ലാമനസ്സോടെയാണെങ്കിലും അവൻ സമ്മതിച്ചപ്പോൾ ഉള്ളിൽ കുളിരു പെയ്തിറങ്ങി. അള്ളാഹു തേട്ടം കേട്ടു.

പടിക്കൽ വണ്ടിവന്നു നില്ക്കുന്ന ഒച്ച കേട്ട് എല്ലാവരും അങ്ങോട്ടു നോക്കി. ഹാജിയുടെ ജീപ്പ് പടിക്കൽ. എസ്റ്റേറ്റിലെ കുഞ്ഞാപ്പു പടികടന്ന് അകത്തേക്കു വന്നു

"ഇവിടെ വന്ന് ഒന്നന്വേഷിക്കാൻ വല്യ മൂപ്പത്തി പറഞ്ഞു. എങ്ങനെയുണ്ട് മോന്?"

"അൽഹ്ദുലില്ലാഹ്... ഒന്നും പറ്റീലാ. രണ്ടീസം റസ്റ്റെടുക്കാൻ പറഞ്ഞ്."

ഇക്കയാണ് പറഞ്ഞത്.

"മൂപ്പത്തി കണ്ടാൽ എല്ലാരേം കടിച്ചുകീറാൻ വരുമെങ്കിലും ആളൊരു പാവാ. ഇബിടെ വന്ന് വിവരമറിയാൻ ഇന്നലേ ഏല്പിച്ചതാ. ഇന്നലെ എസ്റ്റേറ്റില് തെരക്കോട് തെരക്ക്. ഇന്നിപ്പം ടൗണിലേക്കാ. അന്വേഷിച്ചിട്ട് പോകാന്നും വച്ചു. എന്നാൽ ഞാൻ പോട്ടെ."

"നേരെ പൊരേല്ക്കാ?"

"ആ."

"എന്നാ ഞാനുണ്ട്. നാളെ വരാൻ നിക്കേയ്. വണ്ടിവന്ന സ്ഥിതിക്ക് ഇന്നെന്നെ ആവാം."

പെട്ടെന്നായിരുന്നു തീരുമാനം.

"ആയിക്കോട്ടെ. ബേഗം പോണം."

"ഇപ്പം വരാം. സുൽഫത്തേ കുഞ്ഞാപ്പുക്കായ്ക്ക് ചായ കൊടുക്ക്."

അകത്തു കയറി സാരി മാറി. ഇടനാഴിയിൽ കുട്ടികളും ഇത്തയും നില്ക്കുന്നുണ്ടായിരുന്നു.

"എല്ലാം അന്വേഷിച്ച് നല്ലതാണെങ്കിൽ തീയതി നിശ്ചയിക്കാൻ ഇക്കാനോടുപറ. പണത്തിനുള്ള ഏർപ്പാട് ഉണ്ടാക്കാൻ പറ്റോന്ന് നോക്കട്ടെ."

ഇത്തയോടു പറഞ്ഞിട്ട് പുറത്തേക്കിറങ്ങി. കുഞ്ഞാപ്പു ചായ കുടികഴിഞ്ഞ് മുറ്റത്തിറങ്ങിയിരുന്നു.

"ഇറങ്ങ്വല്ലേ."

"ഇയ്യ് നടന്നോ. ഇപ്പം വരാം." അതു പിടിക്കാത്ത മട്ടിൽ അവൻ ജീപ്പിലേക്കു നടന്നു.

"ഇക്ക ഞാനിറങ്ങുന്നു. ഇക്ക നാളെത്തന്നെ അവിടംവരെ ചെന്ന് നേരിൽ സംസാരിക്ക്. ചെക്കനെ പ്രത്യേകം കാണണം. ഇന്റെ കുട്ടി കണ്ണീര് കുടിക്കാൻ ഇടയാകരുത്."

"ഉം."

ഇക്ക മൂളി.

ആരോടും യാത്രപോലും പറയാതെ പടിയിറങ്ങി. ഒന്നോ രണ്ടോ ആഴ്ച കൊണ്ട് ഒരു ലക്ഷം ഉറുപ്പിക എങ്ങനെ ഉണ്ടാക്കും? ഹാജിയാർ വിചാരിച്ചാൽ ഒരു ദിവസം കൊണ്ട് ഒരു ലക്ഷം ഉണ്ടാക്കാൻ പ്രയാസമുണ്ടാകില്ല. വിചാരിക്കണ്ടെ?

ജീപ്പിന്റെ പിറകിൽ നിറയെ നേന്ത്രക്കുലകൾ

"ഇത് വിക്കാനാ കുഞ്ഞാപ്പൂ?"

"ആ പോവുമ്പം ചന്തയിൽ കൊടുക്കണം."

"ഒരു കുല ഇവിടെ എറക്കിക്കോ."

"ആയിക്കോട്ടെ."

കുഞ്ഞാപ്പു മുഴുത്ത ഒരു കുല നോക്കി പടിക്കൽവെച്ചു.

"വേണ്ടീര്ന്നില്ല."

പടിക്കലെത്തിയ ഇക്ക പറഞ്ഞു.

"മൂപ്പത്തീന്റെ പൂതിയല്ലേ. ഇരുന്നോട്ടെ."

"എന്നാ ഞങ്ങളങ്ങോട്ട്."

"ശരി."

ഇക്ക തലയാട്ടി.

പിന്നിലെ സീറ്റിൽത്തന്നെ ഇരുന്നു. കുലകൾ നീക്കിവെച്ച് ഇരിക്കാനിടമുണ്ടാക്കുകയായിരുന്നു. കുഞ്ഞാപ്പുവിന്റെ കൂടെ മുന്നിലിരുന്നെന്നുള്ള പഴി കേൾക്കണ്ടല്ലോ. മനുഷ്യർ ഏഷണിക്ക് കാതോർത്തു നടക്കുകയാണ്. റോഡിൽ സ്കാർഫ് കെട്ടിയ പെൺകുട്ടികളുടെ പട. പർദ്ദയിട്ടവരുമുണ്ട്. അവരോടു കിന്നാരം പറഞ്ഞുകൊണ്ട് ഒരുപറ്റം ആൺകുട്ടികൾ പിറകെ. പണ്ടാണെങ്കിൽ പ്രായം ചെന്നവർ മാത്രമേ ബുർഖ ധരിക്കാറുള്ളൂ. അതും വലിയ വീട്ടിലെ ബീവിമാർ. ഇന്ന് ഉള്ളവരും ഇല്ലാത്തവരും പർദ്ദ തന്നെ.

ഇസ്ലാമിക വേഷം. സ്വാതന്ത്ര്യത്തിന്റെ അടയാളം... മനുഷ്യർ നാട്യക്കാരായി മാറുകയാണ്. പറയുന്നതൊന്ന് പ്രവർത്തിക്കുന്നതൊന്ന്. അന്യോന്യം പോരടിച്ചാണ് പെരുമ നടിക്കുന്നത്. ചെറുപ്പക്കാർക്കാണ് ഹുങ്ക് ജാസ്തി.

"പഠിക്കാനെന്നും പറഞ്ഞ് എറങ്ങിക്കോളും. ഉമ്മാന്റേം ബാപ്പാന്റേം കരളെരിക്കാൻ."

അറിയാതെ പറഞ്ഞുപോയി.

"അതിങ്ങള് പറഞ്ഞത് നേരാട്ടോ. ഞമ്മള് തിന്നാതേം കുടിക്കാതേം മക്കളെ സ്കൂളിലേക്കയക്കുന്നത് നാലച്ചരം പഠിച്ച് കണ്ണുതെളിയട്ടേന്നു കരുതിയാ. എന്നാ മക്കക്ക് ആ ചിന്ത ഇല്ലാട്ടോ."

മറുപടിയൊന്നും പറഞ്ഞില്ല. ഇന്ന് ഏതു മുക്കിലും മൂലയിലും സ്കൂളുണ്ട്. പഠിപ്പിക്കാൻ വീട്ടുകാർ ഒരുക്കവുമാണ്. പണ്ടത്തെക്കാലത്ത് ഒന്നു മുതിർന്നാ പെൺകുട്ടികളുടെ പഠിപ്പ് നിർത്തും. ഇക്കയ്ക്ക് കെട്ടിച്ചയയ്ക്കാൻ നിവൃത്തിയില്ലാത്തതുകൊണ്ടാണ് പത്താംതരംവരെ എത്തിയത്. പത്തിൽ തോറ്റു. എങ്ങനെ തോല്ക്കാതിരിക്കും. പാഠപുസ്തകം വാങ്ങാൻ പണമില്ല. വെറുതെ വീട്ടിലിരിക്കേണ്ടെന്നു കരുതി സ്കൂളിൽ പോയി. വീട്ടിൽ എന്തെങ്കിലും അധികപ്പണിയുണ്ടെങ്കിൽ സ്കൂളിൽ പോകാറില്ല. അത്രയെങ്കിലും പഠിച്ചതുകൊണ്ട് ജോനകപ്പറമ്പിൽ മേനിയിളക്കി നടക്കുന്നു. ഇന്ന് അറബിക്കോളേജിൽ പഠിക്കുന്ന പെൺകുട്ടികളാണ് ഏറെയുള്ളത്. മഫ്തയും പർദ്ദയും വായിൽക്കൊള്ളാത്ത വാക്കുകളുമായാണ് നടപ്പ്. അവരൊഴികെ ബാക്കിയുള്ളവരൊക്കെ നരകക്കൊ

ള്ളികളാണെന്നാണ് അവരുടെ സംസാരം കേട്ടാൽ തോന്നുക. എന്തിനും ഏതിനും തർക്കിക്കാൻ വരും.

റമദാനിൽ അഞ്ചുനേരവും പള്ളിയിൽപോയി നമസ്കരിക്കുന്ന സ്ത്രീകളും ഉണ്ടെന്ന് പറഞ്ഞുകേട്ടിട്ടുണ്ട്. പിന്നെ ഇവർക്കെവിടെയാ വീട്ടുകാര്യം നോക്കാൻ സമയം? ഭർത്താവിനെയും കുട്ടികളെയും പരി പാലിക്കൽ സ്ത്രീകളുടെ കടമയല്ലേ? ഇതൊക്കെ ആരോടാ ചോദിക്കേ ണ്ടത്? വീട്ടുപണിക്ക് ആളെ നിർത്താൻ ശേഷിയുള്ളവർക്ക് അതൊക്കെ ആവാം. പോകാൻ സൗകര്യമില്ലാത്തവരെ കുറ്റപ്പെടുത്താനും അതിന്റെ പേരിൽ തമ്മിൽത്തല്ലാനും അന്യോന്യം പോരടിക്കാനും മറ്റുമതക്കാരെ വെറുക്കാനും *ഖുർ ആനിൽ* പറഞ്ഞിട്ടില്ല. ഇല്ലാത്ത വ്യാഖ്യാനങ്ങളൊക്കെ ചെറുപ്പക്കാരുടെ തലയിൽ അടിച്ചുകയറ്റി അവരെ വഴിതെറ്റിക്കുന്നവരോട് അല്ലാഹു പൊറുക്കില്ല.

ഖുർആൻ വിവർത്തനം വന്നതോടെയാണ് *ഖുർആനിൽ* എന്താണ് പറഞ്ഞിട്ടുള്ളതെന്ന് ഇവിടുത്തുകാർ അറിഞ്ഞത്. പക്ഷേ, ഓരോ വിഭാ ഗക്കാർ അവരവരുടെ താല്പര്യങ്ങൾക്കു യോജിച്ച വ്യാഖ്യാനങ്ങൾ എഴുതി ഉണ്ടാക്കിയതോടെയാണ് മനുഷ്യർ തമ്മിൽ പണ്ടില്ലാത്തവിധം അകലാൻ തുടങ്ങിയത്. ഇസ്ലാമിൽ ജാതിവ്യവസ്ഥയില്ല. ഉള്ളവനും ഇല്ലാ ത്തവനും തമ്മിലുള്ള അന്തരവും അനുവദിച്ചിട്ടില്ല. അതില്ലാതാക്കാനാ ണല്ലോ സക്കാത്ത് നിർബ്ബന്ധമാക്കിയത്. ഉള്ളവനും ഇല്ലാത്തവനും വെറും മൂന്നു കഷണം തുണിയുമായാണല്ലോ ഖബറടങ്ങുന്നത്. ഇന്ന് ഇസ്ലാ മിൽ നൂറായിരം സംഘടനകളാണ്. ഓരോരുത്തരും പറയുന്നു അവരു ടേതാണ് സ്വർഗ്ഗത്തിലേക്കുള്ള പാതയെന്ന്. തന്നെപ്പോലെ വിവരമില്ലാ ത്തവർ ആരെ നമ്പും? അതുകൊണ്ട് എല്ലാവരും പറയുന്നത് ശ്രദ്ധിച്ചു കേൾക്കുന്നു. കൊള്ളേണ്ടത് കൊള്ളുന്നു തള്ളേണ്ടത് തള്ളുന്നു. ജോന കപ്പറമ്പിലെ മൂന്നു സ്ത്രീകളും അങ്ങനെത്തന്നെ. ഐഷാത്ത പൊൻപ ണ്ടങ്ങൾക്ക് തൂക്കിക്കണക്കാക്കിയാണ് സക്കാത്തു കൊടുക്കുന്നത്. ഹാജി യാരും അക്കാര്യത്തിൽ പിറകിലല്ല. സക്കാത്തിന്റെ കാര്യമെത്തിയപ്പോൾ ഒരു ലക്ഷം വലിയൊരു ചോദ്യചിഹ്നമായി വീണ്ടും മുന്നിലെത്തി.

എങ്ങനെയാണ് സംഗതികൾ അവതരിപ്പിക്കേണ്ടത് എന്ന ഒരു മുൻധാരണവേണം. മോൻ ആശുപത്രിയിലാണെന്നു പറഞ്ഞുപോയിട്ട് വന്ന ഉടനെ മകളുടെ വിവാഹക്കാര്യം അവതരിപ്പിക്കുന്നതിൽ ഔചിത്യ മുണ്ടോ? ഒരു ഗൾഫുകാരന്റെ ആലോചന വന്നിരിക്കുന്നു. ചെക്കൻ തര ക്കേടില്ല. പഠിപ്പുണ്ട്. കാണാനും നന്ന്. എല്ലാംകൊണ്ടും ഒത്തുവന്നതാ ണ്. പക്ഷേ, ഒരു വികടം. അവനു വിസ വന്നതുകൊണ്ട് വിവാഹം ഉടനെ നടത്തണം. അതിനിപ്പം ആവില്ലാന്നു പറഞ്ഞാലോന്ന് വിചാരിക്യാ. എന്നാണ് ചെന്ന ഉടനെ നൂറുവിനോടു പറയേണ്ടത്. ഐഷാത്തയോടു

പറയുന്ന കാര്യം നൂറുവിനെ ഏല്പിക്കണം. അവർ രണ്ടുപേരും കനിഞ്ഞാൽ കാര്യം എളുപ്പമാകും.

"ഞാനിതൊന്നു കൊടുത്തിട്ടു വരാം."

കുഞ്ഞാപ്പു ജീപ്പു നിർത്തി വാഴക്കുലകളും മറ്റു സാധനങ്ങളും ഇറക്കിവെച്ചു. കടയിൽനിന്നും ഒരു ചെക്കൻ ഇറങ്ങിവന്ന് സാധനങ്ങൾ എടുത്തുകൊണ്ടുപോയി. കുഞ്ഞാപ്പു പഴന്തുണികൊണ്ട് ജീപ്പിന്റെ അകം തുടച്ചു. ആശ്വാസത്തോടെ കാലുകൾ നീട്ടി സൗകര്യമായി ഇരുന്നു. ജീപ്പിന്റെ പിറകിലെ ക്യാൻവാസ് ഉയർത്തിവെച്ചു.

"കായ് വാങ്ങണ്ടേ?"

കുഞ്ഞാപ്പു ജീപ്പ് സ്റ്റാർട്ടാക്കിയതു കണ്ട് ചോദിച്ചു.

"നല്ലകാര്യായി. അത് മൂപ്പര് നാളെ ഇതിലേ പോകുമ്പം വാങ്ങിക്കോളും. കൊല്ലം പത്തായി ഇബിടെ കൂടീട്ട്. എന്നാലും മൂപ്പര് നമ്പില്ല. എല്ലാ പണക്കാരും അങ്ങനെതന്നെ. ആരേം നമ്പില്ല."

അതേ.. എല്ലാം വേണ്ടവിധം പറഞ്ഞു ബോദ്ധ്യപ്പെടുത്താൻ സഹായിക്കണേ റബ്ബേ... റംലത്ത് പ്രശ്നം മുകളിലേല്പിച്ചു കണ്ണടച്ചിരുന്നു.

മുപ്പത്തിമൂന്ന്

ജോനകപ്പറമ്പിൽ എത്തിയപ്പോൾ നേരം ഇരുട്ടിയിരുന്നു. മെർക്കുറിവിളക്കിന്റെ പ്രകാശം തോട്ടത്തിൽ പാലൊളി വിതറി. ഇവിടെ വന്നയിടയ്ക്ക് പാൽ പോലുള്ള വെളിച്ചം കണ്ട് അതിശയം കൂറിയിരുന്നു. നിലാവുള്ള രാത്രികളിൽ തോട്ടത്തിലെ പുൽത്തകിടിയിലുള്ള മേലാപ്പിട്ട ഊഞ്ഞാലിലിരുന്നു ആടാൻ ഏറെ കൊതിയുണ്ട്. പക്ഷേ, രാത്രി പുറത്തിറങ്ങിയാൽ ഐഷാത്ത കണ്ണുരുട്ടും.

"ഇക്കാലത്ത് ആരേം വിശ്വസിച്ചൂടാ. പട്ടിണിയും പരിവട്ടവുമായി കയിഞ്ഞോല് ഇവിടെവന്ന് മൂക്കുമുട്ടെ തിന്ന് മൊഞ്ചും സീനത്തും വെക്കുമ്പോൾ ബേണ്ടാത്തതെല്ലാം തോന്നും. ഇക്കുടുംബത്തിന് പേരുദോഷമുണ്ടാക്കുന്ന ഒന്നും ഇവിടെ നടക്കാൻ എന്റെ കൊക്കില് ജീവനുള്ള കാലം ഞാൻ സമ്മയിക്കൂലാ. തോട്ടപ്പണിക്കാരത്തീനെ കെട്ടീന്നും പറഞ്ഞിട്ടുള്ള അയിവ് എനിയും തീർന്നിട്ടില്ല. മാനംമര്യാദയ്ക്ക് കയിഞ്ഞാൽ എല്ലാരിക്കും നല്ലത്."

വന്നു കയറിയ അന്നുമുതൽ ഐഷാത്ത ഒളിച്ചും തെളിച്ചും പറയാറുണ്ട്. അതുകേട്ട് പലപ്പോഴും കൊത്തുകോഴിയെപ്പോലെ അവരോട് പൊരുതിയിട്ടുമുണ്ട്. നൂറുവിനെപ്പോലെ എന്തു കേട്ടാലും കണ്ണും കാതുമടച്ച് ജീവിക്കാൻ ഒരുക്കമായിരുന്നില്ല.

"ചങ്ങായിമാരെ സഭ കൂടീട്ടുണ്ട്. പിന്നാമ്പുറത്ത് നിർത്തട്ടെ വണ്ടി."

കുഞ്ഞാപ്പു ചോദിച്ചു.

"വേണ്ട ഒളിച്ചും പതുങ്ങിയും പോവാൻ ഇന്നെ കട്ടുകൊണ്ടുവന്ന തൊന്നുമല്ല. അന്തസ്സായിട്ട് നിക്കാഹ് കയ്ച്ചു തന്നെ കൊണ്ടന്നത്."

സ്വരം കടുത്തു. അവൻ എതിർത്തൊന്നും പറയാതെ പോർച്ചിൽ വണ്ടി നിർത്തി. പിറകിലെ വാതിൽ തുറന്നുതന്നു. ഉമ്മറക്കോലായിൽ അരണ്ടവെളിച്ചമേ ഉണ്ടായിരുന്നുള്ളൂ. ഉമ്മറത്തെ മൂന്നു വാതിലുകൾ പണ്ട ത്തെപ്പോലെ ഭയപ്പെടുത്തിയില്ല. നടുവിലത്തെ വാതിലിൽക്കൂടെ അകത്തു കയറി. സ്വീകരണ മുറിയിൽ അഴകൊഴമ്പൻ സംസാരങ്ങൾ. കുഞ്ഞാ പ്പുവിനോടു തട്ടിക്കയറിയെങ്കിലും വിരുന്നുകാരുടെ കണ്ണിൽപ്പെടരുതെന്ന് കരുതി മുൻവശത്തെ തളത്തിലെ കോണിവഴി പെട്ടെന്ന് മുകളിലേക്കു കയറി. മുറി തുറന്നു കിടക്കുന്നുണ്ടായിരുന്നു. അകത്തു കയറണോ, താഴെ ചെല്ലണോ? താഴെച്ചെന്ന് ഹാജര് വെച്ചേക്കാം. അല്ലെങ്കിൽ ഒളി ച്ചുകയറി എന്നായിരിക്കും കുറ്റം. പിന്നാമ്പുറത്തെ കോണിയിറങ്ങിയ പ്പോൾ ആമിനക്കുട്ടി ഐഷാത്തയുടെ മുറിയിൽനിന്നിറങ്ങുന്നു.

"ഇതെപ്പളേ ബന്ന്?"

അവൾ ലോഹ്യം ചോദിച്ചു.

"വരണ വഴിയാ."

"ഞാൻ ഇപ്പം ഇതിലേ പോയപ്പം കണ്ടീലാ..."

"ആരോടാടീ കിന്നാരം?"

ഐഷാത്ത വിളിച്ചു ചോദിച്ചു.

"റംലാത്ത ബന്നെക്കണേയ്. മോള്ന്ന് എറങ്ങണ കണ്ടപ്പം വിചാ രിച്ച് നേരത്തേ ബന്നെന്ന്."

"നീയ്യെപ്പളേ വന്നത്? മോന് കൊറവുണ്ടോ?"

"ഞാൻ വരണ വഴിയാ. മുമ്പറത്ത് ആളെ കണ്ടപ്പം തളത്തിലൂടെ മേലേക്ക് കയറി. പടച്ചോൻ സഹായിച്ച് ഓനിക്ക് വലിയ പരുക്കൊന്നു മില്ല. കൈയിലും കാലിലും മുറിവുകളുണ്ട്. രണ്ടീസം അനങ്ങരുതെന്നാ പറഞ്ഞത്."

"എത്തിയോ?"

അവിടെ എത്തിയ നൂറുവും ചോദിച്ചു.

"ആ."

"എന്താ മുഖം വല്ലാതെ? അക്ബറിന് എങ്ങനണ്ട്?"

"കൊയപ്പമൊന്നുമില്ല. അതിലും വലിയ പൊല്ലാപ്പിലാ ഇപ്പം."

കിട്ടിയ അവസരം മുതലാക്കാൻ തന്നെ തീരുമാനിച്ചു.

"അതെന്താ?"

"മോക്ക് ഒരാലോചന. ഗൾഫുകാരനാ. പഠിപ്പുണ്ട്. ദുബായീല് ബാങ്കില് പണി കിട്ടിയിട്ടുണ്ട്. പെട്ടെന്നു കല്യാണം നടത്തണമെന്നു പറഞ്ഞാ എണയും തൊണയുമില്ലാത്ത ഞാനെന്താക്കും."

സ്വരം ഇടറി.

"നല്ലതാണെങ്കില് ചുരുക്കത്തിലങ്ങ് കയിച്ച് കൊടുക്കണം."

"പൊന്നും പണവും ഞാനേടന്നുണ്ടാക്കും? ഒരു ലക്ഷാ ചോയിക്കണത്. അയിമ്പത് പവനും."

"ഈ സ്ത്രീധനത്തിന്റെ ഏർപ്പാട് ഇല്ലാത്തോലെ എടേലാ ജാസ്തി. ഞമ്മക്കൊന്നും സ്ത്രീധനം കൊടുക്കലുമില്ല വാങ്ങലുമില്ല. പൊന്ന് ഓരോരുത്തരുടെ നെലക്കനുസരിച്ചു കൊടുക്കും."

തന്നെ തള്ളിപ്പറയുകയാണെന്നറിഞ്ഞിട്ടും ഒന്നും മിണ്ടിയില്ല. അതെ ഗതികെട്ടവളാണ്. രണ്ടാം കിടക്കാരിയാണ്. ഉള്ളവരോട് പൊന്നും പണവും ചോദിക്കാതെ കിട്ടുമെന്നറിയാം. ഇല്ലാത്തവരോടു ചോദിച്ചു വാങ്ങിയാലേ കിട്ടുകയുള്ളൂ. നാവിൻതുമ്പത്ത് വന്നതൊക്കെയും വിഴുങ്ങി. നിറകണ്ണുമായി നിന്നു. തേങ്ങലടക്കാനും കഴിഞ്ഞില്ല.

"അതിനിപ്പം നിയ്യെന്തിനാ കരയുന്നത്?"

"എന്റെ വെഷമം ഇനി ഇങ്ങളോടല്ലാതെ ഞാൻ ആരോടു പറയും? പത്തിരുപത്തഞ്ചു പവന്റെ പണ്ടം എന്റേലുണ്ട്. ബാക്കിക്ക് അവധി പറയാം. എന്റെ തോട്ടം വിറ്റിട്ടെങ്കിലും ആക്കം പോലെ കൊടുക്കാം. സ്ത്രീധനവും കല്യാണച്ചെലവും ഏടെന്നുണ്ടാക്കും റബ്ബേ... യത്തീമായ മക്കക്കുവേണ്ടീട്ടാ ഞാൻ പെടാപ്പാട് പെട്ടത്.."

തേങ്ങൽ കരച്ചിലായപ്പോൾ ഐഷാത്ത അലിഞ്ഞു.

"നിയ്യ് സമാധാനപ്പെട്. ഞാൻ മൂപ്പരോടൊന്ന് പറഞ്ഞുനോക്കട്ടെ. ഒരു യത്തീം കുട്ടീന്റെ കാര്യല്ലേ. എന്തെങ്കിലും ചെയ്യാണ്ടിരിക്കൂലാ."

ആ വാക്കുകൾ ഉള്ളിൽ വേനൽമഴയായി.

അകം കുളിർത്തു.

"റബ്ബേ... നീയേ തുണ."

നൂറു ഒന്നും മിണ്ടിയില്ലെങ്കിലും അവളുടെ സാന്ത്വനം ആ നോട്ടത്തിലൂടെ അറിഞ്ഞു.

"ബീരാനെ...."

"തിന്നാനെടുത്തു വെക്കാനായിരിക്കും. അടുക്കളേല്ക്ക് ചെല്ല്."

ഹാജിയാരുടെ ഉറക്കെയുള്ള വിളികേട്ട് ഐഷാത്ത കല്പിച്ചപ്പോൾ അനുസരണയോടെ അടുക്കളയിലേക്കു നടന്നു. അടുക്കളയിൽ നബീസയും റുക്കിയയും തിരക്കിലായിരുന്നു. കോഴി നിറച്ചത് പൊരിച്ചു കോരുകയാണ്. നബീസ.

"വന്നൂന്ന് ആമിനക്കുട്ടി പറഞ്ഞു. മോനു കൊയപ്പമൊന്നുമില്ലേരിക്കും."

"ഇല്ല."

"ഇന്ന് ബിരുന്നുകാര് കൊറേണ്ടോ?"

"അഞ്ചാളെന്നാ ബീരാനിക്ക പറഞ്ഞത്. ബിളിയാളം തൊടങ്ങീക്കണ്. ഇങ്ങള് ബെളമ്പിക്കോളീ."

അപ്പോഴേക്കും നൂറുവും എത്തി. വിളമ്പി വെച്ചത് നൂറു മേശമേൽ നിരത്തി. കോഴി നിറച്ചതുമായി ഊൺതളത്തിലെത്തിയപ്പോഴേക്കും പട അവിടെ എത്തിയിരുന്നു.

"നീയെപ്പളേ എത്തി?"

കണ്ടപ്പോൾ ഹാജ്യാർ ചോദിച്ചു.

"ഐഷാത്ത കുഞ്ഞാപ്പുവിനെ അയച്ചപ്പം ഇങ്ങട്ട് പോരെ."

"ചെക്കന് എങ്ങനുണ്ട്."

"കൊയപ്പമൊന്നുമില്ല."

"ഊം."

ഇനി അവിടെ നില്ക്കേണ്ടെന്നാണ് ആ മൂളലിന്റെ അർത്ഥം. നൂറു അതിനുമുമ്പേ അകത്തേക്കു വലിഞ്ഞിരുന്നു.

"ഈ ഹാജിക്കാരന്റെ ഒരു ഭാഗ്യേയ്. പാകം നോക്കാൻ മൂന്നാ പെണ്ണുങ്ങള്.."

"മതി പഹയരേ.. തിന്ന് സ്ഥലം കാലിയാക്കാൻ നോക്ക്." മൂപ്പർ ഉറക്കെ പറഞ്ഞപ്പോൾ കൂട്ടച്ചിരി.

അവരുടെ സംസാരം കേട്ടുകൊണ്ട് അടുക്കളയിലിരിക്കുമ്പോഴും മനസ്സ് മക്കളുടെകൂടെ ആയിരുന്നു. സുൽഫത്തിനെ കോളേജിലയക്കണമെന്നായിരുന്നു മോഹം. അവളായിട്ട് അത് തല്ലിക്കെടുത്തി. കോളേജിലൊക്കെ പഠിപ്പിച്ചിരുന്നെങ്കിൽ ഇതിലും നല്ലൊരു ബന്ധം അവൾക്കു കിട്ടിയേനെ. ടൗണിലുള്ള ഏതെങ്കിലും ഉന്നതകുടുംബത്തിലേക്ക് അവളെ അയക്കണം. എന്നിട്ടുവേണം രണ്ടാംനമ്പർ എന്ന മുദ്ര തിരുത്താൻ. മോഹങ്ങൾ ഏറെയുണ്ടായിരുന്നു. അക്ബർ പഠിച്ച് ഡിഗ്രിയെടുക്കും. ഗൾഫിൽ പണിക്കു പോകും. തന്റെ രണ്ടേക്ര തോട്ടത്തിൽ അവനുവേണ്ടി ഒരു മാളിക പണിയും. അവനും ഉന്നതകുടുംബത്തിൽ നിന്നൊരു കല്യാണം. അവിടെ അവന്റെ കുട്ടികളേയും കളിപ്പിച്ച്..

"ഇങ്ങള് തിന്നോളീ.."

ഒച്ച കേട്ട് പകച്ചു നോക്കി. നബീസ.

"മയങ്ങിപ്പോയോ?"

അവൾ ചോദിച്ചു.

"ഊം."

"മൂപ്പര് തിന്നുകയിഞ്ഞ്. ഇങ്ങള് ആടെത്തന്നെ ഇരുന്നോളീ."

തീൻമുറിയിൽ ചെന്നു. പട കഴിഞ്ഞ പോർക്കളംപോലെ മേശപ്പുറം താറുമാറായി കിടക്കുന്നു.

ചെടിപ്പു തോന്നി. അടുക്കളയിലെ പെട്ടിപ്പുറത്തിരുന്നു.

"നൂറു തിന്നോ?"

"ഒരു പിഞ്ഞാണം കഞ്ഞിമാത്രം കുടിച്ചു. ഇപ്പം തീറ്റിയൊക്കെ കൊറച്ചു. തടിച്ചാൽ തടി താങ്ങാൻ കാലിനു കെല്പുണ്ടാവൂല്ലാത്രെ. അയിന്റൊരു കഷ്ടപ്പാടേയ്. എന്നാലും എപ്പളും ചിരിച്ചോണ്ടാ."

നബീസ പറഞ്ഞത് ഇഷ്ടപ്പെട്ടില്ലെങ്കിലും പതിവുപോലെ ലഹള യ്ക്കൊന്നും പോയില്ല.

"മേശമ്മന്ന് പാത്രമെടുത്തോളീ... എനിക്ക് രണ്ട് പത്തിരീം കൂട്ടാനും ഇവിട തന്നേക്ക്."

അവൾ ഒരു പ്ലെയിറ്റിൽ പത്തിരിയും കുടുവൻപിഞ്ഞാണത്തിൽ ഇറച്ചി ഇഷ്ടും മുന്നിൽവെച്ചു. നല്ല വിശപ്പുണ്ടെന്ന് പത്തിരി വായിലിട്ട പ്പോഴാണ് അറിഞ്ഞത്. പാത്രത്തിലുള്ളത് മുഴുവൻ കഴിച്ചു. ആധി കാരണം ഉച്ചയ്ക്ക് ഒന്നും തിന്നിരുന്നില്ല.

"ഇനി മാണോ?"

റുക്കിയ.

"മതി."

എണീറ്റ് ഊണുമുറിയിലെ വാഷ്ബേസിനിൽച്ചെന്നു കൈകഴുകി. മേശ അപ്പോഴും വൃത്തിയാക്കിയിരുന്നില്ല. താൻ മുകളിൽ പോയെന്നു കരുതി അടുക്കളയിൽ പണിക്കാരികൾ കൊണ്ടുപിടിച്ച സംസാരം തുട ങ്ങിയിരുന്നു.

"റംലാത്ത ആകെ വാടിപ്പോയീട്ടോ."

ആമിനക്കുട്ടി.

"അതുപിന്നെ ഇവിടത്തെപ്പോലെ ആകോ? ഒന്നും മേണ്ടാന്നു പറ ഞ്ഞിട്ട് പത്തിരി ആറെണ്ണം തിന്നു."

റുക്കിയ.

"മതി പഹച്ചീ. അയിന്റെ മോറാകെ വാടീക്ക്ണ്."

നബീസ.

"മോനെപ്പറ്റി ആധി ഇല്ലാണ്ടിരിക്ക്വോ?"

റുക്കിയ.

"അതും നേരാ. പെറ്റ കൊടലല്ലേ എന്നുവെച്ച് എത്രകാലം ആടെ നിക്കും?"

"മേശപ്പുറത്ത്ന്ന് പാത്രം എടുക്ക് ബലാലീങ്ങളെ. രാവും പകലും ബയ്യാലെ നടന്നില്ലെങ്കില് പൊര പൊളിച്ച് പന്തലിടുന്ന ജാത്യേളാ."

ഐഷാത്തയുടെ ഒച്ച കേട്ടതും അവരുടെ നാവടങ്ങി.

വാഷ്ബേസിനരികിലെ കൊളുത്തിൽ തൂക്കിയിട്ട തൂവാലയിൽ കൈ തുടച്ച് മേശപ്പുറത്തെ പാത്രങ്ങൾ അടുക്കാൻ തുടങ്ങി. തന്നെ കണ്ടതും ആമിനക്കുട്ടിയുടെ മുഖം മങ്ങി.

"ഇങ്ങള് പൊയ്ക്കോളീ. ഞാനെടുത്തോളാം."

അവൾ ഒരുവിധം പറഞ്ഞു.

"സാരമില്ല." അടുക്കിയപാത്രങ്ങൾ അടുക്കളയിലെ പാതകപ്പുറത്തു വെച്ചു. ഐഷാത്ത മുകളിലേക്കു പോയതും മുകളിലേക്കുള്ള കോണി കയറി.

ഹാജിയാർ തളത്തിലെ ആട്ടക്കസേരയിലിരുന്ന് ന്യൂസ് കാണുന്നു ണ്ടായിരുന്നു.

"ഈ പഹയര് വാർത്തയുടെ നേരത്തും ഹലാക്കിന്റെ ചർച്ചയാ."

ഒന്നും മിണ്ടാതെ അവിടെത്തന്നെ നിന്നു.

ചാനലുകൾ മാറ്റി മടുത്തപ്പോൾ ഹാജി എഴുന്നേറ്റു.

"ന്യൂസ് കേൾക്കുന്ന പതിവും നിർത്തേണ്ടിവരുമെന്നാ തോന്നുന്ന ത്."

എഴുന്നേല്ക്കുമ്പോൾ പറയുന്നുണ്ടായിരുന്നു.

ഹാജി മുറിയിലേക്കു പോയപ്പോൾ തന്റെ മുറിയിലേക്കു നടന്നു. വിയർത്തൊട്ടിയിരുന്നു. ഒന്നു മേലു കഴുകാം. രാത്രി മേലു കഴുകി ഡ്രസു മാറ്റുന്ന പതിവ് ഇവിടെ വന്നതിനുശേഷം പഠിച്ചതാണ്. മൂപ്പരുടെ ഇഷ്ട ത്തിനൊത്തു തുടങ്ങിയതാണ്. ഇപ്പോഴതൊരു ശീലമായി. മേല് കഴുകി അലക്കിയ മാക്സിയിട്ട് മുടി ചീകിക്കെട്ടി. കിടക്കാനെത്തിയപ്പോൾ ഹാജി കട്ടിലിൽ കിടക്കുന്നുണ്ടായിരുന്നു. അപ്പോൾ എന്തോ വല്ലാത്ത ആശ്വാ സമാണ് തോന്നിയത്.

പേടിയോടെ അടുത്തുചെന്നു കിടന്നു.

മുപ്പത്തിനാല്

നടുവകത്ത് ജനക്കൂട്ടം. കുന്തിരിക്കത്തിന്റെയും ചന്ദനത്തിരിയു ടെയും മൂക്കിൽ കുത്തുന്ന മണം. യാസീൻ വൽ ഖുർആനിൽ ഹഖീം... ഈണത്തിലുള്ള *ഖുർആൻ* പാരായണം. അതിനിടയിൽ അകത്തുനിന്നും ഇടയ്ക്കിടെയുള്ള കരളലിയിക്കുന്ന ദീനരോദനങ്ങൾ.. കൂട്ട നിലവിളി.. എണ്ണിപ്പെറുക്കലുകൾ.

"യാ അള്ളാ.. ആരുടെ ചീട്ടാ കീറിയത്? ഏതിലയാ പൊഴിഞ്ഞത്.."

ഹുസൈൻ ഹാജി ആകെയൊന്നു പകച്ചു. ഭയത്തോടെ കണ്ണുതുറ ന്നപ്പോൾ ഒരു നിഴൽ മുന്നിൽ.

"ഹാജീക്ക."

മുന്നിലുള്ള നിഴലിന്റെ മുഖം വ്യക്തമാവുന്നു. ഒന്നു മയങ്ങിയോ? ഗുളികകൾ എമ്പാടും കഴിക്കുന്നതുകൊണ്ട് ഈയിടെയായി വെറുതേ യിരുന്നാൽ കണ്ണുകളടയും. അപ്പോഴെല്ലാം പേക്കിനാക്കൾ കണ്ടാണ് ഉണ രുന്നത്. ഹുസൈൻ ഹാജിയുടെ വമ്പും കൊമ്പും അസ്തമിച്ചോ? തല ഉയർത്തി കോയാസാഹിബ്.

"ഇങ്ങളെപ്പഴേ വന്നത്?"

"ഇതാ വന്നതേയുള്ളൂ. മയക്കത്തിലായിരുന്നോ? ആകെ കൊയ ങ്ങിയ മട്ടുണ്ടല്ലോ?"

“പെണ്ണൊരുമ്പെട്ടാലെന്നു കേട്ടിട്ടില്ലേ... അതാപ്പം ഇവിടത്തെ സ്ഥിതി.”

“ഇങ്ങള് അയഞ്ഞുകൊടുത്തിട്ടല്ലേ. പോയത്തം കാട്ടല്ലേന്ന് അന്നും ഞാൻ പറഞ്ഞതാ. ഐഷാത്ത മാത്രമായിരുന്നപ്പം ഇങ്ങക്കൊരു സ്വൈരക്കേടുമില്ലേനും.”

“അതു നേരാ. ഓളെ മനശ്ശാപം കിട്ടിപ്പോയതായിരിക്കും.”

“ആ മൊയില്യാരെ വഅളു കേട്ടു ഇങ്ങള് ചാഞ്ചാടിപ്പോയതാ.”

കോയാ സാഹിബ് തമാശ മട്ടിലാണ് പറഞ്ഞത്.

“വയസ്സായില്ലേ. ഹറാമായാ കാര്യങ്ങള് വേണ്ട. ഹലാലായതു മതീന്നു വിചാരിച്ചുപോയി. പിന്നെ ഒരു കുഞ്ഞിക്കാലു കാണാനുള്ള മോഹവും ഉണ്ടായിരുന്നൂന്ന് കൂട്ടിക്കോ.”

“ആദം മക്കളുടെ ആശയ്ക്കു അന്തമുണ്ടോ? ഇങ്ങളെന്തിനാ വെറുതെ ബേജാറാവണത്. ഒരു കുഞ്ഞിനെ കിട്ടാനുള്ള ആശകൊണ്ട് കെട്ടി. അവർക്കതിനു കയിഞ്ഞില്ല. അത് ഓലെ ഭാഗ്യക്കേട്. മൊയിഞമ്മളെ ബായിലല്ലേ? വല്ലാണ്ടെ എടങ്ങാറാക്കിയാ ഇന്നാ പിടിച്ചോന്നു പറയണം. വാൾമുനയിൽ നിർത്തണം. ഇവറ്റിങ്ങളെ. എപ്പ വേണമെങ്കിലും ഒയിവാക്കും എന്നൊരു ഉൾഭയമുണ്ടെങ്കില് തന്നത്താൻ അടങ്ങിക്കോളും.”

“അതൊന്നും നൂറുന്റടുത്ത് നടക്കൂലാ.”

“അതെങ്ങനെയാ ഇങ്ങളെ കൈവിട്ടുപോയത്?”

“എടക്ക് സൂക്കേടായപ്പം ലേശമൊന്ന് അലിവു കാണിച്ചുപോയി. ഒലക്ക വയ്ക്കാൻ സ്ഥലം കൊടുത്തപ്പോ ഒരലും ഒലക്കേം ചട്ടീം കുടുക്കേം ഒക്കെ വച്ച് പൊറുതി തൊടങ്ങീന്നു കേട്ടിക്കില്ലേ? ഓളെ വിസ്തരിക്കാൻ നിന്നാല് ഞമ്മള് തോറ്റുപോവും. ഓള് തെറ്റൊന്നും ചെയ്യുന്നില്ലാന്ന് ഞമ്മളെ ബോദ്ധ്യപ്പെടുത്തുമ്പോലെയാ സംസാരം.”

“അതുപിന്നെ കണ്ടാലും അങ്ങനെ തന്നെ. പഠിപ്പും വിവരവും ഉണ്ടേനും. മൂന്നാമത്തതെങ്ങനെ?”

“അത് വേറൊരു ആർത്തിപ്പണ്ടാരം. അതൊരു പോയത്തമായിപ്പോയെന്ന് ഇപ്പം എനക്കും തോന്നുന്നുണ്ട്. പോരേല് സ്വൈരക്കേടുണ്ടാക്കുന്നത് ഓളൊരുത്തിയാ.”

“എന്നാപ്പിന്നെ എന്താ ഇത്ര ആലോചിക്കാൻ?”

ജനലരികിൽ കാലൊച്ച കേട്ടപ്പോൾ ഹുസൈൻഹാജി ചുണ്ടത്ത് വിരലുവെച്ച് മിണ്ടാതിരിക്കാൻ ആംഗ്യം കാട്ടി. ഉടനെ റംലത്ത് അവിടെ പ്രത്യക്ഷപ്പെട്ടു.

“ഉം?” ഹാജി കനിപ്പിലാണ് ചോദിച്ചത്?

“ചായ കൊടുത്തയക്കണോന്ന് ചോദിക്കാൻ.”

"അതിനാണ് ബീരാനെ ഇവിടെ നിർത്തിയിരിക്കണത്. ആവശ്യമുണ്ടെങ്കിൽ ഓൻ അടുക്കളയിൽ വന്നു പറയും. അപ്പക്കൊടുത്തയച്ചാ മതി."

റംലത്തിന്റെ മുഖം മങ്ങി. എന്തോ പറയാൻ ഭാവിച്ചു.

"മുമ്പറത്ത് ആണുങ്ങള് സംസാരിക്കുന്നിടത്ത് പെണ്ണുങ്ങള് വരണ പതിവ് ഇത്തറവാട്ടിലില്ല. നാളിതുവരെ ആയിട്ടും അതു മനസ്സിലായിട്ടില്ലേ?"

ഹാജിയുടെ സ്വരം കടുത്തപ്പോൾ റംലത്ത് ഒന്നും മിണ്ടാതെ അകത്തേക്കു വലിഞ്ഞു.

"ഈ മുള്ള് വലിച്ചൂരിയില്ലെങ്കിൽ ഇങ്ങള് കുടുക്കിലാവ്വോന്നാ ഇപ്പം എന്റെ പേടി?"

അവൾ അകത്തെത്തി എന്ന് ഉറപ്പായപ്പോൾ കോയാസാഹിബ് പറഞ്ഞു. ഹാജി അമർത്തിമൂളി.

"ചില തീരുമാനങ്ങളൊക്കെ ഞാൻ മനസ്സിൽ കണ്ടിട്ടുണ്ട്."

"അല്ലാതെ... ഒരത്ത പെണ്ണിന് പരുത്ത വടി എന്നു കേട്ടിട്ടില്ലേ. എന്നാ ഞാനെറങ്ങട്ടെ."

"ഇരിക്കീന്ന് ചായ കുടിച്ചിട്ടു പോകാം. ബീരാനെ.."

"ചായയൊന്നും വേണ്ട. പഞ്ചാര കൂടിയതോടെ ചായകുടിയൊക്കെ നിർത്തി."

"അതിനിപ്പം പ്രമേഹക്കാർക്ക് മാത്രമായിട്ട് ഒരുതരം ചായണ്ടല്ലോ."

"അതു കുടിച്ചാലൊന്നും ഞമ്മളെ കടുപ്പച്ചായ കുടിച്ചാലുള്ള സുഖം കിട്ടൂലാ. ഇപ്പം ഒരുദിവസം ആകെ രണ്ടു ചായ. ഇങ്ങക്ക് പഞ്ചാരന്റെ പ്രശ്നമില്ല അല്ലേ?"

"അൽഹംദുലില്ലാഹ് ഇല്ല. അയിനു ബാക്കി എല്ലാ കുന്ത്രാണ്ടോം ഉണ്ടല്ലോ. ബി പി, ഹാർട്ട്.." ഹുസൈൻ ഹാജിയുടെ മുഖത്ത് കടുത്ത നിരാശ.

"ഞമ്മക്കെല്ലാം ഹാർട്ടുണ്ടെന്ന് ഹാർട്ട് അറ്റാക്ക് വന്നപ്പളാ അറിഞ്ഞതെന്നാ നിസാർ അഹമ്മദ് പറയണത്."

"പഹയന്റെ ഒരുതമാശ. പാവം ഓനിക്കുമിപ്പം തീരെ വയ്യ. ലിവറ് തകരാറിലാ."

"ഇരുപത്തിനാലു മണിക്കൂറും തണ്ണിയടിച്ചാപ്പിന്നെ ലിവറ് പോകാണ്ടിരിക്കോ?"

"ബീടരുമായി തെറ്റിയതിൽ പിന്നെയാ കുടി ഏറിയത്. ഓൻ ആളൊരു പാവാ. ഓന്റെ പെണ്ണാണെങ്കിൽ പെരുത്ത അഹങ്കാരി."

"പണത്തിന്റെ ഹുങ്കാണേയ്."

"ആ പണച്ചാക്കിനെയൊന്നും കെട്ടല്ലേന്ന് അന്നേ ഞാൻ ഓനോടു പറഞ്ഞതാ. പ്രേമം തലയ്ക്കു പിടിച്ചതല്ലേ."

"ഓള് പണ്ടേ തലതിരിഞ്ഞതാന്ന് എല്ലാരും പറഞ്ഞതാ."

“എന്താ സംശയം? അതോണ്ടല്ലേ ആ മൂസക്കുട്ടി ഓളെ മാണ്ടാന്നു വച്ചത്. അക്കാര്യം ഞാൻ നിസാറിനോടു പറഞ്ഞതാ.”

“ഞാനും സൂചിപ്പിച്ചിരുന്നു. അപ്പം വലിയ ആദർശം പറഞ്ഞു. ഈ എയ്ത്തുകാർക്ക് അല്ലെങ്കിലും ബുദ്ധി കൊറവാ ഹാജീക്കാ.”

“ബുദ്ധി ജാസ്തിയായതോണ്ടല്ലേ ഓല് എയ്തണത്... ഓല് മേണ്ടതും മേണ്ടാത്തതും നെനച്ചുണ്ടാക്കും. കെനാക്കാണും. അത് നെറം പിടിപ്പിച്ച് എയ്തും. എയ്ത്തും ജീവിതവും കൂട്ടിക്കൊയച്ചതോണ്ടല്ലേ പാവം അവൻ ഈ നിലയിലായത്?”

“ഇപ്പം എന്താ സ്ഥിതി?”

“ഓള് കുട്ടീനേംകൊണ്ട് എറങ്ങിപ്പോയതോടെ ഓനാകെ തകർന്നു. ഇപ്പം ഒരു ചങ്ങാതിയുടെ കൂടെ ഊട്ടിയിലാണെന്നാ കേട്ടത്. പുതിയ പുസ്തകം എയ്തണ തെരക്കിലാത്രേ.”

“എങ്ങനേങ്കിലും രക്ഷപ്പെട്ടോട്ടെ.”

“ഞമ്മളെ പയേ കമ്പനിക്കാർ ഓരോരുത്തരായി വിട്ടുപോയി. ഇങ്ങള് കമ്പനി വിട്ടതോടെ ഹരം പോയിട്ടോ ഹാജീക്കാ.”

“ഹാർട്ട് അറ്റാക്കു വന്നതോടെ പേടിച്ചുപോയി. ഡോക്ടറും പറഞ്ഞു പേടിപ്പിച്ചു. ഇനി കിട്ടണതെല്ലാം ബോണസാ. എപ്പളാ വിളിയാളം വരുന്നതെന്ന് ആരറിഞ്ഞു.? അതുകൊണ്ടു ബാക്കിയുള്ള കാലം നല്ലവരായി ജീവിക്കാം. എന്തേയ്.?”

“അതും നേരാ. ഇനിയും ഇരുന്നാൽ പറ്റൂലാ. എറങ്ങട്ടെ.”

അപ്പോഴേക്കും കോയാസാഹിബിന്റെ മൊബൈൽ ബെല്ലടിച്ചു..

“എന്നാ പിന്നെ കാണാം.”

ഫോണിൽ സംസാരിച്ചുകൊണ്ടുതന്നെ കോയസാഹിബ് യാത്ര പറഞ്ഞു. അയാളുടെ കാറു പോയപ്പോൾ ഹുസൈൻ ഹാജി തോട്ടത്തിലിറങ്ങി നടന്നു. ദിവസവും ഇരുപതു മിനിറ്റെങ്കിലും നടക്കണമെന്നാണ് ഡോക്ടർ പറയുന്നത്. നേരം കിട്ടണ്ടേ? തിരക്കോട് തിരക്ക്. ആർക്കുവേണ്ടിയാ ഇങ്ങനെ മണ്ടിപ്പാഞ്ഞു നടന്ന് തടി കേടാക്കുന്നതെന്ന് ഐഷ ചോദിക്കുന്നതും നേരുതന്നെ. അവൾക്കുമാത്രമേ ഇപ്പോഴും തന്റെ ആരോഗ്യത്തെക്കുറിച്ച് ചിന്തയുള്ളൂ. റംലത്തിനു പണം മാത്രം മതി. നൂറുവിനു പണവും വേണ്ട പദവിയും വേണ്ട.

ഐഷ പറയുന്നതുപോലെ വയസ്സുകാലത്ത് സ്വസ്ഥമായി ഇരുന്നാലോ എന്നു തോന്നാറുണ്ട്. അതുകൊണ്ടുതന്നെയാണ് ജിദ്ദയിൽ തുടങ്ങിയ സൂപ്പർ മാർക്കറ്റിന്റെ ഉടമസ്ഥാവകാശം കോയാസാഹിബിനു കൈമാറിയത്.... മുടക്കിയ സംഖ്യ കിട്ടുകയും ചെയ്തു. കോയയ്ക്കാണെങ്കിൽ എന്തിനും പോന്ന രണ്ടാൺമക്കളുണ്ട്. പെൺമക്കളുടെ പുതിയാപ്ലമാരും ഇപ്പോൾ അയാളുടെ കൂടെത്തന്നെയാണ്. അതുകൊണ്ട് ഇപ്പോൾ പണ്ടത്തെപ്പോലെ എല്ലായിടത്തും എത്തേണ്ട. അതല്ലല്ലോ

തന്റെ സ്ഥിതി. എല്ലായിടത്തും താനൊരാൾത്തന്നെ ചെന്നെത്തണ്ടേ? കച്ചവടസ്ഥാപനങ്ങൾ നല്ല വിലയ്ക്ക് കൊടുത്ത് പകരം വാടക കിട്ടുന്ന എടുപ്പുകൾ വാങ്ങിയിട്ടാലോ എന്നൊരാലോചന ഏറെ നാളായി ഉള്ളിലുണ്ട്.

ഈയിടെയായി ഒന്നിനെയും വിശ്വാസമില്ലാതായിരിക്കുന്നു. നൂറുവിന്റെ മാറ്റമാണ് വല്ലാതെ അതിശയിപ്പിച്ചത്. എന്തു പറഞ്ഞാലും അനുസരിക്കുമായിരുന്ന നൂറു ഇപ്പോൾ എന്തു ചോദിച്ചാലും എടുത്തടിച്ചേ മറുപടി പറയൂ. ആ സ്ത്രീവിമോചനക്കാരിയാണ് അവളെ വഴിതെറ്റിക്കുന്നത്. ഐഷയുമായുള്ള വാക്കുതർക്കത്തിനിടയിൽ അടികൊണ്ടത് നൂറുവിനായിരുന്നു. തല ചുമരിലിടിച്ച് ബോധം കെട്ടു വീണപ്പോൾ ആകെ അന്തംവിട്ടുപോയി. അങ്ങോട്ടോ ഇങ്ങോട്ടോ എന്നറിയാതെ ആശുപത്രിയിൽ കിടന്നപ്പോൾ വല്ലാതെ കുറ്റബോധം തോന്നി. അതു തീർക്കാൻ വേണ്ടിയാണ് അന്ന് അവളുടെ ശാഠ്യത്തിനു വഴങ്ങി മഹിളാസഭയുടെ പ്രസിഡന്റാക്കിയത്. നേരം പോക്കാൻ അവിടെച്ചെന്നിരുന്നാലെങ്കിലും അവളൊന്നു മയപ്പെട്ടാലോ എന്നും തോന്നാതിരുന്നില്ല. നൂറുവിനോടുള്ള ആസക്തി അപ്പോഴും ഉള്ളിലുണ്ടായിരുന്നു. റംലത്തിനെ കല്യാണം കഴിച്ചത് അവളെ ഇത്രയേറെ ചൊടിപ്പിക്കുമെന്ന് കരുതിയതേയില്ല. ഐഷയെപ്പോലെ നൂറുവും കുറച്ചു കഴിയുമ്പോൾ സമരസപ്പെടും എന്നാണു കരുതിയത്.

"ഹജ്ജു ചെയ്ത മനുഷ്യനല്ലേ... എന്നിട്ടല്ലേ ഹറാമായാ കാര്യങ്ങൾ മാലോകരറിയെ ചെയ്തുകൂട്ടുന്നത്." ഐഷ നിരന്തരം കുറ്റപ്പെടുത്തി.

"എന്നാപ്പിന്നെ ഹലാലായിട്ടു ചെയ്യാം."

ഒരുദിവസം അരിശം സഹിക്കാതെ അങ്ങനെ പറഞ്ഞപ്പോഴും രണ്ടാമതും നിക്കാഹു കഴിക്കണം എന്നു കരുതിയതല്ല. നൂറുവിനെ കണ്ടപ്പോൾ പെട്ടെന്നാണ് അങ്ങനെ ഒരാശയം ഉള്ളിലുദിച്ചത്. അവളുടെ ബാപ്പയെ ആളയച്ചു വരുത്തി ചോദിച്ചപ്പോൾ അയാൾക്കു തന്നേക്കാൾ സന്തോഷം. അതോടെ വേഗത്തിൽ കാര്യങ്ങൾ നടത്തി. കത്തുന്ന തീനാളംപോലെ ജോനകപ്പറമ്പിലെത്തിയ നൂറു ഇന്നും ഒരു മായക്കാഴ്ചയായി ഉള്ളിലുണ്ട്.

വെടികൊണ്ട ആനയെപ്പോലെ അമറി നടന്ന ഐഷയെ നൂറു കുഞ്ഞാടിനെപ്പോലെ തളച്ചിട്ടു. ഒന്നാംസ്ഥാനം തിരിച്ചുകിട്ടിയപ്പോൾ ഐഷ നൂറുവിനോടുള്ള പിണക്കം മറന്നു. ഐഷയെ അകറ്റാൻ നൂറു ഒരിക്കലും ശ്രമിച്ചിട്ടില്ല. എന്നാൽ റംലത്താകട്ടെ വന്നുകയറിയതുമുതൽ മറ്റു രണ്ടുപേരെയും തന്നിൽനിന്ന് അകറ്റാനുള്ള ശ്രമത്തിലാണ്. അവളുടെ ഏഷണി കേട്ട് ഐഷയെ ഒരുപാടു വേദനിപ്പിച്ചിട്ടുണ്ട്. എന്നിട്ടും ഐഷയ്ക്ക് തന്നോടുള്ളിൽ വെറുപ്പില്ലെന്നറിയുമ്പോൾ വിഷമം തോന്നാറുണ്ട്. ഏതായാലും എല്ലാറ്റിലും ഒരുതീരുമാനം ഉണ്ടാക്കേണ്ടിയിരിക്കുന്നു. അവളുടെ മകളുടെ വിവാഹം മോശമില്ലാത്ത വിധം നടത്തിക്കൊടുത്തു. മകനു ഗൾഫിൽ ജോലിയും വാങ്ങിച്ചുകൊടുത്തിട്ടുണ്ട്. ഇനി പറ

ഞ്ഞയച്ചാലും ആരും തന്നെ കുറ്റപ്പെടുത്തില്ല. ഹുസൈൻ ഹാജി കാരണം ഒരു പാവപ്പെട്ട പെണ്ണു കരകയറി എന്നു ജനത്തിനെക്കൊണ്ടു പറയിക്കണം. നൂറുവിനു ഹുസൈൻ ഹാജി വില്ലനാണ്. പക്ഷേ, നാട്ടാർക്ക് അങ്ങനെയല്ല. മഹാനാണ്. അനാഥാലയങ്ങൾക്ക് കൈയയച്ചു സംഭാവന കൊടുക്കുന്നു. പാവപ്പെട്ട പെൺകുട്ടികളെ വിവാഹം കഴിച്ചയക്കുന്നു. വിധവകൾക്ക് മാസാമാസം പെൻഷൻ കൊടുക്കുന്നു. അതുകൊണ്ടൊക്കെയാണല്ലോ ജോനകപ്പറമ്പിൽ ഹുസൈൻഹാജിയെ നാലാൾ അറിയുന്നത്. ആ ഇമേജ് തകർക്കരുത് എന്നുള്ളതുകൊണ്ടുകൂടിയാണ് നൂറുവിന്റെ പല പ്രവർത്തനങ്ങളും കണ്ടിട്ടും കണ്ടില്ലെന്നു നടിക്കുന്നത്. നൂറുവിനെ ഇപ്പോൾ മൊഴി ചൊല്ലി ഒഴിവാക്കിയാൽ അതൊരു വാർത്തയാകും. കാരണം അവളിന്ന് അറിയപ്പെടുന്ന സാമൂഹ്യപ്രവർത്തകയാണ്. ഭർത്താവിന്റെ പൂർണ്ണസമ്മതത്തോടെയാണ് പ്രവർത്തിക്കുന്നതെന്ന് വരുത്തിത്തീർക്കാൻ തനിക്കു സാധിച്ചിട്ടുണ്ട്. നൂറു ഏറെ തുള്ളണ്ട. അവളെ കയറില്ലാതെ കെട്ടിയിടാനുള്ള അടവൊക്കെ ഹുസൈൻ ഹാജിക്കറിയാം.

റംലത്തിനെ പക്ഷേ, ഒഴിവാക്കാതെ നിവൃത്തിയില്ല. തന്ത്രത്തിൽ ആരും അറിയാതെ അവളെ തലാഖു ചൊല്ലണം. അല്ലെങ്കിൽ തന്റെ സ്വത്തിൽ ആറിലൊരു പങ്ക് അവൾക്ക് പോകും. കണ്ടവന്റെ മക്കൾ അങ്ങനെ തന്റെ മുതലുകൊണ്ട് സുഖിക്കണ്ട.

കുറച്ചെങ്കിലും സാമൂഹികപ്രവർത്തനങ്ങൾക്കായി നീക്കിവെക്കണം. മന്ത്രിമാരെയൊക്കെ വിളിച്ചു വലിയ ഒരാഘോഷപരിപാടിയായിട്ടു വേണം അതു ചെയ്യാൻ. തന്റെ പേരിൽ ഒരുകോളേജ് ഉണ്ടാക്കാൻ കാശും നിലമ്പൂരിൽ രണ്ടേക്കർ സ്ഥലവും കൊടുക്കാമെന്നു ധാരണയായിട്ടുണ്ട്. ജോനകപ്പറമ്പിൽ ഹുസൈൻ ഹാജിയുടെ പേരു നിലനിർത്താൻ ഒരുസന്തതിയെ അള്ളാഹു തന്നില്ല. അതുകൊണ്ട് ജീവിക്കുമ്പോൾത്തന്നെ തന്റെ പേരു നിലനിർത്താനുള്ള ഏർപ്പാടുകൾ ചെയ്തുവെക്കണം.

"ഫോണുണ്ട്.." ബീരാൻ മുന്നിൽ

"ദാ വരുന്നു."

ഇവന്റെ പേരിലും എന്തെങ്കിലും എഴുതിവെക്കണം. അകത്തേക്കു നടക്കുമ്പോൾ മനസ്സിൽ കരുതി.

മുപ്പത്തിയഞ്ച്

നഗരത്തിലെ നക്ഷത്രഹോട്ടലിലെ ശീതീകരിച്ച തീൻമുറി. ചുമരുകളിൽ അലങ്കാരച്ചിത്രങ്ങൾ. തുളുമ്പിയ മാറിടം തള്ളിച്ചുകൊണ്ട് നില്ക്കുന്ന പൂച്ചക്കണ്ണിയുടെ പടമാണ് നിസാർ അഹമ്മദിനെ ഏറ്റവും ആകർഷിച്ചത്. സുന്ദരി ഇഫ്താർ വിരുന്നിനു വന്നേക്കുമോ? അയാൾക്കു സംശയം. ഇഫ്താർ വിരുന്നിന് തെരഞ്ഞെടുത്ത സ്ഥലം കൊള്ളാം. റമ

ദാന്റെ പവിത്രത നശിപ്പിക്കും ഇക്കൂട്ടർ. മുറുമുറുത്തുകൊണ്ട് അയാൾ വിശാലമായ തളത്തിലെ വടക്കേ കോണിലെ കൃത്രിമ വെള്ളച്ചാട്ടത്തിന രികിലിട്ട വട്ടമേശയ്ക്കു മുന്നിലെ കസേരയിൽ ചെന്നിരുന്നു. ചുവന്ന കള്ളി യുള്ള മേശവിരിപ്പിട്ട കൊച്ചുവട്ടമേശയ്ക്കപ്പുറത്തെ പൂപ്പാത്രത്തിൽ ചുവന്നു തുടുത്ത റോസാപ്പൂക്കൾ. കത്തിയും മുള്ളും ഓരോ കസേ രയ്ക്കു മുന്നിലും നിരത്തിയിട്ടുണ്ട്. കത്തിയും മുള്ളും കൊണ്ട് നോമ്പു തുറക്കുന്നവർ എത്രപേർ കാണും? വന്ന സ്ഥിതിക്ക് പൂരം മുഴുവൻ കണ്ടേക്കാം. വെള്ളത്തിന്റെ ഇരമ്പലും ചുറ്റുമുള്ള ചെടികളുടെ പച്ചപ്പും മങ്ങിയ വെളിച്ചവും നോമ്പിന്റെ ക്ഷീണം കുറച്ചു. ഇതിനകത്ത് ബാങ്കു കേൾക്കുമോ ആവോ? വാച്ചിൽ നോക്കി. സമയമാകുന്നതേയുള്ളൂ. കോയാ സാഹിബിന്റെ ഇഫ്താർ പാർട്ടിയാണ്. ക്ഷണിച്ചിട്ടു വന്നില്ലെങ്കിൽ അയാൾ പിണങ്ങും. നഗരത്തിലെ പ്രമാണികൾക്ക് പുറമേ മൂന്നുനാലു മന്ത്രിമാരും ഒരു എം പിയും ചില എം എൽ എ മാരുമൊക്കെയുണ്ട് എന്നാണ് കേൾവി. അതുകൊണ്ടുതന്നെ പത്രക്കാരും ടി വിക്കാരും കാണും. നാളത്തെ പത്ര ങ്ങളിൽ ന്യൂസും വരും. നാളെ കോയാസാഹിബായിരിക്കും താരം. ഇങ്ങ നെയാണ് കച്ചവട താരങ്ങൾ ഉദിക്കുന്നത്. ഉന്നതതലത്തിൽ പിടിപാടാ യതോടെ കോയാസാഹിബിന് വെച്ചടിയാണ് കയറ്റം. എന്നാലും അയാൾ പഴയ കാര്യങ്ങൾ മറക്കാറില്ല. സുഹൃദ് ബന്ധങ്ങൾ കണ്ണിയറ്റുപോകാതെ നോക്കാറുണ്ട്. അതുകൊണ്ടുതന്നെയാണല്ലോ തന്നെ വിരുന്നിനു ക്ഷണി ച്ചത്.

കോയാസാഹിബും ഹാജിക്കയുമൊക്കെ പണ്ടേ നോമ്പുതുറ നട ത്താറുണ്ട്. ഇഫ്താർ പാർട്ടി എന്നുപറഞ്ഞാലേ ഇപ്പോൾ നോമ്പുതുറ കൾക്കു ഗമയുള്ളൂ. മന്ത്രിമാരും രാഷ്ട്രീയക്കാരും നോമ്പുതുറ സല്ക്കാ രങ്ങൾ നടത്താൻ തുടങ്ങിയതോടെ അതിന്റെ പവിത്രത തീർത്തും നഷ്ട പ്പെട്ടു. മുമ്പൊക്കെ നോമ്പുതുറ എന്നു പറയുമ്പോൾ സൗഹൃദം പങ്കു വെക്കാനും പുതുക്കാനുമുള്ള വേദിയായിരുന്നു. പ്രമുഖരെ വിളിച്ച് മേനി കാണിക്കുന്ന പരിപാടി അന്നില്ല. വളരെ വേണ്ടപ്പെട്ട ആളുകളെയും സുഹൃത്തുക്കളെയും മാത്രമേ വിളിക്കാറുള്ളൂ. മനുഷ്യന് പണത്തിനോ ടുള്ള ആർത്തി കൂടിയപ്പോൾ എല്ലാം നാട്യങ്ങളായി. അമിതലാഭക്കാർക്കും കള്ളക്കച്ചവടക്കാർക്കും കാര്യം കാണാനും പെരുമ കാണിക്കാനുമുള്ള വേദികൂടിയായി. ഇഫ്താർ വിരുന്നു മാറിപ്പോയി. കോയാസാഹിബ് ഒരുവ ലിയ ഷോപ്പിങ് കോംപ്ലക്സ് പണിയുന്നുണ്ട്. നഗരപ്രാന്തത്തിൽ. വയൽ മണ്ണിട്ടു നികത്തിയാണ് പണി തുടങ്ങിയത്. അതോടെ ആ ഭാഗത്തുള്ള വീടുകളിൽ മഴക്കാലം മുട്ടോളമാണ് വെള്ളം. ജനങ്ങൾ ഒന്നിച്ചു എതിർത്ത പ്പോൾ പണി നിർത്തിവെക്കേണ്ടിവന്നു. മന്ത്രിമാരുമായി പിടിപാടുള്ളതു കൊണ്ട് ഇപ്പോൾ വീണ്ടും പണി തുടങ്ങി. അങ്ങനെ ഓരോരുത്തർക്കും

ഓരോരോ കാര്യങ്ങൾ നേടാനുണ്ട്. കൈയിൽ പണമുണ്ടെങ്കിൽ ഏതു നിയമവും ഇവിടെ മറികടക്കാം.

തെരഞ്ഞെടുത്ത ഇരിപ്പിടം കൊള്ളാം. പ്രധാന വാതിലിൽക്കൂടി പ്രവേശിക്കുന്ന ഓരോരുത്തരെയും നേരിൽ കാണാം. ആദ്യമായെത്തിയത് കോയാസാഹിബായിരുന്നു.

"നേരത്തെ എത്തിയല്ലോ. പുതിയ നോവൽ എന്നാ ഇറങ്ങുന്നത്? മന്ത്രി എത്താറായെന്നു ഫോണുണ്ട്. പുറത്തുചെന്നു നില്ക്കട്ടെ."

തന്നെ കണ്ടതും കുശലം പറഞ്ഞിട്ട് കോയാസാഹിബ് തിരക്കിട്ട് പുറത്തേക്ക് നടന്നു. അതിനിടയിൽ ഹോട്ടൽ നടത്തിപ്പുകാർക്ക് എന്തൊക്കെയോ നിർദ്ദേശങ്ങളും കൊടുക്കുന്നുണ്ടായിരുന്നു.

കോയാസാഹിബിനെ സമ്മതിക്കണം. ഉള്ളവനെന്നോ ഇല്ലാത്തവനെന്നോ ഭേദമില്ലാതെ എല്ലാവരോടും മാന്യമായി പെരുമാറും. ക്ഷണിച്ച ഓരോരുത്തരെയും അയാൾ നേരിട്ടു കണ്ടു കുശലം ചോദിക്കും. കച്ചവടതന്ത്രമാണെങ്കിലും അതൊരു നല്ല ഗുണമാണെന്നു പറയാതെ നിവൃത്തിയില്ല.

"അസലാമു അലൈക്കും."

"വ അലൈക്കും മുസ്സലാം..."

പരസ്പരം സലാം ചൊല്ലിക്കൊണ്ട് നഗരത്തിലെ താരങ്ങൾ എത്തിത്തുടങ്ങി.

"ഹലോ... ഊട്ടിയിൽനിന്നും എപ്പളെത്തി?" എന്നു ചോദിച്ചുകൊണ്ട് ചാക്കോച്ചൻ എത്തി.

"പഹയൻ എവിടെയാണെങ്കിലും സമയത്തിനുമുമ്പുതന്നെ എത്തിക്കോളും." ചാക്കോച്ചൻ കൈപിടിച്ചുകുലുക്കിക്കൊണ്ടു പറഞ്ഞു.

"എനിക്ക് നിങ്ങളെപ്പോലെ ബിസിനസൊന്നും ഇല്ലല്ലോ. അതുകൊണ്ട് എന്റെ സമയം എന്റേതുമാത്രം. പുതിയ നോവൽ പ്രസിൽ കൊടുത്തതോടെ നിങ്ങളെയൊക്കെ ഓർമ്മ വന്നു. ഉടനെ ഇങ്ങോട്ടു വിട്ടു."

നിസാർ അഹമ്മദ്

"ഹാജീക്കെ കണ്ടില്ലല്ലോ."

ചാക്കോച്ചൻ

"വരാതിരിക്കില്ല."

അപ്പോഴേക്കും വാതില്ക്കൽ ഉന്തും തള്ളും. ഏതോ വി ഐ പിയുടെ ആഗമനമായിരിക്കും. ക്യാമറകൾ മിന്നി.

"അല്ല ബാങ്കുകൊടുത്തോ?"

ആരോ ചോദിക്കുന്നു.

"ബാങ്കു കൊടുത്തില്ലെങ്കിലെന്താ, വി ഐ പി കളൊക്കെ എത്തിയില്ലേ. അപ്പം നോമ്പു തുറക്കാം."

ആരുടെയോ തമാശ.

"ഇവന്റെയൊക്കെ തൊലിക്കട്ടി സമ്മതിക്കണം. മന്ത്രിയുടെ കൂടെ ഫോട്ടോയിൽ വരാൻ അനുയായികളുടെ തിക്കും തിരക്കും. കണ്ടില്ലേ, ദേ നമ്മുടെ എമ്മല്ലെ മുന്നിൽ തന്നെയുണ്ട്. അതു പഴയ മന്ത്രിയല്ലേ. കോടിക്കണക്കിനു രൂപയാ പഹയൻ മന്ത്രിയായപ്പോൾ ഉണ്ടാക്കിയത്. അയ്യോ പഴയ മന്ത്രിയെ എമ്മല്ലെ തട്ടിമാറ്റിയല്ലോ. അതാ വരുന്നു നഗരത്തിന്റെ മാനസപുത്രൻ പത്രമുതലാളി കെ സി മൂപ്പര്. മന്ത്രിയുടെ തൊട്ടടുത്തെത്തിയല്ലോ. നാളത്തെ പത്രത്തിൽ മൂപ്പരായിരിക്കും താരം. കോയാ സാഹിബ് ഔട്ട്. മുടക്കിയ കാശു വെള്ളത്തിലാകുമോ?"

നിസ്സാർ അഹമ്മദ് ഫുട്ബോൾ കമന്ററി പറയുന്നതുപോലെ പറഞ്ഞുകൊണ്ടിരുന്നു.

"ഓ ബിസിനസ് മാഗ്നറ്റ് എം പി യുമുണ്ടല്ലോ."

"നാവടക്ക് പഹയാ."

എന്നു പറഞ്ഞുകൊണ്ട് ഹുസൈൻ ഹാജി അടുത്തുവന്നിരുന്നു.

"സുഹൃത്തുക്കളേ ബാങ്കു വിളിച്ചു. എല്ലാവരും നോമ്പു തുറക്കണം." കോയാ സാഹിബ് പറഞ്ഞതും. അവിടവിടെ കൂട്ടുംകൂടിനിന്നവർ ഭക്ഷണപാനീയങ്ങൾ നിരത്തിയ മേശയ്ക്കരികിലേക്കു തള്ളിക്കയറി.

വി ഐ പികൾക്കുള്ളത് അവരുടെ മുന്നിലിട്ട മേശയ്ക്കരികിൽ നിരത്തിയിരുന്നു.

"ചെറിയ നോമ്പുതുറ കഴിഞ്ഞാൽ ചെറിയ തങ്ങളുടെ നേതൃത്വത്തിൽ മഗരിബ് നമസ്കാരമുണ്ട്."

മൈക്കിൽ വീണ്ടും അനൗൺസ്മെന്റ്.

"മൂന്നു മന്ത്രിമാർ എന്നൊക്കെ വെറുതെ ഡാവിളക്കിയതാ അല്ലേ?"

ചാക്കോച്ചൻ.

"ഒരു എം പിയും ഒരു മന്ത്രിയും ഒരു എമ്മല്ലെയും തന്നെ ധാരാളമല്ലേ. പബ്ലിസിറ്റിക്കിനി എന്തു വേണ്ടൂ." നിസാർ അഹമ്മദ്.

"മതിയാക്ക് പഹയാ നിന്റെ സാഹിത്യം."

"വന്നു നോമ്പുതുറക്ക്." ഹാജി

"നിനക്കു നോമ്പുണ്ടോടാ?" ചാക്കോച്ചൻ ചെവിയിൽ ചോദിച്ചു.

"പിന്നല്ലാതെ? നമുക്ക് കാപട്യമൊന്നുമറിയില്ല. നിസ്കാരമില്ലെങ്കിലും നോമ്പ് മുപ്പതും പിടിക്കും." നിസാർ അഹമ്മദ്.

മേശപ്പുറത്ത് രണ്ടുതരം പാനീയങ്ങളും ഉന്നക്കായ, സമൂസ തുടങ്ങിയ മലബാർ വിഭവങ്ങളും നിരത്തിയിരുന്നു. കൂടാതെ പലതരം പഴങ്ങൾ ചെറുതായി നുറുക്കിയതുമുണ്ടായിരുന്നു

"നിസ്കരിക്കേണ്ടവർ പെട്ടെന്നു വരണം. മന്ത്രിക്കു പോകാൻ തിടുക്കമുണ്ട്."

കോയാസാഹിബ് വിളിച്ചു പറഞ്ഞു.

"മന്ത്രിക്ക് തിടുക്കമുള്ളതുകൊണ്ട് വേഗം നിസ്കരിച്ചോളാൻ അല്ലാതെ മഗ്‌രിബ് ഖളായിപ്പോകുമെന്നല്ല." പിറകിൽ നിന്ന് ആരോ മുറുമുറുക്കുന്നുണ്ടായിരുന്നു.

"തൊട്ടടുത്ത് പള്ളിയുണ്ട്. അവിടെച്ചെന്നു നിസ്കരിച്ചു വന്നാലോ?" ഹുസൈൻ ഹാജി ചോദിച്ചു.

"അതായിരിക്കും നല്ലത്." നിസാർ അഹമ്മദ്.

"ഹാജ്യാരേ വരീൻ." എം പി നേരിട്ടു വിളിച്ചപ്പോൾ ഹുസൈൻ ഹാജിക്ക് പോകാതെ നിവൃത്തിയില്ലാതായി. പോകുമ്പോൾ അയാൾ നിസാർ അഹമ്മദിനെ ബലമായി കൂട്ടിക്കൊണ്ടുപോയി.

"വെറുതെ എന്തിനാ മനുഷ്യനെക്കൊണ്ട് പറയിക്കുന്നത്?" പോകുന്ന പോക്കിൽ സ്വകാര്യമായി ചോദിക്കുകയും ചെയ്തു.

ഹോട്ടലിലെ കോൺഫറൻസ് ഹാളിൽവെച്ചായിരുന്നു നമസ്കാരം. നിസ്കാരം കഴിഞ്ഞതും മന്ത്രി സ്ഥലം വിട്ടു. ഭാര്യവീട്ടിൽ നോമ്പുതുറയുണ്ടത്രേ.

"അല്ല ഹാജ്യാരേ നിങ്ങളെയിപ്പം പൊതുരംഗത്തൊന്നും കാണാനില്ലല്ലോ."

ഭക്ഷണമുറിയിലേക്കു നടക്കുന്നതിനിടയിൽ എം പി ഹുസൈൻ ഹാജിയോട് കുശലം ചോദിച്ചു. ഹാജീക്ക വെറുതെ ചിരിച്ചു.

"പാർട്ടിക്കിപ്പോൾ പണ്ടത്തെപ്പോലെ സപ്പോർട്ടൊന്നും കിട്ടുന്നില്ല കേട്ടോ."

"ഫണ്ടിന്റെ കാര്യമാണെങ്കിൽ അതിനൊരു മുടക്കവും വരുത്താറില്ല. ജീവിച്ചുപോവണ്ടേ?" ഹാജി.

"ഫണ്ടുമാത്രം പോരല്ലോ. ആളായിട്ട് മുന്നില് നില്ക്കണ്ടേ? നിങ്ങളെ ബാപ്പ ഞങ്ങളെ പാർട്ടീടെ സ്വന്തം ആളേനും." എം പി.

"അന്നത്തെ പാർട്ടിയല്ലല്ലോ ഇപ്പോൾ. ഇങ്ങക്കിപ്പം പുത്തൻപണക്കാരോടല്ലേ കൂറ്. ഓലെപ്പോലെ വാരിക്കോരിത്തരാൻ ഞങ്ങളേലെടയാ പൈശ?" ഹാജി.

"വയസ്സുകാലത്ത് കിളിപോലത്തെ പെങ്കുട്ട്യോളെ മംഗലംകയിച്ച് കൊശിയാക്കുന്നതിനിടയിൽ മൂപ്പരിക്കേടയാ പാർട്ടി പ്രവർത്തനത്തിന് നേരം? ഇപ്പം മൂന്നല്ലേ ബീവിമാർ."

നഗരത്തിൽ ഈയിടെ ചേക്കേറിയ പുത്തൻ പണക്കാരൻ ഇരുമ്പൻ ജമാൽ ഒന്നു കൊളുത്തി.

"ഇങ്ങള് പറേന്നതു കേട്ടാ തോന്നും ഒന്നിലധികം കെട്ടുന്നത് വന്തോശമാണെന്ന്. സ്വത്തും മൊതലുമുള്ളോര് കെട്ടിക്കോട്ടെന്ന്. അപ്പെണ്ണുങ്ങമ്മാര് അങ്ങനെയെങ്കിലും കയിച്ചലായിക്കോട്ടെ."

കൂടെയുണ്ടായിരുന്ന ഒരു മുസലിയാർ ഹാജിയുടെ പക്ഷം പിടിച്ചു.

“പെണ്ണുങ്ങമ്മാരിക്ക് സമ്മതമാണെങ്കില് രണ്ടല്ല നാലു കെട്ടിക്കോട്ടോ. ഓലെ കണ്ണീര് കുടിപ്പിച്ചിട്ട്..” ജമാൽ

ഹുസൈൻ ഹാജി എന്തോ പറയാൻ തുനിയുന്നതിനിടയിൽ മുസലിയാർ തന്നെ മറുപടി പറഞ്ഞു.

“മക്കളില്ലാഞ്ഞാ ഒന്നല്ല മൂന്നു കെട്ടും. അയിനു പെണ്ണുങ്ങമ്മാരുടെ സമ്മതമൊന്നും ചോയിക്കണ്ട. ശറഹിന്റെ വിധി അറിയാണ്ടെ വെറുതെ തർക്കിക്കല്ലേ.”

നോമ്പുകാലങ്ങളിൽ ഹാജി മുസലിയാർക്ക് നല്ലൊരുതുക സക്കാത്തായി ഇരുചെവി അറിയാതെ എത്തിച്ചുകൊടുക്കാറുണ്ട്. ഹാജിയുടെ വീട്ടിൽ എപ്പോൾ ചെന്നാലും വെറും കൈയോടെ മടക്കാറുമില്ല. ഐഷാത്തയും മുസലിയാരെ കണ്ടറിഞ്ഞു സഹായിക്കാറുണ്ട്.

മുസലിയാർ ഇടപെട്ടത് ജമാലിന് ഒട്ടും ഇഷ്ടപ്പെട്ടില്ലെന്ന് അയാളുടെ മുഖം വ്യക്തമാക്കി.

ഇരുമ്പു കച്ചവടക്കാരൻ ജമാൽ, പെട്ടെന്നാണ് അറിയപ്പെടുന്ന പണക്കാരനായത്. നഗരത്തിലെ തറവാട്ടുകാർ ഇന്നും അയാളെ രണ്ടാംതരക്കാരനായാണ് കാണുന്നത്. നോമ്പുകാലത്ത് കാർഡടിച്ച് നിർദ്ധനർക്ക് അരിയും മസാലസാധനങ്ങളും തുണിത്തരങ്ങളും വിതരണം ചെയ്യും. നോമ്പു ഇരുപത്തിയേഴിന് വാഹനഗതാഗതം മുടക്കുംവിധം ആൾക്കാരെ നിരത്തി സക്കാത്ത് വിതരണം ചെയ്തതുമൊക്കെ ജനശ്രദ്ധ ആകർഷിക്കാനുള്ള ശ്രമത്തിലാണ് ജമാൽ. ജമാലിന്റെ സക്കാത്ത് വിതരണം പത്രത്തിൽ വെണ്ടക്കയിൽ അടിച്ചുവന്നിരുന്നു.

രാവിലെ തുടങ്ങി നോമ്പുതുറവരെ നീണ്ട സക്കാത്ത് വിതരണം എന്നായിരുന്നു തലക്കെട്ട്. എത്രവീതമാണ് കൊടുത്തത് എന്ന് എവിടെയും പറഞ്ഞില്ല. ഉച്ചവരെ വന്നവർക്ക് പത്തുരൂപയും ഉച്ചയ്ക്ക് ശേഷം അഞ്ചുമാണ് കൊടുത്തതെന്നാണ് കേട്ടത്.

“ഒന്നിനെ പൊറുപ്പിക്കാൻ തന്നെ പാട്. മൂന്നെണ്ണത്തിനെ പൊറുപ്പിക്കുന്ന ഹാജീക്കാനെ സമ്മതിച്ചുകൊടുക്കണം കേട്ടോ.”

മുസലിയാർക്കുള്ള മറുപടി എന്നുള്ള മട്ടിലാണ് ജമാൽ പറഞ്ഞത്.

“ഇങ്ങക്കയിനുള്ള ശേഷിയില്ലെങ്കില് മേണ്ടന്നേ. മേണ്ട്യാല് ആയിക്കോട്ടെ.”

മുസലിയാർ.

“ഇങ്ങക്കെത്തര പെണ്ണുങ്ങളുണ്ട് മൊയിലാര്യെ?”

ജമാൽ വിടാനുള്ള മട്ടില്ല.

“ഇനിക്ക് മൂന്നെണ്ണം നെലവിലുണ്ട്. എന്തേയ് ഇങ്ങക്കെതിർപ്പുണ്ടോ?”

“വെറുതെയല്ല മറ്റുജാതിക്കാര് ഞമ്മളെ കളിയാക്കണത്.” ജമാൽ

“ഇങ്ങക്കയിനുള്ള മറുപടി പറയാൻ അറിയാഞ്ഞിട്ടാ.” മുസലിയാർ

"പെണ്ണുങ്ങമ്മാരെ കണ്ണീര് കുടിപ്പിക്കണത് ഖൈറായ കാര്യമാണെന്ന് ഇങ്ങളെപ്പോലെ ഇനിക്കു പറയാനാകൂലാ."

"മതപരമായിട്ടുള്ള അറിവില്ലെങ്കിൽ മിണ്ടാണ്ടിരിക്കണം."

മുസലിയാരുടെ ഒച്ച കനത്തു.

ജമാൽ എന്തോ മറുപടി പറയാൻ തുടങ്ങുന്നുകണ്ട് കൂട്ടത്തിലുണ്ടായിരുന്ന മറ്റൊരു മുസലിയാർ കിട്ടിയ തക്കത്തിനു മദ്ധ്യസ്ഥനായി.

"സബൂർ.. ഇന്നള്ളാഹ മഅസ്സാബിരീൻ.. എന്നാണു പടച്ചോൻ പറഞ്ഞത്. എന്താ അയിന്റെ അർത്ഥംന്ന് പിടീണ്ടോ? ക്ഷമിക്കുന്നോന്റെ കൂടെയാണ് അള്ളാഹു എന്നാണ് പറഞ്ഞത്."

ജമാൽ ഒന്നമർത്തിമൂളിയിട്ട് സ്ഥലം വിട്ടു.

ഹാജിയും കോപമടക്കി ചിരി ഭാവിച്ച് യാത്ര പറഞ്ഞപ്പോൾ അതുവരെ രംഗം ആസ്വദിച്ചുകൊണ്ട് നില്ക്കുകയായിരുന്ന നിസാർ അഹമ്മദും ഹാജിയെ പിന്തുടർന്നു.

മൂപ്പത്തിയാറ്

"**അ**വിടെയല്ല ആ ജനലരികിലായി ഇട്ടോളൂ."

പുതുതായി വാങ്ങിയ എഴുത്തുമേശ ഇടാനുള്ള സ്ഥാനം പണിക്കാർക്ക് കാണിച്ചുകൊടുത്തുകൊണ്ട് നൂറു പറഞ്ഞു.

പഠിക്കുന്ന കാലത്ത് വീഞ്ഞപ്പലകകൊണ്ടുള്ള ഒരു മേശ സ്വന്തമായി ഉണ്ടായിരുന്നു. കുട്ടികൾക്ക് ട്യൂഷൻ എടുത്തുണ്ടാക്കിയ കാശുകൊണ്ട് വാങ്ങിയതായിരുന്നു അത്. ഈ അടുത്തകാലത്ത് വീടു മോടികൂട്ടിയപ്പോൾ സഹോദരൻ ആ മേശ അടുക്കള വരാന്തയിലേക്കു തള്ളിയത് നൂറുവിനെ നോവിച്ചിരുന്നു. ഒന്നും മിണ്ടാൻ പോയില്ല. മേശയ്ക്കുള്ളിലെ പുസ്തകങ്ങൾ അവൾ ജോനകപ്പറമ്പിലേക്കു കൊണ്ടുപോന്നു. കിടപ്പുമുറിയിൽ ഒരെഴുത്തുമേശ കൂടിവേണമെന്ന് കുറേനാളായി വിചാരിക്കുന്നു. മഹിളാസഭയുടെ പ്രവർത്തനങ്ങൾ ഏറ്റെടുത്തതോടെ മേശ അത്യാവശ്യമായി മാറി. വൈകുന്നേരം വീട്ടിലെത്തിയാലും അവിടത്തെ പണി തീരാറില്ല. ചക്രക്കസേരയിലിരുന്ന് വട്ടം ചുറ്റിയപ്പോൾ ഉള്ളിൽ സന്തോഷപ്പൂത്തിരി.

"നൂറു മൂപ്പരുടെ ആപ്പീസുമുറി പൊടിതട്ടി വൃത്തിയാക്കാൻ പറഞ്ഞിട്ടുണ്ട്."

ഒരു ദിവസം ഒരു താക്കോൽ കൈയിൽതന്നിട്ട് ഐഷാത്ത പറഞ്ഞു.

"അതേതു മുറി."

അന്തംവിട്ടുകൊണ്ടു നൂറു ചോദിച്ചു.

"മൂപ്പർ കെടക്കുന്ന മുറിയോടു തൊട്ടുനിന്ന ഒരു വാതിൽ കണ്ടിട്ടില്ലേ? അതന്നെ."

അപ്പോഴാണ് കിടപ്പുമുറിയിൽ എപ്പോഴും അടഞ്ഞുകിടക്കാറുള്ള വാതിൽ ആപ്പീസുമുറിയുടേതാണെന്ന് നൂറു അറിഞ്ഞത്. ആ വാതിലിനു കട്ടിയുള്ള വിരി ഇട്ടതുകൊണ്ട് അങ്ങനെയൊരു വാതിൽ പെട്ടെന്നു കണ്ണിൽപ്പെടുകയില്ല.

കണ്ടതും കേട്ടതും ചികിപ്പരത്തുന്ന സ്വഭാവമില്ലാത്തതുകൊണ്ട് കൂടുതൽ അന്വേഷിക്കാൻ മിനക്കെട്ടതുമില്ല.

ഹാജിക്കും ഒരെഴുത്തുമുറിയോ? ആകാംക്ഷ തോന്നി. അതുകൊണ്ട് തന്നെ ഒറ്റയ്ക്കാണ് മുറിയിലെത്തിയത്. വിരിമാറ്റി വാതിൽ തുറന്നപ്പോൾ ആദ്യമായി കണ്ണിൽപ്പെട്ടത്. ചുമരിൽ തൂക്കിയ പെയിന്റിങ്ങുകളാണ്. ഒരു വശത്തെ ചുമരിൽ പുറത്തേക്കു തുറക്കുന്ന ഒരു ജനാലയുണ്ട്. മറ്റു രണ്ടു ചുമരുകളിലും ചുമർ നിറയുന്ന വിധത്തിലുള്ള രണ്ടു മനോഹരമായ മോഡേൺ ആർട്ട് ചിത്രങ്ങൾ തൂക്കിയിരിക്കുന്നു. ഓ ഈ മൂപ്പർക്ക് ചിത്ര കലയിലും താല്പര്യമുണ്ടോ? അറിയാത്ത രഹസ്യങ്ങൾ ഇനിയും എന്തൊക്കെയാണാവോ?

ചിത്രങ്ങൾ നോക്കി ഏറെനേരം നിന്നു. പല പല മാനങ്ങളുള്ള ചിത്ര ങ്ങൾ. നോക്കുന്തോറും അതിനോടുള്ള ആകർഷണം ഏറിവന്നു. ചിത്ര കലയിൽ പണ്ടേ താല്പര്യമുണ്ട്. കോളേജിൽ പഠിക്കുന്ന കാലത്ത് കൂട്ടു കാരികൾ പൈങ്കിളി നോവലുകൾ വായിച്ചുതള്ളുമ്പോൾ അവൾ ചിത്ര കലയെക്കുറിച്ചും ഫോട്ടോഗ്രഫിയെക്കുറിച്ചുമൊക്കെയുള്ള പുസ്തകങ്ങ ളായിരുന്നു വായിക്കാറുണ്ടായിരുന്നത്. ചിത്രരചനയിൽ സമ്മാനങ്ങളും കിട്ടിയിട്ടുണ്ട്.

മുറി ആകെ പൊടിപിടിച്ചു കിടന്നിരുന്നു. മാറാല തട്ടുമ്പോഴും മുറി അടിച്ചു വാരി പൊടി തുടയ്ക്കുമ്പോഴുമൊക്കെ ചിത്രങ്ങളിലായിരുന്നു കണ്ണ്. മേശയ്ക്കു പുറമെ ഒരു ചെറിയ അലമാരയും രണ്ടു കസേരകളും മാത്രമേ ആ മുറിയിലുണ്ടായിരുന്നുള്ളൂ.

“ഇങ്ങള് ഒറ്റയ്ക്ക് എന്തിനാ നൂറുത്താ കഷ്ടപ്പെടണ്? ഇന്നെ വിളി ച്ചാപ്പോരേ!”

സൂറ ബക്കറ്റും വെള്ളവുമായി എത്തി.

ഐഷാത്ത പറഞ്ഞയച്ചതായിരിക്കും. അപ്പോഴേക്കും പൊടിതട്ടൽ കഴിഞ്ഞിരുന്നു. സൂറ നിലം തുടച്ചുവൃത്തിയാക്കി മുറിവിട്ടപ്പോൾ നൂറു വീണ്ടും ചിത്രങ്ങൾക്കു മുന്നിലെത്തി. ചാഞ്ഞും ചരിഞ്ഞും ചിത്രം നോക്കുന്നതിനിടയിലാണ് അതിനിടയിലെ രഹസ്യ അറ കണ്ണിൽപ്പെട്ടത്. അറയുണ്ടെന്നു തോന്നുകയേ ഇല്ല. ചുമരിന്റെ അതേ നിറത്തിലുള്ള പാളി കൾ തുറന്നാൽ റാക്കുകൾ. അതിൽ നിറയെ ഫയലുകളാണ്. അതു വിശദമായി പരിശോധിക്കുമ്പോഴാണ് ഹാജിയാരെത്തിയത്. അയാളുടെ മുഖം വിവർണ്ണമായി.

“വേണ്ടിടത്തും വേണ്ടാത്തിടത്തും കണ്ണെത്തും. ഇങ്ങനൊന്നു നീ കണ്ടിട്ടില്ല. കേട്ടല്ലോ.”

അയാൾ താക്കീത് ചെയ്തു. പണക്കാർക്ക് തന്നെയല്ലാതാരെയും വിശ്വാസമുണ്ടാകില്ലെന്ന് ഏതോ കഥയിൽ വായിച്ചതാണ് പെട്ടെന്ന് ഓർത്തത്.

“ഞാനാ പെയിന്റിങ് നോക്കിയതാ. നിങ്ങളുടെ ഉള്ളറകളൊന്നും കാണാൻ എനിക്കൊട്ടും താല്പര്യമില്ല.” അപ്പോഴേക്കും അവൾ അയാളോടു മറുവാക്കു പറയാൻ തുടങ്ങിയിരുന്നു.

“പെണങ്ങാൻ പറഞ്ഞതല്ല നൂറു. ചുമരിനുപോലും ചെവിയുള്ള കാലാ. വല്ലിച്ച ഇൻകംടാക്സ് റെയിഡുകളും മണത്തറിഞ്ഞാ... കുറുക്കന്റെ കണ്ണുകളാ ഓലിക്ക്.” അയാൾ മയപ്പെട്ടു.

“ഡൽഹിയിലെ ഒരു പ്രശസ്തനായ ചിത്രകാരൻ വരച്ചതാണ്. ഇവിടെ ഒരു പെയിന്റിങ് എക്സിബിഷൻ ഉദ്ഘാടനത്തിന് എന്നെ വിളിച്ചിരുന്നു. ഇവിടത്തെ വമ്പന്മാരൊക്കെ ഉണ്ടായിരുന്നു. അവരൊക്കെ ചിത്രങ്ങൾ വാങ്ങുന്നതു കണ്ട് ഞാനും വാങ്ങി. അല്ലെങ്കിൽ മോശമല്ലേ. പൈശ എത്രയാ കൊടുത്തതെന്നറിയോ? അതു മുതലാക്കണ്ടേ?” ഹാജി മുറി പൂട്ടി പുറത്തിറങ്ങുമ്പോൾ പറഞ്ഞു.

പിന്നീട് ആ മുറി വൃത്തിയാക്കുന്ന ചുമതല അവളുടേതായി. അപ്പോഴെല്ലാം ആ ചിത്രങ്ങൾക്കു മുന്നിൽ ഏറെനേരം നിന്നിട്ടുണ്ട്. ആ ചിത്രങ്ങൾക്ക് അവളുടെ ജീവിതവുമായി ബന്ധമുള്ളതുപോലെ തോന്നാറുണ്ട്. അടിച്ചമർത്തപ്പെട്ട സ്ത്രീജീവിതമാണ് ആ ചിത്രങ്ങളെന്ന് ഏറനാളത്തെ നിരീക്ഷണത്തിനുശേഷമാണ് മനസ്സിലായത്. അവൾ ആ ചിത്രത്തിനു മുന്നിൽ നില്ക്കുമ്പോൾ ഹാജിക്ക് ഇപ്പോൾ വെപ്രാളമില്ല.

“ഇന്റെ ഓരോ പിരാന്ത്. അന്നേരംകൊണ്ട് ഞമ്മളോട് രണ്ട് ബർത്തമാനം പറഞ്ഞൂടെ ഇനിക്ക്?” അയാൾ തമാശമട്ടിൽ പറയും.

നൂറുവിന്റെ ഇത്തരം പല പ്രാന്തുകളും അയാൾക്കിപ്പോൾ സഹിക്കാനാവുന്നില്ല എന്നാണ് ഈയിടെയുള്ള പരാതി. “എല്ലാത്തിനുമില്ലേ ഒരതിര്. കുട്ട്യോളല്ലേ മാറിക്കോളൂന്ന് വിചാരിക്കുമ്പളത്തിന് തലയിൽ കയറാനുള്ള പരിപാടിയാ. നിയ്യ് ബല്യ പടിച്ചോളാന്നുള്ള നാട്യമൊന്നും എന്റടുത്ത് മേണ്ട.”

അയാൾ കണ്ണുരുട്ടുമ്പോൾ കേൾക്കാത്ത മട്ടിൽ ഒഴിഞ്ഞുമാറാൻ ഇപ്പോൾ പഠിച്ചുകഴിഞ്ഞു.

അതുപോലൊരു ഓഫീസുമുറിയും മുറിയിലൊരു മേശയും ജനലരികിലായി ഒരാട്ടക്കസേരയും പുസ്തകങ്ങൾ നിരത്തിയ കണ്ണാടി അലമാരയും ചുവരിൽ ഛായാചിത്രങ്ങളും അതോടെ നൂറുവിന്റെ സ്വപ്നമായി മാറിക്കഴിഞ്ഞിരുന്നു. ആട്ടക്കസേരയിലിരുന്ന് സ്വപ്നം കാണാം. വായിക്കാം. പൊലിഞ്ഞുപോയ സ്വപ്നങ്ങളായിരുന്നു കൂടുതലും. പൂവണി

യാത്ത സ്വപ്നങ്ങളെക്കുറിച്ചോർത്ത് നെടുവീർപ്പിടുന്ന പതിവ് നൂറുവിനില്ല. അവളെപ്പോലെ അവശത അനുഭവിക്കുന്ന ഒട്ടേറെ സ്ത്രീകളെ സഹായിക്കാൻ അവസരം കിട്ടിയതോടെ കൈവിട്ടുപോയതോർത്ത് നെടുവീർപ്പിടാൻ നേരമില്ലാതായി.

"കാലാകാലം ഇവിടിരിക്കാമെന്നൊന്നും കിനാക്കാണല്ലേ. തല്ക്കാലം ഇന്റെ ഒരു പൂതിക്ക് ആക്കിത്തന്നതാ. അത് ഞമ്മക്കൊരു മെനക്കേടാക്കരുത്."

നൂറുവിനായി പുറത്തേക്കുള്ള വാതിൽ തുറന്നുകൊടുക്കുമ്പോൾത്തന്നെ ഹാജി താക്കീതു ചെയ്തിരുന്നു. ഇടയ്ക്കിടെ ഓർമ്മിപ്പിക്കുകയും ചെയ്യാറുണ്ട്. അനിഷ്ടമായതു കണ്ടാൽ തുറന്ന വാതിൽ താൻ തന്നെ താഴിട്ടുപൂട്ടും എന്നുള്ള അയാളുടെ ഭീഷണികൾ അവഗണിക്കാൻ നൂറുവിനിപ്പോൾ സാധിക്കുന്നുണ്ട് എന്നതു വലിയ നേട്ടംതന്നെയാണ്.

തല ചുമരിലിടിച്ച് ആശുപത്രിയിലായതും കോമയിൽ കിടന്നതും രക്ഷപ്പെട്ടതും അതുകഴിഞ്ഞുള്ള സംഭവങ്ങളുമെല്ലാം പുതിയൊരു ജീവിതത്തിന്റെ തുടക്കമായിരുന്നു. അതു അപ്പോളറിഞ്ഞില്ല... ശരീരത്തിന്റെ അവശതകൾ മാറിയിട്ടും മനസ്സിലെ കറകൾ നീങ്ങിയില്ല. കുറച്ചുകാലം കിടപ്പിലായപ്പോഴേക്കും അയാൾ വീണ്ടും വിവാഹം കഴിച്ചത് അവളെ കുറച്ചൊന്നുമല്ല നോവിച്ചത്. ഐഷാത്തയെപ്പോലെ എല്ലാം സഹിച്ച് ഹാജിയോടു നിരന്തരം പോരാടിയും സമരസപ്പെട്ടും തീർക്കാനുള്ളതാണോ ജീവിതം? ഇനിയെന്ത് എന്ന ചോദ്യം ഒരു വലിയ പുകച്ചുരുളായി നൂറുവിനെ ശ്വാസംമുട്ടിച്ചു. ജോനകപ്പറമ്പ് തന്നെ ഭ്രാന്തിയാക്കുമെന്നു ഭയന്നു. ഐഷാത്തയുടെയും റംലത്തിന്റെയും വാക്കുകൾക്ക് മദ്ധ്യസ്ഥം പിടിക്കുന്നതിനിടയിൽ സ്വന്തം ജീവിതം തകർന്നുവീഴുന്നത് സ്വപ്നംകണ്ട് രാവുകളിൽ ഞെട്ടിയുണർന്നു. നിലവിളിച്ചു. ഇരുണ്ട ഗർത്തത്തിൽ മുങ്ങിത്താഴുന്നതും ശ്വാസംമുട്ടിപ്പിടയുന്നതും സ്ഥിരം കിനാവുകളായി. ആ തടവറയിൽനിന്നും എങ്ങനെ പുറത്തുകടക്കുമെന്ന ചിന്ത ഒരുതരം ഭ്രാന്താവസ്ഥയിലെത്തിച്ചപ്പോഴാണ് ഉമ്മയെയും ബാപ്പയെയും വരുത്തിയത്.

"എന്തേ നൂറു?"

ഉമ്മ വേവലാതിയോടെയാണ് എത്തിയത്.

എന്തെങ്കിലും ജോലി അല്ലെങ്കിൽ വേർപിരിയൽ. രണ്ടും കല്പിച്ചതു പറഞ്ഞു. അവിടന്നു പുറത്തു കടക്കണമെങ്കിൽ ഹാജി തന്നെ കനിയണമല്ലോ. ശല്യം സഹിക്കാതെ അയാൾ തന്നെ പിരിച്ചയക്കുകയാണെങ്കിൽ അയക്കട്ടെ. ഇനിയും ഇങ്ങനെ ഇരുട്ടിൽ ജീവിതം കത്തിച്ചു തീർക്കാൻ വയ്യ എന്ന തീരുമാനത്തിലെത്തിയപ്പോൾ ഉൾക്കരുത്തുകൂടി. ഹോം നഴ്സായോ അടുക്കളപ്പണിക്കാരി ആയോ.. ഏതെങ്കിലും നാട്ടിൽ ജീവിക്കാം. അതിനൊന്നും പക്ഷേ, ഹാജി ഇടവരുത്തിയില്ല.

"ഇനിയിപ്പം എന്താ മേണ്ട്യേത്?"

"എനിക്കെന്തെങ്കിലുമൊരു പണി.."

"എന്റെ റബ്ബേ.. മാലോകര് കേക്കണ്ട. ഹുസൈനാജീന്റെ പെണ്ണുങ്ങള് പണിക്ക് പോവ്വോ?"

ബാപ്പ മൂക്കത്ത് വിരൽവെച്ചു.

"അങ്ങനെ പുത്തി പറഞ്ഞുകൊടുക്ക്." ഹാജി

ഒടുവിൽ ഉമ്മയാണ് രക്ഷയ്ക്കെത്തിയത്.

"ഇങ്ങക്ക് ഓളെ മടുക്കുമ്പം ഇങ്ങളിനിയും കെട്ടും! അപ്പം ഇന്റെ മോള്."

"പാത്തുമ്മോ."

ബാപ്പ അടക്കി.

ഏതായാലും ഹാജി കനിഞ്ഞു

അതോടെ ലോകത്തിനു പകിട്ടേറി. ചുറ്റും കാണുന്നതിനെല്ലാം ഏഴല്ല ഏഴായിരം നിറങ്ങൾ.. ഈ നിറങ്ങൾ മങ്ങാൻ സമ്മതിക്കില്ല.

മൊബൈലടിച്ചു. കണാരേട്ടനായിരുന്നു.

"വക്കീല് വിളിച്ചിരുന്നു. ആ കേസിന്റെ വിസ്താരം നാളെയാ. സാക്ഷി പറയാൻ എത്തൂലേന്നു ചോദിച്ചു."

"പോകണം. ഞാൻ വക്കീലിനെ വിളിച്ചു പറഞ്ഞോളാം. അവിടെ ഇന്ന് വിശേഷമൊന്നുമില്ലല്ലോ?"

"ആ പെൺകുട്ടി ഇന്നും വന്നീര്ന്ന്."

"ഏതു പെൺകുട്ടി?"

"രണ്ടാനച്ഛനെതിരെ പരാതിയുമായി എത്തിയില്ലേ. ആ കുട്ടി."

"അതിൽ എന്തെങ്കിലും നേരുണ്ടോ കണാരേട്ടാ? ഇപ്പഴത്തെക്കാലത്ത് ഇത്തരം കാര്യങ്ങളിലിടപെടുമ്പോൾ നല്ലോണം ശ്രദ്ധിക്കണം. എന്റെ കാര്യം അറിയാലോ. കുറ്റം കണ്ടുപിടിക്കാനായി കാത്തിരിക്കുന്നവരാ ചുറ്റും."

"ഞാൻ അന്വേഷിച്ചു. സംഗതി നേരാ. ആ കുട്ടീടെ അമ്മയും അയാളും തമ്മിലുള്ള ഒത്തുകളിയാന്നാ കേട്ടത്. അമ്മ തീരെ ശരിയല്ല. ടി വി സീരിയലിൽ അഭിനയിക്കാനെന്നും പറഞ്ഞ് മകളെ കൊണ്ടുപോയി നീലപ്പടം എടുക്കുന്നവരുടെ കൈയിലേക്കിട്ടുകൊടുത്തത് അമ്മയാ. ഭാഗ്യം കൊണ്ടാ അന്നുരക്ഷപ്പെട്ടത്. ഇനി അങ്ങനെ എന്തെങ്കിലും സംഭവിച്ചാൽ ചെലപ്പോ ഞാനൊരു കൊലപാതകിയായിപ്പോവും എന്നു പറഞ്ഞ് കരച്ചില് തന്നെ ആ കുട്ടി."

"ഏന്തെങ്കിലും ചെയ്യാൻ പറ്റുമോന്ന് ഞാൻ രാധേടത്തിയുമായി ഒന്നു സംസാരിക്കട്ടെ."

"അധികം താമസിക്കരുത്. ആ കുട്ടി വഴിതെറ്റിപ്പോയിട്ട് പിന്നെ പറഞ്ഞിട്ട് കാര്യമില്ലാലോ."

"ശരി ഞാൻ ഉച്ച കഴിഞ്ഞ് വന്നാപ്പോരെ?"

"മതി."

ഇത്തരം കേസുകളുമായി ദിവസേന പെൺകുട്ടികളെത്തുന്നു. സ്വന്തം വീട്ടിൽപോലും പെൺകുട്ടികൾ സുരക്ഷിതരല്ല എന്നാണ് പലരുടെയും പരാതികൾ തെളിയിക്കുന്നത്. പെൺമക്കളെ സീരിയലിൽ അഭിനയിപ്പിക്കാനും മോഡലുകളാക്കാനും വേണ്ടി അമ്മമാർ നെട്ടോട്ടമാണ്. ഒടുവിൽ അബദ്ധംപറ്റിക്കഴിയുമ്പോഴാണ് കഥകൾ പുറംലോകമറിയുന്നത്. ഉടനെ രാഷ്ട്രീയക്കാരുടെ ഇടപെടലായി. അന്യോന്യം വിഴുപ്പലക്കലായി. അതോടെ പാവപ്പെട്ട പെൺകുട്ടികളുടെ ജീവിതം നശിക്കുകയും ചെയ്യും. അതിനെപ്പറ്റി ആർക്കുമില്ല ചിന്ത. കണാരേട്ടൻ പറഞ്ഞ പെൺകുട്ടി കഴിഞ്ഞയാഴ്ച വന്നു കണ്ടിരുന്നു. അമ്മ അധികസമയവും പുറത്തായിരിക്കും. അമ്മയുടെ ഭർത്താവെന്നു പറയുന്ന ആൾ അമ്മയെ കല്യാണം കഴിച്ചിട്ടില്ലെന്നാണ് പെൺകുട്ടി പറയുന്നത്. അമ്മ സ്ഥലത്തില്ലാത്തപ്പോൾ അയാൾ നിരന്തരം ശല്യം ചെയ്യുമത്രേ. അമ്മയോടു പറഞ്ഞിട്ട് രക്ഷയില്ലെന്നു കണ്ട പെൺകുട്ടി പഠിപ്പു നിർത്തി വീട്ടുജോലിക്കു പോകാൻ തുടങ്ങി. അമ്മ അറിഞ്ഞപ്പോൾ ബഹളം. അങ്ങനെയാണെങ്കിൽ അതിലും മുന്തിയ ജോലി വാങ്ങിക്കൊടുക്കാമെന്നു പറഞ്ഞാണ് അമ്മ അവളെ എറണാകുളത്തേക്കു കൂട്ടിക്കൊണ്ടുപോയത്. മുന്തിയ ഹോട്ടലിൽ താമസം. മകളെ ഹോട്ടലിലാക്കി അമ്മ ഓരോരുത്തരുടെ കൂടെ പോകും. അവൾക്കു സീരിയലിൽ ചാൻസമ്പേഷിച്ചു പോവുകയാണെന്നാണു പറയുന്നത്.

ഫോട്ടോ എടുക്കാൻ ചിലർ വരും. "അവർ പറയുന്ന രീതിയിൽ ഫോട്ടോക്കു നിന്നുകൊടുക്കണം." എന്നു പറഞ്ഞ് അമ്മ പുറത്തേക്കു പോയി. താമസിയാതെ മൂന്നുപേർ ക്യാമറയുമായി എത്തി. വന്ന ഉടനെ കുറേ ഫോട്ടോകൾ എടുത്തു. അതുകഴിഞ്ഞപ്പോൾ അവർ മുറിയിലിരുന്ന് മദ്യപാനം തുടങ്ങി. അതിനുശേഷമുള്ള അവരുടെ വൃത്തികേടുകൾ സഹിക്കാനാവാതെ ആ കുട്ടി തന്ത്രപൂർവ്വം കുളിമുറിയിൽ കയറി വാതിലടച്ചു. കുടിയന്മാർ എത്ര ശ്രമിച്ചിട്ടും അവൾ വാതിൽ തുറന്നില്ല. ബഹളം കേട്ട് അടുത്ത മുറിയിലുള്ളവരുടെ പരാതി അനുസരിച്ച് ഹോട്ടൽ മാനേജർ ഇടപെട്ടതുകൊണ്ട് തല്ക്കാലം രക്ഷപ്പെട്ടു.

"ഇനി എന്നെ അരുതാത്തതിനു നിർബ്ബന്ധിച്ചാൽ അവരുടെ കുടലു ഞാനെടുക്കും. ആദ്യം അമ്മയെ ഞാൻ വെട്ടിനുറുക്കും."

പെൺകുട്ടിയുടെ കണ്ണിലെ തീ ശരീരം ചുട്ടെരിക്കുന്നതായി തോന്നി.

അവൾക്കുവേണ്ടി അത്യാവശ്യമായി എന്തെങ്കിലും ചെയ്യണം. വീട്ടുപണി ചെയ്യാൻ മടിയില്ലെന്നല്ലേ പറഞ്ഞത്. അങ്ങനെയാണെങ്കിൽ പരിചയമുള്ള ആരോടെങ്കിലും പറഞ്ഞാലോ? അല്ലെങ്കിൽ ഇങ്ങോട്ടു കൊണ്ടുവന്നാലോ? പുറം പണിക്ക് ഒരാളെ വേണമെന്ന് ഐഷാത്ത പറഞ്ഞി

രുന്നു. ഹാജി.. സമ്മതിക്കുമോ? റംലത്തിന്റെ ഏഷണികൂടിയാവുമ്പോൾ യുദ്ധം ഉറപ്പായി. അല്ലെങ്കിൽ ഈയിടെയായി എന്നും പോരാണല്ലോ.

നാളത്തെ കേസിനു സാക്ഷിപറയാൻ പോകുന്നതോടെ എന്തും നേരിടാൻ ഒരുങ്ങിക്കോളണം. ഈ കുട്ടിയുടേതിനേക്കാൾ കഷ്ടമാണ് സുമിത്രയുടെ സ്ഥിതി. ഒന്നും രണ്ടുമല്ല. അഞ്ചുപേരാണ് ഒരു രാത്രി അവളെ പീഡിപ്പിച്ചത്. പണി പഠിപ്പിക്കാമെന്നുപറഞ്ഞാണ് അമ്മയുടെ ഒരു പരിചയക്കാരി അവളെ ആ ബ്യൂട്ടിപാർലറിൽ എത്തിച്ചത്. അവളെ പ്പോലെ വേറെയും പെൺകുട്ടികൾ അവിടെ ഉണ്ടായിരുന്നു. സ്ത്രീയാ ണ് നടത്തുന്നതെങ്കിലും അവിടെ പുരുഷന്മാരാണ് അധികവും എത്തി യിരുന്നത്. ബോഡി മസാജ് എന്ന പേരിൽ പെൺകുട്ടികളെക്കൊണ്ട് അരു താത്തതെല്ലാം ചെയ്യിക്കുകയാണ് അവിടത്തെ രീതി. അതിന്റെ ഉടമസ്ഥ സൽമാബീവി തെക്കെവിടെയോ ഉള്ളതാണ്. ഉന്നതന്മാർക്കു മാത്രമേ അവിടെ പ്രവേശനമുള്ളൂ. സംശയം തോന്നിയ നാട്ടുകാർ ആദ്യം തന്നെ ബഹളം തുടങ്ങിയിരുന്നു. കുറേ പെൺകുട്ടികൾ പണിയെടുക്കുന്ന ബ്യൂട്ടി പാർലറിൽ എത്തുന്നത് ആണുങ്ങൾ. ചുറ്റുമുള്ളവർ പരാതിപ്പെട്ടപ്പോൾ പൊലീസ് പേരിനൊരു റെയിഡ് നടത്തി. അവിടെ അനാശാസ്യമൊന്നും നടക്കുന്നില്ലെന്നു ജനങ്ങളെ ബോദ്ധ്യപ്പെടുത്തി സ്ഥലം വിട്ടു. സുമിത്ര യെപ്പോലുള്ള കുട്ടികൾക്ക് ഐസ്ക്രീമിലും പഴച്ചാറിലും മദ്യംചേർത്ത് മയക്കിയാണ് ആദ്യമായി ഇത്തരം പ്രവൃത്തികൾ ചെയ്യിക്കുന്നത്. പിന്നീ ടവർക്ക് ലഹരിയില്ലാതെ വയ്യെന്നാവും.

ഒരുദിവസം പണി ആവശ്യപ്പെട്ട് രാധേടത്തി അവിടേക്കു രണ്ടു പെൺകുട്ടികളെ അയച്ചു. എന്തിനും തയ്യാറായി പോക്കറ്റിൽ ടേപ്പ് റിക്കാർഡറുമായിട്ടാണ് ആ കുട്ടികൾ ചെന്നത്. കുറച്ചുദിവസം ജോലി പഠിക്കാനെന്ന ഭാവത്തിൽ അവിടെ താമസിച്ചാണ് അവർ അവിടത്തെ കഥകൾ പുറംലോകത്തെ അറിയിച്ചത്. എന്നിട്ടെന്താ കാര്യം? അതു പുറ ത്തുകൊണ്ടുവന്ന രാധേടത്തി കേസു നടത്തി മുടിഞ്ഞു. തെറ്റു ചെയ്ത വർ ഇപ്പോഴും മാന്യന്മാരായി സമൂഹത്തിൽ വിലസുന്നു.

ഒരുദിവസം രാത്രി മഹിളാസഭയിൽനിന്നും ഇറങ്ങാൻ നേരത്താണ് സുമിത്ര അവിടെ എത്തിയത്. ആകെ വട്ടുപിടിച്ച മട്ടിലായിരുന്നു അവൾ. അവിടെ താമസിപ്പിക്കണമെന്നായിരുന്നു അവളുടെ അഭ്യർത്ഥന.

“ഇങ്ങളൊക്കെ വല്യ ആൾക്കാരല്ലേ. പാവപ്പെട്ടോരെ കണ്ണീര് കാണാൻ ഇങ്ങക്കേടാ നേരം..”

അവിടെ താമസിക്കാനുള്ള സൗകര്യമില്ലെന്നു പറഞ്ഞപ്പോൾ അവൾ പൊട്ടിത്തെറിച്ചു.

“ഇനിക്കാരേം പേടീല്ല. ഇന്നെ പറ്റിച്ചോലെ ഞാൻ വിടൂലാ. ഇപ്പം ഇന്റെ അമ്മേനേം ഓള് പൈശ കൊടുത്ത് വാങ്ങി. തള്ളയ്ക്കിപ്പോൾ ഇന്നെ കണ്ടൂടാ. ഞാൻ എന്തെങ്കിലും തിന്നിട്ട് ദെവസം രണ്ടായി.”

അവൾ ബഹളം തുടങ്ങി.

അതിനിടയിൽ മണത്തറിഞ്ഞു പത്രക്കാരത്തി. ടി വിക്കാരും. സുമിത്ര പലരും അവളെ പീഡിപ്പിച്ച കഥകൾ ഉറക്കെ വിളിച്ചുപറയുന്നുണ്ടായിരുന്നു. കേട്ടറിഞ്ഞെത്തിയ രാധേടത്തി അവളെ ശരണാലയത്തിലേക്കു കൂട്ടിക്കൊണ്ടുപോയി. ആ കേസിനു സാക്ഷി പറയാനാണ് നാളെ കോടതിയിൽ ഹാജരാകേണ്ടത്. സുമിത്ര അന്ന് ഒരുപാട് ഉന്നതന്മാരുടെ പേരുകൾ വിളിച്ചുപറഞ്ഞത് താനും കൂടി കേട്ടതാണ്.

വീണ്ടും ഫോൺബെൽ.

ഇത്തവണ രാധേടത്തിയായിരുന്നു

“താൻ ടി വി കണ്ടോ?”

“ഇല്ല. എന്തേ?”

“ആ സുമിത്ര വീണ്ടും മൊഴിമാറ്റി. ഞാൻ അവൾക്കു കാശുകൊടുത്ത് അവളെക്കൊണ്ട് വേണ്ടാത്തതൊക്കെ പറയിപ്പിച്ചു എന്നാണ് ഇന്നു പറഞ്ഞത്.”

“അവളുടെ തലയിലെഴുത്ത് മാറ്റി എഴുതാൻ നമുക്കാവുമോ?”

നൂറു വിഷമത്തോടെ പറഞ്ഞു

“ആവണം ഇങ്ങനെ കഷ്ടത അനുഭവിക്കുന്ന ചിലരുടെയെങ്കിലും തലിയിലെഴുത്തു മാറ്റാൻ കഴിഞ്ഞില്ലെങ്കിൽ പിന്നെ നമ്മളെന്തിനാടോ സാമൂഹിക പ്രവർത്തനമെന്നു പറഞ്ഞു നടക്കുന്നത്.”

“താനെന്താ ഒന്നും മിണ്ടാത്തത്? തളർന്നുപോയോ?” ഒന്നും മിണ്ടാത്തതുകൊണ്ടാകണം രാധേടത്തി ചോദിച്ചു

“ഇല്ല. എന്തിനും കൂടെ ഞാനുണ്ട്.”

“എന്തിനാ നൂറു ഇന്റെ പുറപ്പാട്? ആരോടാ നീ എന്തിനുമുണ്ടെന്ന് പറഞ്ഞത്?”

അവിടെ എത്തിയ ഐഷാത്ത ചോദിച്ചപ്പോൾ ഉത്തരമൊന്നും പറഞ്ഞില്ല.

“ഞാൻ പിന്നെ വിളിക്കാട്ടോ.” എന്നു പറഞ്ഞ് ഫോൺ കട്ടു ചെയ്തു.

“നീയ്യാരോടാ ഇപ്പം വർത്താനം പറഞ്ഞത്?”

“അത് രാധേടത്തി.”

“ഓളെ മൂപ്പരിക്ക് കണ്ടൂടാട്ടോ. ആ ബന്ധം മേണ്ട നൂറൂ.”

“ഐഷാത്ത എന്തിനേ വന്നത്?

“കൊറച്ചുനേരത്തെ എന്തേനും ഇവിടൊരു കുലുമാല്..”

മേശ കൊണ്ടുവന്ന് കൂലിക്കാരുടെ സംസാരമാകാം അവർ കേട്ടത്. ഐഷാത്തയുടെ കണ്ണുവെട്ടിച്ച് ഈ വീട്ടിൽ ഒരിലപോലും അനക്കാനാവില്ലെന്ന് റംലത്ത് പറയുന്നത് വെറുതേയല്ല.

"പുതിയൊരു മേശ വാങ്ങി. അതു കൊണ്ടുവന്നതാ." അഭിമാനത്തോടെയാണ് നൂറു പറഞ്ഞത്.

"മേശ വാങ്ങുന്ന നേരംകൊണ്ട് ഇനിക്കൊരു മാല വാങ്ങിച്ചൂടേനോ നൂറു? ഇന്റെ ഓരോ പിരാന്ത്?" ഐഷാത്തയുടെ വാക്കുകളിൽ സഹതാപം.

മുപ്പത്തിയേഴ്

"ആമിനക്കുട്ടീ.. ഓ ഇപ്പെണ്ണിനെ വിളിച്ചാ വിളി കിട്ടാണ്ടായി. പെണ്ണേ.."

ഉറക്കെ വിളിച്ചപ്പോൾ ഐഷാത്ത കിതച്ചു.

ഈയിടെയായി ഒട്ടും വയ്യ. നാലടി നടക്കുമ്പോഴേക്കും കിതയ്ക്കും. ഉറക്കെ സംസാരിച്ചാൽ ശ്വാസം മുട്ടും. എന്നാലും അടങ്ങിക്കിടക്കില്ല. റംലത്തിനോടുള്ള വാശി തീർക്കാനെന്നപോലെ കാലത്തെഴുന്നേറ്റ് അടുക്കളയിലെത്തും. നൂറു വീട്ടുകാര്യങ്ങൾ ശ്രദ്ധിക്കാതെ രാവെന്നും പകലെന്നുമില്ലാതെ പൊതുകാര്യങ്ങളുമായി നടക്കുന്നത് ഐഷാത്തയെ കുറച്ചൊന്നുമല്ല വിഷമിപ്പിക്കുന്നത്. വീട്ടിൽ വിരുന്നിനെത്തുന്ന ബന്ധുക്കൾക്ക് നൂറുവിനെപ്പറ്റി പറയാൻ ഏറെയുണ്ട്. നൂറു ആണുങ്ങളെ ധിക്കരിക്കുന്നു. കണ്ട കാഫ്രിച്ചികളുടെ കൂടെ ഇസ്ലാമിന് എതിരായിട്ട് പറയുന്നു. വിവരമില്ലാത്ത ഇസ്ലാം പെണ്ണുങ്ങളെ വഴിതെറ്റിക്കുന്നു. ഇതൊക്കെ ഉറക്കെ വിളിച്ചുപറഞ്ഞു നടക്കാൻ റംലത്തിന് ആയിരം നാവാണ്. മൂപ്പരുടെ കാതിൽ ന്യൂസുകളെത്തിക്കുന്നതും അവളാണ്.

"ഇന്റെ കുറ്റങ്ങള് പെരുപ്പിച്ചു കാട്ടണോല് ഇബിടത്തെ മൊതലാളിച്ചീന്റെ ചെയ്തികളൊന്നും കാണണില്ലേരിക്കും. ഇപ്പം ദെവസോം പേപ്പറില് പേരും വരണുണ്ടല്ലോ." താൻ കാണാൻ വേണ്ടി പത്രം മുന്നിലിട്ട് റംലത്ത് പോയി.

നൂറു പ്രസംഗിക്കുന്ന ഫോട്ടോ പത്രത്തിലുണ്ട്. ആമിനക്കുട്ടിയാണ് കാണിച്ചു തന്നത്. അതിനു താഴെ എഴുതിയതു വായിച്ചപ്പോൾ തെറ്റൊന്നും പറഞ്ഞതായി തോന്നിയില്ല. ഒരുവീട്ടിൽ പണിക്കുനിന്ന പെൺകുട്ടിയെ അവിടത്തെ മുതലാളിയുടെ മകൻ പിഴപ്പിച്ചു. ആ കുട്ടിയുടെ പക്ഷം പിടിച്ച് നൂറു സംസാരിച്ചതാണ് കേസ്.

"പാവപ്പെട്ട ഒരു പെണ്ണിന്റെ പക്ഷംപിടിച്ച് പറഞ്ഞതിലെന്താ ഇത്ര വലിയ തെറ്റ്? പണമുണ്ടെന്നുവച്ച് എന്തും ആവാമെന്നോ? പടച്ചോനെപ്പേടിവേണ്ടേ?"

"ഓ ചക്കളത്തിയെപ്പോലെ ഇനിയും വരണോ പേപ്പറില് പേര്."

നൂറുവിനെ താങ്ങി സംസാരിച്ചതുകേട്ട് ഹാജി കലി കൊണ്ടു.

"ഇങ്ങള് റംലത്തിന്റെ പറച്ചിൽ കേട്ട് വറുതെ തുള്ളണ്ടാ. ട്ടോ. ഇങ്ങനെ ഈറപിടിപ്പിക്കാൻ മാത്രം ഓളെന്താ പറഞ്ഞത്?"

"എന്നാ നീയും ഓളൊപ്പരം കൂടി എന്റെ മാനം കെടുത്തിക്കോ."

"ഇതിലിപ്പം ഇങ്ങക്കെന്താ മാനക്കേട്?"

"ചേക്കുട്ടിഹാജി എന്റെ അടുത്ത ആളാ. കച്ചോടത്തില് പങ്കുണ്ട്. സ്വന്തം പെണ്ണുങ്ങളെ നിലയ്ക്ക് നിർത്താനാവൂലേന്ന് അയാൾ ചോദിച്ചപ്പം എന്റെ തല കുനിഞ്ഞുപോയി."

"ഇങ്ങള് ഓളോട് പറഞ്ഞില്ലേ?"

"പറയാഞ്ഞിട്ടാ. വായിൽക്കൊള്ളാത്ത വർത്താനാ ഓള് പറയണത്. ക്ഷമിക്കണെതിനും അതിരുണ്ടെന്ന് ഓളോടു പറഞ്ഞേക്ക്."

"ഇങ്ങളെന്തു പറഞ്ഞിട്ടെന്താ മൂപ്പത്തിക്ക് നൂറൂനെ കയിച്ചേ മറ്റാരുള്ളൂ. അയിനുള്ള ബിരുതോക്കെ ഓക്കുണ്ട്." പൊട്ടിമുളച്ചതുപോലെ അവിടെ എത്തിയ റംലത്ത് ഇടയിൽ കയറി പറഞ്ഞു.

"മൂപ്പര് എന്നോട് എന്തെങ്കിലും പറയുമ്പം നീയെന്തിനാ ഏറ്റുപിടിക്കണത്? നിന്റെ മുറീല് നാളിതുവരെ ഞാൻ വന്നിട്ടില്ലാലോ. ഒളിച്ച് നിന്ന് കേക്കണെ കള്ളപ്പണി നിർത്തലാ നിനിക്ക് നല്ലത്."

ഐഷാത്ത ചൂടായി.

"ഇതാപ്പം നന്നായിത്. പൊലയൻ തച്ചതല്ല തീയൻ കണ്ടതാ തെറ്റ് എന്നു പറഞ്ഞ ചേലിക്ക്."

"റംലത്തെ ഇന്നോടു പടകൂടാൻ എനക്ക് കെല്പില്ല. മൂപ്പരെ പിന്നാലെ ഇരുപത്തിനാലു മണിക്കൂറും നീയുണ്ടല്ലോ. എന്റെ മുറീല് വല്ലപ്പളും വരുമ്പം പിന്നാലെ നിയ്യ് വരണ്ട. ഒളിച്ചുനിന്ന് വർത്തമാനം കേട്ട് ഏറ്റുപിടിക്കാൻ തുനിയണ്ട. ഇന്നെപ്പോലെ മന്തിരിച്ച് കാര്യം നേടണ പണി ഞമ്മക്കറിയൂലാ."

"ഇങ്ങനെ കണ്ടൂടാണ്ടാവാൻ ഞാൻ ഇങ്ങളോടെന്തു തെറ്റാ ചെയ്തത്."

റംലത്ത് മൂക്കു പിഴിഞ്ഞു.

"കള്ളക്കണ്ണീർ കാണിച്ച് നീ മൂപ്പരെ മയക്കിയാ മതി. എന്നെ.."

"മതി.. ഇനി ഇതും പറഞ്ഞ് ലഹളകൂടിയാ എന്റെ സ്വഭാവം മാറും."

ഹാജി പൊറുതിമുട്ടിയതുപോലെ മുറിവിട്ടു.

പിന്നാലെ കരഞ്ഞുകൊണ്ട് റംലത്തും മണ്ടി.

"വയസ്സുകാലത്ത് ഓരോ പൂതി തോന്നിയതല്ലേ. സഹിച്ചോട്ടെ."

ഐഷാത്ത കിതച്ചു.

ഹാജിയുടെ വിഷമാവസ്ഥ ഐഷാത്തയെ കുറച്ചൊന്നുമല്ല വേദനിപ്പിക്കുന്നത്. വയസ്സുകാലത്ത് മനസ്സമാധാനത്തോടെ കഴിയാൻ വിധിയില്ലായിരിക്കും. സ്വത്തും മുതലും പേരും പെരുമയും എല്ലാമുണ്ട്. മനസ്സമാധാനം മാത്രമില്ല. സ്വയം വരുത്തിവെച്ചതല്ലേ. അനുഭവിക്കട്ടെ. ഒരു

കുട്ടിയെ ദത്തെടുക്കാമെന്ന് കെഞ്ചിപ്പറഞ്ഞതാണ്. കേട്ടില്ല. കുട്ടികളുണ്ടാകാനെന്ന പേരിൽ താൻ ജീവിച്ചിരിക്കെ രണ്ടാളെക്കൂടി വിവാഹം കഴിച്ചു. നൂറുവിന്റെ സ്വഭാവഗുണം കൊണ്ട് അവളുമായി ഒരുവിധം പൊരുത്തപ്പെട്ടു വരികയായിരുന്നു. അതിനിടയിലാണ് മൂന്നാംവിവാഹം. എങ്ങനെ സഹിക്കും. ഉള്ളിലെ അമർഷം വെള്ളച്ചാട്ടമായി അണപൊട്ടുമ്പോൾ സ്വയം മറന്നുപോകുന്നു. അതുകഴിഞ്ഞ് അദ്ദേഹത്തെ വേദനിപ്പിച്ചതോർത്ത് കണ്ണീരൊഴുക്കൽ. മൂപ്പരെ നോവിക്കുന്ന വാക്കുകൾ നാവിൽ നിന്നുതിരല്ലേ, രാവിലത്തെ സുബഹി നിസ്കാരം കഴിയുമ്പോൾ എന്നും തേടാറുണ്ട്. ആ തീരുമാനം അറിഞ്ഞിട്ടെന്നപോലെ ഈറ പിടിപ്പിക്കാനായി റംലത്ത് കൊള്ളിവാക്കുകളുമായി മുറിയിലെത്തും.

വിവാഹം കഴിഞ്ഞ് ആദ്യ നാളുകളിൽ കൊണ്ടുപോയി കാണിക്കാത്ത നാടുകളില്ല. ഊട്ടിയിലും മദ്രാസിലും മൈസൂരും ബാംഗ്ലൂരുമൊക്കെ കൊണ്ടുപോയിട്ടുണ്ട്. തന്നെ മുറിയിലിരുത്തി മൂപ്പർ ചിലപ്പോൾ കാറിൽ മുങ്ങും. രാത്രി ഒറ്റയ്ക്ക് മുറിയിലിരിക്കാൻ പേടിയായിരുന്നു. വാതില് കുറ്റിയിട്ട് പേടിച്ചുവിറച്ചാണ് അകത്തിരിക്കുക. വിളികേട്ടാൽ മൂപ്പരാണെന്ന് ഉറപ്പായാലോ വാതിലു തുറക്കൂ. വന്നു തുറക്കുമ്പോൾ കാല് ചിലപ്പോൾ നിലത്തുറയ്ക്കില്ല. അധികം സംസാരിക്കാത്ത ആൾ നിർത്താതെ കിന്നാരം പറയും. അപ്പോൾ ഒരുതരം വാട മൂക്കിലടിച്ചുകയറും.

“ഇങ്ങളെ എന്താ ഈ ജാതി മരുന്നു മണം? കണ്ണെല്ലാം ചോന്ന് ഒരുജാതിക്കോലം... അള്ളാ എനക്കൊന്നും തിരിയുന്നില്ലേ. ഇതെന്താ ഇങ്ങനെ?”

വെപ്രാളത്തോടെ പറയും.

“അതേയ് ഒരു മരുന്ന് കയിക്കുന്നുണ്ട്. ശക്തിണ്ടാവാൻ...” ഇഴഞ്ഞുള്ള പറച്ചിൽ. നിർത്താതെയുള്ള ചിരി.

“ഉള്ള ശക്തി പോരാഞ്ഞിട്ടായിരിക്കും..”

മുഴുമിപ്പിക്കാൻ സമ്മതിക്കാറില്ല...

മൂപ്പർ മദ്യപിക്കാറുണ്ടെന്ന് അറിഞ്ഞപ്പോൾ ഒഴുക്കിയ കണ്ണീരിനു കണക്കില്ല.

“കള്ളുകുടി ഞമ്മക്ക് ഹറാമല്ലേ..”

“വേണ്ടാത്ത കാര്യങ്ങളിലൊന്നും എടപെടാൻ വരണ്ട. ഓരോരുത്തര് പറയണത് കേട്ട് വെറുതെ കണ്ണീരൊയുക്കാൻ നിക്കണ്ട.”

ഒച്ച പൊങ്ങുമ്പോൾ അടങ്ങും.. കണ്ണീരൊഴുക്കാനല്ലാതെ നിനക്കെന്തറിയാം. തന്നത്താൻ പഴിക്കാറുണ്ട്. കുറച്ചു സാമർത്ഥ്യമുണ്ടായിരുന്നെങ്കിൽ ഇന്നീ ഗതി വരില്ലായിരുന്നല്ലോ.

“ഇഞ്ഞിയൊരു പോയത്തക്കാരത്തിയാ മോളേ. അതാ ഉമ്മാന്റെ

ബേജാറ്. അരിശത്തിലും പിരിശത്തിലും നിന്ന് ഓനെ വരുതിയിലാക്കാൻ കുട്ടി ശ്രമിക്കണം."

ഇവിടത്തെ ഉമ്മ മരിക്കുന്നതിനു കുറച്ചു ദിവസം മുമ്പും പറഞ്ഞിരുന്നു. അരിശത്തിലും പിരിശത്തിലും പറഞ്ഞു നോക്കിയതാണ്. പക്ഷേ, വിധി എതിരായിരുന്നു. എല്ലാം കൈവിട്ടുപോയി.

അങ്ങനെ പറയാമോ? ഭാര്യമാർ വേറെ ഉണ്ടെങ്കിലും ഐഷയെ മാത്രമേ അദ്ദേഹത്തിനിപ്പോഴും വിശ്വാസമുള്ളൂ. അതുകൊണ്ടാണല്ലോ കച്ചവട ഇടപാടുകൾ ഇപ്പോഴും തന്റെ പേരിൽ മാത്രം ചെയ്യുന്നത്. സ്നേഹം കൊണ്ടാണോ അല്ലയോ അങ്ങനെ ചെയ്യുന്നതെന്ന് ഇപ്പോഴും ഒരുറപ്പില്ല. എന്നാലും തനിക്കു മൂപ്പരെ ജീവനാണ്.

വേണമെങ്കിൽ എല്ലാം ഉപേക്ഷിച്ചു പോവാമായിരുന്നു. ആരേയും ആശ്രയിക്കാതെ കഴിഞ്ഞുകൂടാനുള്ളത് സ്വന്തം പേരിലുണ്ട്. പക്ഷേ, ഈ വീട്ടിൽനിന്നും ഇറങ്ങിപ്പോകുന്നതിനെക്കുറിച്ച് ആലോചിക്കാനേ കഴിയുന്നില്ല. സർവ്വാലങ്കാരത്തോടെ മണവാട്ടിയായി വന്നുകയറി. മൂന്നു കഷണം തുണിയുമായി പള്ളിപ്പറമ്പിലേക്കാണ് ഇനിയത്തെ പോക്ക്.

മരുന്നുകൾ കൃത്യമായി കഴിക്കുന്നുണ്ടെങ്കിലും ഈയിടെയായി വല്ലാത്ത ക്ഷീണമുണ്ട്. വളരെ വിഷമിച്ചാണ് പലപ്പോഴും രാവിലെ എഴുന്നേല്ക്കുന്നത്. വീണ്ടും കിതപ്പ്. കിതച്ചുകൊണ്ട് എഴുന്നേറ്റ് കട്ടിലിനരികിലുള്ള ടീപ്പോയുടെ പുറത്തുള്ള ഗുളികപ്പെട്ടി എടുത്തു. അതിൽനിന്നു ഗുളിക പരതുമ്പോഴാണ് നൂറു എത്തിയത്.

"എന്താ സുഖമില്ലേ."

അവൾ ഓടിവന്ന് ഗുളികപ്പെട്ടി വാങ്ങി. ശ്വാസം കഴിക്കാൻ വിഷമിക്കുന്നതു കണ്ട് അവൾ ഗുളിക പൊട്ടിച്ച് വായിലിട്ടുതന്നു.

"റംലത്തിനോട് വെറുതേ കൊസറയ്ക്ക് പോവരുതെന്ന് ഞാൻ പറഞ്ഞിട്ടല്ലേ.."

ഐഷാത്തയെ താങ്ങിക്കിടന്നതിടിയൽ നൂറു പറഞ്ഞു

"നീയെന്തിനാ നൂറു വേണ്ടാത്ത കാര്യങ്ങളിൽ എടപെടുന്നത്? മാലോകരെ കാര്യം നോക്കുന്നതിനിടയിൽ സ്വന്തം കാലിനടിയിലെ മണ്ണ് ഇളകിപ്പോകരുത്."

കിതച്ചുകൊണ്ടാണ് അവർ പറഞ്ഞത്.

"എന്താ പുതിയ കേസ്?"

"മൂപ്പരിക്ക് ഒരു സ്വൈരല്ല. ആ പഹയൻ വാലുപോലെ പിന്നാലെ നടന്ന് സ്വൈരം കെടുത്തും. നിനക്കാണെങ്കിൽ മൂപ്പരെ കാര്യം അന്വേഷിക്കാൻ നേരവുമില്ല."

ഐഷാത്തയുടെ കണ്ണുകൾ നിറഞ്ഞതുകൊണ്ട് നൂറു വിഷമത്തിലായി.

"എന്താ ഉണ്ടായത്?"

“നിന്റെ പോക്ക് ശരിയല്ലാന്നാ മൂപ്പര് പറേന്നത്. ഏഷണിയുമായി ആ ശൈത്താൻ പിന്നാലെ ഉണ്ടെന്ന് നിനക്കറിഞ്ഞൂടെ നൂറു എന്നിട്ടും..”

“അന്യായം കണ്ടാൽ എതിർക്കുന്നത് തെറ്റാണോ ഐഷാത്താ?”

“നിയ്യ് പറയണതൊന്നും എനക്ക് മനസ്സിലാകുന്നില്ല.”

“കല്യാണം കഴിക്കാമെന്നു പറഞ്ഞു പെങ്കുട്ട്യോളെ ചതിക്കുന്ന ചെക്കന്മാരെ എന്താ ചെയ്യേണ്ടത്?”

“ചൂലോണ്ടടിക്കണം.”

“അതന്നയാ ഞങ്ങള് ചെയ്യണത്.”

“ഇപ്പളത്തെ പെങ്കുട്ട്യോക്ക് പക്ഷേ, അടക്കല്ല ട്ടോ. പണക്കാര് ചെക്കന്മാരെ വലവീശിപ്പിടിക്കാൻ നടക്വാ അയിറ്റങ്ങള്. അയിനുവേണ്ടി എന്തു ബെടക്കത്തരത്തിനും ഓല് ഒരുങ്ങിക്കോളും.”

ഹാജിയുടെ വാക്കുകൾ ഐഷാത്ത ഏറ്റുപറഞ്ഞു.

“എല്ലാവരും അങ്ങനെയൊന്നുമല്ല. പറഞ്ഞുപറ്റിച്ച് പെങ്കുട്ട്യോളെ വഴിയാധാരമാക്കി പോണവരാണ് ഏറെ.”

“പെങ്കുട്ട്യോക്ക് അടങ്ങി ഒതുങ്ങി പൊരേലിരുന്നാ പോരേ? പഠിക്കാനാണെന്നും പറഞ്ഞ് എറങ്ങിക്കോളും. മോള് പ്രേമിച്ച് കല്യാണം കയിച്ചാ അത്രേം ഭാരം കൊറഞ്ഞല്ലോ എന്നു കരുതുന്ന ഉമ്മ ബാപ്പമാരുമുണ്ട്. അതുപോട്ടെ പള്ളിക്കാര്യത്തിലൊക്കെ നിയെന്തിനാ അഭിപ്രായം പറയാൻ പോണത്?”

“വെറുതെ ഓരോരുത്തര് ഏഷണി പറയണതാ. മക്കത്തുംമദീനത്തും പെണ്ണുങ്ങള് പള്ളീപ്പോണില്ലേ?”

“പോണോരു പൊയ്ക്കോട്ടെ. പോവാത്തോരു പോണ്ട. അയിനെന്തിനാ ഒരുതർക്കം?”

“ഇത്രയേ ഞാനും പറഞ്ഞിട്ടുള്ളൂ.”

“എന്നിട്ടു മൂപ്പരങ്ങനെയല്ലല്ലോ പറഞ്ഞത്. നീയ് ആണുങ്ങളെ ധിക്കരിക്കുന്നു. ഇസ്ലാമിന് എതിരായി സംസാരിക്കുന്നു. ഇസ്ലാം പെണ്ണുങ്ങൾക്ക് അടക്കവും ഒതുക്കവും വേണ്ടേ നൂറു.”

“പെണ്ണിനു മാത്രം മതിയോ അടക്കം?”

“അതൊന്നും എനക്കറീലാ. പെണ്ണുങ്ങളെ ഏറ്റവും വലിയ ഇബാദത്ത് സ്വന്തം മാപ്പളനേം മക്കളേം നോക്കലാ. അതു കയിഞ്ഞേ ഉള്ളൂ ഓരിക്ക് എന്തും. അതിനെപ്പറ്റി നീ എന്നോടു തർക്കിക്കണ്ട. കിതാബൊക്കെ ഞാനും ഓതിയതാ. നിനക്കിപ്പം പൊരക്കാര്യത്തിൽ ഒരു ചിന്തയുമില്ല. മൂപ്പരെ കാര്യവും നീ അന്വേഷിക്കുന്നില്ല.”

“വീട്ടുകാര്യങ്ങൾ നോക്കാൻ ഐഷാത്തയില്ലേ? റംലത്താണെങ്കിൽ എന്നെ മൂപ്പരെ നാലയലത്തും അടുപ്പിക്കില്ല. അവരോട് ലഹള കൂടി എന്റെ ജീവിതം തീർക്കാൻ ഇനി ഞാൻ ഒരുക്കമല്ല.”

അവളുടെ തൊണ്ട ഇടറി. ഐഷാത്തയുടെ കണ്ണും നിറഞ്ഞു.

അവൾ ഒന്നും മിണ്ടാതെ ഇറങ്ങിപ്പോയപ്പോൾ ആകെ വിഷമിച്ചു. കിതപ്പ് ഏറി. ശ്വാസം കിട്ടാതെ പിടയുകയും ചെയ്തു.

"നൂറു..."

എങ്ങനെയോ വിളിച്ചു. അവൾ തിരിഞ്ഞുനോക്കി. ഐഷാത്തയുടെ വിമ്മിട്ടം കണ്ടതും ഓടിവന്ന് പുറം തടവി മുഖത്തെ വിയർപ്പു തുടച്ചു.

"ഐഷാത്ത എന്തിനാ വെറുതെ ഓരോന്നാലോചിച്ച് സൂക്കേട് ഏറ്റണത്. പടച്ചോൻ വിചാരിച്ചതിലപ്പുറം ഒന്നും നടക്കില്ല. അങ്ങനെ സമാധാനിക്കാം നമുക്ക്."

"എന്നാലും നൂറു നീ പൊരേം കുടീം മറന്ന് നാടുനന്നാക്കാനിറങ്ങിയാ.."

"ഒന്നോണ്ടും ബേജാറാവണ്ട, പടച്ചോനില്ലേ."

നൂറു സമാധാനിപ്പിച്ചു.

"ഈ ആമിനക്കുട്ടി ഇങ്ങളെ ഒറ്റയ്ക്കാക്കി എങ്ങട്ടാ പോണത്?"

നൂറു ഉറക്കെ വിളിച്ചപ്പോൾ ഓ... എന്നു വിളികേട്ടുകൊണ്ട് ആമിനക്കുട്ടി ഓടിയെത്തി.

"വയ്യാത്ത ഐഷാത്തയെ ഒറ്റയ്ക്കാക്കി നിയ്യെവിടെയാ പോണത്?"

"റംലത്താന്റെ മുറി നന്നാക്കാൻ പറഞ്ഞ്..."

"ഐഷാത്താനെ നോക്കാനാ നിന്നെ നിർത്തിയിരിക്കുന്നത്. അവരെ ഒറ്റയ്ക്കാക്കിയിട്ട് അവിടേം ഇവിടേം ചെന്നിരിക്കരുത്. കേട്ടല്ലോ."

നൂറുവിന്റെ സ്വരം കടുത്തു.

"ഇന്റെ പണി എടുപ്പിക്കാൻ ഞാൻ പൊറത്തിന് ആളെക്കൊണ്ടേരണോന്നാ പറേണത്."

"റംലത്തേ എഴുതാപ്പുറം വായിക്കരുതേ"

നൂറു കോപിച്ചു.

"ഇങ്ങക്ക് രണ്ടാക്കും എന്തും പറയാം അല്ലേ...."

"ഈ മുറിയിൽ നടക്കുന്നതറിയാൻ നിങ്ങളെന്തിനാ പെടാപ്പാടു പെടണത്. ഐഷാത്തയ്ക്കു സുഖമില്ല. ഒന്നു സ്വൈരം കൊടുത്തൂടെ?"

"ചാഞ്ഞ കൊമ്പാവുമ്പം ആരിക്കും പാഞ്ഞു കേറാലോ. ഞാനൊരു ഗതിയില്ലാത്തോളല്ലേ. അതോണ്ടല്ലേ ഇങ്ങനെ അപമാനിക്കുന്നത്."

ഹാജി വീട്ടിലില്ലാത്തതുകൊണ്ടാവാം കലഹം പെരുപ്പിക്കാതെ റംലത്ത് മുറിവിട്ടു.

"ഞാൻ പോയിട്ടു വരാം. ഇങ്ങള് വെറുതെ ഓരോന്നാലോചിച്ച് തലപുണ്ണാക്കണ്ട. നാളെ ഡോക്ടറെ കാണണം. ആമിനക്കുട്ടി നീ ഇവിടെത്തന്നെ ഉണ്ടാവണം. കേട്ടല്ലോ."

മുപ്പത്തിയെട്ട്

ഉമ്മറത്തിരുന്ന് പേപ്പർ വായിക്കുകയായിരുന്നു റംലത്ത്. സ്ത്രീപീഡനവും സ്ത്രീധനപീഡനവും വാഹനാപകടവും തന്നെ പ്രധാന വാർത്തകൾ. മടുപ്പോടെ പത്രം മടക്കിവെച്ചു. പെട്ടെന്നാണ് സുൽഫത്തിനെ ഓർമ്മവന്നത്. കുറേ ദിവസമായി അവളുടെ വിവരമറിഞ്ഞിട്ട്. ഒരു ഫോൺ വിളിച്ചാലോ? അവളുടെ അമ്മായിയമ്മയുടെ കുത്തുവാക്കുകൾ കേൾക്കണ്ടെന്നു കരുതിയാണ് വിളിക്കാത്തത്. ഈയിടെ അവളെ കാണാൻ ജീപ്പുനിറയെ സാധനങ്ങളുമായാണു പോയത്. എന്നിട്ടും തള്ള എന്തൊക്കെയാ പറഞ്ഞത്.

"രണ്ടു ലച്ചോം നൂറുപവനും മാരുതിക്കാറും തരാൻ ആളുണ്ടായിരുന്നു ഇന്റെ മോനിക്ക്. അതെങ്ങനാ അപ്പളത്തനും ഓനെ മയക്കി കുപ്പീലാക്കിലേ.."

"ഇതുതന്നെ വേണോന്ന് ഞങ്ങക്കൊരു നിർബ്ബന്ധവുമില്ലേനും. സുൽഫത്തിന്റെ ഒറ്റ വാശികൊണ്ടാ എടുപിടീന്ന് കല്യാണം നടത്തിയത്. ഇങ്ങള് ചോദിച്ചത് തന്നീലേ, പിന്നെന്താ?"

"മുട്ടേന്ന് വിരിയണേനു മുന്നം ആങ്കുട്ട്യോളെ വലവീശിപ്പിടിക്കാനിറങ്ങിക്കോളും."

"ഉമ്മാ.... ഇങ്ങട്ട് വരീ..."

സുൽഫത്ത് വിളിച്ചപ്പോൾ അകത്തേക്കു നടന്നു.

"നിങ്ങളെന്തു ഭാവിച്ചാ?"

"പിന്നെ... വായിൽത്തോന്നിയത് പറഞ്ഞാ മിണ്ടാതിരിക്കണോ. അനുഭവിച്ചോ. നിയ്യായിട്ട് വരുത്തിവച്ചതല്ലേ."

സങ്കടം അണപൊട്ടി.

"ഞാൻ ഇങ്ങളോടു ഇന്നുവരെ ഒരു പരാതിയും പറഞ്ഞിട്ടില്ലാലോ."

"നീ പറഞ്ഞില്ലെങ്കിലും ഞാൻ അറിയുന്നുണ്ട്. അതോണ്ടന്നയാ ഇങ്ങട്ടു പോന്നതും. ഇയ്യ് പൊരണുണ്ടോ ഉമ്മാന്റൊപ്പരം? കൊറച്ചീസം പെരേല് നിന്നിട്ടുപോരാം."

"ഞാനിപ്പം എങ്ങട്ടുമില്ല. ഇന്ന് ഇക്കാന്റെ ഫോൺ വരും. ഞാനിവിടെയില്ലെങ്കില് എന്തെങ്കിലുമൊക്കെ പറഞ്ഞുകൊടുക്കും."

"അപ്പം അനക്കിവിടെ സൈരല്ല അല്ലേ.." കണ്ണു നിറഞ്ഞു.

അവളുടെ മുഖത്തു പക്ഷേ, ഭാവവ്യത്യാസമൊന്നുമില്ല. "സുൽഫത്തേ, ഉമ്മേം മോളും പാടേ മുറിയടച്ചിരുന്നാ പശൂന് വെള്ളം കൊടുക്കണ്ടേ?"

"വരണ്."

"മരുമോൻ എങ്ങനാ? ഉമ്മാന്റെ വാക്കു കേട്ടു തുള്ളോ?"

“ഇങ്ങള് ഇല്ലാത്തതോരോന്നു നെനച്ചുണ്ടാക്കണ്ട. വാ ചായ കുടിക്കാം.”

“ഉമ്മാന്റെ പള്ള നെറഞ്ഞ്. പോട്ടെ.”

അവളെ കെട്ടിപ്പിടിച്ച് നെറ്റിയിൽ മുത്തിയപ്പോൾ അവളുടെ കണ്ണും നിറഞ്ഞു.

“അനക്ക് അന്റെ ഉമ്മാന്റൊപ്പം പോണോന്നുണ്ടെങ്കി ഇനിക്ക് വിരോധല്ലാട്ടോ.”

അവിടെ എത്തിയ ഉമ്മ പറഞ്ഞു.

“ഇക്കാനോടു ചോയിച്ചിട്ടു അടുത്തയാഴ്ച പൊയ്ക്കോളാം.” സുൽഫത്ത് കണ്ണു തുടച്ചു.

മനസ്സു നൊന്താണ് അവിടന്നിറങ്ങിയത്. അതുകൊണ്ടുതന്നെയാണ് പിന്നീട് പോകാതിരുന്നതും.

വീട്ടിലൊന്നു ഫോൺവിളിച്ചു നോക്കാം. എന്താണെന്നറിയില്ല ആകെയൊരു പരവേശം. സാജിദയാണ് ഫോണെടുത്തത്.

“അമ്മായീ, സുൽഫത്ത് വന്നിട്ടുണ്ട്. പറ്റുമെങ്കില് അമ്മായി ഒന്ന് ഇങ്ങട്ട് പോന്നാ നന്നേര്ന്ന്.”

“എന്താ മോളേ ഓള് പറേണത്.”

“ഓളൊന്നും മിണ്ടണില്ല. അതാപ്പം ഇനിക്ക് പേടി. വന്നപ്പളേ ഒരേ കെടപ്പ്. ഞങ്ങള് അങ്ങട്ട് വിളിക്കാനിരിക്ക്യേര്ന്ന്.”

“ഇന്നിപ്പം പോരാനൊക്കൂലല്ലോ കുട്ട്യേ. മൂപ്പര് യാത്രേലാ. ചോയിക്കാണ്ടെ പോന്നാ അതുമതി. അല്ലെങ്കിലേ ഇപ്പം എല്ലാരോടും എടഞ്ഞിട്ടാ.”

“നാളെ പോന്നാമതി. ആ തള്ള മോനെക്കൊണ്ട് രണ്ടാമതും കെട്ടിക്കൂന്നും പറഞ്ഞ് ഓളെ സൈ്വരം കെടുത്തുന്നുണ്ടെന്നാ ഞാൻ അറിഞ്ഞത്. ഇനി ഇപ്പം മോനും അതിനു സൈഡ് നിക്ക്വോന്നാ ഇന്റെ പേടി.”

“യാ റബ്ബീ... എന്താണ്ണീ പറേണത്.”

“ഇപ്പെണ്ണ്. വെറുതെ പെരുപ്പിച്ച് പറേണതാ. ഇയ്യതു കേട്ട് ബേജാറാവണ്ട.”

പെട്ടെന്ന് ഫോണിൽ ഇത്തയുടെ സ്വരം കേട്ടപ്പോൾ കരച്ചിലടക്കാൻ കഴിഞ്ഞില്ല.

“ഇത്ത ഇന്റെ മോള്... ഓള് വന്ന വിവരം ഇന്നോടാരും പറഞ്ഞില്ലാലോ.”

“ഓള് ഇന്നെത്തീതാ. ഇക്ക അവിടെച്ചെന്ന് കാര്യം തെരക്കീട്ട് അന്നെ വിളിക്കാന്നച്ചിട്ടേ.”

“എന്തായാലും ഞാൻ നാളെ വരം. സുൽഫത്തിനൊന്നു കൊടുക്ക്.”

“ഓള് ഒറങ്ങ്യാണെന്നാ തോന്നണ്.”

"എന്നാ ഞാൻ പിന്നെ വിളിക്കാം."

ഫോൺവെച്ച് വീണ്ടും ഉമ്മറത്തുനിന്നപ്പോൾ നൂറു ഉമ്മറത്തുനിന്ന് രണ്ടുസ്ത്രീകളോടു സംസാരിക്കുന്നു

"ഇതിപ്പം എനിക്കിടപെടാൻ പറ്റില്ല. ഞാൻ രാധേടത്തിയോടു വിളിച്ചു പറയാം."

"അതാരേക്കും? ഞങ്ങളെ അറിയ്യോ ഓല്?"

"അഡ്രസു തരാം. ഞാൻ ഫോൺ വിളിച്ചു പറയുകയും ചെയ്യാം."

"എന്റെ കുട്ടി വലിയ ബെശമത്തിലാ മോളേ. ഓളെന്തെങ്കിലും ചെയ്യോന്നാ എന്റെ പേടി. ഞാൻ കണ്ടോരുടെ അടുക്കളെക്കെടന്ന് കണ്ണീരുകുടിച്ചിട്ടാ പത്തുപവനും അയിമ്പതിനായിരം ഉറുപ്പികേം കൊടുത്ത് ഓളെ കെട്ടിച്ചത്. അപ്പെെശകൊണ്ടാ രണ്ടുസെന്റ് സ്ഥലം വാങ്ങി ചെറ്റ കുത്തിയത്. അതു കാട്ടി ഓനാരോടാ അഡ്മൻസ് മാങ്ങീക്ക്. ഓല് പറയുന്നത് ഞമ്മളാടനെ ഒയിഞ്ഞു കൊടുക്കണോന്ന്."

"സ്ഥലം ആരുടെ പേരിലാ?"

"ഓന്റെ പേരിലാ മോളേ മേങ്ങ്യത്. പഹയൻ ഞമ്മളെ പറ്റിച്ചതാ. ഞമ്മക്ക് എയ്ത്തും ബായനേം പുടീണ്ടോ?"

"അയാളിപ്പം എവിടെയാ ഉള്ളത്?"

"ഓൻ തെക്കെങ്ങോ പോയി രണ്ടാമതും കെട്ടി. ഓലോടും ഓൻ പൈശ മാങ്ങീട്ടുണ്ടാവും. എന്റെ മോളെ ഞാനെന്തു പറഞ്ഞു സമാധാനിപ്പിക്കും? ഞങ്ങളേടെ പോകും."

"ഇതിനു മുമ്പ് എവിടെയാ താമസിച്ചത്?"

"കൊറെക്കാലായിട്ട് ഞങ്ങള് രണ്ടാളും ആമതു മൊലാളീന്റെ പൊരേല് പണിക്ക് നിക്കേർന്ന്. അയിനു മുന്നം കൂലിപ്പൊരേലേർന്ന്."

"നിങ്ങളേതായാലും രാധേടത്തിയെ ചെന്നുകാണ്. അവർ ശരണാലയം എന്ന പേരിൽ ഒരു സ്ഥാപനം നടത്തുന്നുണ്ട്. നിങ്ങളെപ്പോലെ ചതിയിൽപ്പെടുന്നവർക്ക് താങ്ങാവാൻ വേണ്ടിയാ അവർ സ്വന്തം വീട് ശരണാലയമാക്കിയത്. മോളുടെ ഭർത്താവിനെതിരെ കേസു കൊടുക്കാനൊക്കെ അവർ സഹായിക്കും കേട്ടോ."

"പടച്ചോൻ ഇന്റെ കൂലി ഇങ്ങക്കു തരും. മോളേ ബാ പോകാം."

ഉമ്മ കൂടെ വന്ന സ്ത്രീയുടെ കൈ പിടിച്ചു കണ്ണീരൊലിപ്പിച്ചുകൊണ്ട് യാത്ര പറഞ്ഞു.

"ഇന്നാ ഇത് ബസിനു വച്ചോളൂ."

നൂറു ചുരുട്ടിയ നോട്ട് അവരുടെ കൈയിൽ വെച്ചുകൊടുത്തു. നൂറുവിന്റെ ഇത്തരം പ്രവർത്തനങ്ങൾ കാണുമ്പോൾ സാധാരണരീതിയിൽ റംലത്ത് കുത്തുവാക്കുകൾ പറയാറുള്ളതാണ്. അന്നു പക്ഷേ, നൂറുവിനെ ആദരവോടെ നോക്കുകയാണ് ചെയ്തത്.

"ആരോടാ നൂറു നീ പ്രസംഗിക്കുന്നത്?" അപ്പോൾ അവിടെ എത്തിയ ഐഷാത്ത ചോദിച്ചു.

"പാവപ്പെട്ട ഒരുമ്മ വന്നിരുന്നു. അവരുടെ മകളുടെ ഭർത്താവ് ആ കുട്ടിയെ ഉപേക്ഷിച്ച് വേറെ പെണ്ണു കെട്ടിയെന്ന്."

"ഇപ്പഹയന്മാർക്ക് കണ്ണിൽച്ചോരയില്ലേ. പെണ്ണുങ്ങളോട് എന്തും ചെയ്യാമെന്നോ? എന്നിട്ട് നീയെന്തു പറഞ്ഞിട്ടാ അവരെ അയച്ചത്?"

"ഞാൻ രാധേടത്തിയുടെ അടുത്തേക്കയച്ചു. ഇത്തരം കേസുകളിൽ എടപെട്ടാൽ എന്റെ ആപ്പീസു പൂട്ടിക്കുമെന്നാ ഇങ്ങളെ പുതിയാപ്ല പറഞ്ഞിരിക്കുന്നത്."

"എന്റെ പിയ്യാപ്ല നിന്റെ ആരുമല്ലേരിക്കും. അതുപോട്ടെ, ആരാ ഈ രാധേടത്തി?"

"അതൊരു നീണ്ട കഥയാ. ചതിക്കപ്പെടുന്ന ഇത്തരം സ്ത്രീകൾക്കു വേണ്ടി സ്വന്തം വീടുതന്നെ മാറ്റിവെച്ചിരിക്കുകയാ അവർ."

"ഓളാ ഇന്നെ വയിതെറ്റിക്കുന്ന കാഫ്രിച്ചി?"

"എന്നെ വഴിതെറ്റിച്ചിട്ട് അവർക്കെന്തു കിട്ടാനാ? ഇന്ന് ഇവിടെ വന്ന ഉമ്മയെപ്പോലെ ഒരുപാട് ഉമ്മമാരുടെ കണ്ണീരു തൊടയ്ക്കാനാ അവർ ശ്രമിക്കുന്നത്."

"അതൊന്നും എനക്കറീലാ. ഏതോ ഒരുത്തി ഇന്നെ വയിതെറ്റിക്കാൻ നടക്കുന്നുണ്ടെന്നാ മൂപ്പര് പറേണത്. ഓക്ക് കെട്ട്യോനും കുട്ട്യോളുമൊന്നുമില്ലേ?"

"അവരു കല്യാണം കഴിഞ്ഞിട്ടില്ല."

"വയസ്സെത്രയായി?"

"അയ്മ്പതെങ്കിലും ആയിട്ടുണ്ടാകും."

"എന്റെ റബ്ബേ. ഓക്ക് അച്ഛനും അമ്മേം ഒന്നുമില്ലേ?"

"ഉണ്ടായിരുന്നു മരിച്ചുപോയി."

"അതെന്നയാ പാവം ഒറ്റന്തടി ആയിപ്പോയത്."

"അവരുടെ അച്ഛനും പാവങ്ങൾക്കുവേണ്ടിയാ ജീവിച്ചത്. അമ്മ ചെറുപ്പത്തിലേ മരിച്ചു."

"അതുപറ. അതാ ഓളെ കല്യാണം നടക്കാതെ പോയത്."

"അതൊന്നുമല്ല. അവർ കല്യാണം വേണ്ടെന്നുവച്ചതാ."

"അതെന്തിനാ."

"കല്യാണം കഴിച്ചാല് എല്ലാത്തിനും അയാളുടെ സമ്മതം കിട്ടണ്ടേ? ഇപ്പം നമ്മളെ സ്ഥിതിതന്നെ കണ്ടില്ലേ?"

"എല്ലാരും രണ്ടും മൂന്നും പെണ്ണു കെട്ടുന്നുണ്ടോ നൂറു? തലവര നന്നാകണം."

"അതും നേരാ. ഇന്റെ സുൽഫത്തിന്റെ സ്ഥിതി.." അതുവരെ അവരുടെ സംസാരം കേട്ടുകൊണ്ടിരുന്ന റംലത്ത് മുഴുവനാക്കാതെ തേങ്ങി. റംലത്ത് അവിടെ ഉണ്ടെന്ന് അപ്പഴേ അവർ അറിഞ്ഞുള്ളൂ.

"എന്താണ്ടായത്? നിന്റെ മോക്ക് എന്തേ പറ്റീത്?" ഐഷാത്ത

"ഓല് ചോയിച്ച സ്ത്രീധനം കൊടുത്തിട്ടാ ഓളെ കെട്ടിച്ചത്. ഇപ്പം അതുപോരെന്നു പറഞ്ഞ് മരുമോന്റെ ഉമ്മ സൈ്വരം കൊടുക്കുന്നില്ല. ഓനാണെങ്കില് നാട്ടിലില്ല. കുന്നായ്മ പറഞ്ഞുകൊടുത്ത് ഓലെ പിരിച്ചാലോന്നാ എന്റെ പേടി. അങ്ങനെ പലേതും നടക്കുന്നുണ്ട്."

ഹാജിയുടെ കൈയിൽനിന്നും വീണ്ടും പണം പിടുങ്ങാനുള്ള പ്ലാനായിരിക്കും. ഐഷാത്തയും നൂറുവും കരുതി. അവർ അങ്ങനെയാണ് കരുതിയിരിക്കുന്നതെന്ന് അവരുടെ മുഖഭാവത്തിൽനിന്ന് റംലത്ത് മനസ്സിലാക്കി. അവളുടെ മുഖത്തെ സങ്കടം ഇരട്ടിച്ചു. ഇല്ലായ്മകൊണ്ട് നാടകങ്ങൾ ഏറെ കളിച്ചിട്ടുണ്ട്. അതുകൊണ്ട് അവർ അവിശ്വസിക്കുന്നതിൽ തെറ്റു പറയാനാവില്ല.

"ഓള് പെരേലുണ്ടെന്ന്. വന്ന മുതലേ ഒരേ കിടപ്പാത്രേ. ഫോൺവിളിച്ചപ്പം ഇക്കാന്റെ മോള് പറഞ്ഞാ. ഇന്നോടൊന്നും മിണ്ടീലാ."

റംലത്തിന്റെ സ്വരം ഇടറിയപ്പോൾ ഐഷാത്തയുടെ കരളലിഞ്ഞു. എന്നിട്ടും സമാധാനിപ്പിക്കാൻ ശ്രമിച്ചില്ല.

"പഹയനെ നമ്പിക്കൂടാ."

മനസ്സിൽ പറഞ്ഞിട്ട് അവർ അകത്തേക്കു നടന്നു. നൂറുവിനു പക്ഷേ, റംലത്തിന്റെ സങ്കടം കണ്ടില്ലെന്നു നടിക്കാനായില്ല. അവർ കാര്യങ്ങളോരോന്നും ചോദിച്ചറിയുന്നതിനിടയിൽ ഫോൺബെൽ മുഴങ്ങി. റംലത്ത് ഞെട്ടിത്തെറിച്ചു.

"ഇങ്ങളെന്തിനാ ഇങ്ങനെ ബേജാറാവണ്? ഞാൻ നോക്കാം."

പക്ഷേ ഫോണിൽ സംസാരിച്ചതോടെ നൂറിന്റെ മുഖവും ഇരുണ്ടു.

"എന്തുപറ്റി? പേടിക്കാനൊന്നുമില്ലാലോ? ഞാൻ റംലാത്താക്കു കൊടുക്കാം."

"എന്താ ആരാ വിളിച്ചത്?"

"നിങ്ങളെ പൊരേന്നാ... സുൽഫത്ത്.."

"സുൽഫത്ത്.. എന്താ ഇന്റെ മോക്ക് പറ്റ്യത്?"

"എന്തോ നല്ല സുഖമില്ലാന്നാ പറഞ്ഞത്. നിങ്ങള് റെഡിയായിക്കോ... ഞാൻ മൂപ്പരെ ഒന്നു വിളിച്ചുനോക്കട്ടെ. നമുക്ക് ഒന്നിച്ച് പോകാം."

നൂറു തിരക്കിട്ട് അകത്തേക്കു നടന്നു.

"എന്താ എന്റെ കുട്ടിക്ക്?"

റംലത്ത് കരഞ്ഞുകൊണ്ടാണ് ചോദിച്ചത്.

"നീ ഇപ്പത്തന്നെ ഇങ്ങട്ടുപോരെ? കാര്യങ്ങള് ഇവിടെ എത്തിയ്ട്ട് പറയാം."

അങ്ങേത്തലയ്ക്കൽ ഇക്കയുടെ ഒച്ച കേട്ടപ്പോൾ റംലത്തിന്റെ ആധി ഏറി.

“ഇപ്പം ഞാൻ വിളിച്ചുവച്ചപ്പോൾ ഓക്കൊന്നും ഉണ്ടായിരുന്നില്ലല്ലോ. പെട്ടെന്നെന്താ പറ്റ്യത്?”

“അതൊന്നും ഫോണിൽക്കൂടി പറയാൻ പറ്റൂലാ... നീ എന്നെ വിസ്തരിക്കാണ്ടെ ഇങ്ങട്ട് പോരാൻ നോക്കണുണ്ടോ?”

“നൂറു കൂടെ പോരാന്നു പറഞ്ഞിട്ടുണ്ട്.”

“നീ ഒറ്റയ്ക്ക് പോന്നാ മതി.”

“എന്താ ഇക്കാ എന്റെ മോക്ക്..”

“അഹമ്മതി ഏറിപ്പോയതാ. പറയണ്ടാന്നുവച്ചാ നിയ്യ് സമ്മതിക്കൂലാ. ഓള് കെട്ടിത്തൂങ്ങിച്ചാവാൻ നോക്കി. നീയ്യായിട്ട് ഇനി ഞങ്ങളെ ജേലില് കേറ്റണ്ട. ഒച്ചേം വിളീം ഉണ്ടാക്കാതെ തഞ്ചത്തില് ഇങ്ങട്ട്പോരെ.”

ഇക്ക ഫോൺവെച്ച ശബ്ദം റംലത്തിനെ ഞെട്ടിച്ചു. കരയാൻപോലും ആവാതെ റംലത്ത് സ്തംഭിച്ചു നിന്നു.

“പോണ്ടേ?”

നൂറു വന്നു തോളത്തു കൈവച്ചപ്പോൾ അവളെ പകച്ചുനോക്കി.

“ഞാൻ ഐഷാത്തയെക്കൊണ്ട് മൂപ്പരെ വിളിപ്പിച്ചു. ജീപ്പെടുത്ത് പൊയ്ക്കോളാൻ പറഞ്ഞു. ബാപ്പൂട്ടി ചന്തയ്ക്കു പോയതാ. വന്നിട്ട് നമുക്ക് ഒന്നിച്ചു പോകാം.”

“ഞാൻ ബസിലു പൊയ്ക്കോളാം. പേടിക്കാനൊന്നുമില്ല. പെട്ടെന്നൊരു പനി വന്നൂന്നാ ഇക്ക പറഞ്ഞത്.”

“ഞാനും വരാം.”

“വേണ്ട നൂറു. ഇവിടെ മൂപ്പരുംകൂടി ഇല്ലാത്തതല്ലേ? ഐഷാത്ത ഒറ്റയ്ക്കായിപ്പോകും. ബീരാനിക്കാനോടു ബസു കയറ്റിത്തരാൻ പറഞ്ഞാ മതി.”

“എന്നാ അങ്ങനെ ആയിക്കോട്ടെ.”

റംലത്ത് വേഷം മാറാൻ അകത്തേക്കു നടന്നപ്പോൾ നൂറു ബീരാനിക്കയെ വിളിക്കാൻ ഉമ്മറത്തേക്കുചെന്നു.

മുപ്പത്തിയൊൻപത്

വേവലാതിയോടെ ഇറങ്ങിപ്പോകുന്ന റംലത്തിനെ കണ്ടപ്പോൾ നൂറുവിനു വിഷമം തോന്നി. കൂടെച്ചെല്ലാമെന്നു പറഞ്ഞതാണെങ്കിലും റംലത്ത് സമ്മതിച്ചില്ല. റംലത്തിന്റെ വീട്ടിൽ ഇവിടന്നാരും ഇതുവരെ പോയിട്ടില്ല. അവിടെ ആരും ചെല്ലുന്നത് അവർക്കിഷ്ടവുമല്ല. വീട് വളരെ ചെറുതാണെന്നും വീട്ടിൽ ബുദ്ധിമുട്ടാണെന്നുമൊക്കെ റംലത്തിന്റെ സംസാരത്തിൽനിന്നു മനസ്സിലാക്കിയിരുന്നു. റംലത്തിനെ വിശ്വസിക്കാൻ പറ്റില്ല.

കാര്യം കാണാൻ കളവു പറയാനും മടിയില്ല. എന്നാലും ഈയിടെയായി അവരോടു സഹതാപമാണ്. ഹാജിക്ക് അവരെ ഇഷ്ടമല്ലെന്നറിഞ്ഞിട്ടും അയാളുടെ പിന്നാലെ നായയെപ്പോലെ വാലാട്ടി നടക്കുന്നതു കാണുമ്പോൾ സങ്കടം തോന്നും. ഹാജിയുടെ തലാഖ് ഭീഷണിയുടെ വാൾമുന റംലത്തിന്റെ തലയ്ക്ക് മുകളിൽ തൂങ്ങുകയാണ്. വാളിന്റെ കയറ് എന്നു വേണമെങ്കിലും അറ്റുവീഴുമെന്ന് റംലത്തിനറിയാം. മഹിളാസഭയുടെ ഭാരവാഹിത്വം ഏറ്റെടുത്തതോടെ പല സ്ത്രീകളുടെയും ഇത്തരം പ്രശ്നങ്ങൾക്കു പരിഹാരംകാണാൻ തനിക്കു കഴിഞ്ഞിട്ടുണ്ട്. ചിലരുടെ വഴക്കുകൾ പറഞ്ഞുതീർത്തു. മറ്റുചിലർക്ക് മൊഴി വാങ്ങി ചെലവിനു വാങ്ങിക്കൊടുക്കാനും സാധിച്ചു. റംലത്തിനെ സഹായിക്കണമെന്നുണ്ട്. അവൾക്ക് ന്യായമായി കിട്ടാനുള്ളത് വാങ്ങിപ്പിരിഞ്ഞ് ഹാജിയുടെ നിത്യേനയുള്ള തലാഖ് ഭീഷണിയിൽനിന്ന് രക്ഷപ്പെട്ടുകൂടെ എന്ന് ഒരിക്കൽ ചോദിച്ചതിന് റംലത്ത് ഉണ്ടാക്കാത്ത ബഹളമില്ല.

“അനക്കും അതാവാലോ. അതു പറ്റൂലാ. എല്ലാരിക്കും സ്വത്തും പണോം വേണം. അയിന് ഇന്നെ ഒയിവാക്കണം. ഇന്നെ ഇബിടന്ന് എറക്കീട്ട് കൊശി പൂണ്ട് കയിഞ്ഞുകൂടാന്ന് ആരും നിരീക്കണ്ട. ഇന്നെ ഇബിടന്ന് പൊറത്താക്കിയാ ജീവനോടെ ഞാനിബിടന്നു പോവില്ല.”

അവരുടെ സംശയം ശരിയല്ലേ? തനിക്കും വേണമെങ്കിൽ പിരിഞ്ഞു പോവാമല്ലോ. തന്നെ പിരിച്ചയച്ചാൽ അതിനു പകരം അയാൾ ഒരു പെണ്ണിനെക്കൂടി ഈ കോട്ടയിൽകൊണ്ടു പാർപ്പിച്ചാലോ? ഒരു പെൺകുട്ടിയുടെ ജീവിതംകൂടി എരിച്ചുതീർക്കണോ? ആ ചോദ്യമാണോ തന്നെ അങ്ങനെയൊരു നീക്കത്തിൽനിന്ന് പിന്തിരിപ്പിക്കുന്നത്? അല്ലെങ്കിൽ ഇപ്പോഴുള്ള സുരക്ഷിതത്വവും സുഖസൗകര്യങ്ങളും നഷ്ടപ്പെടുത്തേണ്ട എന്ന തോന്നലോ? അതിനേക്കാളൊക്കെ ഐഷാത്തയോടുള്ള കടപ്പാടും സ്നേഹവും തന്നെയാണ് നൂറുവിനെ ഈ കോട്ടയിൽ തളച്ചിടുന്നത്. നാളിതുവരെ മൂപ്പർ തന്നോടു തലാഖിനെക്കുറിച്ചു സംസാരിച്ചിട്ടില്ല. സംസാരിക്കുകയാണെങ്കിൽ റംലത്തിനെപ്പോലെ നാണംകെട്ട് പറ്റിക്കൂടാൻ തുനിയില്ലെന്ന് തീർച്ചയാണ്.

“നീയ്യെന്നതാ പന്തംകണ്ട പെരുച്ചായീനെപ്പോലെ മിയിച്ചു നിക്കണത്.” അപ്പോൾ അവിടെയെത്തിയ ഐഷാത്ത ചോദിച്ചു.

“റംലത്തിന് ഫോൺ വന്നിര്ന്ന്. അവരുടെ മോക്ക് സുഖമില്ലാന്ന്. അവര് പോണതും നോക്കി നിന്നതാ.”

“എന്നോടു വന്നു പറഞ്ഞു. ഓളെ നമ്പിക്കൂടാ. നാവെടുത്താ കളവേ പറയൂ. എന്നാലും പാവം തോന്നി ഞാൻ കൊറച്ചു പൈശ കൊടുത്തു.“

“നന്നായി. ഒരുകാര്യമാലോചിച്ചാ അവരുടെ കാര്യം കഷ്ടാ. ആട്ടും തുപ്പും കേട്ടാലും മടുപ്പില്ല.”

"നിയിപ്പം അങ്ങനെ വെറുതെ ഓരോന്നാലോയിക്കണ്ട. ഓളേതാ മൊതലെന്നാ?" ഐഷാത്ത

"പിന്നെ ഐഷാത്ത എന്തിനാ പൈസ കൊടുത്തത്."

"അത് ഒരു യത്തീംകുട്ടീന്റെ കാര്യല്ലേന്നു വച്ചിട്ടാ.. എന്തായാലും മൂപ്പര് കെട്ടിപ്പോയില്ലേ.. ഞാൻ നെലമ്പൂരൊന്നു വിളിച്ചു നോക്കട്ടെ. അവിടത്തെ ആപ്പീസിലന്നശിച്ചാ എല്ലാ വിവരോം കിട്ടും."

ഐഷാത്ത അകത്തേക്കുനടന്നു.

നൂറുവിനു പലപ്പോഴും ഐഷാത്തയെ മനസ്സിലാക്കാൻ കഴിയാറില്ല. റംലത്തിനെ കണ്ണെടുത്താൽ കണ്ടൂടാ. തരംകിട്ടിയാൽ അവരോടു പോരിനിറങ്ങും. എന്നാലും അവർ ചെന്ന് എന്തെങ്കിലും സങ്കടം പറഞ്ഞാൽ പിണക്കം മറന്ന് സഹായിക്കാൻ മടിയുമില്ല.

പാഴ്ക്കിനാവുകൾ കാണാൻ ഇപ്പോൾ സമയമില്ല. ജോലി ഒരുപാടുണ്ട്. ദിവസത്തിന് ഇരുപത്തിനാലു മണിക്കൂർ പോരെന്ന് തോന്നിത്തുടങ്ങിയിരിക്കുന്നു. ജോനകപ്പറമ്പിൽ എത്തിയപ്പോൾ പകലിനു നീളമേറി. സമയത്തിന്റെ സൂചിതന്നെ നിന്നതുപോലെ. രാവിലെ കുറനേരം അടുക്കളയിൽ എന്തെങ്കിലുമൊക്കെ ചെയ്തുകൊടുക്കും. ഉച്ചവരെ അങ്ങനെ ഉന്തിത്തള്ളി നീക്കും. വായിക്കാൻ പത്രം മാത്രമേ കിട്ടിയിരുന്നുള്ളൂ. അത് അരിച്ചുപെറുക്കി വായിക്കും. പിന്നീട് മൂപ്പർ അറിയാതെ ആഴ്ചപ്പതിപ്പുകൾ വാങ്ങാൻ തുടങ്ങി. മൂപ്പർക്കതിൽ വിരോധമില്ലെന്നു കണ്ടപ്പോൾ വാസുവിന്റെ കൈയിൽ ലിസ്റ്റ് കൊടുത്തയച്ച് പുസ്തകങ്ങൾ വാങ്ങിപ്പിച്ചു. ആ വീട്ടിലെ ജീവിതവുമായി സമരസപ്പെട്ടു വരുന്നതിനിടയിലാണല്ലോ വീണ് എല്ലു പൊട്ടിയത്. അതിൽനിന്നു കരകയറുംമുമ്പേ മൂപ്പരുടെ മൂന്നാം വിവാഹം. റംലത്തിന്റെ വരവ്. ആകെക്കൂടി മനസ്സു മടുത്തു. സ്വയം പഴിച്ചുകൊണ്ട് ഇരുട്ടറയിൽ പതുങ്ങിയ നാളുകൾ. ജീവിതം അവസാനിപ്പിക്കണമെന്നുപോലും തോന്നിയിട്ടുണ്ട്. അല്ലാഹു തന്ന ജീവിതം അവസാനിപ്പിക്കാൻ നിനക്കെന്താധികാരം? സത്യവിശ്വാസിയായിട്ട് പരലോകത്തെക്കുറിച്ചു ചിന്തയില്ലെന്നോ? ആത്മഹത്യ കൊടുംപാപമാണെന്നും നീ പഠിച്ചിട്ടില്ലേ? ആരോ ഉള്ളിലിരുന്നു നിരന്തരം കുറ്റപ്പെടുത്തി. നൂർ എന്നാൽ പ്രകാശം നൂർജഹാൻ ലോകത്തിനു വെളിച്ചം വീശേണ്ടവളാണ്. ഇരുട്ടിൽ പതിയിരിക്കേണ്ടവളല്ല. സ്വയം ബോദ്ധ്യപ്പെടുത്താൻ സമയം ഏറെ വേണ്ടിവന്നു. അതിനിടയിലാണ് മഹിളാസഭയെന്ന കച്ചിത്തുരുമ്പ് കിട്ടിയത്. അതിൽ ബലമായി പിടിച്ചു.

ആദ്യമായി മൂപ്പരോടൊപ്പം മഹിളാസഭയുടെ ആപ്പീസിലെത്തിയപ്പോൾ നിരാശയായിരുന്നു. ഒരു ചെറിയ ഓടിട്ട കെട്ടിടം. രണ്ടു മുറികൾ. ചെറിയ മുറിയിൽ നിറം മങ്ങിയ മേശയും നാലു കസേരകളും. ചുമരിൽ നിറയെ മാറാല. പൊട്ടിപ്പൊളിഞ്ഞ നിലത്ത് നിറയെ മണ്ണും ചണ്ടിയും.

അകത്തെ മുറിയിൽ പൊടിപിടിച്ചു കിടക്കുന്ന അഞ്ചാറു തുന്നൽ മെഷീനുകൾ.

"ആരും നോക്കാനില്ലാതെ നാശായതാ. ഞമ്മളെ പെണ്ണുങ്ങമ്മാരിക്കൊന്നും പൊരക്കാര്യമൊയിഞ്ഞിട്ട് ഇതിനൊന്നും നേരല്ലന്നേ. നീയൊന്ന് നോക്ക്. വെള്ള വലിക്കാനും പെയിന്റടിക്കാനും ഇന്നന്നെ ഏർപ്പാടാക്കാം." തന്റെ മുഖത്തെ നിരാശ മനസ്സിലാക്കിയിട്ടെന്നോണം മൂപ്പർ പറഞ്ഞു.

"ഇവിടെ ഇതുവരെ എന്താ നടത്തിയത്?"

"ആരിക്കറിയാം. കോയസാഹിബിന്റെ പെരാന്തിനു തൊടങ്ങിയതാ. ഞമ്മടെ എതിർസംഘടനയ്ക്ക് പെൺവിഭാഗമുണ്ട്. അപ്പം ഞമ്മക്കില്ലാഞ്ഞാ മോശമല്ലേന്നായിരുന്നു മൂപ്പരുടെ ചോദ്യം. മൂപ്പരെ പെണ്ണുങ്ങളേനീം ആദ്യത്തെ പ്രസിഡന്റ്. ഓല് കൊറെ പെണ്ണുങ്ങമ്മാര് ആയ്ചേലൊരിക്കല് കൂടും. കിസ പറഞ്ഞ് പിരിയും. അങ്ങനെയിരിക്കുമ്പം പറഞ്ഞു തുന്നൽ ക്ലാസു തൊടങ്ങണമെന്ന്. മെഷീൻ വാങ്ങിപ്പിക്കാൻ എന്തൊരുഷാറേർന്ന്. ഒരു മൊഞ്ചത്തി ടീച്ചറെ തുന്നൽ പടിപ്പിക്കാൻ കിട്ടൂം ചെയ്തു. രണ്ടു മാസം തികച്ചു നടത്തീലാ. അപ്പളത്തിനു തുന്നൽസ്കൂള് പൂട്ടി. ടീച്ചർ ശരിയല്ലാന്നാ കാരണം പറഞ്ഞത്. ആരിക്കറിയാം അയിന്റെ ഉള്ളുകളികൾ."

ആ കഥയുടെ ഉള്ളുകളികൾ പിന്നീടാണ് നൂറു അറിഞ്ഞത്. ടീച്ചറുടെ സൗന്ദര്യം തന്നെയായിരുന്നു പ്രശ്നം. തങ്ങളുടെ ഭർത്താക്കന്മാരിൽ പലരും ടീച്ചറുടെ ആരാധകരാണെന്നറിഞ്ഞതോടെയാണ് അവരുടെ ഭാര്യമാർക്ക് തുന്നൽസ്കൂളിൽ താല്പര്യമില്ലാതായത്. അവിടെ എത്തിയതിനുശേഷം ആദ്യം ചെയ്തത് പഴയ അംഗങ്ങളെയൊക്കെ ഫോണിൽ വിളിക്കുകയായിരുന്നു.

പലരും ആദ്യം ഒഴിഞ്ഞുമാറി.

"കുലുമാലിനൊന്നും ഞമ്മളില്ല ബാപ്പാ."

കേട്ടതും കോയസാഹിബിന്റെ ഭാര്യ ഒഴിഞ്ഞു. എന്നിട്ടും നിരാശപ്പെട്ടില്ല. ആകെ നാശമായിക്കിടന്ന ആഫീസ് വൃത്തിയാക്കി. പൊട്ടിപ്പൊളിഞ്ഞ നിലം ടൈൽസൊട്ടിച്ച് മിനുക്കി. പെയിന്റടിയും വെള്ളവലിയും കഴിഞ്ഞപ്പോൾ മഹിളാസഭ ആപ്പീസിനു പുതുപ്പെണ്ണിന്റെ മോടി. ഉദ്ഘാടനം കൂടിയേ തീരൂ എന്നു തോന്നി. സാഹിത്യകാരൻ നിസാർ അഹമ്മദിനെത്തന്നെ ഉദ്ഘാടകനായി ക്ഷണിച്ചു. അതുകൊണ്ട് പബ്ലിസിറ്റിയും കിട്ടി. ഹാജി വലിയ എതിർപ്പൊന്നും കാണിച്ചില്ലെന്നു മാത്രമല്ല എല്ലാറ്റിനും മുന്നിൽ നില്ക്കുകയും ചെയ്തു. നൂറുവിന്റെ ഓരോ കുട്ടിക്കളി എന്ന മട്ടിൽ.

സ്ത്രീകൾക്ക് ഒത്തുകൂടാൻ ഒരിടം. അത്രയേ ആദ്യം കരുതിയുള്ളൂ. മുതലാളിമാരുടെ ഭാര്യമാർ മാത്രം കൂടിയാൽ പോരെന്നു തോന്നി. പാവപ്പെട്ട സ്ത്രീകൾക്ക് ജാതിമതഭേദം കൂടാതെ ഒന്നിച്ചിരുന്ന് ഉള്ളുതു

റക്കാനുള്ള ഒരു സ്ഥലമാവണം. പക്ഷേ, അതെങ്ങനെ നടപ്പിലാക്കും എന്നറിയാതെ കുഴങ്ങി. തുന്നൽക്ലാസിനുപകരം റെഡിമെയ്ഡ് യൂണിറ്റ് തുടങ്ങാമെന്നു നിർദ്ദേശിച്ചതും അതിനുവേണ്ട ഒത്താശകൾ ചെയ്തുതന്നതും കണാരേട്ടനാണ്. സംഘത്തിനാവശ്യമുള്ള പുറംപണികൾ ചെയ്യിക്കാൻ ഹാജി തന്നെ ഏർപ്പാടാക്കിത്തന്നതായിരുന്നു കണാരേട്ടനെ. തുടക്കത്തിൽ എല്ലാ കാര്യങ്ങൾക്കും ഹാജിയുടെ സഹകരണമുണ്ടായിരുന്നു.

"അങ്ങനാവുമ്പോ കുറച്ചു പെണ്ണുങ്ങൾക്ക് പണിയാവൂലോ."

കണാരേട്ടൻ പറഞ്ഞു.

"ഇത് ബ്രാൻഡഡ് റെഡിമെയ്ഡിന്റെ കാലല്ലേ കണാരേട്ടാ? നമ്മൾ തുന്നി ഉണ്ടാക്കുന്നത് ചെലവാവണ്ടേ?"

"മാക്സിയും പാവാടയുമൊക്കെ തുന്നികൊടുത്താൽ തുണിഷാപ്പുകാർ എടുത്തോളും. മൊതലാളിക്കറിയുന്ന പീടൃക്കാര് എമ്പാടുമുണ്ട്. ഞാനൊന്നു ശ്രമിച്ചുനോക്കാം. വേറെ മൊതൽമുടക്കൊന്നുമില്ലാലോ. ഓല് തരുന്ന തുണി നമ്മള് തുന്നിക്കൊടുക്കുന്നു. കിട്ടുന്ന കൂലിയില് ഒരു പങ്ക് സംഘടനയ്ക്ക്. ബാക്കി പെണ്ണുങ്ങള് വീതിച്ചോടുത്തോട്ടെ."

സംഗതി തരക്കേടില്ലെന്നു തോന്നി. കണാരേട്ടന്റെ സഹായത്തോടെ തരക്കേടില്ലാത്ത ഓർഡറുകളും കിട്ടി. സംഘത്തിൽ ചേർന്നാൽ തൊഴിൽ കിട്ടുമെന്നു കേട്ടതിനാലാകാം ചുറ്റുവട്ടത്തുള്ള പാവപ്പെട്ട ഒരുപാടു സ്ത്രീകൾ നിത്യേന തൊഴിലന്വേഷിച്ചു വന്നുതുടങ്ങി.

"രണ്ടു മക്കളായപ്പം മാപ്പള വേറെ പെണ്ണുകെട്ടി. കുട്ട്യോളെ നോക്കാൻ ഒരു ഗതീമില്ല."

പല മുസ്ലീം സ്ത്രീകളുടെയും പ്രധാന പ്രശ്നം അതായിരുന്നു.

എണ്ണിക്കണക്കാക്കി വാങ്ങിയ സ്ത്രീധനത്തുക തീരുന്നതോടെ പുതിയാപ്ലയ്ക്ക് പെണ്ണിനെ മടുക്കും. കാതിലും കഴുത്തിലുമുള്ള പൊട്ടും പൊടിയും തീരുന്നതോടെ അടിയും വഴക്കും. അതിനിടയിൽ കുട്ടികൾ ഒന്നോ രണ്ടോ ആവുകയും ചെയ്യും. കിളുന്തുപോലുള്ള പെണ്ണ് അപ്പോഴേക്കും ആരോഗ്യം നശിച്ച് കവിളൊട്ടി ചണ്ടിയായിട്ടുണ്ടാവും. പണിക്കെന്നും പറഞ്ഞ് അപ്പോഴേക്കും പലരും നാടുവിടും. പിന്നെ അയാളുടെ അഡ്രസ്സില്ല. അയാൾ വേറെയെവിടെയെങ്കിലും ചെന്നു വീണ്ടും കല്യാണം കഴിച്ച് സുഖിക്കുന്നുണ്ടാവും. ചിലരുടെ ഭർത്താക്കന്മാരാകട്ടെ കഞ്ചാവിനും കള്ളിനും അടിമപ്പെട്ടവരായിരിക്കും. അവർ ഭാര്യമാരെ ഉപേക്ഷിക്കില്ല. പക്ഷേ, കാശിനായി നിരന്തരം പീഡിപ്പിച്ചുകൊണ്ടിരിക്കും. ഭാര്യമാർ ജോലി ചെയ്തു കുടുംബം പോറ്റിയാൽ മാത്രം പോരാ. ആണുങ്ങൾക്ക് കള്ളുകുടിക്കാനും കഞ്ചാവടിക്കാനും ചീട്ടുകളിക്കാനുമുള്ള കാശുണ്ടാക്കിക്കൊടുക്കുകയും വേണം. അങ്ങനെ നിത്യവുമുണ്ടാവുന്ന ഓരോരോ ദുരന്തകഥകൾ. ഇവർക്കുവേണ്ടി ഒന്നും ചെയ്യാനാവുന്നില്ലല്ലോ

യെന്ന് വീർപ്പുമുട്ടിയിരിക്കുമ്പോഴാണ് കണാരേട്ടൻ രാധേടത്തിയെ പരിചയപ്പെടുത്തിത്തന്നത്.

"പഴയ വിപ്ലവകാരിയാ. ദുരിതങ്ങൾ ഏറെ അനുഭവിച്ചിട്ടുണ്ട്. അത്യാവശ്യം കഴിയാനുള്ള വകയൊക്കെ ഉണ്ടായിരുന്നു. നാടു നന്നാക്കാനിറങ്ങി എല്ലാം തീർന്നു. ഇപ്പോ പാവങ്ങളുടെ അത്താണിയായി കഴിയുന്നു. മൂപ്പത്തിയുമായി ബന്ധപ്പെട്ടാൽ നല്ലതാ."

അതു നേരായിരുന്നു. രാധേടത്തിയെ പരിചയപ്പെട്ടതോടെ സമൂഹത്തിനു വേണ്ടി പലതും ചെയ്യാൻ സാധിക്കും എന്നു മനസ്സിലായി. ആത്മവിശ്വാസം വർദ്ധിക്കുകയും ചെയ്തു. എന്തും നേരിടാനുള്ള കരുത്തുണ്ടായി.

"നൂറു ആദ്യം താനൊരു കമ്മിറ്റിയുണ്ടാക്ക്. കാര്യപ്പെട്ട ഒരാളെ പ്രസിഡന്റാക്ക്. താൻ സെക്രട്ടറി."

രാധേടത്തി നിർദ്ദേശിച്ചു.

"രാധേടത്തിയും അതിലുണ്ടാവണം."

"അത് പൊല്ലാപ്പാവും. ഞാനുണ്ടെന്നറിഞ്ഞാൽ നിങ്ങളുടെ മുതലാളിമാർ അവരുടെ ഭാര്യമാരെ ഇങ്ങോട്ടയക്കില്ല."

"അതെന്താ?"

"അതങ്ങനാ. താനീ രംഗത്ത് ആദ്യമായിട്ടായതുകൊണ്ട് ഇതിന്റെ അകം പൊരുളൊന്നും അറിയില്ല. ഇതൊരു മുസ്ലീം പുരുഷ സംഘടനയുടെ വാലാണ്. ഇതിൽ അന്യജാതിക്കാരുണ്ടാവുന്നത് ഇതിന്റെ മേലാളന്മാർക്കു രുചിക്കുമെന്നു കരുതുന്നുണ്ടോ?"

"ഇപ്പഴേ എന്റെ പല പ്രവൃത്തികളും അവർക്കു രുചിക്കുന്നില്ല. അതുകൊണ്ടാണല്ലോ ഞാൻ രാധേടത്തിയുടെ സഹായം തേടുന്നത്."

"എന്റെ സഹായം എപ്പോഴുമുണ്ട്. പക്ഷേ, ഞാൻ പ്രത്യക്ഷമായി ഒന്നിലും ഇടപെടില്ല. നിങ്ങളുടെ ഭർത്താക്കന്മാർക്കുവേണ്ടി സമ്മതരായ അന്യജാതിക്കാരായ ഒന്നോ രണ്ടോ ഉന്നത വനിതകളെ കമ്മിറ്റിയിൽ അംഗങ്ങളാക്ക്. അതിന്റെ പ്രതികരണം അറിഞ്ഞിട്ട് നമുക്ക് തുടർനടപടികളാരംഭിക്കാം."

"എല്ലാവരുടെയും സമ്മതം കിട്ടിയിട്ട് ഇവിടെ ഒന്നും ചെയ്യാനാവില്ല. നമുക്കങ്ങു തുടങ്ങാം. ബാക്കി വരുന്നിടത്തുവെച്ചു കാണാം."

ഉത്സാഹത്തോടെ പറഞ്ഞു.

"ഈ തന്റേടം എന്നുമുണ്ടാകണം."

രാധേടത്തി പ്രോത്സാഹിപ്പിച്ചു.

അപ്പോഴേക്കും മഹിളാസഭയ്ക്ക് സ്വന്തമായി വരുമാനം കിട്ടിത്തുടങ്ങിയിരുന്നു. പുരുഷസംഘടനയെ ആശ്രയിക്കാതെ മുന്നോട്ടു കൊണ്ടുപോകാനുള്ള വരുമാനം റെഡിമെയ്ഡ് യൂണിറ്റിൽനിന്നു കിട്ടി. രാധേടത്തിയുടെ സഹായത്തോടെ ഗവൺമെന്റിൽനിന്ന് സഹായധനം അനുവ

ദിച്ചുകിട്ടി. അതുകൊണ്ട് മുകളിൽ ഒരു നിലകൂടി പണിതു. അവിടെ കമ്പ്യൂട്ടർ ക്ലാസ് തുടങ്ങാനുള്ള തീരുമാനവുമായി. അതോടെ സംഘം പിടിച്ചെടുക്കുവാൻ പലരും ശ്രമം തുടങ്ങി. സ്വന്തം ഭാര്യമാരെ ഇളക്കിവിട്ടുകൊണ്ടാണ് പോരിനു തുടക്കമിട്ടത്.

കമ്മിറ്റിക്കാരോടാലോചിക്കാതെ നൂറു തന്നിഷ്ടം കാണിക്കുന്നു എന്നായിരുന്നു ആദ്യത്തെ ആരോപണം.

"അല്ല നൂറു. ഇവിടെ എന്താ നടക്കണതെന്ന് ഞമ്മക്കെല്ലാം അറിയണ്ടേ?"

കോയസാഹിബിന്റെ ഭാര്യയാണ് ആദ്യം ഇടഞ്ഞത്.

"നിങ്ങളറിയാത്ത എന്തു കാര്യാ ജമീലാത്താ ഇവിടെ നടന്നത്?"

"ഇങ്ങളും ആ രാധയും കൂടി ഇബിടെ കുട്ടിച്ചോറാക്കാനുള്ള പരിപാടിയാന്നാ മൂപ്പര് പറേന്നത്. ഞമ്മളെ ആൾക്കാരിക്ക് എന്തെങ്കിലും കൊണം ഉണ്ടായിക്കോട്ടേന്നു കരുതിയാ ഞമ്മള് ഇബിടെ വരുന്നത്."

ജമീലാത്ത ഇടഞ്ഞുതന്നെ നിന്നു.

"എത്രയോ പാവപ്പെട്ട സ്ത്രീകളെ സഹായിക്കാൻ കഴിഞ്ഞത് നിങ്ങളുടെയൊക്കെ സഹായംകൊണ്ടാ. അതിന്റെ പ്രതിഫലം നിങ്ങക്ക് പടച്ചോൻ തരാതിരിക്കില്ല."

നൂറു വിനയത്തോടെ പറഞ്ഞപ്പോൾ അവർ തണുത്തു. തീയ് പക്ഷേ, മുഴുവൻ കെട്ടടങ്ങിയില്ല. നൂറു ഇസ്ലാമിനെതിരായി പ്രവർത്തിക്കുന്നു. എന്ന് ഒരുകൂട്ടർ. നൂറു മുസ്ലീം സ്ത്രീകളെ വഴിതെറ്റിക്കുന്നു എന്ന് മറ്റൊരുകൂട്ടർ. ഇങ്ങനെ പോവുകയാണെങ്കിൽ മഹിളാസഭ പൂട്ടിക്കുമെന്ന് ഹാജിയുടെ ഭീഷണി. ഒന്നും ചെവിക്കൊണ്ടില്ല.

ഫോൺ ബെല്ല് മുഴങ്ങിയപ്പോൾ ചിന്ത മുറിഞ്ഞു.

ബീരാനിക്ക ഫോണെടുത്തിരുന്നു.

മൂപ്പരില്ല. ഇങ്ങളാരേക്കും.."

വാച്ചു നോക്കി. മണി പതിനൊന്ന്

തിരക്കിട്ട് പുറത്തേക്കിറങ്ങി.

ഗെയിറ്റിനു പുറത്തിറങ്ങിയതും ഓട്ടോ കിട്ടി.

നാല്പത്

റംലത്ത് പടികടന്നു ചെല്ലുമ്പോൾ ഇക്ക വെകിളി പിടിച്ചതുപോലെ ഉമ്മറക്കോലായിൽത്തന്നെ ഉണ്ടായിരുന്നു. റംലത്ത് ഉമ്മറപ്പടിയിൽ തളർന്നിരുന്നു തേങ്ങി.

"പൂങ്കണ്ണീരൊയ്ക്കി നീ നാട്ടുകാരെ അറിയിക്കേണ്ട. പടച്ചോന്റെ വേണ്ടുക കൊണ്ട് സാജിദ സമയത്ത് അവിടെയെത്തി. അല്ലെങ്കില് ഇപ്പം എല്ലാരും പൊലീസ് വരേന്തേല് കാവലിരിക്കേണ്ടിവന്നേനെ."

ഒന്നും ഉരിയാടാനാവാതെ തേങ്ങൽ കടിച്ചമർത്തി കുമ്പിട്ടിരുന്നു. സംസാരം കേട്ടാകണം ഇത്ത എത്തി.

"നീയ്യെപ്പളേ വന്നത്?"

ഉത്തരമൊന്നും പറയാതെ ഇത്തയെ മിഴിച്ചുനോക്കി.

"നിയ്യ് അകത്തേക്കുപോരെ."

നിശ്ശബ്ദത സഹിക്കാനാകാഞ്ഞിട്ടെന്നപോലെ ഇത്ത ഉറക്കെ പറഞ്ഞു. റംലത്ത് പതുക്കെ എഴുന്നേറ്റ് അകത്തേക്കു നടന്നു. ഇടനാഴിയും അടുക്കളയും ഇരുട്ടിൽ മുങ്ങിക്കുളിച്ചിരിക്കുന്നു. അകത്തെ മുറിയിൽനിന്ന് സാജിദയുടെ നേരിയ സ്വരത്തിലുള്ള പതംപറച്ചിലും സുൽഫത്തിന്റെ തേങ്ങലും കേൾക്കാം.

"ഇയ്യിപ്പം ആട്ടു പോണ്ട."

അങ്ങോട്ടേക്കു നടക്കാൻ തുനിഞ്ഞപ്പോൾ ഇത്ത തടഞ്ഞു.

ഇത്ത അവളുടെ കൈ പിടിച്ച് അടുക്കള മുറ്റത്തേക്കു നടന്നു.

"അമ്മായിയമ്മന്റെ കുത്തുവാക്കു കേട്ട് സഹിക്കാഞ്ഞിട്ട് കുട്ടി ഒരു പുത്തിമോശം കാണിച്ചതാ."

"എന്നാലും ഇത്താ.. ഓള് ഇങ്ങനത്തെ കടുംങ്കൈ ചെയ്യാമോ? ദുനിയാവിലും ആഖിറത്തിലും ഇടമില്ലാണ്ടാവൂലേ?"

"ഇപ്പളത്തെ ബാല്യക്കാരത്ത്യേക്ക് അങ്ങനെ വല്ല ചിന്തേം ണ്ടോ? ഓലിക്ക് ഓലെ കാര്യം മാത്രമേ വിചാരമുള്ളൂ. ഉമ്മാനെപ്പറ്റി ചിന്തിച്ചിരുന്നെങ്കി അന്റെ മോളിത് ചെയ്യ്വോ?"

"ഉമ്മാനെപ്പറ്റി ഓക്ക് പണ്ടും ചിന്തയില്ലാലോ. മെഹറൂഫിന്റെ വീട്ടില് വിവരമറിയിച്ചോ?"

"അനക്കെന്താ പെരാന്താ? അതൂടി അറിഞ്ഞാ ആ തള്ള ഓക്ക് സൈ്വരം കൊടുക്ക്വോ?"

"പിന്നെ എത്താ കാട്ട്ആ!"

സാജിദ വിവരം മെഹറൂഫിനോട് വിളിച്ചു പറഞ്ഞിട്ട് ഓൻ ഇങ്ങട്ട് വിളിച്ചീനും. അതോടെയാ സുൽഫത്ത് സമാധാനപ്പെട്ടത്."

"ഞമ്മക്ക് ഓളെ കാര്യം തീർത്താലോ?"

"ഓള് സമ്മയിച്ചണ്ടേ? ഓക്ക് അക്കരെ കടക്കണോന്നാ പൂതി."

"നടക്ക്വോ?"

"ഓൻ കൊണ്ടോവാന്നാ സമ്മതിച്ചതാണോലെ. അതല്ലേ തള്ളയ്ക്ക് ദെണ്ണം തൊടങ്ങ്യത്."

"ഓക്കാടെ സൈ്വരല്ലെന്ന് അന്നു പോയപ്പളെ ഇനിക്ക് തോന്നിര്ന്ന്. ഇന്റോപ്പരം പോരാൻ ഞാൻ പറഞ്ഞതാ. കേട്ടില്ല. എല്ലാത്തിനും തർക്കം. പെട്ടെന്നെന്തേ ആവോ ണ്ടായത്?"

"രണ്ടാമതും കെട്ടണമെന്ന് തന്തേം തള്ളേം മോനോടു ഫോണിൽ പറയുന്നത് പെണ്ണ് കേട്ടത്രേ. ഏതോ ബങ്കീശക്കാരുടെ ആലോചന വന്നി

ട്ടുണ്ടെന്നും ഇരുചെവി അറിയാതെ അത് ഒറപ്പിക്കാൻ പോണെന്നും കേട്ടതും പാവം പെണ്ണ് പെരും നെലോളി നെലോളിച്ചോലെ. അപ്പം തള്ള ഉന്തിയെന്നോ തള്ളിയെന്നോ ഒക്കെ പറേണു സാജിദ. അങ്ങനെന്തെങ്കിലും ഉണ്ടായാ രണ്ടോളേം ഞാൻ കോടതി കേറ്റുമെന്ന് ഓള് പറഞ്ഞപ്പോൾ തള്ള മോനെ വിളിച്ച് കാത് നിറച്ചുകൊടുത്ത്. ഓൻ സുൽഫത്തിനെ വിളിച്ച് ബയക്കു പറഞ്ഞതും ഓളെറങ്ങി ഇങ്ങട്ടേക്കു മണ്ടി."

"ഒറ്റക്കേ പോന്നത്?"

"പിന്നല്ലാതെ? നെലോളിച്ചോണ്ടാ ഇവിടെ വന്നു കയറിയത്. നല്ല കാലത്തിനു സാജിദ ഇവിടെ ഉണ്ടായിരുന്നു. രണ്ടാളും പാടെ മുറീക്കെടന്ന് കരയുന്നതും എണ്ണിപ്പെറുക്കുന്നതും കണ്ടപ്പോ ഞാനെന്റെ പണിക്കുപോയി. ഫോൺ ബെല്ലടിച്ചപ്പളാ സാജിദ പൊറത്തെറങ്ങിയത്."

"അന്നോട് ഫോണിൽ വർത്താനം പറഞ്ഞിട്ട്, ഞാൻ കുളിച്ചിട്ടു വരാം. ഉമ്മച്ചി സുൽഫത്തിനെ ഒന്നു ശ്രദ്ധിച്ചോളണേന്ന് ഇന്നോട് പറഞ്ഞതാ. ഞാൻ ചെന്നു നോക്കുമ്പം സുൽഫത്ത് കണ്ണടച്ച് കിടക്കുന്നു. ഒറങ്ങ്വാണെന്നാ ഞാൻ നിരീച്ചത്. സാജിദാന്റെ നെലോളി കേട്ടു മണ്ടിച്ചെന്നപ്പം എന്താ കായ്ച.."

"ഇന്റെ റബ്ബേ.. ഓളെന്താ കാട്ടീത്...."

"ഷാള് ഫാനിൽ കെട്ടി കഴുത്തിൽ കുരുക്കിട്ട് തൂങ്ങുന്നു. മേലായ റബ്ബിന്റെ കൃപ കൊണ്ട് അന്നേരം സാജിദ അവിടെയെത്തി. ഓള് സുൽഫത്തിനെ പൂണ്ടടങ്കം പിടിച്ച് ഇന്നെ വിളിച്ച്. എന്താ ചെയ്യണ്ടതെന്ന് ഇനിക്ക് എത്തും പിടിയും കിട്ടീല. കത്തി കൊണ്ടരീ ഉമ്മാന്നും പറഞ്ഞ് സാജിദ നെലോളിച്ചപ്പം ഞാൻ അടുക്കളേച്ചെന്ന് കത്തിയെടുത്ത് ഷാള് അറുത്തിട്ടു."

"ഒന്ന് നാവടക്കുന്നുണ്ടോ നിയ്യ്. മേലാക്കം എന്താ വേണ്ടതെന്ന് ആലോചിക്ക്."

ഇക്കയുടെ ശബ്ദം കേട്ട് ഇത്ത സംസാരം നിർത്തി.

"ഇക്കഥ ഇനി ഒരു മനുഷ്യനോടും നീ മിണ്ടിപ്പോകരുത്. മെഹറൂഫിന്റെ ഉപ്പ മൊയ്തുണ്ണ്യാക്ക അറിഞ്ഞാൽ അതുമതി പുക്കാറിന്. ഓളെ ഒന്ന് ഒയിവാക്കിക്കിട്ടാൻ തക്കം നോക്കി നടക്കയാ കെളവൻ."

ഇക്ക താക്കീതു ചെയ്തു.

"നിയിപ്പം എന്താ കണ്ടക്കണ്?"

ഇക്ക ചോദിച്ചപ്പോൾ റാലത്ത് പകച്ചു നോക്കി.

"ഇക്ക മൊയ്തുണ്ണ്യാക്കാനെ ഒന്ന് കണ്ടാ.."

"മക്കള് ഗൾഫിൽ പോയതോടെ അയാള് കൊമ്പത്തെ വർത്താനാ. സുൽഫത്തിനു സ്ത്രീധനം കിട്ടിയത് പോരാന്ന് ഇന്നാള് ചന്തേ കണ്ടപ്പളും പറഞ്ഞു. പെര മോളില് വാർക്കണം. കൊറച്ച് പണം കിട്ടിയാ തരക്കേടില്ലെന്നും പറഞ്ഞു."

"ഓല് ചോയിച്ചത് ഞമ്മള് കൊടുത്തീലേ?"

"അന്ന് ഓൻ നാട്ടിലായിരുന്നില്ലേ. ഓനവിടെ ബാങ്കില് പണിക്കേറ്റം കിട്ടി. ഫാമിലി വിസ കിട്ടീന്ന് അറിഞ്ഞപ്പളാ തന്തയ്ക്കും തള്ളയ്ക്കും എളക്കം തൊടങ്ങ്യേത്."

"ഓലിക്കിപ്പം എന്താ മേണ്ട്യത്."

റംലത്തിനു അത്രമാത്രം അറിഞ്ഞാൽ മതി.

"നെന്റെ പേരിലുള്ള രണ്ടേക്കർ തോട്ടം മെഹറൂഫിന്റെ പേരില് എയ്തി വെച്ചാലേ ഓളെ അക്കരയ്ക്ക് കടത്തൂന്നാ മെയ്തുണ്യാക്കാ പറഞ്ഞത്. ഓൻ വിസ അയച്ചിട്ടുണ്ടെന്നാ കേട്ടത്. ഒരു ചങ്ങായിന്റെ കൈയില്. പക്ഷേ, മൊയ്തുണ്യാക്കേം പെണ്ണുങ്ങളും ഓളെ വിടൂന്ന് ഇനിക്കു തോന്നണില്ല."

"ഇന്റെ സ്ഥലം ഓന്റെ പേരിലെയുതിക്കൊടുത്താ ഓളെ ഗൾഫില് കൊണ്ടോവ്വോ? ഓൻ ഉമ്മാന്റീം ബാപ്പാന്റീം വാക്കുകേട്ട് ഇനീം ഓളെ സങ്കടപ്പെടുത്തൂലാന്ന് എന്താ ഒരൊറപ്പ്?"

"ഇക്ക ഇന്നെ സങ്കടപ്പെടുത്തൂലാ."

അവിടെ എത്തിയ സുൽഫത്താണ് അതിനു മറുപടി പറഞ്ഞത്.

"എന്നിട്ടാണോ ഉമ്മാന്റെ വാക്കുകേട്ട് ഓൻ അന്നോട് പൊരേന്ന് എറങ്ങിപ്പോവാൻ പറഞ്ഞത്. സ്ഥലം ഓന്റെപേര്ല് എയ്തീട്ട് ഓല് വാക്കു മാറ്യാലോ? ഓൻ വേറെ പെണ്ണു കെട്ടണേങ്കി കെട്ടിക്കോട്ടെ. ഇതിലും നല്ല ബന്ധം ഉമ്മ അനക്കുണ്ടാക്കിത്തരാം."

"എന്നാ അന്നിന്റെ മയ്യത്ത് ഇങ്ങള് കാണും."

സുൽഫത്ത് വീണ്ടും ഇടഞ്ഞു.

"ഒന്നു പറഞ്ഞു രണ്ടിന് മരിക്കൂന്ന് പറഞ്ഞ് നീയ്യ് ആളെ പേടിപ്പിച്ചാ ഞാനിതില് എടപെടൂലാ."

ഇക്ക അരിശപ്പെട്ടു.

"അന്നെ കരയിക്കാനല്ല ഉമ്മ ഓരോന്നു കുത്തിച്ചോദിക്കുന്നത്. ഉമ്മാന്റെ ബേജാറോണ്ടാ... മെഹറൂഫ് അന്റൊപ്പരം നിക്കോ?"

"ഉം."

"തള്ള പറയണതുകേട്ട് അന്നെ ഇനീം സങ്കടപ്പടുത്തില്ലാന്ന് എന്താ ഒറപ്പ്?"

"ഇക്കാക്ക് ഇന്നോട് സ്നേഹക്കൊറവൊന്നൂല്ല."

"പിന്നെ ഫോണിൽക്കൂടി അന്നെ എന്തിനാ വയക്കു പറഞ്ഞത്."

"അത് ഉമ്മച്ചി നുണ പറഞ്ഞുകൊടുത്തിട്ടേ. ഞാൻ ഉമ്മച്ചീനെ ചീത്ത പറഞ്ഞു, തച്ചു എന്നൊക്കെ കേട്ടപ്പം ഇക്ക ചൂടായി. ഉടനെ അവിടെന്നിറങ്ങാൻ ഇക്ക പറഞ്ഞപ്പം ഇന്നോടു നെലോളിച്ചുപോയി. ഇനിക്കൊന്നും അറീലാ.. ഞാനാകെ അന്തംവിട്ടുപോയി."

"എന്നാലും ഇന്റെ പൊന്നുമോളേ ഇസ്ലാമിങ്ങക്ക് പറഞ്ഞ പണിയാണോ നിയ്യ് കാണിച്ചത്...."

റംലത്ത് മകളെ കെട്ടിപ്പിടിച്ചു പൊട്ടിക്കരഞ്ഞു.

"മെഹ്റൂഫ്ക്ക ഇല്ലാതെ ഇനിക്കൊരു ജീവിതമില്ല. ഉമ്മ ഇക്കയെ നേരിട്ടൊന്ന് വിളിച്ച് സംസാരിക്ക്. നേരത്തെ വിളിച്ചപ്പളും ഇക്ക അങ്ങനെയാ പറഞ്ഞത്. വിസ അയച്ചിട്ടുണ്ട്. പൊറപ്പെടാൻ ഒരുങ്ങിക്കോന്ന് കയിഞ്ഞ വെള്ളിയാഴ്ച വിളിച്ചപ്പം ഇന്നോടു പറഞ്ഞതാ. ഉമ്മച്ചീനോട് ഇപ്പം പറയണ്ടാന്നും പറഞ്ഞു. അത് ഉപ്പച്ചി കേട്ടു. അന്നുമുതൽ ഇനിക്ക് സൈ്വരല്ല. ഇക്കായ്ക്കും സൈ്വരം കൊടുത്തിട്ടില്ല. അതാ ഇക്ക എന്നോട് പൊരേല്ക്ക് പോന്നാളാൻ പറഞ്ഞത്."

"അമ്മായി എതായാലും മെഹറൂഫിനെ ഒന്ന് വിളിച്ചു നോക്ക്."

സാജിദ പറഞ്ഞു.

"ഇബിടത്തെ ഫോണില് പറ്റൂല്ലാലോ. നേരം ഇരുട്ടും ചെയ്തു. ഈ നേരത്തെങ്ങനാ ബൂത്തിൽ പോണത്? അതുമല്ല ബൂത്തിൽനിന്ന് എങ്ങനെയാ ഇക്കാര്യങ്ങളൊക്കെ പറേന്നത്?"

"ഇന്റേല് ഐ ടി കാർഡുണ്ട്."

സുൽഫത്ത്.

"അതെന്ത്ന്നാ?"

റംലത്ത് ചോദിച്ചു.

"അതിനെ നമ്പർ ഡയൽ ചെയ്തു വിളിച്ചാ മതി. ഇക്കാനെ വിളിക്കാൻ ഞാൻ വാങ്ങിവച്ചതാ. ഉമ്മച്ചീം ഉപ്പച്ചീം ഒറങ്ങിയാലാ ഞാൻ വിളിക്കുന്നത്."

"അയിന് പയിശ എമ്പാടും വേണ്ടേ?"

"നൂറുറുപ്പികയ്ക്കും ഇരുന്നൂറുറുപ്പികയ്ക്കുമൊക്കെ കാർഡു കിട്ടും." സാജിദ

"എന്തെല്ലാം എടപാടുകളാണോ എന്തോ?"

റംലത്ത് മൂക്കത്ത് വിരലു വെച്ചു.

"ഗൾഫുകാരുടെ പെണ്ണുങ്ങമ്മാര് എന്തെല്ലാമോ സഹിക്കേണ്ടത്. ഇനിക്കെന്നും പറഞ്ഞ് പൈസാ അയച്ചാ ഇന്റെ കൈയിൽ കിട്ടാറില്ല. പിന്നെ ഉമ്മച്ചീം ഉപ്പച്ചീം അറിയാതെയാ ഇക്കയുടെ ഒരു ചങ്ങാതീടെ കൈയിൽ ഇനിക്ക് കൊറച്ചു പൈസേം ഐ ടി കാർഡും ഇക്ക കൊടുത്തയച്ചത്."

സുൽഫത്ത്

"ഞാനാദ്യം അക്ബറിനെ ഒന്നു വിളിച്ചു നോക്കട്ടെ."

"അക്ബറാക്കായ്ക്ക് എതിർപ്പൊന്നും കാണൂലാ." സുൽഫത്ത്

"അത് അനക്കെങ്ങനെ അറിയാം."

"ഇന്നാള് ഇക്കാക്ക വിളിച്ചപ്പം ഞാൻ ചോദിച്ചതാ. മൂപ്പർക്കാടെ നല്ല

പണിയാണെന്നും ഉമ്മാന്റെ സ്ഥലം നിന്റേ പേരിൽ എയിത്ച്ചോന്നും പറഞ്ഞു."

"ഓനിക്കും കൂടി സമ്മതിച്ചാ ഒന്നര ഏക്കർ അന്റെ പേരിൽ എയ്തി ത്തരാം. അര ഏക്കർ ഇന്റെ പേരിൽ കെടക്കട്ടെ. നാളെ ഇന്റെ ഹാലെ ന്താന്ന് ആരു കണ്ടു. മക്കള് ഗൾഫിലാണെന്നൊന്നും പറഞ്ഞിട്ട് കാര്യല്ല. അവനോന്റേല് ഉണ്ടെങ്കില് ആവാത്ത കാലത്ത് ഉതകൂ." റംലത്ത് പറഞ്ഞു.

"മൂപ്പരോടൊന്നു ചോയിക്കണ്ടേ?"

ഇക്ക സംശയിച്ചു.

"ചോയിച്ചാൽ നടക്കോന്ന് അറീലാ. തല്ക്കാലം ആരും അറിയണ്ട."

"നിയ്യ് അക്ബറിനേം മെഹറൂഫിനെയും ഒക്കെ വിളിച്ച് സംസാരിച്ച് തീരുമാനമെടുക്ക്. എന്നിട്ട് ഞാൻ മൊയ്തുണ്യാക്കയെ ചെന്നുകാണാം."

സുൽഫത്തിന്റെ തെളിഞ്ഞ മുഖം കണ്ടപ്പോൾ നെഞ്ചിലെ ചൂടൊന്നിറങ്ങി.

നാല്പത്തിയൊന്ന്

നൂറു മഹിളാസഭയുടെ ഓഫീസിലെത്തിയപ്പോൾ രാധേടത്തി വരാന്തയിൽ കാത്തിരിക്കുന്നുണ്ടായിരുന്നു. കൂടെ വേറെയും രണ്ടു സ്ത്രീകളുണ്ട്. ഒമ്പതു മണിക്ക് എത്താമെന്ന് ഏറ്റതാണ്. ഇറങ്ങാൻ നേരം ഹാജിയുമായി ഇടയേണ്ടി വന്നു. സാധാരണ കാറിലാണ് ആഫീസിലെത്താറുള്ളത്. അത് ഹാജിയുടെ തീരുമാനമായിരുന്നു. ഓട്ടോയിലായിരുന്നു പോയിക്കൊണ്ടിരുന്നത്. ആരോ എന്തോ ഏഷണി പറഞ്ഞതുകേട്ടാണ് എന്നും രാവിലെ കാറിൽ ആഫീസിൽ കൊണ്ടുവിടാൻ ഹാജി വാസുവിനെ ഏർപ്പാടാക്കിയത്. ഇന്ന് കാറിൽ കയറാൻ മുൻവശത്തെത്തിയപ്പോൾ ഹാജി മുഖം കുടുക്കപോലെ വീർപ്പിച്ച് ഉമ്മറത്തു നില്ക്കുന്നു.

"എങ്ങട്ടാ?" കണ്ടതും മുരണ്ടു.

"ആപ്പീസിലേക്ക്."

"ഇന്നത്തോടെ എല്ലാം നിർത്തിക്കോ."

"അങ്ങനെ പറഞ്ഞാലെങ്ങനാ..."

"പിന്നെ എങ്ങനെ പറയണം?"

ഉമ്മറവാതില്ക്കൽ നില്ക്കുന്ന റംലത്തിന്റെ മുഖത്ത് നിലാവ്.

"നിങ്ങള് സമ്മതിച്ചിട്ടല്ലേ ഞാൻ ഈ പണി ഏറ്റെടുത്തത്. ഇനിയിപ്പം പകുതി വഴിക്ക് നിർത്താൻ പറഞ്ഞാൽ.."

"പറഞ്ഞാൽ നിർത്തണം."

"അതു പറ്റില്ല. ഞാൻ ഏറ്റെടുത്ത കാര്യങ്ങള് മുഴുവനാക്കിയിട്ട്.."

"ഇന്റെ റബ്ബേ... നിയ്യ് ആരോടാ നൂറു തറുതല പറേണത്.." എരി തീയിൽ എണ്ണ ഒഴിക്കാനെന്നപോലെ റംലത്ത് ഏറ്റുപിടിച്ചു.

"നിന്നെ ഇവിടെ ആരും വിളിച്ചില്ല. ആരോടെങ്കിലും എന്തെങ്കിലും പറയുമ്പോഴേക്ക് അപ്പം എത്തും അവിടെ." ഹാജിയുടെ സ്വരം കടുത്തു.

"അത് ഇങ്ങളോടു തറുതല പറഞ്ഞാ ഇനിക്ക്..."

"മിണ്ടരുത്."

ഇടിവെട്ടുമ്പോലെ ഹാജി കയർത്തു.

"ആട്ടാനും തുപ്പാനും ഞാനൊരുത്തി ഉണ്ടല്ലോ." റംലത്ത് പതിവു പോലെ മുതലക്കണ്ണീരൊഴുക്കി.

ഹാജിയാരുടെ സ്വരം ഉയർന്നപ്പോൾ ബീരാനിക്ക അകത്തേക്കോടി. തിരിച്ചുവന്നപ്പോൾ ഐഷാത്ത കൂടെ ഉണ്ടായിരുന്നു.

"എന്താ ഇവിടെ? നീയ് രാവിലെ തമ്മിലടിപ്പിക്കല് തൊടങ്ങി അല്ലേ റംലത്തേ? നായിന്റെ വാല് കൊയലിലിട്ടാല് നീരുല്ലാന്ന് പറേന്നത് വെറുതെയല്ല."

കണ്ണീരൊലിപ്പിച്ച് പതം പറയുന്ന റംലത്തിനോടായി ഐഷാത്ത പറഞ്ഞു.

"ചക്കക്കെറിഞ്ഞ്, മാങ്ങയ്ക്കെറിഞ്ഞ് ഇപ്പം തേങ്ങയ്ക്കാ... ഇതാപ്പം കൂത്ത്. നൂറു തെറ്റു ചെയ്താലും ശിക്ഷ ഇനിക്കാ."

"എന്തേ നൂറു."

കിതച്ചുകൊണ്ട് ഐഷാത്ത ചോദിച്ചു.

"ഞാൻ ഇനി മഹിളാസഭയിലേക്ക് പോണ്ടാന്ന്. പെട്ടെന്നിങ്ങനെ പറഞ്ഞാൽ ശരിയാവ്വോ?"

"മൂപ്പര് പോണ്ടാന്ന് പറഞ്ഞെങ്കില് പോണ്ട നൂറു. അതിലെന്തിനാ തർക്കം?"

"മൂപ്പര് സമ്മതിച്ചിട്ടല്ലേ ഐഷാത്താ ഞാൻ ഇതേറ്റെടുത്തത്.

ഇനിയിപ്പം പെട്ടെന്നിങ്ങനെ പറഞ്ഞാൽ."

"അന്ന് സമ്മതം തന്നു. ഇപ്പം പറയുന്നു പോണ്ടാന്ന്. കേട്ടല്ലോ."

ഹാജി കോപത്തിൽത്തന്നെയാണ്.

"അവിടെ എന്താപ്പം ഇത്ര അടിയന്തിരം നൂറു? ഇന്നു നീ പോണ്ട."

"അതു പറ്റില്ല. ബാങ്കിൽനിന്ന് എന്റെ പേരില് ലോണെടുത്തിട്ടാ റെഡിമെയ്ഡ് യൂണിറ്റ് തുടങ്ങിയത്. ഒരു വലിയ ഷോപ്പിലേക്കുള്ള ഓർഡർ എത്തിക്കേണ്ടത് ഇന്നാ. ഞാൻ പോയിട്ടുവേണം..."

"എന്നാ ഇന്നേക്ക് ഓള് പോട്ടെ അല്ലേ." ഐഷാത്ത

ഹാജിക്ക് അനക്കമില്ല.

"ഇന്നാണ് ലോണിന്റെ തവണ അടയ്ക്കേണ്ട അവസാന ദിവസം. തുന്നിവച്ച സാധനങ്ങൾ കൊടുത്തു പണം വാങ്ങിയിട്ടുവേണം.."

"നിയ്യെന്നെ കച്ചവടം പഠിപ്പിക്കണ്ട. ആരോടു ചോദിച്ചിട്ടാ നിന്റെ പേരില് ലോണെടുത്തത്?"

"അത് പേഴ്സണൽ ലോണാ. എന്തു വന്നാലും ഞാൻ സഹിച്ചോളാം."

"അത്രയ്ക്കായോ. എന്നെ ധിക്കരിക്കാൻ കച്ചകെട്ടി ഇറങ്ങിയതാ."

"അങ്ങനെയൊന്നും കരുതിയില്ല. ലോണടയ്ക്കാനുള്ള പണം റെഡിമെയ്ഡ് യൂണിറ്റിൽനിന്നും കിട്ടുന്നുണ്ട്. മസാലപ്പൊടികൾ ഉണ്ടാക്കി വില്ക്കാനുള്ള പരിപാടി കൂടി ഉണ്ട്. അതിനെപ്പറ്റി ആലോചിക്കാൻ രണ്ടുമൂന്നുപേർ വരും. ഞാൻ പോയിട്ടുവരാട്ടോ."

ഐഷാത്തയോടു യാത്ര പറഞ്ഞു ഇറങ്ങി നടന്നു

"മസാലപ്പൊടി വിറ്റും തുന്നപ്പണി ചെയ്തും മേണ്ട ഓക്ക് വെള്ളം കുടിക്കാൻ. അപമാനിക്കാൻ കച്ചകെട്ടി ഇറങ്ങിയതാ."

ഹാജിയുടെ വാക്കുകൾ കേൾക്കാത്ത മട്ടിൽ പുറത്തേക്കിറങ്ങി.

"നൂറു നിയ്യെന്തിനുള്ള പുറപ്പാടാ?"

ഐഷാത്ത പിറകിൽ നിന്ന് വേവലാതിയോടെ പറയുന്നുണ്ടായിരുന്നു. അവർ ഇന്ന് ഒരുപാട് ചീത്ത കേൾക്കേണ്ടി വരും. ജങ്ഷനിൽ പലരും പരിചയഭാവത്തിൽ നോക്കുന്നുണ്ടായിരുന്നു. പെട്ടെന്ന് ഓട്ടോ കിട്ടിയപ്പോൾ ആശ്വാസത്തോടെ കയറിയിരുന്നു. തിരിച്ചെത്തിയാൽ എന്തു പുകിലായിരിക്കുമോ എന്തോ?

"കൊറച്ചു താമസിച്ചുപോയി."

ഓട്ടോക്കാരനെ പറഞ്ഞയച്ചിട്ട് രാധേടത്തിയോടു ക്ഷമ ചോദിച്ചു.

"എന്താടോ മുഖം വാടിയിരിക്കുന്നേ?"

രാധേടത്തി തോളിൽ പിടിച്ചുകൊണ്ടു ചോദിച്ചു.

"ഒരു തലവേദന."

കള്ളം പറഞ്ഞു.

"വാ അകത്തിരിക്കാം."

അവരേയും കൂട്ടി അകത്ത് ചെന്നു

മുകളിലെ ഹാളിന്റെ പണി പൂർത്തിയായതോടെ റെഡിമെയ്ഡ് യൂണിറ്റ് അങ്ങോട്ടേക്കു മാറ്റി. ഒരു കട്ടറടക്കം അഞ്ചുപേരുണ്ട്. ഒരുമാതിരി തെറ്റില്ലാതെ നടന്നുപോകുന്നുണ്ട്. ആറു മെഷീൻ ആദ്യമേ ഉണ്ട്. ബാങ്കിൽനിന്ന് ഇരുപത്തയ്യായിരം രൂപ ലോണെടുത്ത് ഒരു എംബ്രോയ്ഡറി മെഷീനും മറ്റ് അത്യാവശ്യസാധനങ്ങളും വാങ്ങി. സ്ത്രീകൾ നാലുപേരും വളരെ പാവപ്പെട്ട ചുറ്റുപാടിൽനിന്നും വരുന്നവരാണ്. രാവിലെ ഒൻപതിന് വന്നാൽ വൈകുന്നേരം ആറുവരെ ഒരേ ഇരിപ്പിരുന്നാണ് തയ്ക്കുന്നത്. കുറച്ചുകൂടി ഓർഡർ കിട്ടിത്തുടങ്ങിയാൽ രണ്ടുമൂന്നുപേർക്കു കൂടി ജോലി കൊടുക്കാം. ഇതിനൊക്കെയുള്ള എല്ലാ സഹായങ്ങളും ചെയ്തുതന്നത് രാധേടത്തിയാണ്.

“ഇത് സുലേഖ. സാമൂഹ്യപ്രവർത്തകയാണ്. കടപ്പുറത്തെ കോളനിയിലെ സ്ത്രീകളെ സംഘടിപ്പിച്ച് ചില പ്രവർത്തനങ്ങളൊക്കെ നടത്തുന്നുണ്ട്. അവിടത്തെ പെൺകുട്ടികളുടെ കാര്യം കഷ്ടമാണ്. പതിനഞ്ചു തികയും മുമ്പേ സെക്സ് വർക്കിനിറങ്ങുന്നവരാണ് ഏറെയും.”

രാധേടത്തി കൂടെ വന്ന മുസ്ലീം സ്ത്രീയെ പരിചയപ്പെടുത്തി.

“ഞങ്ങളുടെ കോളനീല് സ്വന്തം കാലിൽ നില്ക്കാൻ ആഗ്രഹിക്കുന്ന കുറച്ചു പെൺകുട്ടികളുണ്ട്. അവർ വഴിതെറ്റിപ്പോകുന്നതിനുമുമ്പ് എന്തെങ്കിലും തൊഴിലിലേർപ്പെടുത്തണമെന്നുണ്ട്. അതിനെപ്പറ്റി ആലോചിക്കാനാ വന്നത്.”

അവർ മുന്നിലെ കസേരയിൽ ഇരുന്നു.

“സുലോചനയെ നൂർജഹാൻ അറിയില്ലേ. വനിതാസംഘം പ്രസിഡന്റ്.”

“പിന്നെ അറിയാതെ. ഇരിക്ക്”

അവരോടു സംസാരിക്കുമ്പോഴും മനസ്സ് മറ്റെങ്ങോ ആയിരുന്നു. ഒരു ധൈര്യത്തിന് ഇറങ്ങിപ്പോന്നതാണ്. തിരിച്ചവിടെ ചെല്ലുമ്പോൾ എന്തായിരിക്കും ഹാജിയുടെ മട്ട്? എന്തായാലും നേരിടുക തന്നെ.

“താഴത്തെ ചായ്പിൽ ഞങ്ങളെ പെൺകുട്ടികൾക്കുവേണ്ടി എന്തെങ്കിലും തൊടങ്ങിക്കൂടേ?”

“അതിപ്പം... എനിക്ക് ഒറ്റയ്ക്ക് ഒരു തീരുമാനം എടുക്കാൻ പറ്റില്ല. കമ്മിറ്റി കൂടീട്ട്....”

വാക്കുകളിടറിയോ?

“അതു നേരാ. പേരിനാണെങ്കിലും ഒരു കമ്മിറ്റിയുണ്ടല്ലോ. അവരോടൊക്കെ ചോദിക്കാതെ തീരുമാനമെടുക്കുന്നത് ശരിയല്ല.”

“ഓലൊക്കെ ഇവിടത്തെ മുതലാളിച്ചിമാരല്ലേ. സമ്മയിക്ക്വോ?”

സുലേഖയുടെ സ്വരത്തിൽ കയ്പ്

“നൂർജഹാനും അക്കൂട്ടത്തിൽപ്പെട്ടതാണെന്നു മറക്കണ്ട.”

സുലോചന.

“ഒരു പ്രസ്ഥാനത്തിന്റെ തലപ്പത്തിലിരിക്കുമ്പോൾ ഒറ്റയ്ക്കൊരു തീരുമാനം എടുക്കാനാവില്ല. ആകട്ടെ എന്തു പ്രോജക്ടാ സുലേഖയുടെ മനസ്സിലുള്ളത്?”

“ഞാനിന്നലെ പറഞ്ഞില്ലേ? അച്ചാറും മസാലപ്പൊടികളും മറ്റുമുണ്ടാക്കി വീടുകളിൽ കൊണ്ടുനടന്നു വിറ്റാലും നഷ്ടം വരില്ല. അതിനാണെങ്കിൽ വലിയ മുതൽമുടക്കും വേണ്ട. പേടിയില്ലാതെ ഇരുന്നു പണിയെടുക്കാൻ ഒരിടം മതി ഞങ്ങക്ക്.”

“എത്ര കുട്ടികളുണ്ട്?”

“അഞ്ചെട്ടുപേരേ ഇനി ചീത്തയാകാതെ ബാക്കിയുള്ള, ഇനിയും എത്രനാൾ അവർക്കു പിടിച്ചു നില്ക്കാൻ ആകുമെന്ന് എനിക്കറിയില്ല.”

സുലേഖയുടെ സ്വരത്തിൽ നിരാശ.

"സുലേഖ സമാധാനമായിട്ടിരിക്ക്. എന്തെങ്കിലും വഴി നമുക്ക് കാണാം. സുലോചനയ്ക്ക് ഇതിലെന്തെങ്കിലും ചെയ്യാൻ പറ്റില്ലേ?"

"ഞങ്ങളുടെ സാമ്പത്തിക സ്ഥിതിയൊക്കെ മോശമാണെന്ന് രാധേച്ചിക്കറിയാമല്ലോ. സ്വന്തമായി ഒരു കെട്ടിടംപോലും ഞങ്ങക്കില്ല. രാഷ്ട്രീയ ചായ്‌വുണ്ടെങ്കിലേ ഇവിടെ വനിതാസംഘടനകൾക്ക് നിലനില്പുള്ളൂ. എന്നാണ് ഇന്നത്തെ അവസ്ഥ. എന്നാലും എന്നാലാവുമ്പോലെ സഹായിക്കാം."

"ഗുണ്ടാസംഘം നിങ്ങടെ കോളനിയിലെ പെൺകുട്ടികളെ ബലമായി സെക്സ് വർക്കിനു പിടിച്ചുകൊണ്ടുപോകുന്നു എന്നത് നേരാണോ സുലേഖാ?" രാധേടത്തി.

"അവിടെ നടക്കാത്തതൊന്നുമില്ല. കഞ്ചാവും ലഹരിമരുന്നുകളും വില്ക്കാനയക്കുന്നത് സ്ത്രീകളെയാണ്. ജീവിക്കാൻ വേണ്ടി അവർക്ക് പലതും ചെയ്യേണ്ടിവരുന്നു. പൊലീസുകാർക്ക് വഴിപ്പെട്ടാൽ കേസാക്കാതെ തിരികെപ്പോരാം. പലർക്കും വേണ്ടത് പിടിക്കുന്നവരുടെ കിളിന്തുപോലുള്ള പെൺമക്കളെയാണ്. അവരെ കള്ളും കഞ്ചാവും കൊടുത്തു മയക്കി എന്തൊക്കെയാ ചെയ്യിക്കുന്നതെന്നോ?"

"ഇപ്പോഴത്തെ പിള്ളാരാണെങ്കി സീരീയലെന്നു കേട്ടാ തുണി പറിച്ചെറിയാനും മടിയില്ല."

സുലോചന.

"അവരെ കുറ്റം പറഞ്ഞിട്ടു കാര്യമില്ല. വീട്ടിനുള്ളിൽപ്പോലും അവർക്കു രക്ഷയില്ല. സ്വന്തം അച്ഛനേയും ആങ്ങളമാരേയും പേടിച്ച് ഉറങ്ങാതിരിക്കുന്നവരാ ഏറെ."

"കള്ളും കഞ്ചാവും അകത്തു ചെന്നാൽ അമ്മയേയും പെങ്ങളേയും തിരിച്ചറിയില്ല ചെറ്റകള്."

സുലേഖയുടെ സ്വരത്തിൽ കയ്പിന്റെ നീർച്ചാട്ടം.

"എനിക്ക് കലക്ടറേറ്റിൽ പതിനൊന്നിനൊരു മീറ്റിങ്ങുണ്ട്. കഴിഞ്ഞ വർഷമുണ്ടായ വർഗ്ഗീയലഹളയിൽ വീടു നഷ്ടപ്പെട്ടവരെ ഇതുവരെ പുനരധിവസിപ്പിച്ചിട്ടില്ല. പലരും ബന്ധുക്കളുടെ വീടുകളിലും മറ്റുമാ ഇപ്പോഴും താമസം. അതിനെക്കുറിച്ചുള്ള ആലോചനാ യോഗമാ."

സുലോചന.

"അവരുടെ കാര്യം കൊറച്ചു കഷ്ടാട്ടോ. ആരോ ചെയ്ത തെറ്റിന് ശിക്ഷ അനുഭവിക്കുകയാ പാവങ്ങൾ. വലിയ വലിയ വാഗ്ദാനങ്ങളൊക്കെ വിളിച്ചു പറഞ്ഞുപോയ രാഷ്ട്രീയക്കാർ ഇപ്പോൾ അങ്ങോട്ടു തിരിഞ്ഞു നോക്കാറില്ല." രാധേടത്തി.

"അടുത്ത ഇലക്ഷനാവുമ്പോഴേ ഇനി അവർ അവിടെ കാലു കുത്തൂ. അവിടെ നടന്നത് വർഗ്ഗീയലഹളയല്ലെന്ന് ഭരണപക്ഷക്കാർക്കും പ്രതിപ

ക്ഷക്കാർക്കുമറിയാം. എന്നാലും ആരും അത് ഉറക്കെ പറയില്ല. മനുഷ്യരെ തമ്മിൽ അടിപ്പിച്ചാലും വേണ്ടൂലാ ഭരണം കിട്ടിയാമതി പഹയർക്ക്. അവിടെയുള്ള പല കുടുംബങ്ങളെയും എനിക്കു നേരിട്ടറിയാം. ഒരു പ്രേമക്കേസാ ചെകുത്താന്മാർ വർഗ്ഗീയലഹളയാക്കി മാറ്റിയത്. ഇന്നിപ്പം ഇരുകൂട്ടരും തമ്മിൽ കണ്ടാ കൊത്തുകോഴിയെപ്പോലെയാ. കുടുംബം പോലെ കഴിഞ്ഞിരുന്ന ആൾക്കാരാ."

സുലേഖ അരിശത്തോടെ പറഞ്ഞു.

"അതൊന്നും പറഞ്ഞിട്ട് ഇനി കാര്യമില്ല. ഇരുകൂട്ടരെയും തമ്മിലടുപ്പിക്കാനും നമ്മളൊക്കെ മുന്നിട്ടിറങ്ങേണ്ടിയിരിക്കുന്നു. രാഷ്ട്രീയക്കാർ സംഗതി ഇനിയും വഷളാക്കുംമുമ്പേ നമ്മളെന്തെങ്കിലും ചെയ്തേ മതിയാകൂ." രാധേടത്തി.

"നമ്മക്കെന്തു ചെയ്യാനാകും?" സുലേചന

"അവരുടെ ഇടയിൽ ഇറങ്ങിച്ചെന്നു പ്രവർത്തിക്കണം." രാധേടത്തി.

"ലഹളയ്ക്കു മുമ്പു അവരുടെ പല കാര്യങ്ങളിലും ഇടപെട്ട ആളാഞാൻ. ഹിന്ദു മുസ്ലീം ഭേദമില്ലാതെ എല്ലാ സ്ത്രീകൾക്കും അന്നെന്നെ വലിയ കാര്യമായിരുന്നു. ഇപ്പോൾ ഒരു കൂട്ടർ എന്നെ സംശയത്തോടെയാണ് നോക്കുന്നത്. ഞാൻ മുസ്ലീമായതുകൊണ്ട് മുസ്ലീമിങ്ങളുടെ കാര്യത്തിൽ മാത്രം ഇടപെട്ടാ മതിയെന്ന് അവിടത്തെ നേതാക്കൾ പറഞ്ഞതോടെ ഞാൻ അങ്ങോട്ടു പോകുന്നത് നിർത്തി."

പറഞ്ഞപ്പോൾ സുലേഖയുടെ സ്വരം ഇടറി.

"നമ്മളെപ്പോലുള്ളവരെ അവിടെനിന്ന് അകറ്റേണ്ടത് മതതീവ്രവാദികളുടെ ആവശ്യമാണ്. രാഷ്ട്രീയക്കാരുടെ ഒത്താശയോടെയാണ് അവരിത് ചെയ്യുന്നത്. അതിനാണ് അവർ ജനങ്ങളെ നമുക്കെതിരാക്കുന്നത്. അങ്ങനെ തോറ്റു മടങ്ങരുത് സുലേഖാ. അടുത്തയാഴ്ച നമുക്ക് ഒരുമിച്ച് അവിടെ പോകണം." രാധേടത്തി.

"ഇപ്പോ ഇറങ്ങിയില്ലെങ്കിൽ എനിക്കു സമയത്തിനു മീറ്റിങ്ങിനെത്താൻ പറ്റില്ല. പോട്ടെ."

സുലോചന യാത്ര പറഞ്ഞു

"ഞാനും എറങ്ങട്ടെ. നിങ്ങള് രണ്ടാളും ആലോചിച്ച് ഒരു വഴി കണ്ടു പിടിച്ചു തരണം."

സുലേഖയും യാത്ര പറഞ്ഞു.

"തനിക്കെന്താടോ പ്രശ്നം?"

സുലേഖയും ഇറങ്ങിയപ്പോൾ രാധേടത്തി ചോദിച്ചു. കണ്ണു നിറഞ്ഞു.

"വിലക്കുകൾ പലതും ലംഘിച്ചിട്ടാ വരുന്നത്. എത്രകാലം പിടിച്ചു നില്ക്കാനാകുമെന്നറിയില്ല."

പറഞ്ഞപ്പോൾ സ്വരം ഇടറി. മനസ്സു തുറക്കാൻ ആകെയുള്ള ഒരു

കൂട്ടാണ് രാധേടത്തി. പഴയതുപോലെ വീണ്ടും വീട്ടിനകത്ത് തളച്ചിട്ടാൽ.. പൊരുതാനുള്ള കരുത്തുണ്ടോ?

"താനിങ്ങനെ അധൈര്യപ്പെട്ടാലോ. ഇതാണ് നമ്മുടെ കുഴപ്പം. പെട്ടെന്നങ്ങ് തോറ്റു കൊടുക്കം."

"അവിടന്നിറങ്ങിയാൽ.. ബാപ്പയും സഹോദരനും മൂപ്പരുടെ വരുതിയിലാ. പാവം ഉമ്മയ്ക്ക് എത്രകാലം എന്റെ കൂടെ നില്ക്കാനാവും? ആരെയും വേദനിപ്പിക്കരുതെന്നുണ്ട്."

"ഞങ്ങളൊക്കെ പിന്നിലുള്ളതുകൊണ്ട് അത്ര പെട്ടെന്ന് അയാൾ കടുത്ത തീരുമാനമൊന്നും എടുക്കില്ല. സ്വന്തം ഭാര്യയെ സാമൂഹ്യപ്രവർത്തനത്തിനയച്ച മഹാമനസ്കനായിട്ടല്ലേ നടപ്പ്. ആ ഇമേജ് കളയാൻ അത്ര പെട്ടെന്ന് ഒരുങ്ങുമെന്നു തോന്നുന്നില്ല. അങ്ങനെ എന്തെങ്കിലും സംഭവിച്ചാൽ അപ്പം നോക്കാം. ശരണാലയത്തിന്റെ വാതിൽ എപ്പോഴും തുറന്നല്ലേ കിടക്കുന്നത്."

തമാശമട്ടിലാണ് അവസാനത്തെ വാക്കുകൾ രാധേടത്തി പറഞ്ഞതെങ്കിലും അത് എവിടെയൊക്കെയോ ചെന്നു കൊളുത്തി.

"ഇപ്പോഴെടുത്ത തീരുമാനത്തിൽ ഉറച്ചു നിന്നോ. സ്റ്റേണായിട്ടു തന്നെ. നനഞ്ഞിടം കണ്ടാൽ കുഴിക്കാൻ തോന്നും. അതിനവസരമുണ്ടാക്കാതെ നോക്കിക്കൊള്ളണം. ശരി ഇറങ്ങുന്നു. ഞാൻ വിളിക്കാം."

രാധേടത്തി യാത്ര പറഞ്ഞപ്പോൾ മുകളിലേക്കു ചെന്നു. അവർ തയ്ച്ചതെല്ലാം പായ്ക്ക് ചെയ്ത് വെച്ചിരുന്നു.

"കണാരേട്ടൻ വന്നില്ലേ?"

"ചായ കുടിക്കാൻ പോയി."

"എല്ലാം റെഡിയല്ലേ?" എന്നു ചോദിച്ചുകൊണ്ട് കണാരേട്ടനെത്തി.

"കണാരേട്ടാ ചെക്കു കിട്ടിയാൽ അത് ബാങ്കിലടച്ചിട്ട് വന്നാ മതീട്ടോ."

കണാരേട്ടനെ പറഞ്ഞയച്ച് താഴെ എത്തിയപ്പോൾ ഒരു കാറ് വന്നു നിന്നു. കോയസാഹിബിന്റെ ഭാര്യയും മറ്റു രണ്ടു മെമ്പർമാരും കാറിൽ നിന്നിറങ്ങി.

"അസ്സലാമു അലൈക്കും."

അവരെ കണ്ടതും അഭിവാദ്യം ചെയ്തു.

ആരുടെയും മുഖത്ത് തെളിച്ചമില്ല.

"എന്താ എല്ലാരും കൂടെ ഒന്നിച്ച്?"

"ഞമ്മളും ഇവിടുത്തെ മെമ്പർമാരല്ലേ. ഇവിടെ എന്താ നടക്കുന്നതെന്ന് ഞമ്മക്കും അറിയണല്ലോ." കോയാസാഹിബിന്റെ ഭാര്യ ജമീലാത്ത അതൃപ്തിയോടെ പറഞ്ഞു.

"കമ്മിറ്റി മീറ്റിങ്ങിന് നിങ്ങളാരും വരാറില്ലല്ലോ."

"തക്കാരോം മംഗലോം കയിഞ്ഞിട്ട് പൊരേന്നെറങ്ങാൻ നേരം മേണ്ടേ?"

കൂടെ വന്ന വെളുത്തു തടിച്ച സ്ത്രീ പറഞ്ഞു

"ഇത് അവുക്കറ് സായിബിന്റെ പെണ്ണുങ്ങളാ. കച്ചിബി. ഹാജീക്കാന്റെ അടുത്ത ചങ്ങായിയാ അവുക്കർ സാഹിബ്.."

"ഇത് ഉസ്മാനാജീന്റെ പെണ്ണുങ്ങള് സൂറാബി. മൂപ്പരാ ഈ സ്ഥലം ഞമ്മക്ക് തന്നത്. ഇപ്പറഞ്ഞ ആണുങ്ങളെല്ലാം ഒരുപോലെ സഹായിച്ചിട്ടാ ഇതുപോലൊരു സ്ഥാപനം ഇവിടെ ഉണ്ടായത്. അല്ലാതെ പെണ്ണുങ്ങമ്മാരെ പത്രാസൊന്നുമല്ല."

ജമീലാത്തായുടെ നാവിനു മൂർച്ച കൂടുന്നു. അവുക്കർ സാഹിബിനെയും ഉസ്മാൻ ഹാജിയെയും അറിയില്ല. എന്നിട്ടും പരിചയം ഭാവിച്ച് അകത്തേക്കിരുത്തി.

"നിങ്ങളെയൊക്കെ ഒന്നു വിളിച്ചുകൂട്ടണമെന്ന് വിചാരിച്ചതേ ഉള്ളൂ. അപ്പളേക്ക് എല്ലാരും എത്തിയല്ലോ. നമുക്ക് നാളെ ഒന്നു കൂടിയാലോ."

"കൂടുന്നേനു തെറ്റില്ല. പക്ഷേങ്കി ഞമ്മളെ പിയ്യാപ്ലാരെ തള്ളിപ്പറഞ്ഞുകൊണ്ടുള്ള ഒരു പരിപാടിക്കും ഞങ്ങളെ കിട്ടില്ല. ഞമ്മളൊരു സ്ഥാപനം നടത്തുന്നത് ഞങ്ങളെ കൗമിലുള്ളോലിക്ക് കൊണം ചെയ്യാനല്ലേ? ഇവിടെയിപ്പം നടക്കുന്നതൊന്നും ശരിയല്ലാന്ന് പള്ളിയിലെ മൊയില്യാര് പറഞ്ഞൂത്രേ."

ജമീലാത്ത.

"റെഡിമെയ്ഡ് യൂണിറ്റ് ഉദ്ഘാടനം ചെയ്തത് കോയക്കായാ. അന്ന് നിങ്ങളും വന്നിരുന്നു. അതന്നയേ ഇപ്പളും നടക്കുന്നുള്ളൂ."

"അതുമാത്രമല്ലാലോ ഇപ്പം ഇവിടെ നടക്കുന്നത്."

"അല്ലെന്നാരു പറഞ്ഞു. കടപ്പുറത്തെ കോളനിയിലെ പാവപ്പെട്ടവർക്കുവേണ്ടി അച്ചാറും മസാലപ്പൊടിയുമുണ്ടാക്കുന്ന പരിപാടി താഴെ തുടങ്ങണമെന്നുണ്ട്. നമ്മൾ ഒന്നും മുടക്കണ്ട. താഴത്തെ ഹാൾ അവർക്കു വിട്ടുകൊടുത്താ മതി."

"ആണുങ്ങളോടു ചോയ്ക്കാണ്ടെ തീരുമാനിക്കാൻ പറ്റൂലാ. ഓലൊക്കെ അതിക്രമം തികഞ്ഞ കൂട്ടരാ. സഹായിക്കാൻ പോയിട്ട് ഒടുക്കം ഞമ്മളെ കേസിൽ കുടുക്കും. കാലം ബെടക്കാ. അന്യജാതിക്കാരെ ഈനാത്ത് കേറ്റുന്നത് നല്ലോണം ആലോയിച്ചിട്ട് മതി."

"അവിടത്തെ സ്ത്രീകളുടെ കാര്യം കഷ്ടാന്നാ കേട്ടത്. അവിടെ ഇസ്ലാമിങ്ങളുമുണ്ട്. ഹറാമായ കാര്യങ്ങളാ അവരെക്കൊണ്ടു ചെയ്യിക്കുന്നത്. അവിടെച്ചെന്നു കണ്ടാൽ മനസ്സിലാകും. ഒരുദിവസം എല്ലാരുംകൂടെ അവിടെയൊന്നു ചെന്നാലോ."

"വേണ്ടാത്ത പണിക്കൊന്നും പൊറപ്പടേണ്ട നൂറു. തൊടങ്ങ്യത് നന്നായി നടത്തിക്കോ."

ജമീലാത്ത അതൃപ്തി പ്രകടിപ്പിച്ചു.

"രണ്ടു മൂന്ന് റെഡിമെയ്ഡ് കടകളുടെ ഓർഡറുകളുണ്ട്. പാവാ

ടയും നൈറ്റിയും തുന്നിക്കൊടുക്കാൻ. നിങ്ങള് വിചാരിച്ചാൽ കുറച്ചുകൂടി പിടിച്ചുതരാൻ പറ്റും. അഞ്ചു കുടുംബങ്ങള് ഇന്ന് പട്ടിണി കൂടാതെ കഴിയുന്നത് അതുകൊണ്ടാ."

"ഇവിടെ പണിയെടുക്കുന്നോല് ഞമ്മളെ കൗമാ?"

കച്ചിബി ചോദിച്ചു.

"ജാതിയും മതവുമൊന്നും നോക്കീലാ. എല്ലാരുടെയും വീട്ടിൽ തീ പുകയണമെങ്കില് അവര് പണി ചെയ്യണം."

"അതു പറ്റൂലാ ട്ടോ. ഞങ്ങളൊരു സഹായം ചെയ്യണത് ഞമ്മളെ കൂട്ടരിക്കായിക്കോട്ടെ. ഞമ്മളിൽ പലരും സക്കാത്തിന്റെ പൈശയിലൊരു പങ്ക് ഇവിടെത്തരുന്നുണ്ട്. സക്കാത്ത് അതിനവകാശപ്പെട്ടോലിക്കു തന്നെ കൊടുക്കണോന്നാ മൗലവി *ഖുർആൻ* ക്ലാസിൽ പറഞ്ഞത്."

ജമീലാത്ത.

"ആണുങ്ങളെ തിക്കരിച്ചുകൊണ്ടുള്ള ഒരേർപ്പാടിനും ഞമ്മളെക്കിട്ടൂലാ. അവനോന്റെ പൊരേം കൂടി. മേണ്ടാന്നുവെച്ച് മാലോകരെ നന്നാക്കാൻ നടക്കാൻ പടച്ചോൻ പെണ്ണുങ്ങളോട് പറഞ്ഞിട്ടില്ല. പൊറത്തെ പണി ആണിനു പറഞ്ഞതാ. പെണ്ണിനു പറഞ്ഞത് അകം പണിയാ."

സുറാബി

"അവനോന്റെ മാപ്പളാരേം കുട്ട്യോളേം നോക്കല് പോരിശാക്കപ്പെട്ട പണി തന്നെയാ."

ഓരോരുത്തരും അവരവരുടെ ശേഖരത്തിലുള്ള അറിവുകൾ നിർത്താതെ വിളമ്പിക്കൊണ്ടിരുന്നു

നാവിൽ വന്നതെല്ലാം വിഴുങ്ങി വായ താഴിട്ടുപൂട്ടി പൊട്ടത്തിപ്പാത്തുമ്മയായി നൂറു അനക്കമറ്റിരുന്നു.

"ഇങ്ങളേതായാലും മീറ്റിങ് വിളിച്ചോളീ. എല്ലാരുംകൂടി ആലോചിച്ച് ഇനിയെന്തെങ്കിലും ചെയ്താമതി."

ജമീലാത്ത കടുപ്പിച്ചാണ് പറഞ്ഞത്.

വെറുതെ തലയാട്ടി

വാക്കിലും നടപ്പിലും എതിർപ്പു പ്രകടിപ്പിച്ചുകൊണ്ട് അവർ ഇറങ്ങിയപ്പോൾ പെരുമഴ പെയ്തടങ്ങിയതുപോലെ. അതോ കൊടുങ്കാറ്റിന്റെ ആരംഭത്തിലുള്ള ശാന്തതയോ?

നാല്പത്തിരണ്ട്

സുൽഫത്ത് കണ്ണുനിറച്ച് യാത്ര പറഞ്ഞപ്പോൾ റംലത്ത് മകളെ കെട്ടിപ്പിടിച്ച് കരച്ചിലടക്കി.

"എത്തിനാപ്പം കരേണ്, ഓള് തർക്കം പിടിച്ച് പോണതല്ലേ." മെഹറൂഫിന്റെ ഉമ്മ മുഖം വീർപ്പിച്ചുകൊണ്ട് പറഞ്ഞു.

"ആരാപ്പം കരഞ്ഞത്..."

റംലത്ത് കണ്ണു തുടച്ചു.

"പാസ്പോർട്ടും ടിക്കറ്റും കൈയിലെടുത്തുവെച്ചിട്ടില്ലേ?" ഇക്ക ചോദിച്ചു.

സുൽഫത്ത് തലയാട്ടി

"കിസ്കോ ജാനാഹൈ."

കണ്ണാടിവാതില്ക്കൽ നില്ക്കുന്ന സെക്യൂരിറ്റി ചോദിച്ചു

"എത്തേക്കും ഓൻ ചോയ്ക്കണത്."

ഇത്ത അന്തംവിട്ടു ചോദിച്ചു.

"പോകാനുള്ള ആള് മാത്രം അകത്തേക്കു കേറിയാ മതി." വാതിലിനു പുറത്തു നില്ക്കുകയായിരുന്ന പൊലീസുകാരൻ പറഞ്ഞു

അപ്പോൾ സുൽഫത്തിന്റെ മുഖമിരുണ്ടു

"അയിനിപ്പം എന്താ നിശ്ചം? ഇന്റെ കുഞ്ഞാനെക്കൂടി ഒന്ന് ആത്തേക്ക് വിട്ടാളണ്ട്യേ."

മെഹറൂഫിന്റെ ബന്ധത്തിൽപ്പെട്ട ഒരു സ്ത്രീ പറഞ്ഞു

അവിടെനിന്ന് ഒരു ജീപ്പു നിറയെ ആളുകൾ എത്തിയിട്ടുണ്ട്. സുൽഫത്ത് അവിടെനിന്നുതന്നെ ഇറങ്ങണമെന്ന് ഉമ്മയും ഉപ്പയും നിർബ്ബന്ധിച്ചു. ബന്ധുക്കളെ മുഴുവൻ വിളിച്ച് യാത്രച്ചോറ് കൊടുക്കുകയും ചെയ്തു.

"ഇറങ്ങേണ്ടത് ഇവിടന്നാണെങ്കിലും അയിന്റെ ചെലവൊക്കെ ഇങ്ങള് ചെയ്യണം."

ഉപ്പ ആദ്യമേ പറഞ്ഞിരുന്നു.

പത്തുകിലോ ബിരിയാണി അരിയും അതിനുവേണ്ട അനുസാരികളും തലേന്നേ ഇക്കാക്കയെക്കൊണ്ട് വാങ്ങിച്ച് അവിടെ എത്തിച്ചിരുന്നു.

"ഇങ്ങളെല്ലാരും ഇന്നന്നെ ഇങ്ങട്ട് പോരെ."

ഉമ്മ ക്ഷണിക്കുകയും ചെയ്തു. പക്ഷേ, സാജിദ മാത്രമേ തലേന്നു പോയുള്ളൂ. സ്ഥലം മെഹറൂഫിന്റെ പേരിൽ എഴുതിക്കൊടുത്തതോടെ ഉമ്മയുടെ ശീലവും നന്നായി.

"അകത്തു കയറിക്കോളൂ."

പൊലീസുകാരൻ പറഞ്ഞു

"ഞാൻ ഒറ്റയ്ക്കോ?"

സുൽഫത്ത്.

"ഒരാൾക്കൂടി കയറാം. പക്ഷേ, അപ്പുറത്തുചെന്ന് കാശുകൊടുത്ത് പാസു വാങ്ങണം."

"കുഞ്ഞാനെ ഇയ്യ് കേറിക്കോ. ഓനിക്കാവുമ്പം എല്ലാം നിശ്ചണ്ടാവൂലോ..."

മെഹറൂഫിന്റെ ഉപ്പ പറഞ്ഞപ്പോൾ സുൽഫത്തിന്റെ പെട്ടിയും എയർബാഗും വെച്ച ഉന്തുവണ്ടി അവളെ ഏല്പിച്ച് കുഞ്ഞാൻ പോയി. കുഞ്ഞാൻ മെഹറൂഫിന്റെ മൂത്താപ്പയുടെ മകനാണ്. ഒരിക്കൽ ഗൾഫിൽ പോയി പണിയില്ലാതെ തിരിച്ചെത്തിയതാണ്.

"എന്നാ കോറിക്കോളീ."

സാജിദയെ കെട്ടിപ്പിടിച്ച് തേങ്ങുകയായിരുന്ന സുൽഫത്തിനോടു പാസുമായി എത്തിയ കുഞ്ഞാൻ പറഞ്ഞു. അവൻ പാസു കാണിച്ച് വണ്ടി ഉന്തി അകത്തേക്കു കയറിയപ്പോൾ സുൽഫത്ത് അവനെ പിന്തുടർന്നു

"പാസ്പോർട്ട്.."

സെക്യൂരിറ്റി ശകാരിക്കുന്നതുപോലെ ചോദിച്ചപ്പോൾ സുൽഫത്ത് കൈയിലുള്ള കടലാസുകൾ മുഴുവൻ കാണിച്ചു.

"ടിക്കറ്റ്.."

"ടിക്കറ്റോടെ?" കുഞ്ഞാൻ

"ഉമ്മാ.."

സുൽഫത്ത് വേവലാതിയോടെ വാതില്ക്കലെത്തി.

"എത്താണ്യേ.."

പുറത്തു നില്ക്കുന്നവർ കൂട്ടത്തോടെ വാതില്ക്കലെത്തി.

"മാറി നിന്നേ.."

സെക്യൂരിറ്റി വിരട്ടി.

"എന്താ?"

ഇക്ക ചോദിച്ചു.

"ഉമ്മ എന്റെ ടിക്കറ്റ് ഏടെയാ വച്ചത്?"

"അന്റെ തോളത്തിട്ട ബാഗിലുണ്ട്."

"അതെടുത്ത് കൈയില് വയ്ക്കാൻ ഞാൻ പറഞ്ഞതല്ലേ." ഇക്ക

"ബേജാറാവണ്ട. ബാഗിങ്ങ് കൊണ്ടാ. ഞാൻ നോക്കാം." കുഞ്ഞാൻ സമാധാനിപ്പിച്ചു.

അയാൾ ബാഗിന്റെ അരികിലെ കള്ളിയിൽനിന്ന് ടിക്കറ്റെടുത്തു കാണിച്ചപ്പോൾ സെക്യൂരിറ്റി അവളെ അകത്തേക്കു വിട്ടു.

"നിങ്ങളങ്ങോട്ടു മാറിനിന്നേ."

അവിടേക്കു തള്ളിമാറ്റാൻ ശ്രമിക്കുന്ന ജനക്കൂട്ടത്തെ പൊലീസുകാരൻ വിരട്ടി.

"ഓലെ ബായിലുള്ളത് കേക്കാണ്ടെ ഇങ്ങട്ട് മാറി നിന്നോളീ."

സാജിദ റംലത്തിന്റെയും ഉമ്മയുടെയും കൈ പിടിച്ച് മാറിനിന്നു.

"കുഞ്ഞോളെ ഇങ്ങട്ടു പോരെ. ഇബിടന്നു കാണാം."

കുറച്ചകലെ ചില്ലുപതിച്ച വാതിലിലൂടെ അകത്തേക്കു നോക്കുകയായിരുന്ന ഒരുസ്ത്രീ അവരുടെ ബന്ധുവിനെ വിളിക്കുന്നതുകേട്ട് സാജിദ

അങ്ങോട്ടു ചെന്നു. അകം കാണാം. സുൽഫത്തിന്റെ പെട്ടി കുഞ്ഞാൻ ഒരു മേശപ്പുറത്തു വെച്ചപ്പോൾ അതു തന്നത്താൻ നീങ്ങി അകത്തെത്തി.

"എറച്ചിപൊരിച്ചതും പത്തിരീമൊക്കെ കേടാകാതെ എത്തിയാ മതി യേര്ന്ന്."

സാജിദ പറഞ്ഞു.

"നട്ടപ്പാതിരാക്കാ ഓളാടെ ചെന്നെറങ്ങുക. ഇനിക്ക് ഒരു സമാധാന വുമില്ല."

"ഇങ്ങള് ബെറുതെ ബേജാറാവണ്ട. ഓള് മാത്രമല്ലല്ലോ അതിനക ത്തുള്ളത്."

സാജിദ സമാധാനിപ്പിച്ചു

"വിമാനം ആകാശത്തേക്കു പൊന്തുമ്പം പള്ളേന്നൊരു കാളിച്ചയാ ണോലെ. കുഞ്ഞാൻ പറയ്യേ."

കുഞ്ഞാന്റെ ഉമ്മ പറഞ്ഞു. അപ്പോളേക്കും പട മുഴുവൻ അവിടെ എത്തിയിരുന്നു.

"സുൽഫത്തിന്റെ ഒരു ഭാഗ്യേയ്. ഈ ചെറുപ്രായത്തില് വിമാന ത്തില് കേറി കടലു കടക്കാൻ യോഗണ്ടായീലോ."

"ഇന്റെ മോൻ കെട്ടിയതോണ്ടാ ഒക്കായിനു സാധിച്ചതെന്നുള്ളത് ഇബിടെച്ചെലവർക്ക് ഓർമ്മണ്ടായാ നന്ന്."

റംലത്ത് എന്തോ പറയാനാഞ്ഞപ്പോൾ സാജിദ തടഞ്ഞു.

"മുപ്പതുറുപ്പിക കൊടുത്ത് പാസു വാങ്ങി മേളിൽ പോയാ വിമാനം പൊന്തണതും തായണതും ഒക്കെ കാണാം."

കൂട്ടത്തിൽവന്ന ഒരു ബന്ധു പറഞ്ഞു.

"അതൊന്നും മേണ്ട. ബെറുതെ കായ് കളയാനുള്ള ഏർപ്പാടാ."

കേട്ടതും മൊയ്തുണ്യാക്കാ എതിർത്തു.

"ഇങ്ങള് ബരണ്ട. ഇനിക്കു കാണണം. ബാ കുട്ട്യോളെ." ഉമ്മ മുന്നിൽനടന്നപ്പോൾ ഉപ്പയും മറ്റുള്ളവരും പിന്തുടർന്നു

"ഓരോരുത്തരെ കായി അവരവരെടുക്കണം. പറഞ്ഞില്ലാന്നുവേണ്ട." ഉപ്പ താക്കീതു ചെയ്തു.

"മുത്താപ്പാനാപ്പൊലൊരർക്കീസ്"

ഒരു ചെറുപ്പക്കാരൻ പരിഹസിച്ചു.

"പടയും പട്ടാളോം പോയി. ഇനി ഇവിടെ സൈ്വരായിട്ട് നിക്കാലോ." സാജിദ

"ഞമ്മക്ക് കുടീൽക്ക് പോയാലോ."

ഇക്ക ചോദിച്ചു.

"വിമാനം പൊന്തീട്ട് പോകാം ഉപ്പച്ചി."

സാജിദ

അപ്പോൾ സുൽഫത്തിന്റെ തല വാതില്ക്കൽ. അവൾ കൈമാടി വിളിച്ചപ്പോൾ അവർ അങ്ങോട്ടേക്കോടി.

"ലഗേജ് പോയി. ബോർഡിങ് പാസും കിട്ടി. ഇനി സെക്യൂരിറ്റി ചെക്കിങ് കയിഞ്ഞ് അകത്തേക്കു കടന്നാൽ കാണാൻ പറ്റൂലേയ്."

കുഞ്ഞാൻ പറഞ്ഞു.

"അമ്മായീ ഞാൻ പോട്ടെ."

സുൽഫത്ത് അമ്മായിയോടും ഇക്കാക്കയോടും യാത്ര പറഞ്ഞു.,

സാജിദയെ കെട്ടിപ്പിടിച്ചു. ഉമ്മ കെട്ടിപ്പിടിച്ചപ്പോൾ അവൾ ആകെ നിയന്ത്രണം വിട്ടു. റംലത്ത് പക്ഷേ, കരഞ്ഞില്ല. "ഒരു നല്ല കാര്യത്തിനു പോകുമ്പം എന്തിനാ കണ്ണീരൊയ്ക്കണത്. ചെന്നാലുടൻ ഫോൺ വിളിക്കണം. അന്റെ ഫോൺ കിട്ടിയാലേ ഉമ്മ ആട്ടു പോവൂ."

"നിങ്ങളെ ഫ്ളൈറ്റിലുള്ളവരെ സെക്യൂരിറ്റി ചെക്കിങ്ങിനു വിളിക്കുന്നു."

കുഞ്ഞാൻ പറഞ്ഞു

"ഉമ്മച്ചീം ഉപ്പച്ചീം ഏടെ?"

"ഓലെല്ലാരുംപാടെ വിമാനം പൊന്തണത് കാണാൻ പോയി."

"കുഞ്ഞാന്ക്കാ ഇങ്ങള് പറയണേ ഓലോട്."

സുൽഫത്ത് പറഞ്ഞു.

"ഞാൻ പറഞ്ഞോളാം. ഇങ്ങള് പൊയ്ക്കോളീ."

ഹാൻഡ്ബാഗും തൂക്കി അകത്തേക്കുപോകുന്ന സുൽഫത്തിനെ കണ്ടപ്പോൾ റംലത്തിന്റെ മനസ്സു നിറഞ്ഞു. അവൾ കണ്ണിൽനിന്നു മറഞ്ഞപ്പോൾ റംലത്തും കൂട്ടരും മുറ്റത്തേക്കിറങ്ങി.

"ഞമ്മക്ക് പോവേർന്ന്"

റംലത്ത് പറഞ്ഞു.

"മൊയ്തുണ്യാക്കാനെ ഒന്നു കണ്ടു പറയണ്ടേ?"

ഇക്കയ്ക്ക് സംശയം.

"പറഞ്ഞിട്ട് പോക്കാ നല്ലത്. ഇല്ലെങ്കിപ്പിന്നെ അതുമതി."

സാജിദ

പോകുന്നവരുടെ മുഖത്തെ വേവലാതിയും വരുന്നവരുടെ മുഖത്തെ സന്തോഷത്തിളക്കവുമൊക്കെ നോക്കി സിമന്റു തിണ്ണയിലിരുന്നു സാജിദ. റംലത്തിന്റെ മനസ്സ് നിറഞ്ഞുകവിയുകയായിരുന്നെങ്കിലും ഉള്ളിൽ വേവലാതിയുടെ ചൂട് പടരുന്നുണ്ടായിരുന്നു. ജോനകപ്പറമ്പിൽനിന്നും പോന്നിട്ട് ദിവസം പതിനഞ്ചായി. വിവാഹശേഷം ഇതുവരെ ഇത്രയധികം ദിവസം വീട്ടിൽ നിന്നിട്ടില്ല. വിളിച്ചു പറഞ്ഞതാണ്. എന്നിട്ടും വേവലാതി. എന്തിനാ അവിടെ നില്ക്കുന്നതെന്നോ എപ്പോൾ തിരിച്ചുവരുമെന്നോ ഹാജി ചോദിച്ചിട്ടില്ല. നൂറുവിനോടും ഐഷാത്തയോടും എല്ലാം വിവരിച്ചിരുന്നു. എല്ലാം നേരെയാക്കിയിട്ടു ചെന്നാൽ മതി എന്നാണു നൂറുപറഞ്ഞത്. പക്ഷേ,

തോട്ടം എഴുതിക്കുന്ന കാര്യം പറഞ്ഞിട്ടില്ല. പറയാതെ തന്നെ ഐഷാത്ത അറിഞ്ഞിരിക്കും. എന്തൊക്കെ കേൾക്കേണ്ടി വരുമോ എന്തോ? ഇനി എന്തായാലും വേണ്ടില്ല. മക്കൾ രണ്ടാളും അക്കരെ എത്തിയല്ലോ. പഴയതുപോലെ താഴാനും കാലുപിടിക്കാനുമൊന്നും വയ്യ. വരുന്നതുപോലെ വരട്ടെ.

"പോവ്വല്ലേ?"

ആരോ ചോദിച്ചതു കേട്ടു മുഖമുയർത്തി.

"വിമാനം പൊന്തി. ഇനി എത്തിനാ ഇബ്ടെ നിക്കണത്."

മൊയ്തുണ്യാക്ക

"ഞങ്ങള് ഇത്താത്താനെ കണ്ട്."

അവരുടെ കൂട്ടത്തിലുള്ള കുട്ടികളാരോ പറഞ്ഞു.

"ഇങ്ങള് ഞങ്ങളെകൂടെ പോരുന്നുണ്ടോ?"

മൊയ്തുണ്യാക്ക ചോദിച്ചു.

"ഇല്ല ഞങ്ങള് പൊയ്ക്കോളാം."

ഇക്ക പറഞ്ഞു.

"അതിനകത്തു സൂചി കുത്താൻ ഇടമില്ല. എന്നിട്ടാ നമ്മളെ തക്കേരിക്കണത്." സാജിദ.

"ഞമ്മള് വന്ന ജീപ്പില്ലേ?"

റംലത്ത് ചോദിച്ചു.

"ആ. ബന്നോളീ."

"നേരം എത്രയായി കുട്ട്യോളേ?

സാജിദയുടെ ഉമ്മ ചോദിച്ചു.

"മണി അഞ്ചായി."

"മഗരിബാകുമ്പളത്തിന് കുടീലെത്തൂലേ?"

"കിന്നാരം പറയാണ്ടേ പോരുണുണ്ടോ നീ"

ഇക്ക വിരട്ടിയപ്പോൾ എല്ലാവരും തിടുക്കത്തിൽ നടന്നു

"ഇങ്ങട്ടു പോരേ."

ജീപ്പ് ഡ്രൈവർ ദൂരെനിന്നു കൈകൊട്ടി വിളിച്ചു. ജീപ്പിൽ കയറി ഇരുന്നതും റംലത്തിന്റെ കണ്ണുകളടഞ്ഞു. ആധി കാരണം എത്രയോ ദിവസങ്ങളായി സമാധാനത്തോടെ ഉറങ്ങിയിട്ട്. നാളെ രാവിലെ ജോനകപ്പറമ്പിലേക്കു തിരിക്കണം. ഐഷാത്തയോടും നൂറുവിനോടുമൊക്കെ പോരടിക്കുമെങ്കിലും ഇപ്പോൾ അവരോട് വല്ലാത്തൊരടുപ്പം തോന്നാറുണ്ട്. ഒരുപോലെ ദുഃഖിക്കുന്ന മൂന്നുപേർ. ഒരാൾക്കുമില്ല സ്വൈരം. എന്നാലും അവിടെയെത്താൻ ധൃതി. നബീസയും റുക്കിയ്യയും ആമിനക്കുട്ടിയുമൊക്കെ ഇപ്പോൾ സ്വന്തക്കാരാണ്. എല്ലാവരെയും കാണാൻ തിടുക്കമായി.

"അമ്മായി പെര എത്തീട്ടോ."

കാരത്തിനായി അംഗശുദ്ധിവരുത്തി. അകത്തേക്കു നടന്നു. അപ്പോഴാണ് പടിക്കൽ ഹാജിയുടെ കാറ് കിടക്കുന്നത് കണ്ടത്. ഉള്ളു തണുത്തു. മറന്നിട്ടില്ലല്ലോ.

"മൂപ്പരെപ്പളേ ബന്ന്?"

റംലത്ത് ഉത്സാഹത്തോടെ ചോദിച്ചു.

പക്ഷേ, സാജിദയും ഇത്തയും ഷോക്കേറ്റപോലെ നില്ക്കുന്നുണ്ടായിരുന്നു. അതു കാര്യമാക്കാതെ റംലത്ത് ഉമ്മറത്തേക്കു ചെന്നു. ഉമ്മറത്ത് ഹാജിയെക്കൂടാതെ വേറെയും രണ്ടുമൂന്നുപേരുണ്ട്. തലയിൽ വട്ടക്കെട്ടും താടിയുമുള്ളവർ. മുസലിയാക്കന്മാരാണ്. പിന്നെ കോയാസാഹിബും ആലിക്കുട്ടിയാക്കയുമുണ്ട്.

"ഇവരെയെല്ലാം സാക്ഷിക്കളാക്കി നിങ്ങളുടെ പെങ്ങൾ റംലത്തിനെ ഞാൻ മൊഴി മൂന്നും ചൊല്ലിയിരിക്കുന്നു. മൊയില്യാരെ ആ ഒപ്പിട്ട കടലാസും ആ കവറും അങ്ങോട്ടു കൊടുത്താളാ."

എന്തോ നിസ്സാരകാര്യം പറയുന്ന ഭാവമായിരുന്നു ഹാജിയുടെ മുഖത്ത്. റംലത്തിന് ഒന്നും മനസ്സിലായില്ല. അവൾ എന്തോ പറയാൻ തുനിയുന്നതു കണ്ടാകണം പകച്ചു നില്ക്കുന്ന ഇക്കയോട് ഹാജി പറഞ്ഞു

"എന്നോടു ചോദിക്കാതെ നിങ്ങള് കാട്ടിയ അതിക്രമത്തെക്കുറിച്ച് ഞാനൊന്നും പറയുന്നില്ല."

"ഞങ്ങളെന്ത് അതിക്രമം കാട്ടിയെന്നാ..."

ഇക്കയുടെ സ്വരത്തിൽ അതൃപ്തി.

"ഞാൻ ഓളെ പേരിൽ വാങ്ങിക്കൊടുത്തത് ഓളെ മോളെ പേരിലാക്കിയപ്പോൾ ഇന്നോടൊരു വാക്കു ചോദിച്ചോ?"

"അത്.. ഇങ്ങള് ഓക്ക് പൊരുത്തപ്പെട്ടു കൊടുത്ത സ്ഥലം.."

"വേണ്ട... തർക്കത്തിനും വക്കാണത്തിനും വന്നതല്ല. എന്നോടൊന്നു ചോദിക്കാനുള്ള മര്യാദ നിങ്ങൾക്കുണ്ടായില്ല. പക്ഷേ, ഞാൻ മര്യാദകേട് കാണിച്ചിട്ടില്ല. ഓളെ പേരിൽ കൊറച്ച് പണം ബാങ്കിലിട്ടിട്ടുണ്ട്. അതിന്റെ പാസ്ബുക്കാ. പിന്ന ഞാൻ കൊടുത്തതൊന്നും തിരിച്ചു ചോദിക്കുന്നില്ല. എല്ലാം പൊരുത്തപ്പെട്ടിരിക്കുന്നു. പടച്ചോന് നിരക്കാത്തതൊന്നും ഹുസൈനാജി ചെയ്യൂലാ. ഓളെ സാധനങ്ങൾ കൊണ്ടുവന്നിട്ടുണ്ട്. വാസൂ... ആ പെട്ടികൾ ഇറക്കിവച്ചാ."

"പടച്ചോനെപ്പേടിയുള്ളോര് ഇത്തരം കടുപ്പം കാട്ടോ?" ഇക്കയുടെ സ്വരം ഉയർന്നു.

"വിവരക്കേട് പറയരുത്. പെണ്ണുകെട്ടണതും മൊയി ചൊല്ലണതും ഇസ്ലാമില് പതിവാ."

തലയിൽ വട്ടക്കെട്ടുകെട്ടിയ മുസലിയാരാണ് മാദ്ധ്യസ്ഥം പറഞ്ഞത്.

"ഒരേതുവുമില്ലാതെ കെട്ടിയ പെണ്ണിനെ ഒയിവാക്കാന്ന് ഏതു കിതാബിലേ മൊയില്യാരെ പറഞ്ഞത്?"

ഇക്ക അരിശത്തിൽത്തന്നെ

"ഇയ്യിന്നെ വേദം പഠിപ്പിക്കണ്ട. അന്റെ പെങ്ങള് ആടെന്നിറങ്ങിപ്പോന്നിട്ട് ദെവസം പതിനഞ്ചായി. ഇബിടെ എന്താ നടക്കണതെന്ന് ഒരു വിവരം ആടെച്ചെന്നു പറയാൻ അനക്കു തോന്നീലാലോ."

"ഓള് ഫോൺ ചെയ്ത് വിവരം പറഞ്ഞതാ. ഓളെ മോള് ഇന്നാ പോയത്. നാളെ പെലച്ചക്ക് അങ്ങട്ട് പോവാൻ നിക്കേ!"

"ഇതൊന്നും ന്യായമല്ല...."

"പിന്നെ ഇങ്ങള് ചെയ്തതാ ന്യായം? ഇത്രേംകാലം കൂടെപ്പൊറുത്തിട്ട് ഓളോടൊരു വാക്കും ചോയിക്കാതെ മൊയി എയ്തിക്കൊടുത്ത് പോണതാ ന്യായം?"

"മൊയി കൊടുക്കുംമുമ്പ് പെണ്ണുങ്ങളാടു ചോയിക്കണ പതിവ് ഞമ്മളെ നാട്ടിലില്ല. ഒരുമ്പെട്ട പെണ്ണിനെ ഒയിവാക്കാൻതന്നെയാ പടച്ചോനും പറഞ്ഞത്."

"പണക്കാരെ കാലുചൊറിഞ്ഞ് നടക്കണ ഇങ്ങളെപ്പോലുള്ള മൊയില്യാരമ്മാരുള്ളിടത്തോളം കാലം ഇസ്ലാമില് പെണ്ണിനു നീതി കിട്ടൂലാ."

ഇക്കയുടെ ഒച്ച ഉയർന്നു.

"ഫാ.. കള്ള ഹിമാറേ.. ഇന്നെ ശരി അത്ത് പഠിപ്പിക്കാൻ നിയ്യായിട്ടില്ല."

ഇക്ക വീണ്ടും എന്തോ പറയാൻ തുനിയുന്നതു കണ്ട് ആലിക്കുട്ടിയാക്ക വന്നു തടഞ്ഞു.

"സബൂർ... അടങ്ങ്."

"പണമുണ്ടെന്നും കരുതി എന്തുമാവാമെന്നോ? നാളെ മഹശറയിൽ പടച്ചോനോട് ഇതിനുത്തരം പറയേണ്ടിവരും."

"പടച്ചോന് നെരക്കാത്ത എന്തു കാര്യാ ഹുസൈനാജി ചെയ്തത്? ഒന്നിലധികം കെട്ടുന്നതും ഇഷ്ടമല്ലെങ്കിൽ ഒയിവാക്കുന്നതും ഇസ്ലാമില് ഹറാമായ കാര്യമൊന്നുമല്ല." മുസ്ലിയാർ ഈറ്റപ്പുലിയെപ്പോലെ ചീറി.

"മൊയില്യാരെ വെറുതെ തർക്കത്തിന് നിക്കണ്ട. ഞമ്മക്ക് പോവാം."

നാട്ടുമ്പുറമായതുകാരണം അപ്പോഴേക്കും പടിക്കൽ അയൽക്കാരെല്ലാം കൂടിയിരുന്നു. പലരും തർക്കത്തിൽ ഇടപെടാൻ തുടങ്ങുന്നതുകണ്ടാകണം ഹാജി ധൃതിയിൽ കാറിനരികിലേക്കു നടന്നപ്പോൾ കൂടെ വന്നവരും പിന്നാലെ ചെന്നു.

തന്നോടൊരു വാക്ക്..

റംലത്ത് ആശയോടെ ഹാജിയെ നോക്കി. പരിചയഭാവംപോലും കാണിക്കാതെ ഇറങ്ങിപ്പോകുന്ന ഹാജിയെക്കണ്ട് റംലത്ത് കരയാൻപോലുമാകാതെ മിഴിച്ചു നിന്നു.

നാല്പത്തിമൂന്ന്

ഒൻപതുമണി മുട്ടുന്നതു കേട്ട് നൂറു ഒരുക്കം മതിയാക്കി. ഹാൻഡ് ബാഗ് കൈയിലെടുത്തു. കോടതിയിൽ ഒരു കേസ് ഫയൽ ചെയ്യാനുള്ളതുകൊണ്ട് നേരത്തെ ഇറങ്ങണമെന്നു കരുതിയതാണ്. ഐഷാത്തയ്ക്കു സുഖമില്ലാത്തതിനാൽ വീട്ടുകാര്യങ്ങൾ ശ്രദ്ധിക്കാതെ നിവൃത്തിയില്ലെന്നായിരിക്കുന്നു. രാവിലെ അടുക്കളയിൽ കയറി നിർദ്ദേശങ്ങൾ കൊടുത്തില്ലെങ്കിൽ ഐഷാത്ത പിണങ്ങും. റംലത്ത് നാട്ടിൽ പോയിട്ട് ഇതുവരെ എത്തിയിട്ടില്ല. മകൾക്കു വിസ വന്നിരിക്കുന്നു. അവളുടെ ഭർത്താവിന്റെ അടുക്കലേക്ക് അയക്കാൻ അവളുടെ ഭർത്തൃവീട്ടുകാർ ചില നിബന്ധനകളൊക്കെ വെച്ചിട്ടുണ്ടെന്നും അതൊക്കെ ഒതുക്കി അവളെ യാത്ര അയച്ചാലുടനെ എത്തുമെന്നുമാണ് പറഞ്ഞിരുന്നത്. പിന്നീട് വിവരമൊന്നും കേട്ടില്ല. ഒന്നു വിളിച്ചു നോക്കണമെന്ന് എന്നും വിചാരിക്കും. നേരം കിട്ടണ്ടേ? ആഫീസിലെത്തിയാൽ നിന്നു തിരിയാൻ നേരമില്ല. ഇന്ന് വൈകുന്നേരം എന്തായാലും വിളിക്കണം.

കുറച്ചുകാലമായി വീട്ടിൽ നടക്കുന്നതൊന്നും അറിയാറില്ല. ശ്രദ്ധിക്കാറില്ല എന്നതാണു നേര്. തന്നേക്കാൾ പത്തിരട്ടി ദുഃഖമനുഭവിക്കുന്നവർ വേറെയും അനേകമുണ്ട് എന്ന് അറിഞ്ഞുതുടങ്ങിയതോടെ സ്വന്തം വേദന മറന്നു. അതിനു മാത്രം എന്തു വേദനയാ നൂറു നീ അനുഭവിച്ചത് ചിലപ്പോൾ തന്നത്താൻ ചോദിക്കാറുണ്ട്. പതിനേഴാം വയസ്സിൽ അമ്പതുകാരന്റെ ഭാര്യയാവുന്നത് കഷ്ടപ്പാടല്ലെങ്കിൽ പിന്നെന്താണ്? അതുമായി നീ സമരസപ്പെട്ടതല്ലേ? അതേ... കുറച്ചുകാലം കിടപ്പിലായപ്പോഴേക്കും അയാൾ വീണ്ടും കല്യാണം കഴിച്ചതോ? അതെങ്ങനെ ഒരു പെണ്ണിന് പൊറുക്കാനാകും. നീ അയാൾക്കു ശരീരം മാത്രമല്ലേ കൊടുത്തിട്ടുള്ളൂ. പിന്നെ റംലത്തിനെ കൊണ്ടു വന്നതിൽ ഇത്രയും അരിശമെന്തിന്? അറിയില്ല. അയാൾക്കിഷ്ടപ്പെട്ട സ്ത്രീകളെ പണത്തിന്റെ ബലത്തിൽ സ്വന്തമാക്കുന്നതിനോട് നൂറുവിനൊരിക്കലും യോജിക്കാനാവില്ല. ജോനകപ്പറമ്പിലെ അകത്തളങ്ങളിൽ നീറുന്ന ചിന്തകളുമായി കഴിഞ്ഞ നൂർജഹാൻ ഇന്നില്ല. ഇന്ന് നൂറുവിന് എന്തും നേരിടാനുള്ള കരുത്തുണ്ട്. വേദന അനുഭവിക്കുന്നവരുടെ കണ്ണീരൊപ്പാനുള്ള കരുത്ത്. മതത്തിന്റെ പേരിൽ സ്ത്രീകളെ അടിമകളാക്കുന്നവർക്കെതിരെ പോരാടാൻ കിട്ടുന്ന ഒരവസരവും നൂറു നഷ്ടപ്പെടുത്താറില്ല. അതുകൊണ്ടുതന്നെയാണല്ലോ അവൾ ഇന്ന് ഹാജിയുടെയും അതുപോലുള്ള മറ്റു മുതലാളിമാരുടെയും കണ്ണിലെ കരടായത്.

ഒരു കാരണവുമില്ലാതെ ഭാര്യയെ തലാഖു ചൊല്ലി ഒഴിവാക്കിയിട്ട് രണ്ടാം കല്യാണത്തിനൊരുങ്ങിയ നഗരത്തിലെ ഒരു പ്രമാണിക്കെതിരെ

യാണ് ഇന്നു കേസ് ഫയൽ ചെയ്യാനുള്ളത്. പെൺകുട്ടി ഉന്നതകുടുംബത്തിലുള്ളതാണ്. അത്യാവശ്യം വിദ്യാഭ്യാസവുമുണ്ട്. അതുകൊണ്ടാണല്ലോ ഭർത്താവിനെതിരെ പരാതിയുമായി അവർ മഹിളാസഭയിലെത്തിയത്. സാധാരണ ഉന്നത കുടുംബങ്ങളിൽ നടക്കുന്ന ഇത്തരം കാര്യങ്ങൾ പുറംലോകം അറിയാറില്ല. അറിയിക്കാൻ അവരുടെ ബന്ധുക്കൾ അനുവദിക്കുകയില്ല. അതിനുമുൻപ് കാര്യം തീർത്ത് പെൺമക്കൾക്ക് വേറെ ഭർത്താക്കന്മാരെ കണ്ടുപിടിക്കും. പെൺകുട്ടികളുടെ മനസ്സറിയാനൊന്നും ആരും ശ്രമിക്കാറില്ല.

ഒരു ദിവസം ഉച്ചയ്ക്കാണ് സാഹിറ എന്ന പെൺകുട്ടി ആപ്പീസിലെത്തിയത്. കണ്ണുകൾ കരഞ്ഞുകലങ്ങിയിരുന്നു. അവളുടെ ഭർത്താവിന്റെ രണ്ടാം വിവാഹം നടക്കാൻ അനുവദിക്കരുത് എന്നതാണ് അവളുടെ ആവശ്യം.

“നിങ്ങൾ ഇങ്ങനത്തെ ഒരുപാടു കേസുകൾ ഏറ്റെടുക്കാറുണ്ടെന്നു പത്രത്തിൽ ഞാൻ വായിച്ചിട്ടുണ്ട്. എന്നോട് ദയ കാണിക്കണം.”

ആകെ തകർന്നമട്ടിലായിരുന്നു അപേക്ഷ.

“കരയാതെ കാര്യങ്ങൾ വിശദമായി പറ. എന്തിനാ നിന്റെ ഭർത്താവ് രണ്ടാമതും കല്യാണം കഴിക്കുന്നത്? കുട്ടികളില്ലേ?”

“ഒരു മോളുണ്ട്. എന്താ കാര്യമെന്ന് അറിഞ്ഞൂടാ. കഴിഞ്ഞയാഴ്ച എന്നെയും മോളെയും വീട്ടിലാക്കിയിട്ട് അടുത്തയാഴ്ച വരാമെന്നു പറഞ്ഞു പോയ ആൾ പിറ്റേന്ന് ബാപ്പയെ വിളിപ്പിച്ച് സാക്ഷികൾ മുഖാന്തരം തലാഖു ചെയ്തു. ഞാൻ ഫോണിൽ വിളിക്കാൻ ശ്രമിച്ചിട്ട് കിട്ടിയില്ല. ഞാനെന്തു തെറ്റു ചെയ്തിട്ടാ..”

അവൾ നിർത്താതെ കരയുന്നുണ്ടായിരുന്നു.

“നിന്റെ വീട്ടുകാരുമായി ഒന്നു സംസാരിച്ചിട്ട്..”

“അതോണ്ട് ഒരു കാര്യവുമില്ല. ഞങ്ങള് പ്രേമിച്ച് കല്യാണം കഴിച്ചതാ. മൂപ്പരുടെ വീട്ടുകാർ ആദ്യമേ എതിരായിരുന്നു. എതിർത്തിട്ടു കാര്യമില്ല എന്നു തോന്നിയതുകൊണ്ടാ പിന്നീട് സമ്മതിച്ചത്. എന്റെ ബാപ്പ ഒരു സർക്കാരുദ്യോഗസ്ഥനായിരുന്നു. കുടുംബം പേരുകേട്ടതാണെങ്കിലും കഷ്ടിച്ചാണ് കഴിഞ്ഞുകൂടിയിരുന്നത്. പഠിച്ച് ഒരു പണി കിട്ടിയിട്ട് മതി വിവാഹം എന്നു ബാപ്പ പറഞ്ഞതാ. അപ്പളത്തിനും പ്രേമം തലയിൽ കയറി. പഠിത്തം പൂർത്തിയാക്കിയതുമില്ല. ബാപ്പയും ഉമ്മയും ഇടഞ്ഞു നില്ക്കുകയാ. എന്നിട്ടും എന്റെ കണ്ണീരുകണ്ട് സഹിക്കാനാവാതെ രണ്ടാമത് കല്യാണം കഴിക്കുന്ന പെൺകുട്ടിയുടെ വീട്ടിൽച്ചെന്ന് ബാപ്പ കാലു പിടിച്ചു പറഞ്ഞുനോക്കിയതാണ്. അവർ അപമാനിച്ചുവിട്ടു. ആ പെൺകുട്ടിയുടെയും രണ്ടാം വിവാഹമാണെന്നാണ് കേട്ടത്. അവർക്കു കുട്ടികളുണ്ടാവില്ലെന്ന് പറഞ്ഞാണ് ആദ്യ ഭർത്താവ് ഉപേക്ഷിച്ചത്. വലിയ സ്വത്തുകാരാണത്രെ. ഇവിടെ അടുത്തുള്ളതാണ്. അടുത്താഴ്ച കല്യാണമാണ്. ആരവാരത്തോടെ. അതു നടന്നാൽ പിന്നെ ഞാനുണ്ടാവില്ല.”

എന്തു പറയണമെന്നറിയാതെ കുഴങ്ങി. നിരാശയാക്കി മടക്കി അയച്ചാൽ അവളെന്തെങ്കിലും കടുംകൈ ചെയ്താലോ എന്ന ഭയവും ഉണ്ടായിരുന്നു. രാധേടത്തിയെയും സുലേഖയെയും വിളിച്ചു കാര്യം പറഞ്ഞു. കല്യാണം മുടക്കുന്ന കാര്യം സുലേഖ ഏറ്റെടുത്തു. അവർ പറഞ്ഞാൽ എന്തും അനുസരിക്കുന്ന കുറേ സ്ത്രീകൾ അവരുടെ കൂടെയുണ്ട്. അവർ കല്യാണവീട്ടിൽ കുത്തിയിരിപ്പു തുടങ്ങി. കല്യാണം മുടക്കാൻ തല്ക്കാലം സാധിച്ചു. അതൊരു ശാശ്വതപരിഹാരമല്ലാത്തതുകൊണ്ടാണ് കേസിനു പോകാൻ തീരുമാനിച്ചത്. ഇതൊക്കെ കഴിഞ്ഞപ്പോഴാണ് അയാൾ ഹാജിയുടെ സുഹൃത്തിന്റെ മകനാണെന്നറിഞ്ഞത്. അന്നുമുതൽ ഹാജി ഇടഞ്ഞാണ് നില്ക്കുന്നത്.

"നീയെന്തു കണ്ടിട്ടാ നൂറു ഓരോന്നേറ്റെടുക്കുന്നത്. ആ പെണ്ണൊരു ചൊവ്വില്ലാത്തോളാ. പ്രേമോന്നും പറഞ്ഞ് ഓനെ മയക്കി എടുത്തതാ. ഇപ്പം വേറെ ആരോ ആയിട്ട് എടപാടുണ്ടെന്നാ കേട്ടത്. സ്വന്തം ഉമ്മാനേം ഉപ്പാനേം കരയിച്ചിട്ടാ അച്ചെക്കൻ ഓളെ കെട്ട്യത്. സൈ്വരം കെട്ടാ ഓൻ ഓളെ ഒയിവാക്കിയത്."

ഹാജി കലിതുള്ളിയപ്പോൾ മറുത്തൊന്നും പറഞ്ഞില്ല.

"മിണ്ടാപ്പൂതത്തിനെപ്പോലെ നിന്നിട്ട് ഒരുമ്പെട്ടിറങ്ങാനാ വിചാരമെങ്കില് എന്റെ സ്വഭാവം... പറഞ്ഞില്ലാന്നു വേണ്ട."

"പെണ്ണുങ്ങളോട് എന്തതിക്രമവും ആകാമെന്ന് ആരും കരുതണ്ട. കാലം മാറുന്നതിനുസരിച്ച് എല്ലാവരും മാറിയേ തീരൂ."

തറപ്പിച്ചുതന്നെ പറഞ്ഞപ്പോൾ ഹാജിയുടെ മുഖമിരുണ്ടു.

"നീയെന്തു ഭാവിച്ചാ..? ഇക്കളി അധികം നീളൂലാ.. നിന്നെ ഞാനല്ലേ അവിടെ കൊണ്ടിരുത്തിയത്. അവിടന്ന് തോണ്ടി എറിയാനും ഞാൻ മതി."

തന്നെ അവിടന്നു പുറത്താക്കാൻ പലരും കച്ചകെട്ടി ഇറങ്ങിയിരിക്കുകയാണ് എന്നറിയാം. ആ കേസിൽനിന്നു പിന്മാറിയില്ലെങ്കിൽ പാഠം പഠിപ്പിക്കുമെന്നു പറഞ്ഞ് ഒരു കൂട്ടം പ്രമാണിമാരും ഇറങ്ങിയിട്ടുണ്ട്.

"ഹാജീക്കയുടെ പെണ്ണുങ്ങളായതോണ്ടാ ഇത്രയും കാലം മിണ്ടാണ്ടിരുന്നത്. ഇനി ഞമ്മള് കൈയും കെട്ടി നോക്കിനിക്കൂലാ. അടിച്ചുപൊളിക്കും."

ഈയിടെ ഒരുകൂട്ടർ മഹിളാസഭയിലെത്തി ഏറെ ബഹളമുണ്ടാക്കിയിരുന്നു. ഇടയ്ക്കിടെ അതിനുമുമ്പിൽവന്നു നിന്ന് മുദ്രാവാക്യങ്ങൾ വിളിക്കലും ഇപ്പോൾ പതിവാക്കിയിരിക്കുന്നു. മതിലിൽ നൂറുവിനെ ചീത്തവിളിച്ചുകൊണ്ടുള്ള പോസ്റ്ററുകളും ഒട്ടിച്ചിട്ടുണ്ട്. ഒന്നും വക വെക്കാറില്ല.

ഹാജിയുടെ കണ്ണിലെ പകയും വിദ്വേഷവും കാണുമ്പോൾ ജോനകപ്പറമ്പിലെ താമസം മതിയാക്കിയാലോ എന്നു തോന്നാറുണ്ട്. ഐഷാത്തയെ കരുതി മാത്രമാണ് സഹിക്കുന്നത്. അവരിപ്പോൾ എന്തിനും നൂറുവിനെയാണ് ആശ്രയിക്കുന്നത്. തന്റെ പേരിൽ കൃത്യമായി മാസവരു

മാനം കിട്ടുന്ന കുറേ പീടികമുറികൾ എഴുതിവെച്ചതായി ഈയിടെ സൂചിപ്പിച്ചിരുന്നു.

"നിനക്ക് ജീവിക്കാനുള്ളത് തന്നിട്ടേ ഞാൻ പോകൂ." എപ്പോഴും പറയാറുണ്ട്.

"എനിക്കൊന്നും വേണ്ട. ഐഷാത്ത എന്തിനും എന്റെ ഒപ്പം ഉണ്ടായാൽ മതി."

"നീയിങ്ങനെ പൊരേം കുടീം നോക്കാതെ നാട്ടാരുടെ കാര്യമൊന്നുംപറഞ്ഞു നടന്നാ നിന്റൊപ്പരം ഞാനുണ്ടാകൂലാട്ടോ. ഞമ്മള് പെണ്ണുങ്ങളല്ലേ നൂറു. കൊറച്ചൊന്നടങ്ങണ്ടേ. മാപ്ലാരെ അങ്ങനെ തിക്കരിക്കുന്നത് ശരിയല്ലാട്ടോ."

"ഞാനെപ്പളാ ഹാജിയെ അനുസരിക്കാതിരുന്നത്?"

"കണ്ടോലിക്കും മേണ്ടി നിയ്യെന്തിനാ നൂറു മരിക്കാൻ നടക്കുന്നത്? അന്നൊരു ദിവസം നിന്നോട് ആപ്പീസിൽ പോണ്ടാന്നു പറഞ്ഞിട്ട് നിയ്യ് എറങ്ങിപ്പോയില്ലേ? എന്റെ റബ്ബേ... എന്റെ ചങ്കിടിച്ചുപോയീട്ടോ. മൂപ്പരെ പയേ കാലമായിരുന്നെങ്കില് പിന്നെ നീ ഈ പടി ചവിട്ടലുണ്ടാവില്ല."

ഒന്നും മിണ്ടിയില്ല.

മേശവലിപ്പിൽനിന്നും ചില കടലാസുകളൊക്കെ തപ്പിയെടുത്തിട്ട് തിരക്കിട്ട് താഴെയിറങ്ങി. ഉമ്മറവരാന്തയിൽ ഹാജിയുടെ ഉറക്കെയുള്ള സംസാരം കേൾക്കുന്നുണ്ട്. ഈയിടെയായി ഹാജി എപ്പോഴും അരിശത്തിൽത്തന്നെയാണ്. അതൊന്നും തന്നോടല്ലെന്ന മട്ടിൽ നൂറു ഇറങ്ങിപ്പോകുന്നത് അയാളെ കുറച്ചൊന്നുമല്ല ചൊടിപ്പിക്കുന്നതെന്നുമറിയാം.

"കൊഞ്ചൻ തുള്ള്യാ മുട്ടോളം. പിന്നെത്തുള്ളിയാ ചട്ട്യോളം. അതാരും മറക്കണ്ട."

തന്നെ കാണുമ്പോൾ മൂപ്പർ അരിശത്തോടെ ഐഷാത്തയോടു പറയുന്നതു കേട്ടിട്ടുണ്ട്. അവർ അന്തം വിട്ട് നോക്കിയിരിക്കും. ഹാജി ചവിട്ടിക്കുതിച്ച് പോകുമ്പോൾ അവരുടെ വലിവു കൂടും. കാണുമ്പോൾ കുറ്റബോധംകൊണ്ട് തലകുനിക്കും. ഒന്നും മിണ്ടാനാവാതെ ശ്വാസംമുട്ടിനുള്ള ഗുളിക വായിലിട്ട് വെള്ളമൊഴിച്ച് പുറം തടവിക്കൊടുക്കും.

"മൂപ്പരെന്താ നൂറു പറഞ്ഞിട്ടു പോയത്? എനിക്കൊന്നും മനസ്സിലായില്ല."

"എന്നോടുള്ള അരിശം തീർത്തതാ."

"അതറിഞ്ഞുകൊണ്ട് നീയ്യന്തിനാ നൂറു മൂപ്പരെ അരിശം പിടിപ്പിക്കുന്നത്? ഇനിക്ക് അടങ്ങിയൊതുങ്ങി പൊരേലിരുന്നൂടെ?"

"ഞാൻ പൊരേലിരുന്നാ മൂപ്പരുടെ അരിശമടങ്ങുന്ന് ഇങ്ങള് വിചാരിക്കുന്നുണ്ടോ?"

ഐഷാത്തയെ സമാധാനിപ്പിക്കാനെന്നപോലെ ചോദിക്കും. കോണിത്തളത്തിൽ പതിവിൽക്കവിഞ്ഞ നിശ്ശബ്ദത. അടുക്കളയിലുമില്ല ഒച്ചയനക്കം. എന്തുപറ്റി?

അടുക്കള വാതില്ക്കൽ നബീസയും റുക്കിയയും പരുങ്ങി നില്ക്കുന്നു. "എന്ത് നബീസ്ത്താ? നാസ്തയൊന്നുമില്ലേ? എന്താ എല്ലാരും ഇങ്ങനെ നില്ക്കുന്നത്?"

നൂറു ചോദിച്ചപ്പോൾ നബീസയുടെ മുഖം മങ്ങി.

"എന്താന്നുവച്ചാ പറ. ഐഷാത്താക്ക് അസുഖമൊന്നുമില്ലാലോ."

നബീസ വെറുതെ തലയാട്ടി.

"ഞമ്മളൊരു കാര്യം കേട്ടു. അത് നേരാണോന്ന് അറിയാനാ.."

റുക്കിയ.

"എന്താ കേട്ടത്?"

"അത്... ഇവിടത്തെ റംലാത്താ..."

"എന്തുപറ്റി റംലത്തിന്?"

"മൂപ്പത്തിനെ കാര്യം തീർത്തോലെ.."

"ആരു പറഞ്ഞു?"

"ബീരാനിക്ക പറഞ്ഞതാ."

"ബീരാനിക്കാ.."

ശബ്ദം അറിയാതെ ഉയർന്നു.

"ഓ.."

ബീരാനിക്ക അടുക്കളയിൽത്തന്നെ ഉണ്ടായിരുന്നു.

"ഞാൻ കേട്ടത് നേരാണോ?"

"ആണെന്നാ വാസു പറഞ്ഞത്."

"ഇന്നലെ വൈന്നേരം മൂപ്പത്തീന്റെ മുറീന്ന് സാധനങ്ങളൊക്കെ ഇന്നെക്കൊണ്ട് പെട്ടീലാക്കിച്ചത് ഇതിനാന്ന് ഞാൻ അറിഞ്ഞില്ലാട്ടോ."

ആമിനക്കുട്ടിയുടെ തൊണ്ട ഇടറി.

നൂറു തരിച്ചുനിന്നു. റംലത്ത് ജോനകപ്പറമ്പുവീടിന്റെ ഒരു ഭാഗമല്ലേ? അതങ്ങനെ പൊളിച്ചു മാറ്റാൻ സാധിക്കുമോ? അതിനുമാത്രം തെറ്റെന്താ റംലത്ത് ചെയ്തത്? നൂറു എഴുന്നേറ്റ് ഐഷാത്തയുടെ മുറിയിലേക്ക് നടന്നു. ഐഷാത്ത മച്ചിലേക്ക് കണ്ണുംനട്ട് കിടക്കുകയായിരുന്നു.

"ഐഷാത്താ"

നൂറു ഉറക്കെ വിളിച്ചപ്പോൾ അവർ പകച്ചുകൊണ്ട് എഴുന്നേറ്റു.

"എന്താ നൂറു?"

"റംലത്തിനെ മൊഴി ചൊല്ലിയതു നേരാണോ?"

അവർ ഒന്നും മിണ്ടിയില്ല.

"അപ്പം രണ്ടുപേരും ആലോചിച്ചെടുത്ത തീരുമാനമാണ് അല്ലേ?"

"അരുതെന്ന് ഞാൻ പറഞ്ഞതാ. മൂപ്പര് കേക്കണ്ടേ? ഓളെ ചെയ്തി

കളും അങ്ങനെയല്ലേ? അനുസരണക്കേടേ കാണിക്കൂ.. ആ തൊല്ല ഒയിഞ്ഞല്ലോ.."

"ഐഷാത്താ.."

നൂറു ഉറക്കെ വിളിച്ചുപോയി.

"ഓളെങ്കിലും കയിച്ചലായിക്കോട്ടേ നൂറൂ... ഓളെ ആവശ്യങ്ങളെല്ലാം നിറവേറിയില്ലേ... മക്കളൊക്കെ ഒരു വയിക്കായില്ലേ.."

നൂറുവിനു പക്ഷേ, അങ്ങനെ ചിന്തിക്കാനാവുന്നില്ല. റംലത്തിനോടൊന്നു ചോദിച്ചിട്ട് അവർക്ക് കൊടുക്കാനുള്ളത് ന്യായമായി കൊടുത്തിട്ട് അങ്ങനെയല്ലേ *ഖുർആനിൽ* പറഞ്ഞിട്ടുള്ളത്. പെണ്ണായതുകൊണ്ടുമാത്രം നീതി കിട്ടില്ല എന്നു പറഞ്ഞാലെങ്ങനാ..

നൂറുവിന്റെ ശരീരം ചുട്ടുപൊള്ളുന്നു. ജോനകപ്പറമ്പ് വീട് ഒരു തീക്കുണ്ഡമായി മാറിയോ? ആളിക്കത്തുന്ന തീയിൽ അവളും ഐഷാത്തയും നബീസയും ആമിനക്കുട്ടിയും റുക്കിയയും വിറകുകൊള്ളികളായി കത്തിപ്പടരുന്നു. പെണ്ണുങ്ങളെല്ലാം തീനാളങ്ങളായി ജോനകപ്പറമ്പിന്റെ നടുത്തളത്തിൽ നെട്ടോട്ടമോടുന്നു. വെന്ത മാംസത്തിന്റെ മണം ശ്വാസംമുട്ടിക്കുന്നു. തീ കനലായി, കറുത്ത പുകയായി, വീടിനെ വിഴുങ്ങിയപ്പോൾ അതിൽ വെന്തുനീറുന്ന കുറേ കരിക്കോലങ്ങൾ...

"യാ അള്ളാ... തീ... എല്ലാരും ഇറങ്ങിക്കോളീ..." ധൃതിയിൽ ഉമ്മറത്തേക്കു നടക്കുമ്പോൾ നൂറു പറയുന്നുണ്ടായിരുന്നു. എരിപൊരിസഞ്ചാരം കിട്ടി പായുന്ന നൂറുവിനെ കണ്ട് ഐഷാത്ത തട്ടിപ്പിടഞ്ഞെഴുന്നേറ്റു പിന്നാലെ പാഞ്ഞപ്പോൾ നബീസയും റുക്കിയയും ആമിനക്കുട്ടിയും അവരുടെ പിറകേ ചെന്നു. ഉമ്മറക്കോലായിലെ ചാരുകസേരയിൽ നിറഞ്ഞിരിക്കുന്ന ഹാജിയെ കണ്ടപ്പോൾ നൂറുവിന്റെ സങ്കടം അരിശമായി കത്തിക്കാളി.

"റംലത്തിനെ ഒഴിവാക്കി അല്ലേ?"

ചോദിച്ചപ്പോൾ നൂറു അടിമുടി വിറച്ചു. ജ്വലിച്ചു. പെണ്ണുങ്ങൾ ഭയന്നു വിറച്ച് ശ്വാസമടക്കി നിന്നു.

"ഒഴിവാക്കി എന്തേയ്...."

ഹാജിയാരുടെ വാക്കുകളുടെ മാറ്റൊലിയിൽ ജോനകപ്പറമ്പ് ഞെട്ടിവിറച്ചു. "നിന്റെയൊക്കെ തോന്ന്യാസങ്ങൾ കണ്ടും കേട്ടും ഹുസൈൻ ഹാജി മിണ്ടാതിരിക്കുമെന്ന് കരുതിയോ? പെണ്ണിനെ നിലയ്ക്കു നിർത്താൻ പറ്റ്വോന്ന് ഞാനുമൊന്നു നോക്കട്ടെ. തുള്ളിച്ചിപ്പാത്തുമാർക്ക് വാഴാനുള്ളതല്ല ജോനകപ്പറമ്പ്. പോരിനു വന്നാ കൊത്തി അരിയും ഞാൻ."

"എന്നാ കാണട്ടെ... ശരീരത്തിലൊന്നു തൊട്ടാ.."

"തൊട്ടാ നീ എന്തു ചെയ്യും?"

ഹാജി കസേരയിൽനിന്നും ചാടി എഴുന്നേറ്റു. അങ്കക്കലിതുള്ളി

ഹാജിയുടെ നേരെ പാഞ്ഞടുക്കുന്ന നൂറുവിനെ കണ്ട് ഐഷാത്ത കുഞ്ഞാടിനെപ്പോലെ പേടിച്ചുവിറച്ചു.

"അടങ്ങ് നൂറു..."

അവർ വേവലാതിയോടെ പറഞ്ഞു.

ശ്വാസം കിട്ടാതെ പിടയുന്ന ഐഷാത്തയെ കണ്ട് നൂറ് കലി വിഴുങ്ങി. ഐഷാത്തയെ താങ്ങിപ്പിടിച്ചുകൊണ്ട് അകത്തേക്കു നടന്നു.

നാല്പത്തിനാല്

'ഒരത്ത പെണ്ണിന് പരുത്ത വടി എന്നു പറഞ്ഞതാരായാലും ഓനൊരു പൂമാലയിടണം.' ഹുസൈൻഹാജി മനസ്സിൽ കരുതി.

പെണ്ണല്ലേ പോട്ടെ എന്നു കരുതിയപ്പോഴേക്കും തലയിൽ കയറിയാ തുള്ളാട്ടം. ഹാജിയുടെ തനിക്കോലം കണ്ടപ്പോൾ പെണ്ണ് പത്തി താഴ്ത്തി. അവളുടെ ചീറ്റല് കേട്ട് ഹാജി പേടിക്കുമെന്നാണോ കരുതിയത്. ഈറ്റപ്പുലിയെപ്പോലെ ചീറിക്കൊണ്ട് തന്റെ നേരെ കിതച്ചെത്തിയ നൂറുവിന്റെ രൂപം ഇപ്പോഴും സ്വസ്ഥത കെടുത്തുന്നില്ലേ? ആ നലുന്ത് പെണ്ണിന് ഇത്രയും തന്റേടമോ? ആദ്യമേ അടക്കേണ്ടതായിരുന്നു. എവിടെയാ പാളിച്ച പറ്റിയത്? പെണ്ണിന്റെ മൊഞ്ചും മോറും കണ്ട് അവളുടെ തുള്ളാട്ടങ്ങൾ കണ്ടില്ലെന്നു നടിച്ചത് ആദ്യത്തെ പാളിച്ച. അവിടന്നങ്ങോട്ട് ചെയ്തതെല്ലാം പോയത്തരങ്ങളല്ലേ? അകത്തളത്തിൽ അടച്ചിടേണ്ടതിനു പകരം പുറംലോകം കാണിച്ചതാണ് ഏറ്റവും വലിയ തെറ്റ്. തെറ്റുകൾ ചെയ്തെങ്കിൽ അതു തിരുത്താനും ഹാജിക്കറിയാം. അവളുടെ ഒരു മഹിളാസഭ. അത് പൂട്ടിച്ചിട്ടു വേറെ കാര്യം. മൊബൈൽ ഫോണുമായി ഹാജി മുറ്റത്തിറങ്ങി. നമ്പർ കറക്കിയിട്ട് ഫോൺ ചെവിയിൽ വെച്ചു.

"ഹലോ കോയാസാഹിബേ, ഹാജിക്ക. ഇങ്ങളൊന്ന് അടിയന്തരമായി ഇങ്ങട്ട് വരണം."

വിശദീകരണത്തിനു നില്ക്കാതെ ഫോൺ വെച്ചു. പ്രതീക്ഷിച്ചതുപോലെ കാൽമണിക്കൂറിനകം കോയ എത്തി. തോട്ടത്തിലെ ഊഞ്ഞാലിൽത്തന്നെ ഇരുത്തി.

"എന്താ ഹാജിക്കാ? ഇങ്ങളാകെ ബേജാറായ മട്ടുണ്ടല്ലോ?"

ബേജാറൊന്നുമില്ല. ആ നലുന്തു പെണ്ണുണ്ടല്ലോ. ഓളെ ഒരുപാഠം പഠിപ്പിക്കാതെ ഇനിക്കിനി ഉറക്കമില്ല. ഓളെ ഹുങ്ക് ഞമ്മക്കിന്നത്തോടെ നിർത്തണം."

"ഇത് ഇങ്ങള് ബായിന്ന് കേക്കാൻമേണ്ടി കാത്തിരിക്യാ ഞമ്മള്. അതിക്രമത്തിനും മേണ്ടേ ഒരതിര്. തങ്ങള്പ്പാപ്പാവരെ ഇന്നെ വിളിച്ച് പറഞ്ഞിട്ടും ഇങ്ങളെക്കരുതിയാ മിണ്ടാണ്ടിരുന്നേ. ഇസ്ലാം പെണ്ണുങ്ങളെ വയി

തെറ്റിക്കാനുള്ള പൊറപ്പാടാ. ഇപ്പത്തന്നെ കണ്ടില്ലേ, ഞമ്മളെ മമ്മതാജീന്റെ മോന്റെ കല്യാണം ഓലായിട്ട് മൊടക്കീലേ? ഇങ്ങളെ പെണ്ണുങ്ങളൊരുത്തിയാ എല്ലാത്തിനും മുന്നില്, ആ കോളനീലെ തെറിച്ചോളും ഇപ്പം കൂട്ടിനുണ്ട്. അതൊക്കെ അലവലാദി ജനുസുകളാ. ളുലുമ് സഹിക്കാണ്ടെ മാപ്പള മൊയിചൊല്ലിതാ ഓളെ. അന്നുമുതൽ എറങ്ങീരിക്കയാ മാന്യന്മാരെ മാനം കെടുത്താൻ. ആരും ഒന്നിലധികം പെണ്ണുകെട്ടാൻ പാടില്ലോലെ. മാപ്പളാര് തച്ചാ പെണ്ണുങ്ങമ്മാരിപ്പം മാപ്പിള സഭേല്ക്കാ പാച്ചില്. ആണുങ്ങളെ അപമാനിക്കാൻ കച്ചകെട്ടിയിറങ്ങിയ ദജ്ജാലിങ്ങള്."

കോയാസാഹിബ് പൊട്ടിത്തെറിച്ചു. ഹാജിയുമായുള്ള അടുപ്പം കാരണം നൂറുവിനെതിരെ അയാൾ ഇതുവരെ നേരിട്ട് രംഗത്തിറങ്ങിയിട്ടില്ല. എന്നാലും കഴിയുന്ന ദ്രോഹങ്ങൾ പലരെക്കൊണ്ടും ചെയ്യിച്ചിട്ടുണ്ട്. ഹാജിയുടെ സമ്മതം കിട്ടിയതോടെ അയാൾ ഉഷാറായി.

"ഹാജീക്ക ഒരു വാക്കുപറ. മഹിളാസഭ ഞാൻ പൊളിച്ചു തരിപ്പണമാക്കാം."

"എന്നാ ഇന്നന്നെ ആയിക്കോട്ടെ. ഇനി ഓള് അതിനകത്ത് കാലുകുത്തരുത്. അയിനെന്താ ഇങ്ങള് കണ്ട വയി?"

"അതൊക്കെയുണ്ട്."

"ഹംസേ, നിയ്യിപ്പത്തന്നെ ആ പാത്തൂട്ടിയേയും കൂട്ടി മഹിളാസഭയിലെത്തിക്കോ. ഏത് പാത്തൂട്ടിന്നാ.... എടാ ആ അലവലാദിയില്ലേ.. കടപ്പുറത്തെ, പെങ്കുട്ട്യോളെ സപ്ലൈ ചെയ്യുന്ന... അതെന്നെ, ആദ്യം ഏതെങ്കിലും ഒരു കഥയുണ്ടാക്കി അകത്തുകയറാൻ പറ. പിന്നെ കണാരനും അവിടത്തെ പെണ്ണുങ്ങളും ഓനെ മതം മാറ്റാൻ നിർബ്ബന്ധിച്ചു എന്നു പറഞ്ഞ് കുലുമാലുണ്ടാക്കിക്കണം. അപ്പളത്തിനും ഞമ്മളെ ആൾക്കാരൊക്കെ ആടെ എത്തണം."

"ശരി."

"തീക്കളിയാവ്വോ?"

ഹാജി സംശയിച്ചു.

"ഇങ്ങള് ബേജാറാവണ്ട. എന്തുണ്ടായാലും ഞമ്മളെ പേര് ഏടേം ഉണ്ടാവൂലാ."

അയാൾ ഫോൺ കറക്കി. പലർക്കും പലപല സന്ദേശങ്ങൾ കൈമാറിക്കൊണ്ടിരുന്നു.

"ഹാജീക്ക ഇങ്ങളിന്ന് പൊറത്തെറങ്ങണ്ട. എല്ലാ തമാശകളും ഇവിടിരുന്നു കണ്ടാ മതീട്ടോ. കൊറച്ചു കഴീമ്പം ടി വി തൊറക്കാൻ മറക്കല്ലേ."

എന്നുപറഞ്ഞുകൊണ്ട് കാറിൽക്കയറി സ്ഥലംവിട്ടു. ഹാജി ഉമ്മറത്തെത്തി. അകത്ത് ഒച്ചയും അനക്കവുമില്ല. തുള്ളിച്ചിപ്പാത്തുവിന്റെ തുള്ളാട്ടം തീർന്നോ? ഐഷയുടെ മുറിയുടെ വാതിൽ പതുക്കെ തുറന്നു.

ഐഷ തളർന്നു മയങ്ങുന്നു. നൂറു അവളുടെ നെറ്റിയിൽ തടവിക്കൊണ്ട് അടുത്തിരിക്കുന്നു. വാതിൽ ചാരി ഹാജി വീണ്ടും ഉമ്മറത്തെത്തി.

ഐഷാത്തയെ ഉണർത്താതെ നൂറു എഴുന്നേറ്റു. വാച്ചിൽ നോക്കി മണി പതിനൊന്നായി. ഉടനെ പോയില്ലെങ്കിൽ പരിപാടികളൊന്നും നടക്കില്ല. വക്കീൽ കലിതുള്ളുന്നുണ്ടാവും. രാധേടത്തി കോടതിയിൽ കാത്തു നില്ക്കാമെന്നാണ് പറഞ്ഞത്. തിരക്കിട്ട് പുറത്തിറങ്ങി. വാതിൽ ഒച്ചയുണ്ടാക്കാതെ അടച്ചു. ഇനി എന്തെങ്കിലും ബഹളമുണ്ടായാലും ഐഷാത്ത അറിയരുത്.

അടുക്കളയിൽച്ചെന്ന് നബീസയോടു പറഞ്ഞിട്ട് പുറത്തേക്കിറങ്ങാൻ തുടങ്ങിയപ്പോൾ ഹാൻഡ്ബാഗിൽനിന്നും മൊബൈൽ മണിയൊച്ച.

"താനെവിടെയായിരുന്നു? എത്രനേരമായി ഫോൺ വിളിക്കുന്നു."

രാധേടത്തിയുടെ സ്വരത്തിൽ വേവലാതി.

"ചില പ്രശ്നങ്ങൾ കാരണം ഇറങ്ങാൻ പറ്റിയില്ല. ഞാനിപ്പോൾ കോടതിയിലെത്താം."

"താൻ പെട്ടെന്ന് മഹിളാസഭയിലെത്ത്. അവിടെ ആകെ പ്രശ്നമാ."

"എന്തുണ്ടായി?"

"കുറെ മൗലവിമാരും ആളുകളുമൊക്കെ കൂടിയിട്ടുണ്ട്. ഏതോ ഒരു സ്ത്രീ അവിടെക്കിടന്ന് ബഹളംവെച്ച് ആളെക്കൂട്ടി എന്നാണ് കണാരേട്ടൻ പറഞ്ഞത്."

"എന്തിനാ?"

"എനിക്കൊന്നുമറിയില്ല. എല്ലാം അടിച്ചുപൊളിക്കുകയാ. നീ പെട്ടെന്നു വാ."

രാധേടത്തി ഫോൺ വെച്ചപ്പോൾ തിരക്കിട്ട് ഉമ്മറത്തേക്കു നടന്നു.

ഹാജി ഉമ്മറത്തുതന്നെയുണ്ട്. വിജയഭാവത്തിൽ കസേര നിറഞ്ഞിരിക്കുന്നു. നൂറുവിനെ കണ്ടതും അയാളുടെ കണ്ണുകൾ ചുവന്നു. അതു വകവെക്കാതെ നൂറു ഉമ്മറപ്പടിയിറങ്ങി. ഹാജി ജിന്നു കൂടിയതുപോലെ ചാടി എഴുന്നേറ്റു.

"ഇവിടന്നു പുറത്തിറങ്ങിയാ കാലു ഞാൻ തച്ചൊടിക്കും."

വാതില്ക്കൽ നൂറുവിനെ തടഞ്ഞുകൊണ്ട് അയാൾ നിന്നു. നൂറു കൈ തട്ടി മാറ്റി.

"മഹിളാസഭ ആരൊക്കെയോ അടിച്ചുതകർക്കുന്നു. പോയേ പറ്റൂ."

"തകർക്കട്ടെ. ഇന്നത്തോടെ നിന്റെ ഹുങ്കും തീരും. അതു കണ്ടിട്ടല്ലേ നീ കെടന്നു തുള്ളുന്നത്. അടിച്ചുതകർക്കും ഞാൻ."

കേട്ടപ്പോൾ നൂറുവിന്റെ ശരീരം വിറച്ചു.

"അപ്പോൾ നിങ്ങളാ ആളെ അയച്ചത് അല്ലേ... ഇല്ല... ആരെയും വെറുതെ വിടില്ല.."

നൂറു ഉറഞ്ഞു തുള്ളിക്കൊണ്ട് പടിയിറങ്ങാൻ തുടങ്ങിയതും അയാൾ

അവളുടെ കൈ രണ്ടും കൂട്ടിപ്പിടിച്ചു, കഴുത്തിനുപിടിച്ച്, കണ്ണുതുറുപ്പിച്ച് നാവ് നീട്ടി എന്തൊക്കെയോ പറയുന്നു. അയാളുടെ കൈയിൽ കിടന്ന് നൂറു പിടഞ്ഞു. അവൾക്ക് മിണ്ടാനാവുന്നില്ല.

നോക്കിനില്ക്കെ അയാൾ മാനത്തോളം പൊങ്ങി. ശരീരത്തിൽ രോമങ്ങൾ വളരുന്നു... കോമ്പല്ലുകൾ ഒന്നല്ല, രണ്ടല്ല പതിനായിരം.... നാവ് നീണ്ട് മുട്ടോളമെത്തി. നഖങ്ങൾ തേറ്റകളായി. കണ്ണുകൾ തീഗോളങ്ങൾ... ജിന്ന് കോമ്പല്ലു കാണിച്ച് ചോര തെറിപ്പിച്ച് അലറുന്നു. കാതടപ്പിക്കുന്ന അലർച്ച.

"എങ്ങാട്ടാ നിന്റെ പുറപ്പാട്?"

ജിന്നു വായ തുറന്നപ്പോൾ ചോര ചീറ്റുന്നു.

ആകാശം മുട്ടെ വളർന്ന ജിന്നിന്റെ കൈകൾ അവളെ ഞെരിച്ചമർത്തുന്നു. അവൾ ധൈര്യം സംഭരിച്ച് ജിന്നിനെ ഒരു തള്ള്. ആ കൈപ്പിടിയിൽനിന്നു രക്ഷപ്പെട്ടതും അവൾ കിതച്ചുകൊണ്ട് ജോനകപ്പറമ്പിന്റെ പടിയിറങ്ങി.

"നൂറൂ... നൂറുത്താ.. നൂറുമോളേ..."

പല സ്വരത്തിൽ സ്ത്രീകൾ അവളെ പിറകിൽനിന്നുവിളിക്കുന്നു. അവരുടെ വാക്കുകളിൽ വിറയൽ...

നൂറു ഇറങ്ങി. തിരിഞ്ഞുനോക്കാതെ ജോനകപ്പറമ്പിന്റെ പടികളിറങ്ങിയപ്പോൾ അവളുടെ കാലിടറിയില്ല. ഉറച്ച കാൽവെപ്പുകളോടെ അവൾ നടന്നു.

www.ingramcontent.com/pod-product-compliance
Lightning Source LLC
LaVergne TN
LVHW101409051026
849519LV00005BC/1705
* 9 7 8 9 3 8 9 4 1 0 8 0 8 *